மார்க்சியமும் இலக்கியத் திறனாய்வும்

மார்க்சியமும் இலக்கியத் திறனாய்வும்

எம்.ஏ. நுஃமான் (பி. 1944)

கவிஞர், இலக்கிய விமர்சகர், ஆய்வாளர். சிறுகதைகளும் எழுதியுள்ளார். அண்ணாமலைப் பல்கலைக்கழகத்தில் மொழியியலில் கலாநிதிப் பட்டம் பெற்ற இவர், இலங்கைப் பேராதனைப் பல்கலைக்கழகத்தில் தமிழ்ப் பேராசிரியராகப் பணியாற்றி ஓய்வு பெற்றுள்ளார். ஆசிரியர், இணையாசிரியர், பதிப்பாசிரியர், இணைப் பதிப்பாசிரியர், மொழிபெயர்ப்பாளர் என்ற வகையில் இதுவரை 30 நூல்கள் வெளியிட்டுள்ளார். ஆங்கில, சிங்கள மொழிகளிலிருந்து கவிதைகளும் சிறுகதைகளும் ஆய்வுக் கட்டுரைகளும் தமிழில் மொழிபெயர்த்துள்ளார். இவரது கவிதைகள் ஆங்கிலம், சிங்களம், கன்னடம் முதலியவற்றில் மொழிபெயர்க்கப்பட்டுள்ளன. 'தமிழில் இன்று எழுதும் விமர்சகர்களில் ஆக விவேகமான பார்வை இவருடையதுதான்' என சுந்தர ராமசாமி இவரைப் பற்றிக் குறிப்பிட்டிருக்கிறார்.

எம்.ஏ. நு∘ஃமான்

மார்க்சியமும் இலக்கியத் திறனாய்வும்
விரிவாக்கப்பட்ட புதிய பதிப்பு

காலச்சுவடு பதிப்பகம்

மார்க்சியமும் இலக்கியத் திறனாய்வும் ❖ ஆய்வுக் கட்டுரைகள் ❖ ஆசிரியர்: எம்.ஏ. நுஃமான் ❖ © எம்.ஏ. நுஃமான் ❖ விரிவாக்கப்பட்ட காலச்சுவடு புதிய பதிப்பு: ஆகஸ்ட் 2014, இரண்டாம் (குறும்) பதிப்பு: பிப்ரவரி 2022 ❖ வெளியீடு: காலச்சுவடு பப்ளிகேஷன்ஸ் (பி) லிட்., 669, கே.பி. சாலை, நாகர்கோவில் 629001

maarkciyamum ilakkiya ttiRanaayvum (Marxism and Literary Criticism) ❖ Author: M.A. Nuhman ❖ © M.A. Nuhman v Language: Tamil ❖ Enlarged New Edition: August 2014, Second (Short) Edition: February 2022 ❖ Size: Demy 1 x 8 ❖ Paper: 18.6 kg maplitho ❖ Pages: 232

Published by Kalachuvadu Publications Pvt. Ltd., 669, K.P. Road, Nagercoil 629001, India ❖ Phone: 91-4652-278525 ❖ e-mail: publications@kalachuvadu.com ❖ Printed at Clicto Print, Jaleel Towers, 42 KB Dasan Road, Teynampet Chennai 600018

ISBN: 978-93-82033-49-3

02/2022/S.No.582, kcp 3498, 18.6 (2) 1k

உள்ளடக்கம்

முன்னுரை	9
முதற் பதிப்பின் முன்னுரை	13
1. மார்க்சியமும் தமிழ் இலக்கியமும்: ஒரு வரலாற்றுக் கணக்கெடுப்பு	17
2. ஏ. ஜே. கனகரத்தினாவின் மார்க்சியமும் இலக்கியமும்: சில நோக்குகள்	45
3. மார்க்சியமும் இலக்கியத் திறனாய்வும்: சில குறிப்புகள்	63
4. மார்க்சியமும் இலக்கியத் திறனாய்வும்: இன்னும் சில குறிப்புகள்	76
5. ரகுநாதனின் சிலப்பதிகார ஆராய்ச்சி	122
6. மார்க்சியமும் தமிழ் நாவல் இலக்கியமும்	150

முன்னுரை

மார்க்சியமும் இலக்கியத் திறனாய்வும் என்னும் இந்நூலின் முதற் பதிப்பு 1987இல் வெளி வந்தது. இன்றுவரை இது ஓர் முக்கியமான நூலாகவே கருதப்படுகிறது. எனினும் இதன் பிரதிகள் கிடைப்பதில்லை. இருபத்தேழு ஆண்டுகளுக்குப் பின் இப்போது உங்கள் கைகளில் இருப்பது அதன் விரிவாக்கப்பட்ட புதிய பதிப்பு. முதற் பதிப்பில் இடம்பெறாத இரண்டு கட்டுரைகள் இப்புதிய பதிப்பில் சேர்க்கப்பட்டுள்ளன. 'மார்க்சியமும் தமிழ் இலக்கியமும் – ஒரு வரலாற்றுக் கணக்கெடுப்பு', ஏ.ஜே. கனகரத்தினாவின் 'மார்க்சியமும் இலக்கியமும் – சில நோக்குகள்' என்பன அவை. தமிழில் மார்க்சிய விமர்சனம் பற்றிப் புரிந்துகொள்வதற்கு இவை உதவும் என்று நம்புகிறேன்.

கடந்த கால் நூற்றாண்டு காலத்தில் உலகம் எவ்வளவோ மாறிவிட்டது. சோசலிச முகாம் முற்றிலும் உடைந்து நொறுங்கிற்று. மாவோவின் சீனா முதலாளித்துவப் பாதையில் முன்னேறி உலக வல்லரசாக முயல்கிறது. அமெரிக்கத் தலைமையில் நிதி மூலதனம் தன் உலகமயமாக்கல் திட்டத்தை முன்னெடுத்துச் செல்கிறது. வர்க்க உணர்வை மழுங்கடித்து, இனம், மதம், பிராந்தியம், சாதி, பால் அடிப்படையில் அடையாள அரசியலை ஊக்கப்படுத்தி நாடுகளைக் கூறுபடுத்துவது நிதிமூலதனச் சக்தி களின் பொருளாதார உலகமயமாக்கல் திட்டத்தைச் சாத்தியப்படுத்தும் உத்தியாகவே தோன்றுகிறது. இப்பின்னணியிலேயே கடந்த சில தசாப்தங்களாக ஓங்கி ஒலித்த பின்அமைப்பியல், பின்நவீனத்துவச் சிந்தனைகளையும் புரிந்துகொள்ள வேண்டும்.

உலகத்தை முழுமையாகப் புரிந்துகொள்ள முடியாதென்றும் அவ்வாறு புரிந்துகொள்ள முயலும் மார்க்சியம் போன்ற கோட்பாடுகளைப் பெருங்கதையாடல் என்றும் பின்நவீனத்துவம் சாதிக்க முயன்றது. தமிழ்ச் சூழலில் பின்நவீனத்துவ உபாசகர்கள் இதை உரத்துப் பேசினர். மார்க்சியம் இறந்துவிட்டது, அது காலப் பொருத்தமற்றது என்றெல்லாம் வாதித்தனர். இத்தகைய சூழ்நிலையில் இந்நூலின் மீள்வருகை காலப்பொருத்தம் அற்றதா என்ற கேள்வி எழலாம்.

மாறிய சமூக, அரசியற் சூழலில் புதிய கோட்பாடுகள் மேலெழுந்து வரும்போது பழைய கோட்பாடுகள் காலாவதியாகி விட்டன, வரலாற்றுக் குப்பைக்கூடைக்குள் வீசப்பட்டுவிட்டன என்று சாதிக்க முனைவது அபத்தமாகும். சோக்ரடீசும் பிளேட்டோவும் அரிஸ்டாட்டிலும் பாணினியும் தொல்காப்பியரும் வரலாற்றுக் குப்பைக்கூடைக்குள் வீசப்பட்டுவிட்டார்கள் என்று வாதிப்பது எவ்வளவு அபத்தமோ அதைவிட அபத்தம் மார்க்சியம் காலாவதியாகிவிட்டது என்று வாதிப்பது. 'மார்க்சியமும் இலக்கிய விமர்சனமும்' என்ற தனது புகழ்பெற்ற நூலின் இரண்டாம் பதிப்புக்கு எழுதிய முன்னுரையில் டெர்ரி ஈகில்டன் குறிப்பிடும் ஒரு கருத்தை அதன் பொருத்தம் கருதி இங்கு மேற்கோள் காட்ட விரும்புகிறேன்.

> மார்க்சிய அரசியல் நடைமுறை மறைந்த பின்னும் மார்க்சியக் கருத்துகள் உறுதியுடன் உயிர்வாழ்கின்றன. சீனா முதலாளித்துவ நாடாக மாறுவதனால் அல்லது பேர்லின் சுவர் நொறுக்கப்பட்டதனால் Brecht, லூகாஸ், அடொர்னோ, றைய்மண்ட் வில்லியம்ஸ் ஆகியோரின் கருத்துகள் இனியும் பெறுமதியற்றவை என்று நினைப்பது நகைப்புக்கிடமானது. பண்பாட்டுக்கும் அரசியலுக்கும் இடையே உள்ள உறவு பற்றிய இயந்திரப்பாங்கான நோக்கினை இது பிரதிபலிக்கிறது. வறட்டு மார்க்சியம்தானே இத்தகைய குற்றச்சாட்டுக்கு அடிக்கடி இலக்காகியுள்ளது.
>
> மார்க்சிய விமர்சனப் பாரம்பரியம் மிகமிக வளமானது. ஏனைய விமர்சன முறைகளைப் போன்றே அதுவும் ஒரு இலக்கியப் படைப்பை விளக்குவதில் எவ்வளவு ஒளி பாய்ச்சுகிறது என்ற அடிப்படையில் மதிப்பிடப்பட வேண்டுமே தவிர அதன் அரசியல் நம்பிக்கைகள் நடைமுறையில் சாத்தியமாகி உள்ளனவா என்ற அடிப்படையில் அல்ல. ஆணாதிக்கச் சமூகம் இன்னும் முறியடிக்கப்படவில்லை என்ற அடிப்படையில் நாம் பெண்ணிய விமர்சனத்தை நிராகரிப்பதில்லை. பதிலாக அதுவே அதைத் தழுவிக்கொள்வதற்கான ஒரே நியாயமும் ஆகும்.

நான் உள்ளே ஒரு கட்டுரையில் குறிப்பிட்டுள்ளது போல் இலக்கியக் கோட்பாடுகள் எல்லாம், அது மார்க்சியக் கோட்பாடாயினும் அல்லது வேறு எந்தக் கோட்பாடாயினும், யானை பார்த்த குருடர்கள் போல் இலக்கியத்தின் வெவ்வேறு அம்சங்களையே பிரதானப்படுத்திப் பேசுகின்றன. இலக்கியத்தின் எல்லா அம்சங்களையும் உள்ளடக்கிய முழுமையான இலக்கியக் கோட்பாடுகள் என்று எவையும் இல்லை. அவ்வகையில் இலக்கியத்தை முழுமையாகப் புரிந்துகொள்வதில் எல்லாக் கோட்பாடுகளும் வெவ்வேறு அளவில் நமக்கு உதவ முடியும். புதிய கோட்பாட்டின் மோகத்தில் பழைய கோட்பாடுகள் பயனற்றவை என்று கைகழுவிவிடுதல் அறிவின் பாற்பட்டதல்ல.

மார்க்சியக் கோட்பாடு இலக்கியத்தின் சமூக அடித்தளத்தை, அதன் சமூக வேர்களைப் புரிந்துகொள்ள நமக்கு உதவுகிறது. இலக்கிய வரலாற்றை அற்புத நிகழ்வுகளாக அன்றி சமூக அசைவியக்கத்தின் வெளிச்சத்தில் காண நமக்கு உதவுகிறது. படைப்பாளியின் சமூகக் கடப்பாட்டை அது வலியுறுத்துகிறது. இலக்கியத்தை ஒரு அறிதல் முறையாக ஏற்றுக்கொண்டு வாழ்க்கை அனுபவத்தை இலக்கியம் எவ்வாறெல்லாம் வெளிப்படுத்துகிறது என்பதைப் புரிந்துகொள்ளவும், படைப்பாளியின் கருத்துநிலைக்கும் இலக்கியப் படைப்புக்கும் இடையே உள்ள உறவைப் புரிந்து கொள்ளவும் மார்க்சியத் திறனாய்வு நமக்கு உதவ முடியும். இலக்கியம் பற்றிய நமது புரிதலை அது ஆழப்படுத்தும். உடனடியான அரசியல் இலக்குக்கு அப்பாலான அத்தகைய அகன்ற பார்வை நமது மார்க்சிய விமர்சகர் பலரிடம் இருக்க வில்லை என்பது மார்க்சியப் பார்வையின் குறைபாடு ஆகாது.

வறட்டு மார்க்சியப் பார்வையையும் எதிர்மார்க்சியப் பார்வையையும் விமர்சிக்கும் இந்நூலின் மீள்வருகை புதிய தலைமுறை வாசகர்களின் சிந்தனையைக் கிளறிவிடும் என்று நம்புகிறேன்.

கண்டி
ஆகஸ்ட், 2014

எம். ஏ. நுஃமான்

முதற் பதிப்பின் முன்னுரை

தமிழில் மார்க்சியத் திறனாய்வுக்கு ஒரு கால்நூற்றாண்டு கால வரலாறு உண்டு. இக் கால் நூற்றாண்டு காலத்தில் தமிழ் இலக்கிய உலகில் அது ஏற்படுத்திய ஆரோக்கியமான விளைவுகள் பல. முற்றிலும் அகநிலைப்பட்ட ரசனைமுறை நோக்கில் இருந்து விடுபட்டு, சில புறநிலையான அளவுகோல்களுக்கு உட்படுத்தி இலக்கியத்தை அணுகும் போக்கினை மார்க்சியத் திறனாய்வே இங்கு தோற்றுவித்தது. தமிழ் இலக்கிய வரலாற்றைச் சில 'உன்னத நிகழ்வுகளாக' நோக்காமல் சமூக இயக்கப்போக்குகளின் விளைவுகளாகக் காணவும் மார்க்சியத் திறனாய்வே வழிகோலியது. இலக்கியத்தின் சமூகப் பெறுமானத்தையும் அதுவே வலியுறுத்தியது.

ஆயினும், தமிழ் இலக்கிய உலகில் மார்க்சியத் திறனாய்வாளர்கள் ஏற்படுத்திய சில பாதகமான விளைவுகளும் உண்டு. இலக்கியத் திறனாய்வை ஒரு கொச்சையான உள்ளடக்கவாதமாகக் குறுக்கியது அவற்றுள் முக்கியமானதாகும். இலக்கியத்தைச் சாராம்சத்தில் சில சமூகக் கருத்துகளின் தொகுதி யாகக் காண்பதே உள்ளடக்கவாதத்தின் அடிப்படை யாகும். இந்நோக்கு இலக்கியத் திறனாய்வை ஒரு குறுகிய பயன்பாட்டுவாதத்துக்கு இட்டுச் செல்கின்றது.

இலக்கியம் சமூக மாற்றத்துக்கான ஒரு கருவி மட்டுமே என்பது இப்பயன்பாட்டுவாதத்தின் சாராம்சமாகும். இன்று மார்க்சியத் திறனாய்வில்

இத்தகைய நோக்குநிலையே வெவ்வேறு அளவிலும் வடிவிலும் மேலோங்கியுள்ளது. இவையெல்லாம் மார்க்சியத்தையும் இலக்கியத்தையும் வறட்டுத்தனமாக, மிகை எளிமைப்படுத்திப் புரிந்துகொண்டதின் விளைவுகளாகும்.

இதற்கு மறுபுறத்தில் எதிர் மார்க்சிய முகாமைச் சேர்ந்தவர்கள் இலக்கியத்தில் மார்க்சியப் பார்வையை முற்றிலும் நிராகரிக்கின்றனர். மார்க்சியம் காலாவதியாகி விட்டதென்றும், அதனால் இலக்கியத்தில் மார்க்சியப் பார்வையும் காலாவதியாகி விட்டதென்றும் இவர்கள் வாதிக்கின்றனர். இவர்களின் வாதங்களைக் கூர்ந்து நோக்கினால் உண்மையில் இவர்களுக்கு மார்க்சியம் பற்றி எதுவுமே தெரியாது என்பதையே காண்கின்றோம். மார்க்சியத்தோடு நேரடிப் பரிச்சயம் இல்லாது, மேற்கில் மார்க்சிய எதிர்ப்பாளர்கள் கூறிய கருத்துகளையே இவர்களும் ஆராய்வில்லாமல் வழிமொழிகின்றனர்.

இந்நூல் இவ்விரு போக்குகளையும் விமர்சனம் செய்கிறது. இது மார்க்சியமும் இலக்கியத் திறனாய்வும் பற்றிய முழுமையான ஆய்வு நூல் அல்ல. மார்க்சியப் பார்வையில் அல்லது மார்க்சியப் பார்வையை மறுத்து தமிழில் எழுதப்பட்ட சில நூல்களைப் பற்றி நான் அவ்வப்போது எழுதிய நான்கு கட்டுரைகளின் தொகுப்பே இந்நூல். இந்நூலில் இடம்பெற்றுள்ள முதல் மூன்று கட்டுரைகளும் இன்று மார்க்சியத் திறனாய்வில் மேலோங்கியுள்ள வறட்டு வாதத்தை விமர்சிக்கின்றன. நான்காவது கட்டுரை இலக்கித் திறனாய்வில் எதிர் மார்க்சியக் கண்ணோட்டத்தை விமர்சிக்கின்றது. வறட்டு மார்க்சியவாதமும் எதிர் மார்க்சியவாதமும் வாழ்க்கையையும் இலக்கியத்தையும் புரிந்துகொள்வதற்கும், இலக்கியத் திறனாய்வை வளப்படுத்துவதற்கும் உதவமாட்டா என்பதையே இக்கட்டுரைகள் வலியுறுத்துகின்றன.

நான் மார்க்சிய சித்தாந்தத்திலும் அழகியல் கோட்பாடுகளிலும் ஆழ்ந்த புலமை உடையவன் அல்ல. ஆயினும் கடந்த கால் நூற்றாண்டு காலமாக இவற்றுடன் எனக்கு ஓரளவு பரிச்சயம் உண்டு. ஒரு படைப்பாளி என்ற வகையிலும் வாசகன் என்ற வகையிலும் எனக்கு இலக்கியத்தில் ஆழ்ந்த அக்கறையும் ஈடுபாடும் உண்டு. வாழ்க்கையைப் புரிந்துகொள்வதற்கு உதவும் முக்கியமான கலைச் சாதனமாக நான் இலக்கியத்தைக் கருதுகின்றேன். எல்லாவகையான இலக்கியங்களும் வாழ்க்கையை அதன் போக்கில் புரிந்துகொள்ள எனக்கு உதவியிருக்கின்றன. அதுபோல எனது தனிப்பட்ட விருப்பு வெறுப்புகளை ஒரு புறம் ஒதுக்கிவைத்துவிட்டு இலக்கியத்தைப் புறநிலையாக அணுகுவதற்கு மார்க்சியம் எனக்கு உதவியிருக்கிறது. இந்தப்

புறநிலைப் பார்வைதான் இலக்கியத் திறனாய்வில் மார்க்சியத்தின் பிரதான பங்களிப்பு என்று நான் கருதுகின்றேன். இது நமது மார்க்சிய விமர்சகர்கள் பலரும் கையாளும் அகநிலைச் சார்பான 'தணிக்கைமுறை விமர்சன நோக்குக்கு' முற்றிலும் மாறானது. தணிக்கைமுறை குறுங்குழுவாத *(sectarian)* அரசியல் நிலை நின்று ஒரு குறிப்பிட்ட வகையான படைப்புகளை மட்டும் ஏற்றுக்கொண்டு மற்றவற்றையெல்லாம் முற்றாக நிராகரித்து விடுகின்றது. பதிலாக, புறநிலை நோக்கு எல்லாவகையான படைப்புகளையும் அக்கறையோடு பரிசீலனைக்கு எடுத்துக் கொள்கிறது. அவற்றின் சமூக, அரசியல் அம்சங்களை ஆராய் கின்றது. அவற்றின் குணநலன்களை, அவற்றைத் தீர்மானிக்கும் காரணிகளை வெளிச்சத்துக்குக் கொண்டுவருகின்றது. இத்தகைய புறநிலை நோக்கே ஆரோக்கியமான இலக்கியத் திறனாய்வு வளர்வதற்கு வழிவகுக்கும் என்று நான் கருதுகின்றேன்.

இது தொடர்பான விவாதங்கள் மேலும் நிகழ்வதற்கும் அதன்மூலம் தமிழில் மார்க்சியத் திறனாய்வு செழுமையுறு வதற்கும் இந்நூல் உதவும் என்பது என் நம்பிக்கை. அன்னத்தின் மூலம் இதனை வெளியிட முன்வந்த நண்பர்களுக்கு எனது நன்றிகள்.

டிசம்பர், 1987 **எம். ஏ. நுஃமான்**

1

மார்க்சியமும் தமிழ் இலக்கியமும்: ஒரு வரலாற்றுக் கணக்கெடுப்பு

மார்க்சியம் உலகைப் புரிந்துகொள்வதற்கான ஒரு தத்துவம் என்ற வகையிலும், உலகை மாற்றுவதற்கான ஒரு வழிமுறை என்ற வகையிலும் பத்தொன்பதாம் நூற்றாண்டின் பிற்பகுதியிலிருந்து உலகில் பெரும் செல்வாக்குச் செலுத்திவருகிறது. மானுட விழுமியங்களை நோக்கிய மனிதனின் முழுமையான வளர்ச்சிக்குத் தடையாக இருக்கும் சகல தளைகளையும் உடைத்து உண்மையான மனித விடுதலையைப் பெற்றுத்தரும் ஒரு தத்துவமாக அது கருதப்படுகிறது.

பூரண விடுதலைக்குத் தடையாக இருக்கும் தனியுடைமை, வர்க்க முரண்பாடு, சுரண்டல் ஆகியவற்றைக் களைந்து பொதுவுடைமை, சமத்துவம், சமூக நீதி, சமவாய்ப்பு, தனிமனித சுதந்திரம் என்பவற்றை உறுதிப்படுத்தும் புதிய சோசலிச சமூகத்தை முன்மொழியும் கோட்பாடு என்ற வகையில், ஒடுக்குதலுக்குள்ளான மிகப்பெரும்பாலான உலக மக்களின் ஒரு ஆதர்சமாக அது விளங்குகின்றது. அதே காரணத்தினால் அதிகார வர்க்கத்தினரின் அச்சத்துக்கும் பகைமைக்கும் அது ஏதுவாகியது. இதன் விளைவாகப் பத்தொன்பதாம் நூற்றாண்டுக்குப் பிந்திய சமூக அரசியல் சித்தாந்தங்கள் அனைத்தும் ஒருவகையில் மார்க்சியச் சார்பானதாக அல்லது எதிர்ப்பானதாக அமைந்திருப்பதைக் காணலாம்.

கடந்த நூற்றாண்டின் முற்பகுதியிலிருந்து லட்சக்கணக்கான மக்களின் உயிர்த் தியாகத்தின் மீது, இரத்தத்தின் மீது கட்டப்பட்ட பல சோசலிசச் சமூகங்கள் உள்முரண்பாடுகளாலும் வெளிச் சக்திகளின் சதிமுயற்சிகளாலும் சரிந்த பின்னரும் கூட, உலகெங்கும் இனவாத, மதவாதப் பிளவுகளும் மோதல்களும் தூண்டிவிடப்பட்ட பின்னரும் கூட, இன்றும் விடுதலைக்காகப் போராடும் மக்கள் மத்தியில் சோசலிச இலட்சியங்கள் மீதான கவர்ச்சி மங்கிவிடாதிருப்பதைக் காண்கிறோம். சோசலிச நடைமுறைகளின் குறைபாடுகளையும் மீறி அது முன்வைக்கும் சமூக, அரசியல், பண்பாட்டு விழுமியங்கள் மிகவும் கவர்ச்சிகரமானவை. இதனாலேயே முதலாளித்துவ ஜனநாயகச் சிந்தனைகளும் சமூக நீதி, சமூக நலம், மனித உரிமைகள் என்ற அடிப்படைகளில் இந்த விழுமியங்களை உள்வாங்க நேர்ந்தது. முதலாளித்துவ, நிலவுடைமை சார்பாளர் மத்தியில் வெவ்வேறு அடிப்படைகளில் மார்க்சிய எதிர்ப்பு எவ்வளவு தீவிரமாக இருப்பினும் அது முன்வைக்கும் சமூக அறநெறிகளை அவர்களாலும் நிராகரிக்க முடிவதில்லை.

2

இருபதாம் நூற்றாண்டின் முற்பகுதியில் குறிப்பாக 1917 ரஷ்யப் புரட்சிக்குச் சற்று முன்பின்னாக பொதுவுடமைச் சிந்தனை தமிழுக்கு அறிமுகமாகியது. பாரதியும் பாரதியின் சமகாலத்தவர்களான சிங்காரவேலர், நீலகண்டன், கிருஷ்ணசாமி சர்மா முதலியோரும் இதுபற்றி எழுதியுள்ளனர். போல்ஷெவிக், புரட்சி, பொதுவுடமை, சமத்துவம், அபேதவாதம் முதலிய சொற்கள் கடந்த நூற்றாண்டின் இரண்டாம் தசாப்தத்திலேயே தமிழில் புழக்கத்துக்கு வந்துவிட்டன. பாரதியின் எழுத்துகளில் – கவிதைகளிலும் கட்டுரைகளிலும் இதனைக் காண்கின்றோம். பாரதியின் 'புதிய ருஷ்யா' கவிதை தமிழில் ரஷ்யப் புரட்சியின் தாக்கத்தைக் காட்டும் முதல் இலக்கிய வெளிப்பாடு எனலாம்.

இக்கவிதை 1917 பிப்ரவரியில் நிகழ்ந்த பூர்ஷுவா புரட்சி பற்றியதா, ஒக்டோபரில் நிகழ்ந்த சோசலிசப் புரட்சிபற்றியதா என்ற மயிர் பிளக்கும் வாதங்கள் உண்டு. ரகுநாதன் (1982) இக்கவிதை சோசலிசப் புரட்சி பற்றியது என்பார், கேசவன் (1987) இது பூர்ஷுவாப் புரட்சிபற்றியது என்பார். இது அவ்வளவு முக்கியமல்ல. புரட்சியின் நோக்கம் பற்றியும், இவ்விரு புரட்சிகள் பற்றியும் பாரதி அறிந்திருந்தான் என்பது முக்கியம். அது ஜார் ஆட்சிக்கெதிராக போல்ஷெவிக்குகள் தலைமைதாங்கிய மக்கள் எழுச்சியின் வெற்றி என்பதும் அவனுக்குத் தெரிந்திருந்தது. அதனாலேயே அதை அவன் வாழ்த்தி வரவேற்றான். 'நவீன

ருஷ்யாவில் விவாக விதிகள்' என்ற கட்டுரையில் அதுபற்றி பாரதி பின்வருமாறு எழுதுகிறான்

> "ருஷ்யாவில் ஜார் சக்ரவர்த்தியின் ஆட்சி பெரும்பாலும் ஸமத்வக் கக்ஷியார், அதாவது போல்ஷிவிஸ்ட் கக்ஷியாரின் பலத்தாலே அழிக்கப்பட்டது. எனினும் ஜார் வீழ்ச்சியடைந்த மாத்திரத்திலே அதிகாரம் போல்ஷிவிஸ்ட்களின் கைக்கு வந்துவிடவில்லை. அப்பால் சிறிதுகாலம் முதலாளிக் கூட்டத்தார் கெரென்ஸ்கி என்பவரைத் தலைவராக நிறுத்தி, ஒருவிதமான குடியரசு நடத்தத் தொடங்கினார்கள். ஆனால் கெரென்ஸ்கியின் ஆட்சி அங்கு நீடித்து நடக்கவில்லை. இங்கிலாந்து, ப்ரான்ஸ் ஆகிய நேச ராஜ்யங்களிடமிருந்து பலவகையில் உதவி பெற்றபோதிலும் புதிய கிளர்ச்சிகளின் வெள்ளத்தினிடையே, கெரென்ஸ்கியால் தலைதூக்கி நிற்க முடியவில்லை. சிலமாதங்களுக்குள்ளே கெரென்ஸ்கி தன் உயிரைத் தப்புவித்துக்கொள்ளும் பொருட்டாக ருஷ்யாவினின்றும் ஓடிப்போய், நேச வல்லரசுகளின் நாடுகளில் தஞ்சமென்று குடிபுக நேரிட்டது."

ரஷ்யப் புரட்சிபற்றி பாரதிக்கிருந்த தெளிவு நமது மார்க்சிய ஆய்வாளர்களுக்கு இருக்கவில்லை என்பது வியப்புக்குரியது. பாரதியைப் பொறுத்தவரை ஒக்டோபர் புரட்சி பிப்ரவரியில் தொடங்கிவிட்டது. அதில் பிரதான பாத்திரம் வகித்து ஜாரின் வீழ்ச்சிக்கு வழிவகுத்தவர்கள் போல்ஷ்விக்குகள். இடையில் சிலமாதங்கள் முதலாளிக் கூட்டத்தார் ஆட்சியில் இருந்தது ஒரு பொருட்டல்ல. அந்தவகையில் பாரதியின் புதிய ருஷ்யா முதலாளிகளின் வெற்றியைப் பாடியதல்ல, கொடுங்கோன்மைக்கு எதிரான மக்கள் எழுச்சியின் வெற்றியைப் பாடியது என்பது தெளிவு. ரகுநாதன்போல் பாரதியைத் தமிழின் முதலாவது பொதுவுடமைப் புரட்சிக் கவிஞனாகக் காட்டவோ, கேசவன்போல் பாரதியை ஒரு பூர்ஷுவாக் கவிஞனாகக் காட்டவோ முயல்வது அபத்தம். தனது கருத்துக்குச் சார்பாகப் பாரதியிடமிருந்து பல மேற்கொள்களைக் காட்டும் கேசவன் (1987) 'நவீன ருஷ்யாவில் விவாக விதிகள்' என்ற கட்டுரையைக் கண்டுகொள்ளவே இல்லை.

ரஷ்யப் புரட்சியின் குறிக்கோள்களை – சமத்துவம், பொதுவுடமை முதலிய கொள்கைகளை – பாரதி வரவேற்கிறான், அதேவேளை அதன் வழிமுறைகள் சிலவற்றுடன், குறிப்பாக வன்முறை, அவனுக்கு உடன்பாடு இல்லை. 'செல்வம்' பற்றிய பாரதியின் இரண்டு கட்டுரைகளில் இது பற்றிய அவனுடைய கருத்துகளைக் காணலாம். இது நாம் புரிந்துகொள்ளக் கூடியதே. மார்க்சியச் சித்தாந்தம், சோவியத் புரட்சி என்பவற்றின் தாக்கம்

பாரதியின் எழுத்துகளில் காணப்படுகிறது என்பதே இங்கு நமக்கு முக்கியமானது.

பாரதி காலத்தில் சோவியத் விவகாரம்பற்றி பரவலான அறிவு இருந்ததாகத் தெரியவில்லை. இதுபற்றி 'தமிழ்நாட்டின் விழிப்பு பத்திரிகைகளின் நிலைமை' என்ற கட்டுரையில் பாரதியே ஒரு சுவையான தகவலைத் தெரிவிக்கிறான். அது வருமாறு:

> "எனக்கு நாலைந்து முக்கியமான தமிழ்ப்பத்திரிகைகள் வருகின்றன. அவற்றுள் ஒன்று வாரப்பத்திரிகை. அது பழுத்த சுதேசியக் கக்ஷியைச் சேர்ந்தது. ஆனால் தக்க பயிற்சி இல்லாதவர்களால் நடத்தப்படுவது. சில தினங்களின் முன்பு அந்தப் பத்திரிகையில் யுத்த சம்பந்தமான தலையங்கம் ஒன்று எழுதப்பட்டிருந்தது. அதில் ருஷியாவில் "போல்ஷ்விக்" என்ற ஒரு மனுஷ்யன் இருப்பதாகவும், அவன் ஒரு கக்ஷி ஏற்படுத்தி நமது நேசக் கக்ஷிக்கு விரோதம் செய்வதாகவும் சொல்லியிருந்தது! அஃது அந்நாட்டில் ராஜ்யப் புரட்சிக் கூட்டங்களில் ஒன்றாகிய 'மகிஸிமிஸ்த்' கட்க்ஷிக்கு மற்றொரு பெயரென்றும் ஒரு மனுஷ்யனுடைய பெயர் அல்ல வென்றும் அந்தப் பத்திராதிபர் தெரிந்துகொள்ளவில்லை."

1920 வரை தமிழில் மார்க்சியம் பரவலாக அறிமுகப்படவில்லை என்றே கூறலாம். 1920க்குப் பின்னரே கம்யூனிஸ்ட் கட்சி என்ற பெயரில் அரசியல் இயக்கம் இந்தியாவில் செயற்படத் தொடங்கியது. 1921இல் தாஷ்கண்டில் இந்தியக் கம்யூனிஸ்ட் கட்சி என்ற பெயரில் ஒரு அமைப்பு உருவாக்கப்பட்டதாகத் தெரிகிறது. ஆயினும், 1925இல் கான்பூர் மாநாட்டில்தான் இந்தியாவில் முதல் பொதுவுடைமைக் கட்சி தொடங்கப்பட்டது. இந்திய விடுதலை இயக்கத்தோடு பொதுவுடைமைச் சிந்தனையும் தனியாக வளர்ச்சியடைந்தது.

1930களில்தான் தமிழ்நாட்டில் மார்க்சியச் சிந்தனை பரவலாகக் காலூன்றத் தொடங்கிற்று எனலாம். 1930, 40களில் இது தொடர்பாகத் தமிழில் பல நூல்கள் வெளிவந்தன. நீலகண்ட பிரமச்சாரி, எம். சிங்காரவேலு, ப. ஜீவானந்தம், ஈ.வெ. ராமசாமி, சாமிநாத சர்மா, ராஜாஜி, அ. நடராசன் முதலியோர் கட்டுரைகளும் நூல்களும் எழுதி வெளியிட்டனர். இவ்வகையில் அ. நடராசனின் 'லெனின் – ருஷ்ஷியாவின் விடுதலை வீரன்' (1933), சாமிநாத சர்மாவின் 'கார்ல் மாக்ஸ்' (1943), 'ருஷ்யாவின் வரலாறு' (1948), ராஜாஜியின் 'அபேதவாதம்', பெரியார் ஈ.வெ.ராமசாமியின் குடியரசுப் பதிப்பகம் வெளியிட்ட சில நூல்கள் குறிப்பாக 'லெனினும் மதமும்', 'பொது உடைமைத் தத்துவங்கள்' என்பன முக்கியத்துவம் உடையன. இக்காலகட்டத்தில்

ப. ஜீவானந்தம், பி. ராமமூர்த்தி ஆகியோர் தொடங்கிய 'ஜனசக்தி' இதழும் பொதுவுடைமைச் சிந்தனையைப் பரப்பியது.

1940, 50களில் கம்யூனிஸ்ட் இயக்கம் இந்தியாவிலும் தமிழகத்திலும் வலுவாகக் காலூன்றிய பின்னரே தமிழில் மார்க்சியச் சிந்தனை பரவலாகியது.

இலங்கையிலும் இதே காலகட்டத்தில் மார்க்சியச் சிந்தனை அறிமுகமாகியது. 1935இல் லங்கா சமசமாஜக் கட்சி இலங்கையில் ஆரம்பிக்கப்பட்டது. கருத்துநிலை முரண்பாடு காரணமாக இக்கட்சியிலிருந்து பிரிந்து சென்ற சிலரால் 1940இல் ஐக்கிய சோசலிசக் கட்சி உருவாக்கப்பட்டது. 1943இல் அது இலங்கைக் கம்யூனிஸ்ட் கட்சி என்று பெயர்மாற்றம் பெற்றது. 1930களிலிருந்தே தமிழர் மத்தியிலும் ஓர் வலுவான இடதுசாரி அரசியல், பண்பாட்டு மரபு இருந்தது. அ. வைத்தியலிங்கம், பி. கந்தையா, மு. கார்த்திகேசன், என். சண்முகதாசன் முதலியோர் இலங்கையிலும், தமிழர் மத்தியிலும் கம்யூனிஸ இயக்க முன்னோடிகளுள் முக்கியமான சிலராவர்.

3

1950களின் இறுதிவரை அல்லது 1960களின் நடுப்பகுதிவரை தமிழுக்கு அறிமுகமான மார்க்சியம் பெரிதும் ஸ்டாலினால் வழிநடத்தப்பட்ட சோவியத் மார்க்சியம்தான். இது ஸ்டாலினிசம் எனப்பட்டது. ஸ்டாலினின் மறைவுக்குப் பின்னர் அதிகாரத்துக்கு வந்த குருஷ்சேவ் 1956இல் ஸ்டாலினைப் பகிரங்கமாக விமர்சித்து அவருக்கு எதிரான நிலைப்பாட்டை எடுத்தபோது சீனா அவரின் நிலைப்பாட்டை நிராகரித்தது. இதன் விளைவாக கொள்கை அடிப்படையில் உலக கம்யூனிச இயக்கம் இரண்டாகப் பிளவுண்டது. ஒன்று, மாஸ்கோ சார்பான மிதவாதக் கம்யூனிசம். ஆயுதப் புரட்சியினால் மட்டுமன்றி பாராளுமன்றப் பாதையின் மூலமும் சோசலிசத்தை அடையலாம் என்று இது கூறியது. இது பின்னர் திரிபுவாதம் என அழைக்கப்பட்டது. மற்றது, சீனச் சார்பான தீவிரவாத கம்யூனிசம். இது ஒடுக்கப்பட்ட மக்களை ஒன்றிணைத்த பாட்டாளி வர்க்கப் புரட்சியே சோசலிசத்துக்கான ஒரேவழி என்றது. மா ஓ இசம் என இது அழைக்கப்பட்டது.

1960, 70களில் மூன்றாம் உலக நாடுகளின் இடதுசாரி இயக்கங்களும் தேசிய விடுதலை இயக்கங்களும் பெரிதும் மா ஓ இச சிந்தனையின் செல்வாக்குக்கு உட்பட்டன. நக்சல்பாரி, தெலுங்கானா இயக்கங்களாக இந்தியாவில் அது வளர்ச்சியடைந்தது. தமிழ்நாட்டிலும் அது செல்வாக்குப் பெற்றது. இலங்கையிலும் சீன – சோவியத் பிளவு வலுவடைந்தது.

இவ்விரு சிந்தனைப் போக்குகளும் கட்சி சார்ந்தவையாக, கட்டிறுக்கமானவையாக, நெகிழ்ச்சி அற்றவையாக, கட்சித் தலைமைப் பீடத்தினால் ஒருமுகப்படுத்தப்பட்டவையாக அமைந்தன.

1970களின் நடுப்பகுதியிலிருந்து தமிழில் மார்க்சியச் சிந்தனையில் ஒரு புதிய போக்கு காணப்பட்டது. இதனைக் கட்சிசாரா மார்க்சியம் எனலாம். அதிருப்தி காரணமாக கட்சிகளிலிருந்து வெளியேறிய பலர் இதில் பங்களிப்புச் செய்தனர். சர்வதேச ரீதியில் மார்க்சியம் எதிர்நோக்கிய நெருக்கடிகள், மா ஓ வுக்குப் பிந்திய சீனப் பிறழ்வு, உள்நாட்டு அரசியல் நெருக்கடிகள், இனத்தேசியவாதம், சாதியம் ஆகியவற்றின் எழுச்சி போன்றவற்றை இதற்குக் காரணமாகக் கூறலாம்

கட்சிகளுக்குள் இருந்து அதிருப்தியுற்று வெளியேறிய பலரும், கட்சிகளுக்கு வெளியே இருந்தவர்களும், ஐரோப்பிய New Left இயக்கம் சார்ந்த சிந்தனைகளின் செல்வாக்குக்கு உட்பட்டு இந்திய – தமிழ்நாட்டு மார்க்சியத்தை மறுவிசாரணைக்கு உட்படுத்த முயன்றனர். எஸ். என். நாகராஜன், ஞானி ஆகியோர் இந்திய ஆன்மீகத்துடன் மார்க்சீயத்தை இணைத்து அமைதிகாண முயன்றனர்.

தீவிர மார்க்சிய இயக்கங்களிலிருந்து அதிருப்தியுடன் வெளியேறிய எஸ்.வி. ராஜதுரை 1970க்குப் பின் தமிழின் முக்கியமான ஒரு மார்க்சியச் சிந்தனையாளராக முன்னணிக்கு வந்தார். கட்சி மார்க்சியத்தின் இறுகிய தேக்கத்தை உடைப்பதில் இவருடைய பங்கு முக்கியமானது. அந்நியமாதல், எக்சிஸ்டென்ஷியலிசம் (இருத்தலியல்) ஆகிய சிந்தனைகளை 1970களில் தமிழுக்கு அறிமுகப்படுத்தியவர். கட்டிறுக்கமான கட்சி மார்க்சியப் பார்வைக்கு மாற்றாக இந்த முயற்சிகள் மார்க்சியச் சிந்தனையில் நெகிழ்ச்சியை ஏற்படுத்த முயன்றன. இலக்கியத்தில் ஸ்டாலினிசத்தின் வரட்டுப் பார்வைக்கு எதிரான தீவிர விமர்சனத்தை முன்வைத்தவர். அவ்வகையில் 1989இல் வெளிவந்த இவரது 'ரஷ்யப் புரட்சி இலக்கிய சாட்சியம்' என்ற நூல் மிகுந்த முக்கியத்துவம் உடையது. தமிழ்ச் சூழலில் ஸ்டாலினிசத்தின் இலக்கியச் சர்வாதிகாரம் பற்றிய ஒரு விரிவான ஆய்வை இந்நூல் முன்வைத்தது. கட்சி மார்க்சியத்தால் நிராகரிக்கப்பட்ட ஸொல்சினிற்சன், போரிஸ் பாஸ்டர்நக் ஆகியோரின் படைப்புகள் பற்றிய கூர்மையான, ஆக்கபூர்வமான இவரது விமர்சனங்கள் மார்க்சிய விமர்சனத்தை வளப்படுத்துபவை.

1980களின் பிற்பகுதியில் சோசலிச உலகில் பாரிய மாற்றங்கள் ஏற்பட்டன. சோவியத் யூனியனின் உடைவும், கிழக்கு

ஐரோப்பியக் கம்யூனிச அரசுகளின் வீழ்ச்சியும், சீனா போன்ற கம்யூனிச நாடுகள் தாராள பொருளாதாரக் கொள்கையைத் தழுவிக்கொண்டமையும் காரணமாக மார்க்சீயத்தின் மீதான நம்பிக்கையைப் பலர் இழந்தனர். பல்தேசிய முதலாளித்துவத்தின் எழுச்சியுடன் மேற்கில் முன்னணிக்கு வந்த அமைப்பியல், பின் அமைப்பியல் சிந்தனைகள் பலருக்கு மிகுந்த கவர்ச்சியாக அமைந்தன. மார்க்சியம் பின்னடைந்து தமிழ்த் தேசியம், தலித்தியம், பெண்ணியம் போன்ற சிந்தனைப் போக்குகள் முன்னணிக்கு வந்தன. மார்க்சியத்துக்கும் இவற்றுக்கும் இடையிலான உறவு பற்றிய சர்ச்சைகள் அவ்வப்போது நிகழ்ந்தபோதும், மார்க்சியம் முன்வைத்த வர்க்கப்போராட்டம், தொழிலாளி வர்க்கத்தின் ஒன்றிணைவு, சுரண்டலற்ற சமத்துவ உலகு, அனைவருக்குமான விடுதலை போன்ற கருத்துகள் பின்தள்ளப்பட்டன.

ஆயினும், உலகமயமாதல், பின்நவீனத்துவ மாயைகள் படிப்படியாகக் கலைந்துவரும் இன்றைய சூழலில் உலகளாவிய நிலையில் மீண்டும் மார்க்சியத்தின் மீதான ஆர்வம் துளிர்த்துவருவதையும் அவதானிக்க முடிகிறது.

4

இந்தப் பின்னணியிலேயே மார்க்சியத்துக்கும் தமிழ் இலக்கியத்துக்கும் இடையிலான உறவுபற்றி நாம் நோக்கவேண்டும். இலக்கியம் பற்றிய நமது மார்க்சியப் பார்வையில் ஏற்பட்டுவந்த மாற்றங்களையும் திருப்பங்களையும் தேக்கங்களையும் புரிந்துகொள்ள இது நமக்கு உதவக்கூடும். தமிழ் இலக்கியப் படைப்பிலும் இலக்கிய விமர்சனத்திலும் மார்க்சியத்தின் செல்வாக்கு பற்றி நாம் தனித்தனியாக இங்கு நோக்கலாம்.

மார்க்சியம் தமிழுக்கு சோவியத் புரட்சியின் ஊடாகவே அறிமுகமாகியதுபோல், தமிழ் இலக்கியத்தின் மீது அதன் தாக்கமும் சோவியத் மூலமாகவே நிகழ்ந்தது. தமிழ் இலக்கியத்தில் அதன் தாக்கத்தை முதலில் பிரதிபலித்தவன் பாரதியே என்பதையும், ரஷ்யப் புரட்சியை வாழ்த்தி அவன் எழுதிய 'புதிய ருஷ்யா' என்ற கவிதையே கம்யூனிச இயக்கம் தமிழ் இலக்கியத்தின்மீது பதித்த முதல் முத்திரை என்பதையும் ஏற்கனவே பார்த்தோம். அதன் பிறகு சுமார் இருபது ஆண்டுகள் தமிழ் எழுத்தாளர்கள் கவிஞர்கள் மத்தியில் அது எவ்விதத் தாக்கத்தையும் ஏற்படுத்தியதாகத் தெரியவில்லை.

1930களின் இறுதியில் தமிழ்நாட்டில் சோசலிச இயக்கம் மெல்லத் தலைதூக்கத் தொடங்கியபோது ப. ஜீவானந்தம், பாரதிதாசன் ஆகியோர் பொதுவுடைமை சார்பான சில

பாடல்களை எழுதினர். பாரதிதாசனின் முதல் தொகுதியில் பொதுவுடைமைச் சிந்தனையால் உந்துதல் பெற்ற பாடல்கள் சில உள்ளன. தளை அறு, கூடித் தொழில் செய்க, தொழிலாளர் விண்ணப்பம், புதிய உலகு செய்வோம் முதலியவற்றை எடுத்துக்காட்டலாம். பொதுவுடைமை, தொழிலாளர் எழுச்சி என்பவற்றை இக்கவிதைகளில் பாரதிதாசன் பாடுகிறார். திராவிட இயக்கத்தின் பிரச்சாரகராக ஆகுமுன் பாரதிதாச னிடம் பொதுவுடைமைச் சிந்தனையின் செல்வாக்கு இருந்த தாகத் தெரிகிறது.

இக்காலகட்டத்தில் 'மணிக்கொடி' இதழ் மூலம் முன்னணிக்குவந்த நவீன எழுத்தாளர்களிடம் இதன் தாக்கம் இருந்ததாகத் தெரியவில்லை. புதுமைப்பித்தன் இதற்கு ஒரு விதிவிலக்கு எனலாம். அவருடைய சில கதைகளில் மறைமுகமாக இதன் தாக்கத்தைக் காணமுடியும். சமூகத்தின் அடித்தள மக்களின் பிரச்சினைகளை அவருடைய பல கதைகள் சித்திரிக்கின்றன. அவ்வகையில் அவரது பல கதைகள் தீவிர சமூக விமர்சனமாகவே அமைகின்றன. தன் காலத்து எழுத்தாளர்கள் யாரையும் விட உலக அரசியல் தொடர்பான தீவிர அக்கறையும் அறிவும் அவருக்கு இருந்தது. முசோலினி, ஹிட்லர், ஸ்டாலின் ஆகியோர் பற்றி அவர் எழுதிய 'பாஸிஸ்ட ஜடாமுனி', 'கப்சிப் தர்பார்', 'ஸ்டாலினுக்குத் தெரியும்' ஆகிய நூல்களும், 'அதிகாரம் யாருக்கு' என்ற நூலும் ஏனைய எழுத்தாளர்களிடமிருந்து அவரை வேறுபடுத்திக் காட்டுகின்றன.

பாஸிசத்தையும் பொதுவுடைமையையும் எதிரெதிரே நிறுத்தினாலும், பாஸிசத்தையும் முதலாளித்துவத்தையும் முற்றாக நிராகரிப்பதையும் பொதுவுடைமையின் மீது அனுதாபம் கொண்டிருப்பதையும் அவரது மேல்குறிப்பிட்ட நூல்களில் பரவலாகக் காணலாம். ஸ்டாலினின் தலைமைத்துவத்தின் கீழ் சோவியத் யூனியனில் சோசலிசக் கட்டுமானம் பற்றிய ஒரு சாதகமான சித்திரத்தை 'ஸ்டாலினுக்குத் தெரியும்' நூலில் புதுமைப்பித்தன் மிகவும் விஸ்தாரமாகத் தீட்டியிருக்கிறார். ஏனைய எழுத்துகளில் பொதுவுடைமை பற்றி ஆங்காங்கே போகிறபோக்கில் விடுக்கும் குத்தல் விமர்சனங்கள் எதையும் இதில் காணமுடியவில்லை.

அக்டோபர் புரட்சி சமூகங்களுக்கிடையே சம உரிமையைக் கொண்டுவந்தது பற்றி புதுமைப்பித்தன் (2002) பின்வருமாறு எழுதுகிறார்:

> "அக்டோபர் புரட்சி கழிந்த இரண்டாவது நாள் ரஷ்யத் தொழிலாளர்கள் குடியானவர்கள் சர்க்காரின் பிரகடனம்

கையெழுத்திடப்பட்டது. பல ஜாதியினரின் கமிஸார் என்ற ரீதியில் ஸ்டாலின் அதில் கையெழுத்திட்டார். லெனின், ரஷ்யாவில் உள்ள சகல வர்க்க, ஜாதிய வேறுபாடுடைய மக்கள் யாவரும் சம உரிமை உள்ளவர்கள் என்பதை அங்கீகரித்தார். ஜார் ஆண்ட ரஷ்யாவைப் பல ஜாதிய மக்களின் சிறைக்கோட்டம் என்று வர்ணிப்பார்கள். இந்தப் பிரகடனம் அந்தச் சிறைச்சாலையின் பூட்டைத் திறந்த சாவி."

இவ்வாறு கூறும் புதுமைப்பித்தன், 'ஸோவியத் சமுதாயத்திலே மிகவும் கவுரவம் அளிக்கப்படும் பிரஜை கலைஞன்' என்றும் 'ஸோவியத் மக்களுக்கு சுயமாகச் சிந்திப்பதற்குப் பயிற்சி கொடுக்கப்பட்டுள்ளது' என்றும் புகழ்ந்துரைக்கிறார். என்றாலும் சிதம்பர ரகுநாதன் (1994) புதுமைப்பித்தனைப் பற்றி இதற்கு மாறுபட்ட வேறுசில தகவல்களைத் தருகிறார். அவர் கூறும் விபரம் இது:

"1944இல் சென்னைக்குச் சென்று 'தினமணி' பிரசுராலயத்தில் உதவியாசிரியனாகச் சேர்ந்தேன். இந்தக் காலத்தில்தான் எனக்குப் புதுமைப்பித்தனின் நெருங்கிய நட்பும் அன்பும் கிட்டின. இவ்வாறு அவரோடு நான் நெருங்கிப் பழகிவந்த காலத்தில், நான் கம்யூனிச சித்தாந்த அனுதாபியாகவும், சோவியத் நாட்டை நேசிப்பவனாகவும் இருந்த விசயம் அவருக்குப் பிடிக்கவில்லை. எழுத்தாளன் கம்யூனிச சித்தாந்தியாக மாறினால் அவனுடைய சுதந்திரம் பறிபோய்விடும் என்றே அவர் கருதினார். மேலும் அப்போது அவர் கம்யூனிச விரோதியாகவும் ஸ்டாலினைப் பற்றி நல்லெண்ணம் இல்லாதவராகவுமே இருந்தார். இதனால் கம்யூனிச அபிமானத்தையும் அனுதாபத்தையும் நான் கைவிடுவதற்கு அவர் எவ்வளவோ முயற்சிசெய்தார். அப்போதுதான் அவர் என்னிடம் மாஸ்கோவில் 1937இல் நடந்த விசாரணைகளைப் பற்றிக் கூறியதோடு, ஆர்தர் கீஸ்லர் அந்த விசாரணையைக் கருப்பொருளாகக் கொண்டு எழுதியுள்ள Darkness at Noon – நண்பகல் இருட்டு – என்ற நாவலைப் படிக்குமாறு செய்தார். மேலும் கம்யூனிசத்துக்கு எதிர்காலமில்லை என்ற கருத்தை வலியுறுத்திய ஜேம்ஸ் பர்ன்ஹாம் எழுதிய Managerial Revolution – நிர்வாகப் புரட்சி – என்ற நூலை அவரே எனக்கு விலைக்கு வாங்கிக் கொடுத்தார். இதன் காரணமாக நான் கம்யூனிச விரோதிகளாக இருந்த அல்லது அவ்வாறு மாறிவிட்ட சில

எழுத்தாளர்களின் நூல்களையும் படித்தேன். என்றாலும் நான் எனது கருத்து நிலையிலிருந்து மாறவில்லை."

புதுமைப்பித்தன் 'ஸ்டாலினுக்குத் தெரியும்' என்ற நூலை 1941இல் எழுதியிருக்கிறார். ஆனால் இந்த நூலில் கம்யூனிச, ஸ்டாலின் விரோதக் கருத்தக்கள் எவையும் இல்லை. எனினும் இதற்கு முன்பே 1939இல் புதுமைப்பித்தன் ந. ராமரத்னம் என்பவருடன் இணைந்து ஹிட்லர் பற்றி 'கப்சிப் தர்பார்' என்ற பெயரில் ஒரு நூல் எழுதியிருக்கிறார். இதில் முதல் 9 அத்தியாயங்கள் புதுமைப்பித்தனால் எழுதப்பட்டவை. இறுதி 9 அத்தியாயங்களையும் எழுதியவர் ராமரத்னம். ராமரத்னம் எழுதிய இறுதிப்பகுதியில் இடம்பெறும் பின்வரும் கம்யூனிச, ஸ்டாலின் எதிர்ப்புக்கருத்துகளை ரகுநாதன் தருகிறார்:

"பாலும் தேனும் வழிந்தோடுவதாகச் சித்திரிக்கப்படும் ருஷியாவில் இன்று என்ன ஜனநாயகம் இருக்கிறது? 1917ஆம் வருட அக்டோபர் புரட்சிக்குத் தூண்கள் போலிருந்த பல பொதுவுடைமைத் தலைவர்கள் ஏன் பீரங்கி வாய்க்கு இரையானார்கள்? ருஷியப் புரட்சிக் கோஷ்டியின் மேதையென்று புகழப்பட்ட டிராட்ஸ்கி இன்று அனாதையாக உலகெங்கும் சுற்றித் திரிவதற்குக் காரணம் என்ன? அதிகாரத்தைக் கைப்பற்றிய ஸ்டாலினை அவர்களுக்குப் பிடிக்கவில்லை. ஆகவே அவர்களுக்கு இந்தக் கதி நேர்ந்தது."

"இப்பகுதியை ராமரத்னம் எழுதினாலும் இந்தக் கருத்து புதுமைப்பித்தனுக்கும் உடன்பாடானதே என்பதில் நமக்கு எந்தச் சந்தேகமும் இருக்கத் தேவையில்லை. நூலாசிரியர்கள் இருவரும் ஸ்டாலினையும் ஹிட்லரைப் போன்ற ஒரு சர்வாதிகாரியாகவே மதித்திருந்தனர் என்பதும், எனவே, புதுமைப்பித்தன் 1939ஆம் ஆண்டிலேயே ஸ்டாலினை வெறுத்திருக்கிறார் என்பதும் தெளிவு" என்பது ரகுநாதன் கருத்து. இது உண்மையெனில் 1941இல் 'ஸ்டாலினுக்குத் தெரியும்' என்ற, பெருமளவு ஸ்டாலினுக்குச் சாதகமான நூலை புதுமைப்பித்தன் எவ்வாறு எழுதினார் என்பது ஆய்வுக்குரியது.

இலக்கியத்தில் மார்க்சியத்தின் செல்வாக்கு வட இந்தியாவில் 1930களிலேயே வலுவாக வெளிப்படத் தொடங்கிவிட்டது. முல்க்ராஜ் ஆனந், பிரேம்சந் போன்றோர் அக்காலத்தில் பிரபலமாகி இருந்தனர். இந்திய முற்போக்கு எழுத்தாளர் சங்கம் பிரேம்சந் தலைமையில் 1936இல் உருவாக்கப்பட்டது. ஆயினும் தமிழ்நாட்டில் 1940களின் பிற்பகுதியிலேயே மார்க்சியச் சார்பான எழுத்தாளர்கள் சிலர் இலக்கிய அமைப்புகளைக்

கட்டியெழுப்ப முயன்றனர். தானும் தி. க. சிவசங்கரனும் சேர்ந்து 'கலைஞர் கழகம்' என்ற பெயரில் 1947இல் ஒரு அமைப்பைத் தொடங்கியதாகவும், இதைத்தான் தமிழ்நாட்டில் முற்போக்கு எழுத்தாளர் சங்கத்தின் முன்னோடி என்று சொல்லவேண்டும் என்றும், ஆயினும் இது சில மாதங்களே செயற்பட்டதாகவும் ரகுநாதன் கூறுகிறார். பின்னர் 1948, 1949, 1952ஆம் ஆண்டுகளில் முற்போக்கு எழுத்தாளர் சங்கம் அமைக்க எடுத்த முயற்சிகள் உருப்படியான பயன்தரவில்லை என்றும் அவர் கூறுகிறார்.

இலங்கையில் 1940களின் பிற்பகுதியிலிருந்து தமிழ் இலக்கியத்தில் மார்க்சியக் கருத்துநிலையின் செல்வாக்கைக் காணமுடிகிறது. அ. ந. கந்தசாமி, கே. கணேஸ், பி. ராமநாதன் ஆகியோரை இலங்கையில் முற்போக்கு இலக்கியத்தின் முன்னோடிகள் எனலாம். இவர்களுக்கு இந்திய முற்போக்கு எழுத்தாளர் சங்கத்துடன் தொடர்பு இருந்தது. 1946இல் கே. கணேஸ், பி. ராமநாதன் ஆகியோரின் முன்முயற்சியால் இலங்கை எழுத்தாளர் சங்கம் உருவாக்கப்பட்டது. அச்சமயம் முல்க்ராஜ் ஆனந் இலங்கை வந்திருந்தார். இச்சங்கத்துக்கு சுவாமி விபுலானந்தர் தலைவராகவும் மார்ட்டின் விக்ரமசிங்க உபதலைவராகவும் சரத்சந்திரா, கே. கணேஸ் அகியோர் செயலாளர்களாகவும் செயற்பட்டனர். ஆயினும் இது நீடிக்கவில்லை. 1954இல்தான் இலங்கை முற்போக்கு எழுத்தாளர் சங்கம் நிறுவப்பட்டது. இச்சங்கத்தின் பொதுச்செயலாளராக பிரேம்ஜி ஞானசுந்தரமும் துணைச் செயலாளர்களுள் ஒருவராக இளங்கீரனும் செயற்பட்டனர். (முழு விபரத்துக்குப் பார்க்கவும்: இளங்கீரன் – 1994).

5

1950கள் தமிழில் முற்போக்கு இலக்கிய எழுச்சிக்காலம் எனலாம். பொதுவுடைமைச் சிந்தனையின் செல்வாக்குக்கு உட்பட்ட பல எழுத்தாளர்களும் விமர்சகர்களும் இக்காலத்தில் உருவாகினர். ரகுநாதன், கு. அழகிரிசாமி, விந்தன், டி. செல்வராஜ், சுந்தர ராமசாமி, ஜெயகாந்தன் முதலிய தமிழக எழுத்தாளர்களும், கே. கணேஷ், இளங்கீரன், செ. கணேசலிங்கன், கே. டானியல், டொமினிக் ஜீவா, என். கே. ரகுநாதன், நீர்வை பொன்னையன் முதலிய ஈழத்து எழுத்தாளர்களும் முற்போக்கு இலக்கியத்தின் முதல் தலைமுறையினர் எனலாம். இவர்களில் சிலர், குறிப்பாக, சுந்தரராமசாமி, ஜெயகாந்தன் ஆகியோர் விரைவிலேயே முற்போக்கு இலக்கிய முகாமிலிருந்து விலகினர். இவர்களுள் பெரும்பாலோர் பொதுவாக வர்க்க, சாதி முரண்பாடுகளைத் தங்கள் எழுத்தில் முதன்மைப்படுத்தினர்

நா. வானமாமலை, தி.க. சிவசங்கரன், ரகுநாதன், க. கைலாசபதி, கா. சிவத்தம்பி முதலிய முற்போக்கு விமர்சகர்களும் இக்காலப் பகுதியிலேயே உருவாகினர்.

பல முற்போக்கு இலக்கிய இதழ்கள் இக்காலகட்டத்தில் வெளிவந்தன. ரகுநாதனின் 'சாந்தி' (1954), விஜயபாஸ்கரனின் 'சரஸ்வதி' (1955), விந்தனின் 'மனிதன்' (1956). கம்யூனிஸ்ட் கட்சி வெளியிட்ட 'தாமரை' (1959) என்பன இவற்றுள் முக்கிமானவை. இலங்கையிலிருந்து 'பாரதி', 'புதுமை இலக்கியம்' முதலிய இதழ்கள் வெளிவந்தன.

சோவியத் இலக்கியங்கள் பல இக்காலத்தில் மொழி பெயர்க்கப்பட்டன. குறிப்பாக முற்போக்கு இலக்கியத்தின் சோவியத் முன்னோடியான மாக்சிம் கார்க்கியின் படைப்புகளைக் குறிப்பிடலாம். கார்க்கியின் மிக முக்கியப் படைப்பான 'தாய்' நாவலின் சுருக்கிய மொழிபெயர்ப்பு 'அன்னை' என்ற பெயரில் 1948இல் வெளிவந்தது. இதை மொழிபெயர்த்தவர் ப. ராமசாமி. ரகுநாதனின் முழுமையான மொழிபெயர்ப்பு 1951இல் வெளிவந்தது. இக்காலகட்டத்தில் பிற இந்திய மொழிகளிலிருந்தும் முற்போக்கு இலக்கியங்கள் தமிழில் மொழிபெயர்க்கப்பட்டன. முல்க்ராஜ் ஆனந்தின் 'தீண்டாதான்' நாவலை கே. கணேஷ் 1947இல் மொழிபெயர்த்தார். கே. ஏ. அப்பாஸின் பல சிறுகதைகளையும் இவர் மொழிபெயர்த்தார். தகழி சிவசங்கரப் பிள்ளையின் 'தோட்டியின் மக'னை சுந்தர ராமசாமி மொழிபெயர்த்தார்.

1960, 70களில் தமிழ் இலக்கியத்தின் அரசியல் உள்ளடக்கத்தில் முக்கியமான மாற்றம் நிகழ்ந்தது. இக்கால கட்டத்தில் சர்வதேச மற்றும் உள்நாட்டு அரசியல் சூழ்நிலைகளில் ஏற்பட்ட மாற்றம் காரணமாக தமிழ் இலக்கியத்தில் மார்க்சிய அல்லது சோசலிச இலட்சியங்கள் முன்னணிக்கு வந்தன. இக்கால கட்டத்தில் பின்காலனிய மூன்றாம் உலக நாடுகளில் ஏகாதிபத்தியத்துக்கும் அதன் உள்நாட்டு ஆதரவுச் சக்திகளுக்கும் எதிரான போராட்டத்தில் மார்க்சியமும் மாஓஇசமும் முக்கியமான பாத்திரம் வகித்தன. இந்தியாவிலும் இலங்கையிலும்கூட நாம் இந்த அரசியல் போக்கைக் காணலாம். பாராளுமன்றப் பாதையின் மூலம் சோசலிசத்தை அடையலாம் என்று நம்பிய இடதுசாரிக் கட்சிகள் தேசியவாதக் கட்சிகளுடன் கூட்டணி அமைத்து ஆட்சிக்குவர முயன்றன. அதேவேளை சோசலிசத்தை அடைவதற்குப் பாராளுமன்றப் பாதையை நிராகரித்த, எண்ணிக்கையில் சிறுபான்மையினரான மாஓஇசக் கட்சிகளும் குழுக்களும் மாஓவின் புதிய ஜனநாயக் கொள்கையை ஏற்றுக்கொண்டு சோசலிசத்தை அடைவதற்கு இனத்துவ, சாதி எல்லைகளைக்

கடந்து தொழிலாளி, விவசாயி வர்க்கங்களை ஒன்றிணைத்துப் போராடும் புரட்சிகரப் பாதையைப் பிரசாரப்படுத்தின. சில குழுக்கள் செகுவேராவின் லத்தீன் அமெரிக்கப் புரட்சியால் கவரப்பட்டன. இக்காலகட்டத்தில்தான் நக்சல்பாரி இயக்கம் இந்தியாவில் தீவிரமாகச் செயற்பட்டது. ஆயிரக்கணக்கான கிராமப்புற இளைஞர்களையும் யுவதிகளையும் பலிகொண்ட, சிங்கள இளைஞர்களின் தோல்வியுற்ற புரட்சி இலங்கையில் நிகழ்ந்ததும் இக்காலப்பகுதியில்தான்.

வெவ்வேறு அளவில் சோசலிச இலட்சியங்களின் செல்வாக்குக்கு உட்பட்ட பெரும்பாலான எழுத்தாளர்களும் கவிஞர்களும் இடதுசாரி இயக்கங்களில் இணைந்து அல்லது அவற்றுக்கு ஆதரவாகச் செயற்பட்டார்கள். சோவியத் சார்பான கம்யூனிஸ்ட் கட்சியின் அனுசரணையுடன் செயற்பட்ட கலை இலக்கியப் பெருமன்றத்துடன் வானமாமலை, ரகுநாதன் ஆகியோரின் வழிகாட்டுதலில் பல எழுத்தாளர்கள் இணைந்து செயற்பட்டனர். பொன்னீலன், பூமணி போன்ற படைப்பாளிகளும் ஆ. சிவசுப்பிரமணியன், தோத்தாத்திரி, தி.சு. நடராசன் போன்ற ஆய்வாளர்களும் இதில் முக்கிய மானவர்கள். 1970களின் தொடக்கத்தில் மிகுந்த சொற்தீவிரவாதத் துடன் கவிதைத் துறையில் வானம்பாடி குழு முன்னணிக்கு வந்தது. இந்திய பொதுவுடைமைக் கட்சி (மா), இந்திய பொதுவுடைமைக் கட்சி (மா. லெ) என்ற பெயர்களில் பிரிந்த தீவிர மார்க்சியக் கட்சிகளின் சார்பில் தமிழ்நாடு முற்போக்கு எழுத்தாளர் சங்கம், மக்கள் கலை இலக்கியக் கழகம், புரட்சிப் பண்பாட்டு இயக்கம் போன்ற சில இயக்கங்கள் தோன்றின. இவ்வியக்கங்கள் சார்பில் *செம்மலர், மன ஓசை, புதிய கலாசாரம்* முதலிய கலை இலக்கிய இதழ்கள் வெளிவந்தன. பழைய தலைமுறையைச் சேர்ந்த டி. செல்வராஜ், கு. சின்னப்ப பாரதி, இன்குலாப் போன்றோரும் புதிய தலைமுறையைச் சேர்ந்த பா. செயப்பிரகாசம், அஸ்வகோஷ், கந்தர்வன், மேலாண்மை பொன்னுச்சாமி, ரவிக்குமார் முதலியோரும் இவ்வகையில் முன்னணிக்கு வந்தனர். வெவ்வேறு புரட்சிகர இயக்கங்களுடன் தொடர்புடைய ஆய்வாளர்கள், விமர்சகர்கள் என்ற வகையில் எஸ்.வி. ராஜதுரை, கோ. கேசவன், அ. மார்க்ஸ் முதலியோர் இக்காலப் பகுதியில் முக்கியத்துவம் பெற்றனர்.

தமிழ் இலக்கியத்தில் மார்க்சியக் கருத்துக்களை முன்னெடுப்பதில் இலங்கை முற்போக்கு எழுத்தாளர் சங்கம் 1960களின் தொடக்கத்தில் இருந்து முக்கிய பாத்திரம் வகித்தது. சமூக சமத்துவம், இன ஒருமைப்பாடு, தேசிய ஐக்கியம் என்பவற்றில் இடதுசாரி எழுத்தாளர்கள் அனைவரும் நம்பிக்கை

கொண்டிருந்தனர். சோசலிசமே இன முரண்பாட்டுக்கு ஒரே தீர்வு என்றும் அவர்கள் நம்பினார்கள். சாதி அடக்குமுறை, வர்க்க முரண்பாடு, பொருளாதாரச் சுரண்டல் என்பன இக்கால கட்டத்தில் படைக்கப்பட்ட புனைகதைகள், கவிதைகளின் சில பிரதான பொருளாகின.

1960களின் நடுப்பகுதியில் கம்யூனிச இயக்கத்தில் சீன, சோவியத் பிளவு ஏற்பட்டபோது, இலங்கை முற்போக்கு எழுத்தாளர் சங்கம் சோவியத் சார்பு நிலைப்பாட்டை எடுத்தது. அதிலிருந்து பிரிந்த முந்திய தலைமுறையைச் சேர்ந்த இளங்கீரன், செ. கணேசலிங்கன், நீர்வை பொன்னையன், டானியல் முதலியோருடன் பெனடிக்ற் பாலன், செ. கதிர்காமநாதன், செ. யோகநாதன் முதலியோர் மாஓஇசச் சார்புடைய தீவிர இடதுசாரிகளாகப் புனைகதைத் துறையில் செயற்பட்டனர். புதிய தலைமுறையைச் சேர்ந்த பெரும்பாலான கவிஞர்களும், எழுத்தாளர்களும் தீவிர இடதுசாரிச் சார்புடையவர்களாகவே இருந்தனர். பசுபதி, சுபத்திரன், புதுவை இரத்தினதுரை, சாருமதி, சண்முகம் சிவலிங்கம், சி. சிவசேகரம் முதலியோர் இக்காலகட்டத்தின் தீவிர இடதுசாரிக் கவிஞர்களாவர். இவர்கள் வெவ்வேறு இயக்கங்களில் இணைந்து அல்லது தனித்துச் செயற்பட்டனர். முற்போக்கு விமர்சகர்கள் என்ற வகையில் கா. சிவத்தம்பி சோவியத் சார்பாளராகவும், க. கைலாசபதி சீனச் சார்பாளர்களாகவும் செயற்பட்டனர். புதிய ஜனநாயக் கட்சியின் கலாசார இயக்கமாக 1973இல் உருவாக்கப்பட்ட தேசிய கலை இலக்கியப் பேரவை இன்றுவரை செயற்படுகின்றது. ஆரம்பத்திலிருந்து கைலாசபதி அதன் ஆலோசகராக இருந்தார். சிவசேகரம் இன்று அதன் முக்கியச் செயற்பாட்டாளராக விளங்குகிறார். ‘தாயகம்’ இதன் கலை இலக்கிய இதழாகும்.

1980க்குப் பின்னர் தமிழகத்திலும்சரி இலங்கையிலும்சரி இடதுசாரி இயக்கம் ஒரு சமூக அரசியல் சக்தி என்ற வகையில் பின்னடைவுற்றது என்றுதான் சொல்லவேண்டும். சர்வதேச ரீதியில் நிதிமூலதனத்தின் எழுச்சியும், உலகமயமாதலும், சோவியத் யூனியனின் உடைவும், மா ஓவுக்குப் பிந்திய சீனாவின் திசைமாற்றமும் இதற்கு முக்கியக் காரணிகளாக அமைந்தன என்றால் உள்நாட்டில் ஏற்பட்ட மத அடிப்படைவாதம், இனத்தேசியவாதங்களின் எழுச்சி, சாதிப்போராட்டங்களும் தலித்தியம், பெண்ணியம் போன்ற சமூக அரசியல் இயக்கங் களின் எழுச்சி என்பனவும் காரணிகளாகின. அமைப்பியல், பின்னமைப்பியல், பின்நவீனத்துவம் என்பன மார்க்சியத்துக்கு மாற்றான, அதன் போதாமையை நிறைவுசெய்யும் சிந்தனை

களாகவும் மிகுந்த ஆரவாரத்துடன் முன்வைக்கப்பட்டன. ஆனால் அவையும் இன்று பெரும்பாலும் ஓய்ந்துவிட்டன.

மார்க்சியத்தின் தோற்றத்தை, அதன் வளர்ச்சியை நியாயப்படுத்துகின்ற சமூக முரண்பாடுகள், ஏற்றத்தாழ்வுகள், சுரண்டல், ஒடுக்குமுறை என்பன அதன் தோற்றகாலத்தை விட இன்று இன்னும் உக்கிரமடைந்துள்ளன. இந்நிலையில் மார்க்சியத்தின் தேவை காலாவதியாகிவிட்டது என்ற வாதம் ஏற்புடையதல்ல. ஆனால் அது பழைய வடிவில்தான் மீண்டும் வரும் என்பதற்கான சாத்தியப்பாடுகள் மிகக் குறைவாகும்.

6

இருபதாம் நூற்றாண்டின் நடுப்பகுதியிலிருந்து தமிழ் இலக்கியத்தில் மார்க்சியத்தின் செல்வாக்கு அழுத்தமாகக் காணப்படினும், முற்போக்கு எழுத்தாளர் என்று அடையாளம் காணப்படுகின்ற எழுத்தாளர்கள் பலர் இருப்பினும் முற்போக்கு இலக்கியம் என்ற அடையாளத்துடன் ஒரு கணிசமான இலக்கியத் தொகுதி நம்மிடம் இருப்பினும் இவர்களுள் தமிழின் மிகச் சிறந்த படைப்பாளிகள் எத்தனைபேர், இவற்றுள் தமிழின் மிகச் சிறந்த படைப்புகள் எத்தனை என்ற வினாக்களுக்கான விடைகள் அவ்வளவு சாதகமானவை அல்ல. அதேவேளை, மார்க்சிய, முற்போக்கு எதிர்ப்பாளர்கள். கூறுவதுபோல் அவை அனைத்துமே வரலாற்றின் குப்பைக் கூடைக்குள் வீசி எறியப்பட வேண்டியவையும் அல்ல.

தமிழில் மார்க்சிய இலக்கியப் போக்குகள் பல்வேறு வகைப்பட்டாலும் அவற்றுக்கிடையே நாம் சில பொதுப் பண்புகளைக் காணமுடியும். அவற்றை நாம் பின்வருமாறு வரிசைப்படுத்தலாம்.

1. **இலக்கியத்தின் அரசியல் உள்ளடக்கத்துக்கு முதன்மை கொடுத்தல்:** இலக்கியம் சுரண்டப்படும், ஒடுக்கப்படும் மக்களின் வாழ்க்கையை, அவர்களின் பிரச்சினைகளை, அவர்களின் விடுதலையை அடிப்படையாகக் கொள்ளவேண்டும் என்ற பார்வை. அதாவது இலக்கியம் தொழிலாளி, விவசாயி வர்க்கம், தாழ்த்தப்பட்ட உழைக்கும் மக்கள், சமூகத்தின் அடிமட்டத்தில் இருப்பவர்கள் பற்றியதாக இருக்கவேண்டும். அவ்வகையில் படைப்பாளியின் வர்க்கச் சார்பு முக்கியமானதாகக் கருதப்பட்டது. இவ்வகையில் ஒடுக்கப்பட்ட அடித்தள மக்கள் தமிழ் இலக்கியத்தில் முதன்முதல் முக்கியத்துவம் பெற்றனர்.

2. **வெளிப்படையான அரசியல்:** உழைக்கும் மக்களின் வெற்றியைக் கூறும் வர்க்கப்போராட்ட அரசியலை முதன்மைப்படுத்தியது. பிரச்சினையை மட்டும் விபரித்து மக்களைச் சோர்வுவாதத்துக்கு உள்ளாக்காமல், தீர்வுக்கான வழியையும் காட்டவேண்டும் என்ற கருத்து. அதாவது பாதிக்கப்பட்ட மக்கள் விழிப்புற்று எழுவதையும் காட்டுதல்.

3. **பயன்பாட்டுவாத நோக்கு:** அதாவது இலக்கியம் சமூக மாற்றத்துக்கான ஒரு கருவியாகப் பயன்பட வேண்டும் என்கிற பார்வை.

இவை மூன்றுமே ஒன்றுடன் ஒன்று தொடர்புடையவை, ஒன்றின் வெவ்வேறு அம்சங்கள் என்றுகூடக் கூறலாம். இவை எல்லாவற்றையும் உள்ளடக்கிய இலக்கியக் கோட்பாடாக சோசலிச யதார்த்தவாதம் முன்வைக்கப்பட்டது. இலக்கியத்தின் பன்முகத் தன்மையை மறுத்து அதற்கு ஒருமுகத் தன்மையைத் திணித்தது என்று மார்க்சியவாதிகளாலேயே இது பின்னர் விமர்சிக்கப்பட்டது.

சிக்கலான மனித வாழ்வை, மனித அனுபவத்தை வர்க்க நோக்கில் மிகை எளிமைப்படுத்தி சில வாய்ப்பாட்டுக்குள் திணித்து இலக்கியமாக்கும் போக்கு இதன்மூலம் முதன்மை பெற்றது. நேரடியான வர்க்க அரசியலுடன் தொடர்பற்ற மனிதப் பிரச்சினைகள் எல்லாம் வெளி ஒதுக்கப்பட்டன. அவற்றை இலக்கியத்தில் கையாள்வது பிற்போக்குத்தனம் என்றும் கருதப்பட்டது. முற்போக்கு எழுத்தாளர்களும் விமர்சகர்களும் இதில் ஒத்து இயங்கினர்.

காலத்தின் தேவை காரணமாக பொதுவான கருத்தியல் அடிப்படையிலேயே முற்போக்கு இலக்கியம் இங்கு பிரபலப்படுத்தப்பட்டுவந்தது. தனிப்பட்ட முறையில் இங்கு படைப்புகளையோ படைப்பாளிகளையோ விரிவான விமர்சனத்துக்கு உள்ளாக்கி அவற்றின் தாரதம்மியங்கள் மதிப்பிடப்படவில்லை. அதனால் எமது இலக்கியத்தின் அழகியல் பிரச்சினைகள் பற்றி விவாதிக்க வாய்ப்பே இல்லாது போயிற்று. நமது முற்போக்குப் படைப்பாளிகளின் இலக்கியக் குறைபாடுகள் பரந்துபட்ட உலக இலக்கிய ஞானமுடைய நமது விமர்சகர்கள் பலருக்குத் தெரியாமல் இல்லை. தனிப்பட்ட பேச்சுக்களில் அவை வெளிப்பட்டுள்ளன. ஆயினும் தொடர்ந்தும் அரசியல் தந்திரோபாய ரீதியில் இவை விமர்சிக்கப்படாது பொதுமைப்படுத்தப்பட்ட கூற்றுக்களே முன்வைக்கப்பட்டன. இதனால் ஓர் ஐதீகம்போல் ‘முன்னணி முற்போக்குப்

படைப்பாளிகள்' என்ற பட்டம் எமது எழுத்தாளர்கள் பலரை வந்தடைந்தது. அவர்களும் அதில் சுயதிருப்தி அடைந்தனர். அரசியல் தந்திரோபாயத்தை இலக்கிய விமர்சனத்தில் கடைப்பிடித்ததன் பாதகமான விளைவு இது எனலாம்.

இது எவ்வாறாயினும் வர்த்தக, பொழுதுபோக்கு, ஜனரஞ்சக இலக்கியத்துக்கு மாற்றாக இலக்கியத்தின் சமூகச் சார்பை வலியுறுத்தி நிலைநாட்டிய முக்கியத்துவம் தமிழ் இலக்கியத்தில் மார்க்சியவாதிகளுக்கு உண்டு. மார்க்சிய வருகையின் பின்னரே தமிழ் இலக்கியச் சிந்தனையில் இலக்கியத்தின் சமூகச் சார்பு, அதன் சமூக, வர்க்க அடிப்படை அதிக அழுத்தம் பெற்றது. இலக்கிய வரலாறு, இலக்கிய ஆய்வு, இலக்கியத் திறனாய்வு என்பவற்றில் இது வெளிப்பட்டது.

தமிழ் இலக்கியத்தைச் சுற்றிக் கட்டமைக்கப்பட்ட ஐதீகங்களை உடைத்து, இலக்கியத்தை அதன் வரலாற்றுப் பின்னணியில் – அதன் சமூக – வர்க்க உறவின் அடிப்படைகளில் விளக்கும் போக்கை இது தொடக்கிவைத்தது. வானமாமலை, ரகுநாதன், கைலாசபதி, சிவத்தம்பி முதலியோர் இதில் முன்னோடிகளாவர். வரலாற்றுப் பொருள்முதல் வாதத்தின் பொதுக் கொள்கைகளை குறிப்பாக தமிழ் இலக்கியச் சூழலுக்குப் பிரயோகிப்பது தொடர்பான பல குறைபாடுகள் காணப்படினும், மார்க்சியத்தினால் தமிழ் இலக்கியச் சிந்தனை வளம் பெற்றதற்கு இது ஒரு சிறந்த உதாரணமாகும்.

முற்போக்கு அல்லது மார்க்சிய விமர்சனத்தில் காணப்படும் மிக முக்கியக் குறைபாடு, கட்சி அல்லது இயக்கம் சாராத சமகால இலக்கியம் பற்றிய அதன் நிலைப்பாடாகும். வரலாற்றுப் பொருள்முதல்வாதக் கண்ணோட்டத்தைப் பயன்படுத்தி பண்டைய இடைக்கால இலக்கியங்களைப் புறநிலையாக ஆராய்ந்த நமது முற்போக்கு விமர்சகர்கள், இயக்கம் சாராத சமகாலப் படைப்பாளிகளையோ படைப்புகளையோ அதே கண்ணோட்டத்துடன் ஆராய முற்படவில்லை. பாரதி ஆய்வில் காட்டிய புறநிலைப் பார்வையைக்கூட மற்றவர்களில் பயன்படுத்தவில்லை. தோத்தாத்திரி போன்ற மிகச்சிலரை ஒரு வரையறுப்பான அர்த்தத்தில் இதற்கு விதிவிலக்காகக் கொள்ளலாம். கட்சி சார்ந்தவை மக்கள் இலக்கியம், ஏனையவை நச்சு, நசிவு இலக்கியம் என்ற முரண் இதற்கு அடிப்படையாகும். மார்க்சியம் வாழ்க்கையைப் புரிந்துகொள்வதற்கான ஒரு தத்துவம் என்று இவர்கள் சொன்னாலும் மார்க்சிய அடிப்படையில் சமகால இலக்கியங்களையும் எழுத்தாளர்களையும் விருப்பு வெறுப்பின்றி ஆராய்ந்து, அவற்றின் ஊடாக வெளிப்படும் வாழ்வையும்

படைப்பாளியின் வாழ்க்கை நோக்கையும் புரிந்துகொள்ள இவர்கள் முயலவில்லை. மார்க்சும் ஏங்கல்ஸும் பால்சாக்கைப் பார்த்ததுபோல், லெனின் டால்ஸ்டாயைப் பார்த்ததுபோல் நமது சமகாலப் படைப்பாளிகளை அணுகுவதற்கான சித்தாந்தத் தெளிவும் மனப்பாங்கும் நமது விமர்சகர்களிடம் இருக்கவில்லை என்றே சொல்லவேண்டும். வெள்ளை, கறுப்பு என்ற வகையில் மக்கள் இலக்கியம், நச்சு இலக்கியம் என்ற வகையான மிகை எளிமைப்படுத்தித் தீர்ப்பு வழங்குவதற்கு இலக்கிய நுண்ணுணர்வு தேவையில்லை. அரசியல் சார்பு மட்டும் போதுமானது.

7

1970களின் நடுப்பகுதிவரை தமிழில் நிலவிய இலக்கியம் தொடர்பான மார்க்சியப் பார்வை இலக்கியம்பற்றிய ஒரு வறட்டுப்பார்வை என்ற குற்றச்சாட்டை புதிய தலைமுறையைச் சேர்ந்த மார்க்சிய விமர்சகர் சிலர் முன்வைத்தனர். இதில் பல்வேறு நோக்குநிலை உடையவர்கள் இருந்தனர். கட்சியில் தீவிரமாக இருந்து விலகிய அதிருப்தியாளர்கள், கட்சிச்சார்பற்றவர்கள், கல்வித்துறை சார்ந்தவர்கள் எனப் பல தரப்பினர் இதில் அடங்குவர். ஞானி, எஸ். வி. ராஜதுரை, அ. மார்க்ஸ், தமிழவன், ஏ. ஜே. கனகரத்தினா, எம். ஏ. நுஃமான் முதலியோர் இவர்களுட் சிலர். இவர்களுள் பிற்காலத்தில் மார்க்சியத்திலிருந்து பெரிதும் விலகிச் சென்ற முக்கியமான மூவரைப் பற்றி (ஞானி, அ. மார்க்ஸ், தமிழவன்) நாம் இங்கு சுருக்கமாக நோக்கலாம்.

மார்க்சியம், இலக்கியம் தொடர்பாக ஞானி ஏராளமாக எழுதியிருக்கிறார். 1988இல் வெளிவந்த இவருடைய 'மார்க்சியமும் தமிழ் இலக்கியமும்' என்ற நூல் இவ்வகையில் முக்கியமானது. ஏனைய விமர்சகர்களைவிட பலதரப்பட்ட தமிழ்ப் படைப்பாளிகளை விமர்சனத்துக்கு உட்படுத்தியிருப்பது இவரது சிறப்பு எனலாம். ஆயினும் இவரது கருத்துகளில் ஒருமைப்பாடுகாண முடியாதிருக்கும். 'தற்காலத் தமிழ்க் கவிதை இயக்கத்துக்கு வளமான படைப்புகளைத் தந்தவர் நா. காமராசன்' என்பார். ஆனால் அதே பத்தியில் நா. கா. குழப்ப மான கருத்துக்களைக் கொண்டிருந்தார் என்றும் சொல்வார் (பக். 75). கருத்துக் குழப்பம் உள்ள ஒருவர் வளமான கவிதைகளைத் தருவது எப்படி என்ற ஐயம் நமக்கு எழும். ஆனால் ஞானிக்கு அது பிரச்சினை அல்ல. வானம்பாடிகளைப் பற்றிய ஞானியின் ஒரு மதிப்பீடு பின்வருமாறு:

> "இவர்களின் கற்பனை ஆற்றல் உயர் நிலையில் இயங்குகிறது. வானத்தையே கீறி வைகறைகளைப் பறித்தெடுக்கும் இவர்கள் நம்பிக்கை அற்புதமானது. சிந்தனையாளர்களாகிய

இவர்கள் தமது சிந்தனைக்கே உரிய வேகத்துடனும் கலை வெடிப்படனும் கவிதை படைப்பதன் தேவையை வெளிப்படுத்துகிறார்கள்" (பக். 72).

ஆனால் இரண்டு ஆண்டுகளுக்குப் பின்னர் எழுதிய பிறிதொரு கட்டுரையில் வானம்பாடிக் கவிஞர்களையும் வேறுசில கவிஞர்களையும் பற்றிய அவரது மதிப்பீடு பின்வருமாறு:

"இவர்களைப் பற்றிய விமர்சனத்தினூடே ஒரு உண்மையை நாம் மையமாகக் குறிப்பிடலாம். தாம் கவிதைக்குரிய கருவாக எடுத்துக்கொள்ளும் பொருளைப்பற்றி இவர்கள் அரைகுறையாகவே சிந்தித்திருக்கிறார்கள். தங்கள் மனத்தில் ஏற்பட்ட முதற்பாதிப்பையே இவர்கள் பெரும்பாலும் கவிதையாக்கிவிடுகிறார்கள். பிரச்சினையின் விரிவை இவர்கள் பார்ப்பதில்லை. தங்கள் மனப் பாதிப்பைக்கூட இவர்கள் தொடர்ந்து பார்ப்பதில்லை. தங்கள் வாழ்வுக்கும் இந்தப் பாதிப்புக்கும் உள்ள உறவு என்ன என்பது பற்றி இவர்கள் கருத்துச் செலுத்துவதில்லை" (பக். 84).

இரண்டு ஆண்டுகளுக்குள் அவரது மதிப்பீட்டில் காணப்படும் இந்த வேறுபாடு ஆச்சரியமானது.

வறட்டு மார்க்சியத்துக்கு எதிராகத் தொடர்ந்து எழுதிவரும் ஞானியின் பார்வையிலேயே வறட்டு மார்க்சியத்தின் செல்வாக்கையும் நாம் காணலாம். உதாரணமாக இன்குலாப் பற்றிய அவரது பின்வரும் குறிப்பை எடுத்துக் காட்டலாம்.

"இந்த அடிப்படையில் புரட்சிக் கண்ணோட்டம் மென்மேலும் விரிவடைய வேண்டியுள்ளது. இந்நிலையில் விடியல் கீதம் இசைக்கும் கவிஞன்,

காலங்கள் ஆயிரம் காலங்களாய் – நம்
கைகள் ஓய்ந்த துண்டா?
மாலைகள் வசந்த மாலைகளில் – நாம்
மயங்கிக் கிடந்த துண்டா?
வாலிபம் ஆசை வாலிபத்தை – நாம்
வாழ்வில் சுவைத்த துண்டா?
கோலங்கள் காதல் கோலங்களைக் – கண்ணில்
கொண்டு திரிந்த துண்டா?

என்று பாடமுடியாது. கைகள் ஓய்ந்துவிட, மாலைகளில் மயங்கிக் கிடக்க, வாலிபத்தைச் சுவைக்க, காதலில் திரிய புரட்சியை நாட முடியாது."

இந்தப் பார்வை வெளிப்படையாகவே வறட்டு மார்க்சிய, ஸ்தானோவிஸப் பார்வைதான். ஆனால், இதனாலேயே

இவரை ஒரு வறட்டு மார்க்சிய விமர்சகர் என்று கூறிவிட முடியாது. வறட்டு மார்க்சிய விமர்சகர்கள் தனிமனித நச்சு இலக்கியம் என்று சுலபமாக ஒதுக்கிவிடும் பசுவய்யா, பிரமிள் கவிதைகளை தமிழின் உன்னதமான படைப்புகளாகக் காண்பதில் இவருக்கு எவ்விதச் சிரமமும் இருப்பதில்லை. அவர்களுடைய கவிதைகளுக்கு வரும்போது தன்னுடைய மார்க்சிய அளவுகோல்களை மூடிவைத்துவிட்டு ரசனை முறைத் திறனாய்வைக் கையில் எடுத்துக்கொள்வார். 'இன்றையத் தமிழ்க் கவிதையில் ஒரு தேக்கம்' என்ற இவரது கட்டுரையில் வறட்டு மார்க்சியரின் பயன்பாட்டுவாதம் தூக்கலாகத் தெரிகிறது. மரபுரீதியான முற்போக்கு விமர்சனக் குரலே அதில் கேட்கிறது. ஆனால் 'பசுவய்யா கவிதைகள் என் அனுபவம்' (பக். 89–95), 'தர்மு சிவராமின் கவிதைகளினூடே ஒரு நெடும் பயணம்' (பக். 100 – 120) ஆகிய கட்டுரைகளில் அனுபவவாதம்தான் முன்னிற்கிறது. இரண்டு பார்வைகளுக்கும் இடையே மிகப்பெரிய இடைவெளி உண்டு. சமீபத்தில் எஸ். பொன்னுத்துரை பற்றி இவர் எழுதிய கட்டுரை எவ்வித விமர்சன அடிப்படைகளுமற்ற வெற்றுப் புகழுரையாகவே உள்ளது. ஞானியின் விமர்சனப் பார்வையில் உள்ள தளம்பல்களையும் முரண்பாடுகளையும் இவை காட்டுகின்றன. ஞானியின் எழுத்துகளை மொத்தமாகப் பார்க்கும்போது அவருடைய குழப்பங்களே முன்னுக்கு வருகின்றன. மார்க்சியத்தின் வர்க்கச் சார்பைத் தளர்த்தி, பொருள்முதல் வாதத்தைத் தளர்த்தி, இந்திய ஆன்மீகச் சாயம் பூசிய, தமிழ்த் தேசியவாதத்தை உள்வாங்கிய ஒரு அதிதாராளவாத மார்க்சியத்தை அவர் முன்வைக்கிறார். எதிர் முரணான எல்லாச் சிந்தனைப் போக்குகளையும் தழுவிச் செல்லும் ஒரு அதிதாராள மார்க்சியம் இவருடையது. அதிதீவிர வறட்டு மார்க்சியப் பார்வைக்கு இது ஒரு மாற்றீடாக அமைய முடியாது என்பதே என் கருத்து.

அதிதீவிர மார்க்சியவாதியாக கம்யூனிச இயக்கத்தில் செயற்பட்டவர் அ. மார்க்ஸ். கார்ல் மார்க்ஸின் மீது அவருக்கிருந்த பற்று பக்திபூர்வமானது. 1990 வரை 'பேராசான்' என்ற அடைமொழியைப் பயன்படுத்தாமல் அவர் மார்க்ஸின் பெயரை உச்சரித்ததில்லை. 80களின் பிற்பகுதியில் ஒரு அதிருப்தியாளராக வெளியேறிய இவர், ஆரம்பத்தில் அமைப்பியலை ஐயத்தோடு பார்த்து, பின் அதில் ஐக்கியமாகி, மார்க்சியத்தை நிராகரித்து பின்நவீனத்துவத்தின் தீவிர பிரச்சாரகராக மாறியவர். தமிழில் எழுதிய மார்க்சியவாதிகளில் ஏராளமாக எழுதியவர்களுள் இவரும் ஒருவர். அரசியல், தத்துவம், கலை, இலக்கியம், மருத்துவம், கல்வி, தலித்தியம், பெண்ணியம் என பல்வேறு துறைகள் பற்றியும் இவர் அதிகம் எழுதியிருக்கிறார்.

எது கவிதை என்பது இலக்கிய விமர்சனத்தில் அவரது ஆரம்பகால நூல்களுள் ஒன்று. அவர் தீவிர இடதுசாரியாக இருந்த காலத்தில் எழுதப்பட்டது. ஜோர்ஜ் தொம்சனின் *மானுட சாரம் (Human Essence)*, கிறிஸ்தோபர் கால்ட்வெல்லின் *மாயையும் யதார்த்தமும் (Illusion and Reality)* ஆகிய நூல்களின் அடிப்படைக் கருத்துகளைத் தழுவி இருந்தாலும் இலக்கியத்தின் அரசியல் உள்ளடக்கத்தை, அதன் பயன்பாட்டுவாதத்தை ஊன்றி வலியுறுத்தும் கட்சிசார்ந்த மார்க்சியக் கோட்பாட்டின் இலக்கணமாக அமைந்த நூல் இது.

இன்று தமிழில் எழுதும் கவிஞர்களை உண்மையான கவிஞர்கள், போலிக் கவிஞர்கள், ஆளும் வர்க்கக் கவிஞர்கள் என்று இவர் மூன்றுவகைப்படுத்துவார். இவருடைய கருத்துப்படி உண்மைக் கவிஞன் என்பவன் 'விடுதலையே கவிதையின் இறுதிக் குறிக்கோள்' என்பதை உணர்ந்தவனாக, 'சமூக இயக்க விதிகளையும், சமூக விடுதலையைச் சாத்தியப்படுத்துகிற புரட்சி பற்றிய தெளிவான கண்ணோட்டத்தையும்' கொண்டவனாக இருப்பான். இதுவே அன்றைய கட்சிசார்ந்த தீவிர மார்க்சியக் கருத்தாக இருந்தது. கட்சிக் கொள்கைக்கு விசுவாசமான கவிஞர்களைத் தவிர்த்து ஏனையவர்களை வெளி ஒதுக்கும் கொள்கையே இது. இக்கொள்கை பாரதியைக்கூட ஒரு உண்மைக் கவிஞனாக அங்கீகரிப்பதில்லை. பாரதியைப் பற்றி அ. மார்க்ஸ் இவ்வாறு எழுதுகிறார்:

> "அடிக்கடி நாம் பாரதியை மேற்கோள் காட்டுவதென்பது இந்த நூற்றாண்டில் வாழ்ந்த நம்மெல்லோருக்கும் பழக்கப்பட்ட ஒரு மகாகவி என்ற வகையில்தான். மற்றப்படி பாரதியை நமது இலட்சியமாகவோ, வழிகாட்டியாகவோ கொள்ளமுடியாது. இன்றைய சகாப்தத்தின் விடுதலைக்கான கவிதையாகப் பாரதியின் கவிதையை நாம் கொள்ளமுடியாது. அவ்வாறு கொள்ளமுடியாதென்பது பாரதியை அவமதிப்பதாகவுமாகாது. விடுதலைக்காகப் போராடிக் கொண்டிருப்பவர்கள் பாரதிக்கு விழா எடுத்து மகிழ்ந்து கொண்டிருக்க முடியாது."

கட்சி மார்க்சியத்தின் பயன்பாட்டுவாதம் இங்கு மிகவும் வெளிப்படையாக உள்ளது. எந்தக் கவிஞனையும் இலட்சியமாகவோ, வழிகாட்டியாகவோ கொள்வதை மார்க்சிய மூலவர்கள் நினைத்துக்கூடப் பார்த்திருக்க மாட்டார்கள். எதையும், யாரையும் விமர்சனத்துக்கு உள்ளாக்குகின்ற விமர்சனச் சிந்தனையையே மார்க்சியம் வலியுறுத்தும். பாரதியைப் புறமொதுக்கி இன்குலாபை இந்த யுகத்தின் சிறந்த கவிஞனாகக்

காண்பது கட்சி மார்க்சியப் பார்வையே தவிர விமர்சன மார்க்சியப் பார்வை அல்ல. புரட்சிப் பாடல்கள் எழுதிய மயகோவ்ஸ்கியை விட புஷ்கின் சிறந்த கவிஞர் எனக் கூறிய, இலக்கியத்தில் கட்சிசாராத லெனினின் பார்வை இவர்களுக்கு ஒரு முன்மாதிரியாக இருக்கவில்லை.

1980களின் நடுப்பகுதியிலிருந்து கொர்பச்சேவின் வருகையை அடுத்து, தமிழ்ச் சூழலில் மார்க்சிய அரசியல் நடைமுறையை மீள்பரிசீலனைக்கு உட்படுத்தியவர்களுள் அ. மார்க்ஸும் ஒருவர். இக்கட்டுரைகள் சிலவற்றின் தொகுப்பு *மார்க்சியத்தின் பெயரால்* என்ற தலைப்பில் 1994இல் வெளிவந்தது. மார்க்சிய மூலக் கோட்பாடுகளில் அன்றி மார்க்சிய அரசியல் நடைமுறைகளிலேயே பிரச்சினை இருந்தது என்பது இந்நூலின் சாரம் எனலாம். மார்க்சியத்தின் மீது இன்னும் அவருக்கு நம்பிக்கை இருந்ததை இந்நூலில் காணலாம். இதே காலகட்டத்தில் இலக்கியம் பற்றி இவர் எழுதிய கட்டுரைத் தொகுதி *மார்க்சியமும் இலக்கியத்தில் நவீனத்துவமும்* என்ற தலைப்பில் 1991இல் வெளிவந்தது. 1980களில் தமிழுக்கு அறிமுகமான அமைப்பியல் பற்றிய ஆரவாரமான வரவேற்பு இந்நூலில் இல்லை. "தகுதிக்கு அதிகமான கூச்சலுடனும் ஆர்ப்பாட்டத்துடனும் தமிழுக்கு அறிமுகப்படுகிற அமைப்பியல்" என்றும் (பக். 90), "இதுவரை அமைப்பியல்வாத அடிப்படையிலான தமிழ் விமர்சனம் குறிப்பிடும்படியாக எதையும் சாதிக்கவில்லை என்பது எவ்வளவு உண்மையோ அத்தனை உண்மை மார்க்சியர்களின் பணி புறக்கணிக்கக் கூடியதல்ல என்பதும்" என்றும் இந்நூலில் அவர் எழுதினார் (பக். 92).

> "அமைப்பியல், பிற்கால அமைப்பியல் போன்றவை பாய்ச்சிய வெளிச்சத்தில் நாம் புதிய அடிகளை எடுத்துவைக்கும்போது அது எந்த அளவிற்குப் பழைய மரபு, செவ்வியல் கோட்பாடுகள் போன்றவற்றுக்கு உண்மையாக இருக்கிறது அல்லது விலகிச் செல்கிறது என்கிற அளவுகோலை வைத்துப்பார்க்காமல் இவை எத்தகைய புதிய சாத்தியக்கூறுகளைக் முன்வைத்துள்ளன, செயல்திறனை எந்த அளவுக்கு முடுக்கியுள்ளன, எத்தகைய புதிய செயல்வடிவங்களைத் தோற்றுவித்துள்ளன என்ற கேள்விகளை முன்வைத்து நாம் மாற்றங்களை உரசிப்பார்க்க வேண்டும்" என்றும் ஒரு சரியான பார்வையை முன்வைத்தார் (பக். 93). அதேவேளை, அவரது முன்னைய பாரம்பரிய இறுக்கமான மார்க்சியப் பார்வையிலிருந்து சற்று நெகிழ்ச்சியை இந்நூலில் காணமுடியும்.

ஆயினும், மிக விரைவிலேயே அவருடைய பார்வை முற்றிலும் மாற்றமடைந்தது. 1990களின் நடுப்பகுதியிலிருந்து மார்க்சியத்தைக் கைவிட்டு அமைப்பியல், பின்னமைப்பியல் சிந்தனைகளின் தீவிரப் பிரச்சாரகராக மாறினார். *உடைபடும் மௌனங்கள் (1994), பின்நவீனத்துவம், இலக்கியம், அரசியல் (1996), உடைபடும் புனிதங்கள் (1997), கலாச்சாரத்தின் வன்முறை (2001)* ஆகிய அ. மார்க்சின் நூல்களில் இந்த மாற்றத்தை நாம் காணலாம். விசாரணையற்ற ஒரு வறட்டு மார்க்சியப் பார்வையின் இடத்தில் அதேபோன்ற விசாரணையற்ற ஒரு வறட்டு பின்நவீனத்துவப் பார்வை *(a vulger postmodernist view)* இவருடையதாயிற்று. மார்க்சியம் முதலிய எல்லாத் தத்துவங்களையும் பெருங்கதையாடலாக நிராகரிக்கும் இவர்போன்ற பின்நவீனவாதிகள் பின்நவீனத்துவத்தையே ஒரு பெருங்கதையாடலாக மாற்றினர். 1995க்குக்குப்பின் அ. மார்க்ஸ் அதில் முன்னணி வகித்தார் எனலாம். ஒரு புதிய கோட்பாட்டின் பின்னால் இலகுவாக இழுபட்டுச் செல்லக்கூடிய பலவீனம் அவருடைய குறைபாடு எனலாம். ஒரு புதிய கோட்பாடு பல்வேறு சமூக அரசியல் காரணிகளால் முன்னணிக்கு வரும்போது இதுவரை இருந்த கோட்பாடுகள் எல்லாம் வரலாற்றுக் குப்பைக்கூடைக்குள் வீசப்பட்டுவிடுகின்றன என்ற பிரமைக்கு சிலர் எளிதில் ஆட்பட்டுவிடுகின்றனர். அ. மார்க்ஸ் அவர்களுள் ஒருவராகவே எனக்குத் தோன்றுகின்றார். 1990களின் நடுப்பகுதிவரை கார்ல்மார்க்ஸ், ஏங்கல்ஸ் முதலியோரின் கூற்றுகள் இவருக்கு ஆப்தவாக்கியங்களாக இருந்தன. அதன் பின் நீட்சே, கான்ட், ஃபூக்கோ, டெரிதா, லியோதார்த் போன்றோரின் கூற்றுக்கள் இவரின் ஆப்தவாக்கிங்களாக மாறின. ஆப்தவாக்கியங்கள் விமர்சனத்துக்கு அப்பாற்பட்டவை. அவ்வகையில் ஆப்தவாக்கியங்களின் பின்னால் செல்வதே உண்மையான கலாச்சார அடிமைத்தனம். பின்நவீனத்துவத்தை வழிபடுவதைவிட அதை விமர்சனபூர்வமாக அணுகுவதே பயனுடையது.

தமிழவன் 1970களில் விமர்சனத் துறைக்கு வந்தவர். 1971இல் வெளிவந்த 'இருபதில் கவிதை'தான் அவரது முதல் நூல் என்று நினைக்கிறேன். மார்க்சிய விமர்சகர் என்று பெரிதும் அடையாளப்படுத்தப்பட்டவர் அல்ல அவர். ஆரம்பத்தில் ந. வானமாமலையின் பரிச்சயமும் *தாமரை, ஆராய்ச்சி* இதழ்களின் தொடர்பும் ஒரு மார்க்சியச் சார்பை அவருக்குத் தந்தன என்று தெரிகிறது. ஞானக்கூத்தனைப் பற்றித் *தாமரை* இதழுக்கு எழுதிய கட்டுரைதான் மார்க்சியப் பார்வையில் தான் எழுதிய முதல் கட்டுரை என்று அவரே சொல்கிறார். 1989இல் வெளிவந்த அவரது *படைப்பும் படைப்பாளியும்* நூல் முன்னுரையில் தனது

மார்க்சியப் பார்வை பற்றி அவர் கூறும் பின்வரும் தகவல்கள் முக்கியமானவை.

"நானும் மார்க்சிய நோக்கு என்று அன்று பலராலும் ஏற்றுக்கொள்ளப்பட்ட ஒரு பார்வையின்படி ஞானக்கூத்தனின் கவிதைகள் மேல்நாட்டு சர்ரியலிசப் பாணிக் கவிதைகள் என்று விவாதித்து, சோவியத் புத்தகங்களில் சர்ரியலிசப் பாணிக் கவிதைகளுக்கெதிராய்க் கூறும் விவாதங்களை முன்வைத்து விரிவான ஒரு கட்டுரை எழுதி அனுப்பினேன். எனக்கு அன்றைய இடதுசாரிகள் மத்தியில் வரவேற்புக் கிடைத்தது."

பலகாலம் தனக்குப் பூச்சாண்டி காட்டிக்கொண்டே வந்த மார்க்சிய அறிவும் அணுகுமுறையும் இக்கட்டுரையின் மூலம்தான் தனக்குச் சித்தித்ததாகச் சொல்கிறார்(பக். 2-3).

ஞானக்கூத்தன் பற்றிய அந்தக் கட்டுரையைப் படிக்கும் வாய்ப்பு எனக்குக் கிடைக்கவில்லை. ஆயினும், "ஓடும் கவித்துவச் சரடு ஒன்று: ஞானக்கூத்தன்" என்ற ஞானக்கூத்தன் பற்றிய அவரது பிறிதொரு கட்டுரை படிக்கக் கிடைத்தது. அது ரசனைமுறையில் அமைந்த ஒரு கட்டுரை என்பதற்குமேல் அதுபற்றி விசேசமாகச் சொல்வதற்கு எதுவுமில்லை என்பதே என் அபிப்பிராயம்.

மார்க்சியத்தின் அடிப்படைத் தத்துவம் இயக்கவியல் பொருள்முதல்வாதம். ஆனால் தமிழவனுக்கு அதில் உடன்பாடு இல்லை. "கருத்துமுதல்வாதம் பொருள்முதல்வாதம் என்னும் பாகுபாடு முழுமையாக மனிதனின் உந்துதல், அவனது கருத்துக்களின் உருவாக்கம், உலகில் அவனது செயல்பாடு பற்றியெல்லாம் சரியான எண்ணங்களை முன்வைக்கவில்லை என்று இக்காலத்தில் உணர்ந்தேன். எனவே கருத்துமுதல்வாதம் பொருள்முதல்வாதம் என்ற பாகுபாட்டு அடிப்படையில் உலகை அறிதல் தவறு என்னும் கருத்தில் கொஞ்ச காலம் இருந்தேன்" என்று கூறும் தமிழவன், தன் தேடலில் ஸ்ட்ரக்சுரலிசம் அகப்பட்டபின் பொருள்முதல்வாதம் ஒரு பொதுப்பார்வையாய் ஏற்கப்படவேண்டிய நிர்ப்பந்தத்தைக் கண்டதாகவும், ஆனால் இந்தப் பொருள்முதல்வாதம் பழைய பொருள்முதல்வாதத்திலிருந்து வேறுபட்டது என்பதை அறிந்துகொண்டதாகவும் கூறுகிறார். இதற்குப் புதுப் பொருள்முதல்வாதப் பார்வை என்று பெயரிடுகிறார் (பக். 4). இதை மார்க்சியப் பார்வை என்று அவர் சொல்வதில்லை. இதை வேண்டுமென்றால் நாம் 'தமிழவனின் அமைப்பியல் பொருள்முதல்வாதம்' என்று குறிப்பிடலாம்.

தமிழவன் ஓர் அமைப்பியல் விமர்சகராகவே இன்று அறியப்படுகிறார். 1982இல் அவர் வெளியிட்ட ஸ்ட்ரக்சுரலிசம்

(அமைப்பியல்) நவீன தமிழ் இலக்கிய விமர்சன வரலாற்றில் அவருக்கு ஒரு முக்கியமான இடத்தைப் பெற்றுக் கொடுத்திருக்கிறது. ஆனால் இந்த நூலைத் தமிழில் எத்தனைபேர் படித்துப் புரிந்துகொண்டார்கள் என்பது ஒரு முக்கியமான வினா. இது வெளிவந்த காலத்திலேயே நான் இந்த நூலைப் படித்தேன். அப்போது என் மனதில் தோன்றிய கருத்து இதுதான்: 'தமிழ் மட்டும் தெரிந்தவர்களுக்கு இந்நூல் புரியாது. ஆங்கிலத்தில் படிக்கக் கூடியவர்களுக்கு இது பயனற்றது.' கோட்பாடுகளை விளங்கித் தெளிவாக எழுதப்பட்ட நூல் அல்ல அது. அவருடைய மொழி ரொம்பச் சங்கடப்படுத்துவது. இத்தனையையும் மீறி அது இன்றும் பேசப்படும் ஒரு நூலாக இருப்பது ஆச்சரியம்தான்.

8

அமைப்பியல் சசூரின் மொழியியல் கோட்பாட்டை அடிப்படையாகக் கொண்டது. சசூரின் மொழியியல் நவீன மொழியியலின் தொடக்க காலத்துக்குரியது. சசூருக்குப் பின் மொழியியல் வெகுதூரம் வளர்ந்துவிட்டது. அமைப்பியல் அவற்றையெல்லாம் கருத்தில் கொண்டதல்ல. சசூரின் அமைப்பு மொழியியல் ஆய்வுமுறையை அனைத்துப் பண்பாட்டு ஆய்வுகளுக்கும் பிரயோகிக்கலாம் என்ற எடுகோளை அமைப்பியல் அடிப்படையாகக் கொண்டது. இந்தக் கருதுகோளை சசூரிடமிருந்தே அமைப்பியலாளர்கள் பெற்றனர். கலை இலக்கிய ஆய்வுக்கு இதை அப்படியே பிரயோகிக்கும்போது அதன் அழகியல் ஆன்மாவை விட்டுவிட்டு வெறும் அமைப்புச் சட்டகத்துக்கே முதன்மை கொடுக்கும் துர்ப்பாக்கிய நிலைக்கு அமைப்பியலாளர்கள் ஆளாகினர். இலக்கியம் என்ற புனிதத்தை உடைத்து பிரதி என்ற பிறிதொரு புனிதத்தை உருவாக்கினர். ஒரு இலக்கியப் பிரதியையும் ஒரு பற்பொடி விளம்பரத்தையும் பிரதிகள் என்ற வகையில் சமம்படுத்தினர். பிரதிக்கோட்பாடு இவர்களுக்கு புனிதப்பொருளாயிற்று. ஆசிரியனை மரணிக்கச் செய்து அதன் இடத்தில் வாசகனை உயிர்ப்பித்தனர். பிரதிக்கென்று ஒரு பொருள் இல்லை, வாசகன் கொடுப்பதே அதன் பொருள் என்றனர். அவ்வகையில் ஒரு பிரதி எண்ணற்ற பொருள் விளக்கத்துக்கான களம் என்றனர். இவ்வாறு ஒரு பிரதி மாயாவாதத்தை உருவாக்கினர்.

ஆனால், இவர்கள் கொள்கையில் இவர்களுக்கே நம்பிக்கை இல்லை. ஒரு பிரதிக்கு எண்ணற்ற பொருள் விளக்கம் சாத்தியம் என்று சொல்லிக்கொண்டே தனது விளக்கம்தான் சரியான விளக்கம் என்று வாதிட்டனர். ஆசிரியன் இறந்துபோனான் என்று சொல்லிக்கொண்டே ஆசிரியனைத் தோலுரிப்பதில்

மும்முரமாக ஈடுபட்டனர். ஆசிரியன் உருவாக்கிய பிரதிவேறு, வாசகன் உருவாக்கிய பிரதிவேறு என்றால், வாசகனின் பிரதியை அடிப்படையாகக் கொண்டு ஆசிரியனைத் தோலுரிப்பதும் விமர்சிப்பதும் தர்க்க முரண் என்பது இவர்களுக்குப் புரிவதில்லை. மார்க்சிலிருந்தும் ஃபூக்கோவிலிருந்தும் பாரதியிலிருந்தும் புதுமைப்பித்தனிலிருந்தும் மேற்கோள் காட்டி இதுதான் அவர்களுடைய கருத்து என்று வாதிக்கும்போது தங்கள் கொள்கைக்கும் தங்கள் நடைமுறைக்கும் இடையிலான தர்க்க முரணை இவர்கள் உணர்வதில்லை.

ஒரு பிரதிக்கு எண்ணற்ற பொருள் உண்டு என்று வாதிப்பது மொழிமூலம் தொடர்பாடல் சாத்தியமல்ல என்று வாதிப்பதற்குச் சமனானது. மொழி மனிதர்களின் கூட்டுச் செயற்பாட்டின் ஒரு கண்டுபிடிப்பு. மனிதர்கள் மொழியைப் பயன்படுத்தத் தொடங்கிய காலத்திலிருந்து பிரதானமாக மொழிமூலமே தொடர்பாடல் செய்துவருகின்றனர், ஒருவரை ஒருவர் புரிந்துகொள்கின்றனர். இன்றுவரையான மனித வளர்ச்சி மொழிமூலமே சாத்தியமாகி இருக்கிறது.

அடிப்படையில் மொழி ஒரு தொடர்பாடல் சாதனம் என்பதே மொழியியலின் நிலைப்பாடு. மொழிமூலம் தொடர்பாடல் எவ்வாறு சாத்தியமாகிறது என்பதையே மொழியியல் பிரதானமாக ஆராய்கிறது. மொழியின் அமைப்பு, மொழி பயன்படுத்தப்படும் சந்தர்ப்ப சூழல் என்பன எவ்வாறு பொருளைத் தீர்மானிக்கின்றன என்பதை அது ஆராய்கிறது. ஒரு கூற்றின் நேர்பொருள், அதன் மறைபொருள்கள், பொருள் மயக்கம் என்பவற்றை நாம் எவ்வாறு இனங்காண்கிறோம் என்பதை அது விளக்க முயல்கிறது. சுருக்கமாகச் சொன்னால் மனிதரின் மொழித் திறனின் ரகசியத்தைக் கண்டுபிடிப்பதே மொழியியலின் நோக்கம் எனலாம். ஆனால் மொழியியல் கோட்பாடுகளை விட மொழி அதிக இயங்குதிறனுடையது *(dynamic)*. இந்த இயங்குதிறனைக் கையகப்படுத்தவே மொழியியல் கோட்பாடுகள் முனைகின்றன. ஆனால் மொழி அதற்குள் முழுமையாகக் கையகப்படாமல் நழுவிக்கொண்டே இருக்கின்றது. இதைக் கையகப்படுத்தும் முயற்சியிலேயே மொழியியல் கோட்பாடுகள் தம்மைப் புதுப்பித்துக் கொள்கின்றன அல்லது புதிய கோட்பாடுகள் தோன்றுகின்றன. ஆனால், எந்த மொழியியல் கோட்பாடும் ஒரு கூற்றுக்கு எண்ணற்ற பொருள் உண்டு, ஆகவே மொழியினால் தொடர்பாடல் சாத்தியமல்ல என்று கூறாது.

இலக்கியக் கோட்பாடுகள் எல்லாம், அது மார்க்சியக் கோட்பாடாயினும் அல்லது வேறு எந்தக் கோட்பாடாயினும், யானை பார்த்த குருடர்கள்போல், இலக்கியத்தின் வெவ்வேறு

அம்சங்களையே பிரதானப்படுத்திப் பேசுகின்றன. இலக்கியத்தின் எல்லா அம்சங்களையும் உள்ளடக்கிய பூரணமான இலக்கியக் கோட்பாடுகள் என்று எவையும் இல்லை. அவ்வகையில் இலக்கியத்தை முழுமையாகப் புரிந்து கொள்வதில் எல்லாக் கோட்பாடுகளும் வெவ்வேறு அளவில் நமக்கு உதவமுடியும். புதிய கோட்பாட்டின் மோகத்தில் பழைய கோட்பாடுகள் பயனற்றவை என்று கைகழுவிவிடுதல் அறிவின் பாற்பட்டதல்ல.

மார்க்சியக் கோட்பாடு இலக்கியத்தின் சமூக அடித்தளத்தை, அதன் சமூக வேர்களைப் புரிந்துகொள்ள நமக்கு உதவுகின்றது. இலக்கிய வரலாற்றை அற்புத நிகழ்வுகளாக அன்றி சமூக அசைவியக்கத்தின் வெளிச்சத்தில் காண நமக்கு உதவுகின்றது. படைப்பாளியின் சமூகக் கடப்பாட்டை அது வலியுறுத்துகின்றது. அதேவேளை அரசியல் அதிகாரத்தின் இறுக்கத்துள் அதன் சுயாதீனம் நசுங்குண்டுபோகும் ஆபத்தையும் அது நமக்கு உணர்த்துகின்றது.

இலக்கியத்தை ஒரு அறிதல் முறையாக ஏற்றுக்கொண்டு வாழ்க்கை அனுபவத்தை இலக்கியம் எவ்வாறெல்லாம் வெளிப்படுத்துகின்றது என்பதைப் புரிந்துகொள்ளவும், படைப்பாளியின் கருத்துநிலைக்கும் இலக்கியப் படைப்புக்கும் இடையே உள்ள உறவைப் புரிந்துகொள்ளவும், இலக்கியத்தின் சிக்கல்தன்மைக்கு *(complexity)* வாழ்க்கையின் சிக்கல்தன்மை எவ்வாறு அடிப்படையாக அமைகின்றது என்பதைப் புரிந்துகொள்ளவும் மார்க்சியத் திறனாய்வு நமக்கு உதவமுடியும். இலக்கியம் பற்றிய நமது புரிதலை அது ஆழப்படுத்தும். உடனடியான அரசியல் இலக்குக்கு அப்பாலான அத்தகைய அகன்ற பார்வை நம் மார்க்சிய விமர்சகர்களிடம் இருக்கவில்லை என்பது மார்க்சியப் பார்வையின் குறைபாடு ஆகாது.

(இக்கட்டுரை விபவி கலாசார அமைப்பின் ஏற்பாட்டில் கொழும்பு பெண்கள் ஆராய்ச்சி, கல்வி மையத்தில் 31.10.1998இல் ஆற்றிய உரை. சென்னையில் நடைபெற்ற தமிழ் இனி 2000 (1,2,3 செப்டம்பர் 2000) மாநாட்டில் மார்க்சிய விமர்சனம் என்ற தலைப்பில் ஆற்றிய உரைக் குறிப்புகளை அடிப்படையாகக் கொண்டு விரித்து எழுதப்பட்டது. முதன்முதல் இப்போதுதான் பிரசுரமாகின்றது)

பயன்பட்ட நூல்கள்

இராசேந்திர சோழன் (2005), 'தமிழகத்தில் மார்க்சிய இலக்கியம்: ஒரு பரந்த பார்வை', *தமிழ் இனி 2000, மாநாட்டுக் கட்டுரைகள்: (பஆ. பா. மதிவாணன், உ. சேரன்),* காலச்சுவடு பதிப்பகம், நாகர்கோயில்.

இளங்கீரன், சுபைர், (1994), *ஈழத்து முற்போக்கு இலக்கியமும் இயக்கமும்*, எழுத்தாளர் கூட்டுறவு வெளியீடு, கொழும்பு.

கேசவன், கோ. (1987) *சோசலிசக் கருத்துகளும் பாரதியாரும்*, ரசனா புக் ஹவுஸ், சென்னை.

ஞானி (1988), *மார்க்சியமும் தமிழ் இலக்கியமும்*, பரிமாணம் வெளியீடு, கோவை.

தமிழவன் (1982), *ஸ்ட்ரக்சுரலிசம்*, பாரிவேள் பதிப்பகம், திருநெல்வேலி.

தமிழவன் (1989), *படைப்பும் படைப்பாளியும்*, காவ்யா, பெங்களூர்

தமிழவன் (1991), *அமைப்பியல்வாதமும் தமிழ் இலக்கியமும்*, கவ்யா, பெங்களூர்.

புதுமைப்பித்தன் (2002), *புதுமைப்பித்தன் கட்டுரைகள்* (பஆ. ஆ. இரா. வேங்கடாசலபதி), காலச்சுவடு பதிப்பகம், நாகர்கோவில்.

மார்க்ஸ், அ. (1984), *எது கவிதை*, இராதா பதிப்பகம், புதுக்கோட்டை.

மார்க்ஸ், அ. (1991), *மார்க்சியமும் இலக்கியத்தில் நவீனத்துவமும்*, பொன்னி புத்தக மையம், சென்னை.

மார்க்ஸ், அ. (1994), *மாக்சியத்தின் பெயரால்*, விடியல் பதிப்பகம், கோவை.

மார்க்ஸ், அ. (1996), *பின்நவீனத்துவம்*, இலக்கியம் அரசியல், விடியல் பதிப்பகம், கோவை.

ரகுநாதன், தொ. மு. சி. (1982) *பாரதி: சில பார்வைகள்*, மீனாட்சி புத்தக நிலையம், சென்னை.

ரகுநாதன், தொ. மு. சி. (2008) *பாரதியார்: காலமும் கருத்தும்*, மீனாட்சி புத்தக நிலையம், சென்னை.

ரகுநாதன், தொ. மு. சி, பொன்னீலன், (1994) *முற்போக்கு இலக்கிய இயக்கங்கள்*, NCBH, சென்னை.

2

ஏ.ஜே. கனகரத்தினாவின் மார்க்சியமும் இலக்கியமும்: சில நோக்குகள்

ஈழத்தின் முக்கியமான இடதுசாரிச் சிந்தனையாளர்களுள் ஒருவரான ஏ.ஜே. கனகரத்தினா அவர்களின் மூன்றாவது நூல் மார்க்சியமும் இலக்கியமும் – சில நோக்குகள். ஏற்கனவே இவரது 'மத்து' (1970), 'மார்க்சியவாதிகளும் தேசிய இனப்பிரச்சினையும்' (1978) ஆகிய இருநூல்கள் வெளிவந்துள்ளன. பல்வேறு துறைகள் சார்ந்த முக்கியமான ஆங்கில நூல்கள் சிலவற்றின் சாரத்தை தமிழ் வாசகர்களுக்கு அறிமுகப்படுத்தும் ஒரு பயனுள்ள முயற்சி 'மத்து.' தேசிய இனப் பிரச்சினை தொடர்பான மார்க்சியவாதிகளின் நிலைப்பாடு பற்றி மைக்கல் லோவி என்பவர் ஆங்கிலத்தில் எழுதிய நீண்ட கட்டுரையின் தமிழாக்கம்தான் 'மார்க்சியவாதிகளும் தேசிய இனப்பிரச்சினையும்'. நமது சூழலுக்கு அவசியமான நவீனச் சிந்தனைகளை ஆங்கிலவழி தமிழுக்கு அறிமுகப்படுத்தும் முக்கிய மான பணியினை நீண்டகாலமாகச் செய்து வருபவர் ஏ.ஜே. அத்தகைய முயற்சிகளின் பிறிதொரு அறுவடைதான் இப்போது 'அலை' வெளியீடாக வந்துள்ள இந்த நூல். மார்க்சியமும் இலக்கியமும் தொடர்பான நான்கு கட்டுரைகள் இந்நூலில் இடம்பெற்றுள்ளன. அவற்றுள் மூன்று மொழி பெயர்ப்புகள்; ஒன்று ஆசிரியரின் சுய ஆக்கம்.

'மார்க்சியமும் இலக்கியமும்' என்பது, தத்துவம், அரசியல், வரலாறு, இலக்கியம் முதலிய பல்வேறு துறைகளை உள்ளடக்கக்கூடிய ஒரு பரந்த தலைப்பு. ஆயினும், மார்க்சியத்துக்கும் இலக்கியத்துக்குமிடையே உள்ள உறவுகள் தொடர்பான சில விடயங்களைப்பற்றிய சில நோக்குகளையே இந்நூல் உள்ளடக்குகின்றது.

மார்க்சியவாதிகள் இலக்கியத்தைப் பல்வேறு அடிப்படைகளில் அணுகுகின்றனர். அவற்றுள் மூன்று முக்கியமான அம்சங்களை இங்கு சுட்டிக்காட்டலாம்.

1. மார்க்சியம் இயக்கவியல் தத்துவத்தை அடிப்படையாகக் கொண்டது என்றவகையில், இலக்கியத்துக்கும் சமூகத்துக்கும் இடையே உள்ள இயக்கவியல் உறவுபற்றி, இலக்கியத்தின் சமூக வேர்கள்பற்றி ஆராய்வது.
2. அரசியலும் சமூகப் புரட்சியும் மார்க்சியத்தின் பிறிதொரு அடிப்படை என்ற வகையில், இலக்கியத்தின் வர்க்க அடிப்படை பற்றியும், சமூக மாற்றத்தில் இலக்கியத்தின் பயன்பாடு பற்றியும் நோக்குவது.
3. இலக்கியம் தனித்துவமான சில அழகியல் விதிகளுக்கு உட்பட்ட ஒரு கலை என்ற வகையில் அதன் அழகியல் அம்சங்கள் பற்றி ஆராய்வது.

இந்நூல் வெவ்வேறு நபர்களால், வெவ்வேறு சந்தர்ப்பங்களில் வெவ்வேறு தேவைகளுக்காக எழுதப்பட்ட நான்கு கட்டுரைகளின் ஒரு சிறு தொகுப்பு என்ற வகையில் இவ்வம்சங்கள் எல்லாவற்றையும் பற்றிய விரிவான கருத்துகளை நாம் எதிர்பார்க்க முடியாது.

எனினும், இக்கட்டுரைகளில் இவற்றுள் சில விடயங்கள் பற்றி சற்று விரிவாகவும் சில விடயங்கள் பற்றிச் சுருக்கமாகவும் விவாதிக்கப்பட்டுள்ளது.

மார்க்சியமும் இலக்கியமும் பற்றி மார்க்சியவாதிகள் மத்தியில் ஏராளமான கருத்து முரண்பாடுகளும் மோதல்களும் நிலவுகின்றன என்பது நமக்குத் தெரியும். அரசியலில் எது சரியான மார்க்சியம் என்பதுபற்றி எத்தனை முரண்பட்ட கருத்துகளும் வாதங்களும் உள்ளனவோ அதுபோல் கலை, இலக்கிய விவகாரத்திலும் உள்ளன. மார்க்சியத்தின் தொடக்க காலத்தில் இருந்தே இச்சர்ச்சைகள் நிலவுகின்றன. லெனினுக்கும் ரொட்ஸ்கிக்கும் இடையில், லெனினுக்கும் கார்க்கிக்கும் இடையில், பிளகனோவுக்கும் லுனசாஸ்கிக்கும் இடையில் நிலவிய முரண்பாடுகள் பலரும் அறிந்ததே. இந்தத் தொகுப்பில் உள்ள முதலாவது கட்டுரை இதுபற்றி விரிவாகப் பேசுகிறது.

இந்தச் சர்ச்சையிலே முடிந்த முடிவாக இதுதான் சரி என்று வாதிடுவதிலே அர்த்தம் இல்லை என்பதைத்தான் இந்தப் புத்தகம் நமக்கு உணர்த்துகின்றது எனலாம்.

இதில் உள்ள கட்டுரைகள் பற்றி நூலாசிரியரின் வார்த்தைகளிலேயே சொன்னால், "இக்கட்டுரைகளின் நோக்குக் கோணங்களும், அழுத்தங்களும் மாறுபட்டவை – சிலவேளைகளில் முரண்பட்டவையாகக் கூட இருக்கலாம் – என்பதில் ஐயம் இல்லை."

ஒன்றுக்கொன்று மாறுபட்ட அல்லது முரண்பட்ட நோக்குக் கோணங்களுக்கு ஒரு புத்தகத்தில் அனுமதி இருக்குமெனில் எனது நோக்குக்கும் அனுமதி இருக்கும் என்று நம்புகின்றேன். இந்த நூலின் உள்ள சில கருத்துகளோடு எனக்கு உடன்பாடு உண்டு. அதேவேளை, சில கருத்துகளோடு முரண்பாடும் உண்டு. அவற்றைத் தனித்தனியே இங்கு சுருக்கமாகக் கூற முயல்கிறேன்.

இந்த நூலின் முதலாவது கட்டுரை அலன் ஸ்விஞ்வுட் (Alan Swingewood) எழுதிய அதிகாரி ஆட்சி, சோஸலிசம், இலக்கியம் (Bureaucracy, Socialism and Literature) என்பது. இதுவே இந்தப் புத்தகத்தின் நீளமான (60 பக்கம்) கட்டுரை. ஸ்விஞ்வூட்டின் 'நாவலும் புரட்சியும்' (Novel and Revolution) என்ற நூலின் ஒரு அத்தியாயத்தின் தமிழாக்கம் இது. புரட்சிக்கு முந்திய காலத்திலிருந்து, குறிப்பாக 1905இல் இருந்து 1930கள் வரை சோவியத் யூனியனில் நடைபெற்ற இலக்கியம் பற்றிய சர்ச்சைகளை – இலக்கியத்துக்கும் புரட்சிக்கும், இலக்கியத்துக்கும் சமூக மாற்றத்துக்கும் இடையிலுள்ள உறவுபற்றிய சர்ச்சைகளை, எழுத்தாளரின் சுதந்திரம் பற்றிய சர்ச்சைகளை – இக்கட்டுரை தொகுத்துத் தருகின்றது. புரட்சிக்குப்பின் இலக்கியத்தில் தாராளவாதம் படிப்படியாகப் பின்தள்ளப்பட்டு, ஸ்டாலின் ஆட்சிக் காலத்தில், 1930களில், சோசலிச யதார்த்தவாதம் அதிகாரபூர்வமான இலக்கியக் கோட்பாடாக நிறுவப்பட்ட வரலாற்றைப் பேசுகின்றது. இந்த வரலாறு தமிழ்ச் சூழலில் இப்போதுதான் இவ்வளவு விரிவாகப் பேசப்படுகின்றது என்று நினைக்கின்றேன். இந்தக் கட்டுரையின் முக்கியத்துவம் இந்த வரலாற்றுப் பின்னணியை முதன்முதல் விரிவான முறையில் தமிழுக்கு அறிமுகப்படுத்துவதுதான் எனக் கருதலாம். இந்தக் கட்டுரையாசிரியரின் சொந்தக் கருத்துகள் சிலவற்றுடனும், அவரது ஆய்வு முறையுடனும் எனக்குச் சில பிரச்சினைகள் உள்ளன.

இந்த நீண்ட கட்டுரையில் அலன் ஸ்விஞ்வுட் நிறுவும் கருத்தைப் பின்வருமாறு சுருக்கிக் கூறலாம். சோசலிச யதார்த்த

வாதம் என்பது இலக்கியத்தை அதிகார மயப்படுத்தும் ஒரு கருவியே தவிர வேறல்ல. ஸ்டாலினின் ஆட்சிக்காலம் சோவியத் இலக்கியத்தின் இருண்டகாலமே தவிர வேறல்ல. ஆசிரியரின் வார்த்தைகளிலிலேயே செல்வதானால், "சோசலிச யதார்த்தவாதம் சோசலிச அழகியலுடன் பிணைப்புற்றிருந்த கலைப்பாணி என்று சொல்வதைவிட இலக்கியக் கற்பனாசக்தியை ஒழுங்குபடுத்திக் கட்டுப்படுத்துவதற்கான ஒரு நிருவாகக் கருவியாகவே இருந்தது எனக் கொள்வதே பொருத்தமாகும். 1934இல் கலைச் சுதந்திரத்துக்குச் சாவுமணி அடிக்கப்பட்டது. சோவியத் எழுத்தாளர் ஒன்றியத்தின் மூலம் எல்லாவகையான கலைப்படைப்பாற்றல் மீதும் இறுக்கமான அரசாங்கக் கட்டுப்பாடு விரிக்கப்பட்டது... இரவின் காரிருள் சோசலிச இலக்கியம் மீது கவிந்து படரத் தொடங்கிற்று" (பக். 60-61).

1920க்குப் பிந்திய சோவியத் அரசியல், இலக்கிய வரலாற்றுப் போக்கை எல்லா ரொட்ஸ்கிய வாதிகளுக்கும் உரிய அகநிலைச் சார்பான, ஸ்டாலினிச எதிர்ப்புணர்வுடன் இவர் அணுகியிருக்கிறாரே தவிர, ஒரு புறநிலையான இயக்கவியல் அணுகுமுறையை இவர் கையாளவில்லை என்றே நினைக்கின்றேன்.

ஸ்டாலின் காலத்தில் பொதுவாக அரசியலிலும், குறிப்பாக கலை இலக்கியத்திலும் இறுக்கமான நடைமுறைகள் கையாளப்படுவதற்கு அடிப்படையாய் அமைந்த புறநிலைக் காரணிகளை இவர் கருத்தில் கொள்ளவில்லை என்றே நினைக்கின்றேன். 1930, 40கள் சோவியத் அதிகார மையத்துக்கு மிகவும் சவாலான காலம் என்பதை நாம் புரிந்துகொண்டால், இந்த அதிகார இறுக்கத்தையும் நாம் புரிந்துகொள்ளலாம். ஆயுத பலத்தால் அதிகாரத்தைக் கைப்பற்றிய அல்லது கைப்பற்ற முயலும், சோவியத்துக்குப் பிந்திய எல்லா சமூகங்களிலும் நாம் இத்தகைய ஒரு நிலைமையை அவதானிக்க முடிகின்றது. அரசியல் வன்முறையும் கருத்துநிலை தாராளவாதமும் சகவாழ்வு நடத்துவதற்கான உதாரணங்கள் இருபதாம் நூற்றாண்டு உலக வரலாற்றில் இல்லை என்றே கூறலாம். இது சோசலிசப் புரட்சி நடைபெற்ற நாடுகளுக்கு மட்டும் உரிய ஒரு குணாம்சம் அல்ல.

முதலாளித்துவ ஆட்சியாளர்களும் சிந்தனையாளர்களும் புரட்சி அல்லது விடுதலை இயக்கங்களே சர்வாதிகார, பயங்கரவாத வன்முறை இயக்கங்களாக, ஜனநாயக விரோத இயக்கங்களாக எளிதில் அடையாளப்படுத்துகின்றனர். ஆனால், இந்த இயக்கங்களோ தங்கள் குறிக்கோளை அடைவதற்கான தவிர்க்க முடியாத வழிமுறையாக இவற்றைக் கருதுகின்றன. மறுபுறத்தில், எந்த ஒரு முதலாளித்துவ 'ஜனநாயக' அரசும்

தனக்கு எதிரான கலை இலக்கியங்களை, சிந்தனைப் போக்கு களை ஊக்குவித்து வளர்த்ததாகவும் வரலாறு இல்லை. வளர்முக நாடுகள் பல்வேறு கட்டுப்பாடுகளையும் தணிக்கை முறைகளையும் அமுல்படுத்துகின்றன. மேலைத்தேச 'தாராள ஜனநாயக' அரசுகளோ மக்களின் சிந்தனையை மழுங்கடிக்கும் ஜனரஞ்சகப் பண்பாட்டைப் பூகோளமயப்படுத்தி முதலாளித்துவ சமூக அமைப்புக்கு எதிரான பிரக்ஞை எழாமல் தடுக்கின்றன.

கலை இலக்கியத்தில் சுதந்திரம் பற்றிய ஒருவரின் கருத்து, அவர் எதைச் சார்ந்து நிற்கிறார் என்பதைப் பொறுத்தே அமைகின்றது. முதலாளித்துவ ஜனநாயக தாராளவாதத்தையோ, அரசியல் வன்முறையையோ ஏற்றுக்கொள்ளாத ஒருவருடைய நிலைமை மிகவும் சிக்கலானது.

ஸ்டாலின் காலத்தில் இலக்கியம் அதிகார மயப்படுத்தப்பட்ட முறைமையையோ, மாற்றுக் கருத்துடையவர்கள் ஒடுக்கப்பட்ட முறைமையையோ இன்று யாரும் ஆதரிக்க மாட்டார்கள் என்றே நம்புகின்றேன். ஆனால், அதேவேளை, ஸ்டாலின் காலத்தில் சோவியத் இலக்கியம் முற்றிலும் காயடிக்கப்பட்டு வறண்டு போனது என்பதையோ, அது சோவியத் இலக்கியத்தின் இருண்டகாலம் என்பதையோ நாம் முற்றிலும் ஏற்றுக்கொள்ளவும் முடியாது.

இலக்கியத்தின் பயன்பாட்டுக் கொள்கையை ஸ்விஞ்வுட் முற்றாக நிராகரிக்கின்றார். "இலக்கியம் அரசியல் அதிகாரத்துக்கு உட்படாத ஒரு செயற்பாடு என்ற வாதத்துக்கு எதிராக இலக்கியம் சமூகப் பொறுப்பு வாய்ந்தது என்ற அதிகாரிமய வாதம் முன் வைக்கப்பட்டது," எனக் கூறுகின்றார் (பக்.17). இலக்கியத்தை அரசியல் அதிகாரத்துக்கு உட்படுத்துவதை எதிர்க்கும் அதேவேளை, இலக்கியத்தின் சமூகப் பொறுப்பு பற்றிப் பேசுவதும் அதிகாரிமய வாதம் என்று இவர் கருதுவது பிரச்சினைக்குரியது. கார்க்கியை மேற்கோள்காட்டி பின்வருமாறு அவர் இதுபற்றி விரிவாகப் பேசுகிறார்.

> "விமர்சன யதார்த்தவாதத்தைத் தாண்டி – சமூக வாழ்வின் எதிர்மறையான, நம்பிக்கையை இழக்கச் செய்யும் இருண்ட பகுதிகளுக்கு அது கொடுக்கும் அழுத்தத்துக்கு அப்பாலே – அனைத்துலகத் தொழிலாளர் வர்க்கத்தைத் தட்டியெழுப்பி அதன் உரிமைகள் பற்றிய புரட்சிகர அறிவுணர்வை 'சோசலிச யதார்த்தவாத' எழுத்தாளர்கள் தூண்டவேண்டும் – என கார்க்கி வற்புறுத்தினார். 'மனித ஆன்மாவின் பொறியியலாளன்' என்ற முறையில் வர்க்க உணர்வை உருவாக்குவதே எழுத்தாளனின் பணி, 'பல

இனங்கள் வாழும் சோவியத் ஒன்றியத்திலே எவ்வாறு நோக்க ஒருமைப்பாடு பற்றிய உணர்வு தோன்றியதென அவன் காட்ட வேண்டும்'. இக்கூற்றின்படி இலக்கியம் எதிர்காலத்தைச் சார்ந்து நிற்கின்றது; சமூகத்தின் தவிர்க்க முடியாத, முற்போக்கான உருமாற்றத்தில் அது பற்றுறுதி கொண்டிருக்கின்றது. எழுத்தாளனின் கடமை, வாய்மை போன்ற அகவயமான கலை ஆணைகளுக்கல்ல, வரலாற்றின் உள்ளார்ந்த நோக்கத்திற்கே அவன் பொறுப்புடையவன். வரலாற்றின் நோக்கத்தை அரசும் அதன் அதிகாரிகளும் அதிகாரப்பூர்வமாக வெளிப்படுத்தி மிகப்பெரிய பொலிஸ் அடக்குமுறை இயந்திரம் மூலம் நிறைவேற்றுகிறது. கார்க்கியின் அதிகாரப் பாங்கான திட்டத்தில், சமூகரீதியாகவும், கலைரீதியாகவும் இலக்கியம் ஒரு சித்தாந்தமாகப் பணியாற்றுகின்றது. வர்க்கத் தொழிற்பாடு, அரசியல் அமைப்புகள் ஆகியவற்றின் வெறும் துணை உறுப்பாகத்தான் எழுத்தாளன் இருக்கிறான், முதலாளித்துவத்தை அகற்றி சோசலிசத்தைக் கட்டியெழுப்பும் முயற்சியில் அவன் ஒரு உறுப்பு" (பக். 11—12).

எழுத்தாளனின் கடப்பாடு பற்றிய கார்க்கியின் கருத்துகளை விமர்சிக்கும் போது அலன் ஸ்விஞ்வுட்டின் மனதில் சமூக, அரசியல் நிறுவனக் கடப்பாடுகளுக்கு அப்பாலான, சுயம்புவான, கட்டற்ற சுயாதீனமுடைய ஒரு உயிரியாக எழுத்தாளன் கட்டமைக்கப்பட்டிருக்கிறான் என்றே எனக்குத் தோன்றுகின்றது. எக்காலத்திலாவது, எந்தச் சமூகத்திலாவது இத்தகைய ஒரு எழுத்தாள உயிரி இருந்ததா என்று எனக்குத் தெரியவில்லை. புரட்சிக்கு அல்லது விடுதலைக்கு முந்திய சமுதாயங்களில், சமூக – அரசியல் இயக்கங்களுடன் ஒரு உறுப்பாக இணைந்து நின்று தமது எழுத்தைப் போராட்டத்தின் ஒரு பகுதியாகப் பயன்படுத்திய எழுத்தாளர்களைப் பற்றிய ஸ்விஞ்வுட்டின் கருத்து எதுவாக இருக்கும் என்று தெரியவில்லை. ஸ்விஞ்வுட் ஒரு துருவத்தில் இருந்து பிறிதோரு துருவத்துக்குப் பிரச்சினையைக் கொண்டு செல்கின்றார் என்றே நினைக்கின்றேன்.

எழுத்தாளன் கட்சிக்கொள்கைகளுக்குக் கட்டுப்பட்டு, கட்சி நிர்ப்பந்தங்களுக்கு அமைவாக எழுத வேண்டும் என்ற கருத்தை நான் முற்றிலும் நிராகரிக்கின்றேன். எழுத்தாளனுக்குச் சுதந்திரம் இருக்கவேண்டும் என்பதில் சர்ச்சைக்கு இடமில்லை. லெனினும் கட்சி இலக்கியம் பற்றிய தனது கட்டுரையில் இதையே கூறுகின்றார். ஆயினும், இலக்கியத்தின், எழுத்தாளர்களின் சமூகப் பொறுப்பு பற்றிப் பேசுவதே எழுத்தாளனின் சுதந்திரத்தில்

தலையிடுவது என்ற கருத்தில் எனக்கு உடன்பாடு இல்லை. அதே வேளை, இலக்கியத்தின் சமூக, அரசியல் சார்பை மட்டும் அழுத்துவதிலும் எனக்கு உடன்பாடு இல்லை. இலக்கியம் முழு மொத்தமான மனித அனுபவத்தின் வெளிப்பாடு என்பதே என் கருத்து. அரசியல், சமூகச் சார்பும் அதன் பிரிக்க முடியாத ஒரு பகுதியாகும்.

அதேவேளை, ஒரு முதலாளித்துவச் சமூகத்திலோ அல்லது ஒரு சோசலிச சமூகத்திலோ அதிகார வர்க்கம் எழுத்துச் சுதந்திரத்தில் தலையிடுவது எவ்வகையிலும் ஏற்றுக்கொள்ளக் கூடியதல்ல. அதிலும் குறிப்பாக, புரட்சிக்குப் பிந்திய சமூகத்தில் சமுதாய மீள்கட்டமைப்பின்போது, சமூக விமர்சனம் மறுக்கப்படுவது எழுத்துச் சுதந்திரத்துக்கு மட்டுமன்றி, அச் சமூக வளர்ச்சிக்கே ஆபத்தானது என்பதை சோவியத் வரலாறு நமக்கு உணர்த்தியுள்ளது. சோசலிச யதார்த்தவாதம் சோசலிச இலட்சியங்களை முதன்மைப்படுத்த வேண்டுமேயன்றி சோசலிசக் கட்டுமானத்தின் உள் முரண்பாடுகளை, பலவீனங்களை விமர்சிக்கவோ, வெளிச்சத்துக்குக் கொண்டு வரவோ கூடாது என்ற கொள்கை சோவியத் சமூக அமைப்பு சிதிலமடைவதற்கே இட்டுச்சென்றது. ஸ்டாலின் காலத்தில் இக்கொள்கை மேலோங்கியிருந்தது துரதிஷ்டவசமானது.

இலக்கிய விவகாரத்தில் ஸ்டாலின் நேரடியாகத் தலையிட்டமைக்கு ஸ்விஞ்வுட் எடுத்துக்காட்டும் பின்வரும் சம்பவம் நம் கவனத்துக்குரியது.

முக்கிய கைத்தொழில் பகுதியான டொன் பிரதேசத்தில் வேலை செய்யும் தொழிலாளர் பற்றியும், அங்கு மேற்கொள்ளப்பட்ட சோவியத் நிருவாகம் குறித்தும், செப்டம்பர் 1930இல் முன்னணி நாபொஸ்ரூ கவிஞரான டொமியான் பெட்னி கவிதையொன்றை இயற்றினார். சோவியத் குறைபாடுகளை நேர்மையாக ஒளிப்புமறைப்பின்றிப் படம் பிடித்தமைக்கு இக்கவிதை உடனடிப் பாராட்டுகளைப் பெற்றது. அப்பொழுது ஸ்டாலின் தலையிட்டார், மத்திய குழு இக்கவிதை தேசத்துரோகமானது, அவதூறானது எனக் கூறி அதனைத் தடைசெய்தது. பெட்னிக்கு ஸ்டாலின் பின்வருமாறு எழுதினார்:

> "நீர் என்ன செய்து விட்டீர்! வரலாற்றிலே நிகழ்ந்த மிக மகத்தான புரட்சியைப் புரிந்து கொண்டு முன்னணிப் பாட்டாளிவர்க்கத்தின் பாடகனாக விளங்குவதற்குப் பதிலாக எங்கோ ஒரு மூலை முடுக்கிற்குச் சென்று விட்டீர்... கடந்த காலத்திலே ரஷ்ஷியா அழுக்கு நிறைந்த பாத்திரம் என்றும், இன்றைய ரஷ்யாவும் அதே நிலையில்தான்

உள்ளது என்றும் முழு உலகிற்கும் பிரகடனம் செய்கிறீர். அதைப் போல்செவிக் விமர்சனம் என்றும் கூறுகிறீர். இல்லை, கௌரவ தோழரே, இது போல்செவிக் விமர்சனம் அல்ல; ஒக்டோபர் புரட்சியை நிறைவேற்றிய எமது மக்கள் மீது, எமது ரஷ்ஷியத் தொழிலாளர் மீதான அவதூறு. இதற்குப் பிறகும் மத்திய குழு மௌனமான இருக்குமென நீர் எதிர்பார்க்கிறீர்! நாங்கள் யார் என நினைக்கிறீர்?" *(பக். 54 – 55).*

இதற்கு மேலும் விளக்கம் தேவையில்லை. சமூக விமர்சனம் அல்லது சுய விமர்சனத்துக்கு எதிரான இந்த நிலைப்பாடு, அதிகாரி வர்க்க எழுச்சிக்கும் இறுதியில் சோவியத் யூனியனின் வீழ்ச்சிக்கும் வழிவகுத்தது என்பதில் ஐயமில்லை. இந்த விமர்சன எதிர்ப்பே சொல்சினிற்சன், பாஸ்டர்நாக் போன்ற முக்கியமான சோவியத் எழுத்தாளர்களையும் ஒதுக்கியது. ஸ்டாலினுக்குப் பிந்திய சோவியத்தில் ஓரளவுக்குச் சமூக விமர்சனம் அனுமதிக்கப்பட்டதாகத் தோன்றுகின்றது. ஜிங்கிஸ் ஐத்மாதவ்வின் 'குல்சாரி' நாவலை இதற்கு ஒரு உதாரணமாகக் காட்டலாம். ஆனால், ஐத்மாதவ் கூட அவர் சித்திரிக்கும் நிர்வாகச் சீரழிவு ஸ்டாலின் காலத்துக்கே உரியது; குருஷ்சேவ் காலத்தில் அது சீர்செய்யப்பட்டுவிட்டது என்ற ஒரு மனப்பதிவைத் தரும் வகையில்தான் தன் நாவலை உருவாக்கி இருக்கிறார். அதிகார மையத்தின் எதிர்பார்ப்புகளுக்குக் கட்டுப்பட்ட இத்தகைய எழுத்து பயனற்றது.

இது எவ்வாறாயினும், ஸ்டாலின் ஆட்சிக்காலம் சோவியத் இலக்கியத்தின் இருள் சூழ்ந்த காலம் என ஸ்விஞ்வூட் இறுதியாகக் கூறுவது முற்றிலும் ஏற்புடையதல்ல. ஸ்டாலினின் சுமார் முப்பது ஆண்டுகால ஆட்சியில் சோவியத் யூனியனில் நல்ல இலக்கியங்கள் எவையுமே தோன்றவில்லை என்பது ஏற்றுக்கொள்ளக்கூடிய கூற்றல்ல. இக்காலக்கட்டத்தில் கருத்தியல் ரீதியில் எழுத்துச் சுதந்திரம் வரையறுக்கப்பட்டிருந்தது, எனினும் அதிகார வர்க்கக் கருத்தியலுக்குச் சார்பாகவும் எதிராகவும் நல்ல இலக்கியங்கள் பல தோன்றாமலும் இல்லை. கார்க்கியின் 'மூன்று தலைமுறைகள்' (ஆட்டமனாவ்ஸ்), ஷொலொகோவின் 'டான்'நதி அமைதியாக ஓடுகிறது. ஒஸ்றோவ்ஸ்கியின் 'வீரம் விளைந்தது' போன்றவை சிறந்த படைப்புகள் என்றே கருதுகிறேன். அதிகார வர்க்கக் கருத்தியலுக்கு எதிராக அன்னா அக்மதோவா, சொல்சினிற்சன், போரிஸ் பாஸ்டர் நாக் போன்றவர்களும் இக்காலத்திலேயே எழுதினர். அதிகார வர்க்க அடக்குமுறை, இலக்கியத்தை முற்றிலும் காயடித்துவிட முடியாது என்பதற்கு இவை சில உதாரணங்கள். அது மட்டுமன்றி, வர்த்தக ரீதியான வெகுஜனப்

பண்பாட்டுக்கு *(Popular culture)* மாறான தீவிர கலை இலக்கிய நுகர்வோர் தொகை இக்காலக்கட்டத்திலேயே மிகப்பெரும் எண்ணிக்கையில் வளர்ச்சியடைந்தது என்பதையும் நாம் கருத்தில் கொள்ள வேண்டும்.

லெனினுடைய இலக்கிய ஈடுபாடு, இலக்கியக் கொள்கை என்பன பற்றி அலன் ஸ்விஞ்வுட் பெரிதும் ஒப்புதலான அபிப்பிராயமே கொண்டிருக்கிறார். "அரசியல் ஆணைமூலம் பண்டப் பொருள்களை உற்பத்தி செய்துவது போல கலை இலக்கியத்தைப் படைக்க முடியாது என்பதை லெனினும், ரொட்ஸ்கியும், லுனசாஸ்கியும் பூரணமாக உணர்ந்திருந்தனர்" என்றும், "மொடனிசத்தை லெனின் எதிர்த்து நின்ற போதிலும் இலக்கியத்துக்கும் சமுதாயத்துக்கும் இடையே உள்ள உறவு இயக்கவியல் பாங்கானதே அன்றி இயந்திரப் பாங்கானது அல்ல என்பதை லெனின் புரிந்து வைத்திருந்தார்" என்றும் அவர் கூறுகின்றார் (பக். 15 – 16).

"எனவே லெனினுடைய (டால்ஸ்டாய் பற்றிய) இச்சிறு கட்டுரைகளோ அவரது அரசியல் நடவடிக்கைகளோ பின்னைய ஸ்டாலினிச நடைமுறைகளுக்கு ஊற்றாகவும் தூண்டுதலாகவும் அமைந்தன என வாதிட முடியவே முடியாது; சோசலிச யதார்த்தவாதமும் அரசின் கோட்பாட்டுக்குள் எழுத்தாளர்களைச் சிறைப்படுத்துவதும் மார்க்சியவாதத்தின் இயல்பான தன்மைகள் எனக் கூறுவதும் அறவே பொருந்தாது. சோசலிசத்தை எய்துவதற்குச் சோவியத் ஒன்றியத்திலே நடைபெற்ற போராட்டத்தைப் பற்றியும், 1920களில் போல்செவிக் கட்சியின் இடது, வலது குழுக்கள் பொருந்திக் கொண்டது பற்றியும் செம்மையான ஆழ்ந்த வரலாற்று நோக்கு இல்லாததாலேயே இத்தகைய கருத்துத் திரிபுகள் சாத்தியமாகின்றன" என்றும் ஸ்விஞ்வுட் கூறுகின்றார் (பக். 17),

ஸ்டாலினது யதேச்சாதிகாரப் போக்கே அரசியலும், இலக்கியமும் அதிகாரிமயமானதற்கான காரணம் என்பதே ஸ்விஞ்வுட்டின் முடிவு. சமூக அமைப்பு, வரலாற்று நிபந்தனைகள் ஆகியவற்றிலன்றித் தனி ஆளுமையில் அவர் அதிக அழுத்தம் கொடுக்கிறார் என்பது தெளிவு. ஸ்டாலினுக்குப் பதிலாக லெனின் நீடித்த அதிகாரத்தில் இருந்திருந்தால் அல்லது ஸ்டாலினுடைய இடத்தில் ரொட்ஸ்கி இருந்திருந்தால் சோவியத் வரலாறு முற்றிலும் வேறுவிதத்தில் இருந்திருக்குமா என்ற கேள்வி நமக்குள் எழாமல் இல்லை. இது பற்றி நாம் சரியான ஆருடம் கூறமுடியாவிட்டாலும் வரலாற்று நிபந்தனைகளிலிருந்து

லெனினோ, ரொட்ஸ்கியோ வேறுவிதமாகச் செயற்பட்டிருக்க முடியாது என்றே தோன்றுகின்றது.

இக்கட்டுரைபற்றிச் சுருக்கமாகச் சொல்வதாயின், ரொட்ஸ்கிய வாதிகளுக்குரிய ஸ்டாலினிச எதிர்ப்புணர்வுடனேயே இவர் அதிகாரி ஆட்சி, சோசலிசம், இலக்கியம் பற்றிய பிரச்சினையை அணுகியுள்ளார் என்று கூறலாம். அதனால் சோசலிச யதார்த்தவாதம் பற்றிய ஒரு நடுநிலையான கண்ணோட்டத்தை இவரால் தரமுடியாது போயிற்று. சோசலிச யதார்த்தவாதம் இலக்கியம் அதிகாரிமயப்பட்டதன் விளைவு என்பதும், ஸ்டாலினின் அதிகாரிவாதம் சோவியத் இலக்கியத்தின் குரல்வளையை நெரித்தது என்பதுமே இக்கட்டுரையின் சாரம் எனலாம்.

2

'சோசலிச யதார்த்தவாதமும் இலக்கியக் கோட்பாடும்' என்ற தலைப்பிலான கேரி சோல் மொர்சனின் *(Gary Soul Morson)* கட்டுரை இந்நூலில் இரண்டாவதாக இடம்பெற்றுள்ளது. இது *Journal of Aesthetics (1979)* என்னும் சஞ்சிகையில் வெளிவந்த கட்டுரையின் தமிழாக்கம். இது ஒருவகையில் அலன் ஸ்விஞ்விட்டின் கட்டுரைக்குப் பதிலாகவே அமைந்திருக்கின்றது எனலாம். இக்கட்டுரையும் சோசலிச யதார்த்தவாதத்தின் தோற்றத்துக்கான புறநிலைக் காரணிகளை ஆராயவிடினும், அதை ஒரு இலக்கியக் கோட்பாடாகக் கொண்டு, ஒப்பிலக்கியக் கொள்கையின் அடிப்படையில் நடுநிலையான, சிந்தனையைத் தூண்டும் சில கருத்துக்களை முன்வைக்கின்றது.

"சோசலிச யதார்த்தவாதம் பற்றிய பெரும்பாலான கருத்துப் பரிமாற்றங்கள் ஆய்வுகளைவிட புலம்பல்களையே ஒத்திருக்கின்றன. புரியக் கூடிய காரணங்களினால், அவை வழக்கமாகப் புரட்சிக்கு முற்பட்ட பாரம்பரியம் கழிந்ததையிட்டு ஒப்பாரி வைக்கின்றன; எழுத்தாளர்களுக்கு வாய்ப்பூட்டுப் போடப்பட்ட விதத்தையும் இலக்கியத்துக்கு 'நலமடிக்கப்பட்ட' கொடூர முறைகளையும் கடிந்து கொள்கின்றன." எனக்கூறும் ஆசிரியர், இவை பெரிதும் கூறப்பட்டுவிட்டன என்றும், சோசலிச யதார்த்த வாதத்தைப்பற்றி கையறுநிலைப் பாங்கில் மட்டும்தான் எழுதலாம் எனத் தான் கருதவில்லை என்றும், சோசலிச யதார்த்தவாதத்தை வெறுமனே துரதிஷ்டவசமான அரசியல் விளைவாக அன்றி, ஓர் இலக்கிய மெய்மையாக நோக்கும் ஆய்வுக்கு இடம் இருக்கிறது—இருக்கவேண்டும் என்றும் கூறுகிறார்.

ஐரோப்பிய இலக்கியக் கோட்பாட்டின் அடிப்படையில் சோசலிச யதார்த்தவாதப் படைப்புகளை அணுகமுடியாது, பதிலாக அவற்றைத் தனித்த வகையான இலக்கியப் படைப்புகளாகப் பார்க்க வேண்டும் என்பது இவ்வாசிரியரின் முக்கியமான வாதமாகும். காரணம், மார்க்சியம் கலையை மீள்வரையறை செய்கிறது. "சோசலிச யதார்த்தவாதம், பொதுவாக இதுவரை ஒப்புக்கொள்ளப்பட்ட பெரும்பாலான வரையறைகளோடு முரண்படுகின்றது – அவ்வாறு முரண்படுவதே அதன் திட்டமிட்ட நோக்கமாகும்." என்று கூறும் மொர்சன், 'இலக்கியக் கோட்பாடு' என்னும் நூலை எழுதிய நூலாசிரியர்களின் (வெலக், வொறன்) அணுகுமுறையிலே சோசலிச யதார்த்தவாதம் இலக்கியமே அல்ல என்ற முடிவுக்கு வரலாம். இத்தகைய மதிப்பீடு வெளிப்படையாகவும் மறைமுகமாகவும் நிலவுகிறது. திட்டவட்டமான புறச் செயலுக்குத் தூண்டும் (அல்லது அவ்வாறு தூண்டும் நோக்கோடு எழுதப்பட்ட) எதுவும் உண்மையான இலக்கியம் அல்ல என இந்த நூலாசிரியர்கள் போன்று கருதினால் சோசலிச யதார்த்தவாதம் இலக்கியம் அல்லதான். ஆனால், அதே அளவுகோலின்படி மத்தியகாலக் கலையின் பெரும்பகுதியும், டால்ஸ்டாயின் பிந்திய படைப்புகள் பலவும் உண்மையான கலை, இலக்கியம் அல்ல என்று நிராகரிக்க வேண்டியதுதான்" என்கிறார் (பக். 67).

சோசலிச யதார்த்தவாதத்தின் தோற்றத்தினை விளக்குவதற்கு பிந்திய உருவவாதிகளின் (பக்தின் – வெலாசினோவ்) பின்வரும் கருத்தாக்கத்தை மொர்சன் பயன்படுத்துகிறார்:

இலக்கியம் ஏனைய சமூக ஒழுங்கமைப்புகளுடன் பின்னிப் பிணைந்து செயற்படும் ஓர் ஒழுங்கமைப்பே. இந்த ஏனைய சமூக ஒழுங்கமைப்புகள் காலத்திற்குக் காலமும், பண்பாட்டிற்குப் பண்பாடும் மாறுபடுவதாலும், இலக்கிய அமைப்பினதும் சமூக அமைப்பினதும் பின்னலான செயற்பாடு தொடர்ந்து நடைபெற்று வருவதாலும் இலக்கிய அமைப்பு காலத்துக்குக் காலமும் பண்பாட்டிற்குப் பண்பாடும் மாறுபடும்.

இந்தக் கருத்து மார்க்சியக் கருத்தோடு தொடர்புடையது என்பது கவனிக்கத்தக்கது. இந்த அடிப்படையில் பார்க்கும் போது காலத்துக்குக் காலமும் பண்பாட்டுக்குப் பண்பாடும் இலக்கியத்தின் பண்பிலும் பணியிலும் காணப்படும் வேறுபாடு களை நாம் புரிந்துகொள்ள முடியும். இதனைப் புரிந்து கொள்வதற்கு வெவ்வேறு பண்பாடுகளுக்கு இடையிலான இலக்கியங்களை நாம் ஒப்புநோக்க வேண்டும். இதுபற்றி மொர்சன் பின்வருமாறு மேலும் விளக்குகிறார்:

இலக்கிய வரலாற்றை அமைப்புகளினதும் பணிகளினதும் வாயிலாகத்தான் பிந்திய உருவவாதம் விளக்கிற்று. இலக்கியப் படைப்புகளின் மாறுபடும் தன்மைகளைப் பற்றி அல்ல, ஓர் அமைப்பின் கூறுகளுக்கிடையே மாறுபடும் உறவுகளைப் பற்றியே பேசுதல் பொருத்தமானது என அவர்கள் வற்புறுத்தினர். இலக்கியப் பரிணாம வளர்ச்சி என்பது ஓர் அமைப்புக்குப் பதிலாக இன்னொரு அமைப்பு இடம் பெறுதலேயாகும். இந்தப் 'பதிலீடு' அது நிகழும் காலப் பின்னணிக்கு ஏற்றவாறு மெதுவாக அல்லது சடுதியாக நிகழலாம். இதனால் உருவம் சார்ந்த கூறுகள் சடுதியாகவோ முற்றாகவோ மாற்றப்படுவதோ அகற்றப்படுவதோ இல்லை. உருவம் சார்ந்த இந்தக் கூறுகள் புதிய பணியை ஆற்றுகின்றன. எனவேதான் இலக்கியத் தோற்றப்பாடுகளை ஒப்பிடும் போது உருவங்களின் அடிப்படையில் மட்டுமல்ல, பணிகளின் அடிப்படையிலும் அதனைச் செய்தல் சாலவும் சிறந்தது (பக். 69).

"இத்தகைய பிரச்சினைகளை நாம் வழக்கமாக ஆய்வுக்கு எடுத்துக் கொள்வதில்லை என்றால் அதற்குக் காரணம், ஒப்பியல் இலக்கியம் என்பது நடைமுறையில் பெரும்பாலும் ஐரோப்பிய இலக்கியங்களின் ஒப்பீடாக அமைவதே. இவற்றுக்கிடையே அடிப்படைத் தன்மை அதிகம் இல்லை" என்று கூறும் மொர்சன், "நாம் உலக இலக்கிய (ஐரோப்பிய இலக்கியம் மட்டுமல்ல) மாணவர்களாக எம்மை ஆக்கிக்கொள்ள விரும்பின் பிந்திய உருவவாதத்தின் மாதிரிகளை மையமாகக் கொள்ளவேண்டும். நாட்டாரியலாளர்கள் இவற்றை ஒத்த அணுகுமுறைகளைக் கையாள்கின்றனர் என்பது குறிப்பிடத் தக்கது" என்கிறார் (பக். 69 – 70).

இந்த அணுகுமுறையின் அடிப்படையில் சோசலிச யதார்த்தவாத இலக்கியத்தை இதுவரை அங்கீகரிக்கப்பட்ட ஐரோப்பிய மாதிரிகளின் அடிப்படையில் அணுகுவது தவறு என்றும், அதை வேறுவகையில் – பணியின் அடிப்படையில் – அணுகவேண்டும் என்றும் மொர்சன் கருதுகிறார். அவ்வாறு பணியின் அடிப்படையில் நோக்கும் போது "நமது சமுதாயத்திலே புனைகதை ஆற்றும் பணியும், இப்புனைவுகளின் தன்மையுமே வேறொரு சமுதாயத்திலும் காணப்படுகின்றன என்ற கருதுகோளை நாம் கைவிட வேண்டும்" என்றும் கூறுகின்றார் (பக். 70).

மொர்சனின் கருத்துப்படி சோசலிச யதார்த்தவாத இலக்கியத்தில் அழகியல் பணி மேலாதிக்கம் பெற்றிருக்கவில்லை. இது நமக்கு முரண்பாடாகத் தோன்றுவதற்குக் காரணம் நமக்குப்

பரிச்சயமான கலையில் அழகியற் பணியே மேலாதிக்கம் பெற்றிருப்பதாகும் என்றும். அத்தகைய கலையில் இருந்தே நமது அழகியற் கோட்பாடுகளும் பெறப்பட்டுள்ளன என்றும் அவர் கருதுகிறார். பல்வேறு காலகட்டங்களில் பல்வேறு பண்பாடுகளில் கலை என்பது பல்வேறு வகைகளில் பொருள் கொள்ளப்பட்டுள்ளது என்றும், அழகியற் பணி எல்லாக் காலங்களிலும் மேலோங்கி இருந்ததில்லை என்றும் அவர் கூறுகின்றார். எடுத்துக்காட்டாக மத்தியகாலப் பகுதியில் அழகியற் பணியைவிட சமயப்பணியே முக்கியத்துவம் வாய்ந்ததாக இருந்தது என்றும் நவீன ஐரோப்பியக் கலையிலே கூட அழகியற்பணி முக்கியத்துவம் குன்றியிருந்த காலகட்டங்களை அவதானிக்கக் கூடியதாக இருக்கிறது என்றும் கூறுகிறார் (பக். 71). "சோவியத் இலக்கியத்தை இலக்கியத் தன்மையற்ற ஒன்றாக நாம் கருதுவதற்குக் காரணம், அழகியற்பணி இரண்டாம் தரமானதாய் அங்கு கணிக்கப்படுவதோடு, அங்கு இலக்கியம் ஆற்றும் பணிகளின் வரன்முறை அமைப்பு நவீன ஐரோப்பிய ஒழுங்கமைப்பிலிருந்து வேறுபடுவதாலேதான்" என்றும் மொர்சன் கூறுகிறார் (பக். 72).

ஆனால், கலை இலக்கியங்களின் அழகியற் பணியையும் அவற்றின் சமய, சமூக, அரசியல் பணிகளையும் வேறுபடுத்திப் பார்ப்பது சாத்தியமல்ல. அவை ஒன்றோடு ஒன்று பின்னிப் பிணைந்தவை; பிரிக்க முடியாதவை. அந்த வகையில் மொர்சன் கருதுவதுபோல சோசலிச யதார்த்தவாத இலக்கியத்தில் அழகியற்பணி மேலாதிக்கம் பெற்றிருக்கவில்லை என்று கூறுவதை விட, அதன் அழகியற்பணி வேறுபட்டது – அங்கீகரிக்கப்பட்ட ஐரோப்பிய மாதிரியில் இருந்து வேறானது – என்று கூறுவதே பொருத்தமானது. சோவியத் இலக்கியத்தின் சமூகப்பணியில் இருந்து அதன் அழகியலை நாம் வேறுபடுத்த முடியாது.

சோசலிச யதார்த்தவாதப் படைப்புகள் அனைத்தையும் 'வாய்ப்பாட்டுப் பாங்கிலே கதைப்பின்னலைக் கொண்டவை' என்று (பக். 73), ஒரே வகை மாதிரிக்குள் அடக்குவதும் பொருத்தமாகத் தோன்றவில்லை. மொர்சனும் இதனை ஏற்றுக்கொள்கிறார் (பக். 64). அவ்வாறு ஏற்றுக்கொண்டால், சோசலிச யதார்த்த நாவல்களில் அழகியற் பணி இரண்டாம் பட்சமானது என்று ஒட்டுமொத்தமாகப் பேச முடியாது. கார்க்கியின் நாவல்களை சோசலிச யதார்த்த நாவலின் இலட்சிய வடிவமாகக் கொண்டால், டால்ஸ்டாயின் நாவல்களிலிருந்து அவை அழகியல் ரீதியில் எவ்வாறு வேறுபாடுகின்றன என்ற கேள்வி எழுகின்றது. என்னைப் பொறுத்தவரை அவற்றின் அரசியல் உள்ளடக்கத்திலேயே வேறுபாடுகளைக் காண முடியும். சோசலிசக் கட்டுமானப் பணிகளில் ஈடுபட்ட தொழிலாளர்களை

உற்சாகப்படுத்துவதற்காக எழுதப்பட்ட வாய்ப்பாட்டுப் பாங்கான புனைகதைளை மையமாகக் கொண்டு சோசலிச யதார்த்தப் படைப்புகள் அனைத்தையும் மதிப்பிடுவது ஏற்புடையதல்ல.

3

இந்த நூலில் உள்ள மூன்றாவது கட்டுரை றெஜி சிறிவர்த்தனவின் 'உருவம், உள்ளடக்கம், மார்க்சிய விமர்சனம்' என்பது. றெஜி இலங்கையின் முதல்தர இடதுசாரிச் சிந்தனையாளர்களுள் ஒருவர். அண்மையில் இங்கு நடைபெற்ற இலக்கிய விவாதம் தொடர்பாக நண்பர் சமுத்திரன் 'லங்கா கார்டியனில்' எழுதிய ஆங்கிலக் கட்டுரைக்கு மறுப்பாக றெஜி எழுதிய கட்டுரையின் தமிழாக்கம் இது. மார்க்சிய விமர்சகன் உள்ளடக்கத்துக்கே முதன்மை கொடுக்க வேண்டும் என்ற சமுத்திரனின் கருத்தை மறுத்து உருவம் உள்ளடக்கம் என்பவை பிரிக்க முடியாதவை என்ற கருத்தை றெஜி இக்கட்டுரையில் வலியுறுத்திக் கூறுகிறார்.

உருவம் உள்ளடக்கம் பற்றிய பிரச்சினை இலக்கிய விமர்சனத்தில் தீர்க்கப்படாத, தொடர்ந்த விவாதத்துக்குரிய ஒன்றாகவே இருந்து வருகின்றது. உருவத்துக்கே முதன்மை கொடுக்கும் உருவவாதிகளும் உள்ளடக்கத்துக்கே முதன்மை கொடுக்கும் உள்ளடக்கவாதிகளும் இருதுருவ நிலையில் இருக்கின்றனர். இவ்விரு போக்குகளும் தவறானவை என்பதே எனது கருத்து. இலக்கியத்தில் உருவ – உள்ளடக்க ஒருமையையே நான் தொடர்ந்து வலியுறுத்தி வந்திருக்கிறேன். அந்த வகையில் றெஜின் கட்டுரையுடன் எனக்குப் பொதுவான உடன்பாடு உண்டு. உள்ளடக்கவாதத்தின் வேரை றெஜி சிறிவர்த்தன சோசலிச யதார்த்தவாதத்தின் வைதீகத்தன்மையில் அடையாளம் காண்கிறார்.

"ஆக்க இலக்கியத்தோடு தொடர்பு கொள்ளும் எவனுக்குமே உள்ளடக்கத்துக்கும் உருவத்துக்கும் இடையே உள்ள இணைப்புத் தன்மையை உணரும் ஆற்றல் இன்றியமையாத தகைமை என நான் கருதுகிறேன். இப்படியிருக்க 'உருவத்தைவிட உள்ளடக்கத்துக்கே முதன்மை'யென சமுத்திரன் அடித்துக் கூறுவதற்குக் காரணம் என்ன? சோசலிச யதார்த்தவாதத்தின் வைதீகத்தன்மையே இதன் அடிநாதமென நான் ஐயப்படுகிறேன். இலக்கியப் படைப்புகளிலிருந்து அவற்றின் கோட்பாடு சார்ந்த உள்ளடக்கத்தை – அந்த உள்ளடக்கம் எவ்வாறு குறிப்பான கற்பனை வடிவத்தில் உருப்பெற்றிருக்கின்றது என்பதைப் பொருட்படுத்தாமல் – பிச்சுப் பிடுங்கியெடுத்து ஏற்பதா ஒதுக்குவதா எனப் பார்ப்பதே இந்த வைதீகத்தின் நடைமுறையாகும். இத்தகைய விமர்சன

அணுகுமுறை கலையை வெறுமனே கோட்பாடாக இயந்திரப் பாங்காகக் குறுகச் செய்து திரிக்கின்றது. உருவமும் பாணியும் அர்த்தத்தினை நிர்ணயிக்கும் இன்றியமையாத கூறுகள் என இவ்வணுகுமுறை கருதாது, அவை கசப்பான குளிசைக்கு மேலே பூசப்பட்ட சீனிப்பாணியாகக் கருதும் ஒரு மனப்பான்மைதான் (பக். 81).

இது தொடர்பாக பிறிதொரு அம்சத்தையும் நாம் நோக்க வேண்டும். அதாவது, வரலாற்றுப் போக்கில் உருவ – உள்ளடக்கத்துக்கு இடையிலான மாற்றமும் இயைபும். இது பற்றிய றெஜியின் கருத்து பின்வருமாறு:

> “தனது அனுபவத்தை எழுத்தாளன் ஒழுங்கமைக்கும் முறையே உருவமாகும். அனுபவம் எவ்வாறு ஒழுங்கமைக்கப்பட வேண்டும் என்பது குறித்து எழுத்தாளனுக்கும் வாசகனுக்கும் இடையே பொது எடுகோள்கள் நிலவும் காலகட்டங்களில் உருவம் மரபாக இறுகுகிறது. இத்தகைய திட்டவட்டமான, நிலையான எடுகோள்கள் இல்லாத காலகட்டங்களிலோ அல்லது நிலைபெற்று வேரூன்றியுள்ள எடுகோள்களுக்குப் புதிய எடுகோள்கள் சவால்விடும் காலகட்டங்களிலோ, இலக்கிய உருவங்கள் அடிப்படை மாற்றத்துக்கு உட்பட்டு வேகமாக உருமாறுகின்றன. இலக்கிய உருவத்தில் இத்தகைய புரட்சிகள் ஏற்படும் கட்டங்கள் சமூக நெருக்கடி அல்லது சமூகப் புரட்சி நிகழும் கட்டங்களோடு தொடர்புற்றிருக்கின்றன. இக்காரணத்தினால்தான், எடுத்துக்காட்டாக, பூர்சுவா சமூக உறவுகளின் எழுச்சியோடு யதார்த்தவாதப் பாணியும் மேலாதிக்கம் பெற்ற இலக்கிய வடிவமாயிற்று. 20ஆம் நூற்றாண்டிலே பூர்சுவா சமுதாயத்தில் ஏற்பட்டுள்ள நெருக்கடியோடு யதார்த்தத் தன்மையற்ற, ஏன் யதார்த்தத் தன்மைக்கு எதிரான பல்வேறு வடிவங்கள் தோன்றியுள்ளன – எக்ஸ்பிரசனிசம், சர்ரியலிசம், அப்சேட்டிசம், பிரக்டின் அன்னியமயப்படுத்தும் உத்தி போன்றவை. உருவம் இலக்கியத்தில் வெறுமனே இரண்டாந்தரக் கூறேயெனக் கருதினால் இத்தகைய வளர்ச்சிப் போக்குகளைப் புரிந்து கொள்ளவே முடியாது. இலக்கியப் புரட்சி ஏற்படும் ஊழிகளில் அனுபவத்தின் புதிய உள்ளடக்கத்தைப் புதிய உருவங்களிலிருந்து பிரிக்க முடியாது (பக். 82 – 83).

சமூகப் புரட்சிக்கும் இலக்கிய உருவத்துக்கும் இடையிலான உறவை அழுத்திக் கூறும் றெஜிகூட சோசலிச யதார்த்தவாதத்தை ஒரு வைதீகத்தன்மையான ஆபத்தாகவே கருதி ஒதுக்குகிறார்.

சோசலிச யதார்த்தவாதம் ஏனைய கலை இலக்கியப் போக்குகள் போல் யதேச்சையாகத் தோன்றாமல் அரச நிறுவனத்தினால் திட்டமிட்டுத் திணிக்கப்பட்டதும், அதற்கு எதிரான போக்குகள் அனைத்தும் நிராகரித்து ஒதுக்கப்பட்டதும் இதற்குக் காரணமாகலாம். ஆனால், சோசலிசப் புரட்சிக்கும் சோசலிச யதார்த்தவாதத்துக்கும் இடையிலான உறவை நாம் மறுக்க முடியாது.

மார்க்சியவாதிகளுக்கும் உருவவாதிகளுக்கும் இடையே சமுத்திரன் நிறுத்தும் எதிர்த்துருவத் தன்மைபற்றி இறுதியாக றெஜி கூறும் கருத்துகள் நம் கவனத்துக்கு உரியவை.

"ரஷ்ஷியப் புரட்சி ஏற்பட்ட பின்னர் வந்த முதல் தசாப்தங்களில் எழுந்த இலக்கியச் சர்ச்சைகளுக்கு இந்த எதிர்த்துருவம் இழுத்துச் செல்கின்றது. வரலாற்றுப் பரிமாணங்களிலிருந்து இச்சர்ச்சைகளை மீள் நோக்கும்போது உருவத்தை இலக்கியத்தின் சமூக அர்த்தங்களிலிருந்து உருவவாதிகள் பிரித்தமை தவறு என்று எனக்குப்படுகின்றது. ஆனால், கலையை வெறும் கோட்பாடாகக் குறுக்கிய சோசலிச யதார்த்தவாதக் கொள்கையாளரைவிட அவர்கள் கூடுதலான தவறு எதையும் புரியவில்லை. எனினும், 1920களில் சோவியத் ஒன்றியத்திலே விமர்சனக் குழு ஒன்றிருந்தது. இவர்கள் இலக்கியத்தைத் தெட்டத் தெளிவாக அதன் சமூகச் சூழலோடு தொடர்புபடுத்திய அதேவேளையில், ரஷ்ஷிய உருவவாதிகளால் உருவாக்கப்பட்ட இலக்கிய ஆய்வு முறைகளால் பயன்பெற்றனர். அரசியல் அல்லது தத்துவப் படைப்புகளிலிருந்து இலக்கியப் படைப்பினை வேறுபடுத்தும் சுட்டிப்பான தன்மைகளை இந்த உருவவாதிகள் தெளிவுபடுத்தி இருந்தார்கள். உருவவாத மரபிலே இருந்த பெறுமதியானவற்றை இந்த விமர்சகர்கள் மார்க்சிய விமர்சனத்துக்குள் உள்வாங்கிக்கொண்டு சமுத்திரன் கூறும் எதிர்த்துருவத் தன்மையைத் தாண்டினர். இந்த விமர்சகர் குழுவில் தலைசிறந்தவர் எம். பக்தின் ... ஸ்டாலினுக்குப்பின் வந்த காலப்பகுதியில் பக்தின் ஆய்வுகளுக்கு மீண்டும் நல்ல மதிப்பு அளிக்கப்பட்டு வந்தமை வரவேற்கக்கூடிய தொன்றே. சோசலிச யதார்த்த வாதத்தின் அழகியல் கொச்சைத்தனத்திலும் நெகிழாமையிலும் இருந்து சோவியத் ஒன்றியம் விடுவிக்கப்பட்டு, 20களில் மார்க்சிய இலக்கிய விமர்சனத்தில் நிலவிய ஆக்கபூர்வமான தன்மையோடு மீண்டும் தொடர்பு ஏற்பட்டு வருதல் நல்ல அறிகுறியே. லுனசார்ஸ்கியையோ, ரொட்ஸ்கியையோவிட பக்தின் மிக நுட்மான மார்க்சிய விமர்சகராக எனக்குக் காட்சியளிக்கின்றார்" (பக். 85).

மார்க்சிய விமர்சகர்கள் உருவம், உள்ளடக்கம் இரண்டையும் பிரித்து நோக்கக்கூடாது என்பதையே றெஜி தன் கட்டுரையில் அழுத்திக் கூறுகிறார்.

4

இந்நூலின் கடைசிக் கட்டுரை ஏ.ஜேயின் 'மார்க்சியமும் இலக்கியமும்' என்பது. ஏனைய கட்டுரைகளில் அதிகம் அழுத்தம் பெறாத ஒரு அம்சத்தை ஏ.ஜே. இதில் சற்று விரிவாகக் கூறுகின்றார். சமூகத்துக்கும் இலக்கியத்துக்கும் இடையில் உள்ள உறவுதான் அது. புதிய இலக்கிய வடிவத்தின் தோற்றத்துக்கும் சமூக மாற்றத்துக்கும் இடையே நெருக்கமான உறவு உண்டு என்பதை அவர் அழுத்திக் கூறுகின்றார். பொருளாதார அடித்தளம், சமூக மேற்கட்டுமானம் என்ற மார்க்சியக் கருத்தின் அடிப்படையில் அவரது விளக்கம் அமைந்துள்ளது. பொருளாதார அடித்தளத்துக்கும் கலை, இலக்கியம் போன்றவற்றுக்கும் இடையே உள்ள தொடர்புகள் மிகச் சிக்கலானவை என்பதையும் அவர் வலியுறுத்துகின்றார் (பக். 87). அத்துடன் இலக்கியத்தின் அழகியலையும் கலைஞனின் சுதந்திரத்தையும் அழுத்திக் கூறுகிறார். மார்க்ஸ், ஏங்கல்ஸ், லெனின் ஆகியோரின் கலை இலக்கியம் பற்றிய கருத்துகளைத் தனக்கு ஆதாரமாகக் காட்டுகிறார். இதில் நமக்கும் உடன்பாடே.

கலை, இலக்கியம் பற்றிய பயன்பாட்டு வாதத்துக்கு ஏ.ஜே.யும் தீவிர எதிர்ப்பாளராக இருக்கிறார். தன் கட்டுரையின் இறுதியில் அவர் கூறுவது நம் கவனத்துக்கு உரியது. "கலை இலக்கியத்தில் ஈடுபாடற்றவர்கள் மார்க்சியக் கோட்பாட்டினை ஓர் ஆயுதமாகப் பயன்படுத்துவதை இனியாவது நிறுத்தட்டும். கலைஞன் நெல் உற்பத்தியைப் பெருக்குவதற்கும், பொருளாதாரத்தை வளப்படுத்துவதற்கும் எழுதுபவன் அல்லன். அதை அவன் செய்ய வேண்டும் என்றால் மண்வெட்டியைத் தூக்கிக்கொண்டு வயலுக்குச் செல்லுமாறோ அல்லது தொழிற்சாலைக்குச் சென்று வேலை செய்யுமாறோ பணிக்கலாம். அதை விட்டுவிட்டு மார்க்சும் ஏங்கல்சும் கற்பனையில் கூட எண்ணாத அளவுகோல்களைக் கொண்டு எழுத்தாளர்களையும் கலைஞர்களையும் எடை போடுவது பேதமையிலும் பேதமை. அஃது குருவுக்குப் போதிக்க முனையும் சீடர்களின் மூடத்தனமான செயலாகும் (பக். 93, 94).

அதன் கொச்சையான வடிவத்தில் இலக்கியம் பற்றிய பயன்பாட்டு வாதத்தை நாம் எதிர்க்காலமே தவிர, இலக்கியத்துக்கு ஒரு சமூகப் பயன்பாடே இல்லை என்று வாதிட முடியாது. கலை இலக்கியம் என்பன தமக்குரிய மொழியில், அவற்றுக்குரிய அழகியல் எல்லைகளுக்குள்ளிருந்து சமூகம் பற்றிய தமது

அக்கறைகளை வெளிப்படுத்துகின்றன, என்றும் வெளிப்படுத்தியே வந்திருக்கின்றன.

கடைசியாக இன்றைய ஈழத்து இலக்கியச் சூழலில் இந்நூலின் பொருத்தப்பாடு பற்றிய ஒரு குறிப்புடன் எனது உரையை முடிக்க விரும்புகிறேன். முற்போக்கு விமர்சகர் மத்தியிலும், முற்போக்கு – எதிர் முற்போக்கு முகாமைச் சேர்ந்தவர்களுக்கு இடையிலும் கடந்த ஆண்டு தீவிரமாக நடைபெற்ற முற்போக்கு இலக்கியம் பற்றிய சர்ச்சையின் ஓர் உடன் விளைவே இந்நூல் என்று கூறலாம். ஏ. ஜேயின் வார்த்தைகளிலேயே கூறுவதானால்,

> "இலக்கிய சர்ச்சைகள் இலங்கைக்குப் பிரத்தியோகமானவையல்ல. குறிப்பாக, அண்மையில் இங்கே முற்போக்கு இலக்கியம் பற்றியும், மார்க்சிய விமர்சனம் பற்றியும் நடைபெற்ற விவாதத்திற்கு நீண்ட வரலாற்றுப் பின்னணி இருப்பதால், இதனைப் பற்றிய சில தகவல்களையும், கருத்துகளையும் தமிழ் வாசகனுக்குத் தெரியப்படுத்துவது இன்றியமையாத கடமை எனக் கருதுகிறேன்.
>
> இங்கு அண்மையில் நடைபெற்ற சர்ச்சைக்குச் சூடு பிடித்தது உண்மையே, ஆனால், அந்த அளவிற்கு ஒளி பிறந்ததோ தெரியவில்லை. சூட்டைத் தணித்து ஒளி பிறக்க வழி அமைக்கும் சிறு முயற்சியே இத்தொகுப்பு."

ஏ.ஜே. விரும்புவதுபோல இந்தச் சர்ச்சையில் இந்த நூல் மூலம் புதிய ஒளி பிறக்கிறதோ இல்லையோ, முடிவற்ற இந்தச் சர்ச்சையில் நம் சிந்தனையைக் கிளறும் ஒரு முக்கியப் பங்களிப்பாக இப்போது இந்நூல் வந்திருக்கிறது. ஏ.ஜே. பாராட்டுகளுக்கு அப்பாலானவர். எனினும் இந்த அரிய முயற்சிக்காக அவர் நமது பாராட்டுக்கு உரியவராகிறார்.

(1981இல் யாழ்பாணத்தில் நடைபெற்ற நூல் வெளியீட்டு நிகழ்வில் பேசிய ஆய்வுரையின் கட்டுரை வடிவம்; இப்போதுதான் முதல் முறை பிரசுமாகின்றது.)

3

மார்க்சியமும் இலக்கியத் திறனாய்வும்: சில குறிப்புகள்

மார்க்சியக் கோட்பாட்டின் அடிப்படையில் தமிழ் இலக்கியத்தை ஆராயும் புதிய தலைமுறை விமர்சகர் சிலருள் கேசவனுக்கு ஒரு முக்கிய இடம் உண்டு. 'மண்ணும் மனித உறவுகளும்', 'பள்ளு இலக்கியம்' ஆகிய அவரது நூல்கள் இவ்வகையில் குறிப்பிடத்தக்கன. இவ்வரிசையில் 'இலக்கிய விமர்சனம் – ஒரு மார்க்சியப் பார்வை' என்னும் அவரது புதிய நூல் கடந்த ஆண்டு (1984) அன்னம் வெளியீடாக வந்துள்ளது. 34 தலைப்புக்களில் 215 பக்கங்களில் அமைந்துள்ள இந்நூல் கலை இலக்கியம் பற்றிய மார்க்சியக் கோட்பாட்டைத் தமிழில் விரிவாக எடுத்துரைக்க முயலும் முதல் நூல் எனலாம். இது மார்க்சியக் கலைக் கோட்பாடு பற்றி மேலும் சிந்திக்கத் தூண்டும் ஒரு நூலாகும். இதுவே இந்நூலுக்கு மேலதிக முக்கியத்துவத்தைக் கொடுக்கப் போதுமானது. இதைப் படித்தபோது எனக்கு ஏற்பட்ட எண்ணங்களைப் பகிர்ந்துகொள்வதே இக்கட்டுரையின் நோக்கமாகும்.

1. எல்லோராலும் ஏற்றுக் கொள்ளப்படுகின்ற, ஒரு முகப்பட்ட மார்க்சியக் கலைக்கோட்பாடு என்று ஒன்று கிடையாது என்பதை முதலில் சொல்லத் தோன்றுகின்றது. கலை இலக்கியத்துக்கு மட்டுமன்றி அரசியல், தத்துவக் கொள்கைகளுக்கும் இது பொருந்தும். தேசியரீதியிலும் சர்வதேசிய

ரீதியிலும் இயங்கும் பல்வேறு மார்க்சிய அரசியல் கட்சிகள், குழுக்கள் ஆகியவற்றுக்கிடையே உள்ள கருத்து முரண்பாடுகள் இதனை உணர்த்தும். மார்க்சியர்கள் எல்லோருக்கும் 'ஆப்த வாக்கியம்' ஒன்றே; ஆனால் விளக்கங்கள் வேறுபடுகின்றன. ஒவ்வொரு குழுவுக்கும் தங்கள் விளக்கமே சரி என்பதில் தீவிர உறுதிப்பாடு உண்டு. ஏனைய விளக்கங்களைக் கொண்டோர் திருத்தல்வாதிகள், புரட்டல்வாதிகள், அதிதீவிரவாதிகள், தாராளவாதிகள், சமரசவாதிகள் இப்படி ஏதாவது ஒரு பிரிவுள் அடங்குவர். இது மார்க்சியத்துக்கு மட்டும் உரிய விசேட குணாம்சம் என்று யாரும் கருதத் தேவையில்லை. மார்க்சியம் ஒரு செயற்பாட்டுத் தத்துவமாக இருப்பதனால் இங்கு இது முனைப்பாய்த் தெரிகிறது. இதனை மனங்கொண்டே கேசவனின் நூலை அணுக வேண்டியுள்ளது. டிராட்ஸ்கி, ஏனஸ்ற் பிசர், றைமன்ட் வில்லியம்ஸ், வில்லியம் கோல்ட்மன், ஜேர்ஜ் லூக்காஸ், ஈ. எம். எஸ். நம்பூதிரிபாட் போன்ற பிரசித்திபெற்ற மார்க்சிய சித்தாந்திகளின் கலைக் கோட்பாடுகளின் சில அம்சங்களை நிராகரித்து, வேறு சில ரஷ்ஷிய, ஐரோப்பிய அறிஞர்களின் சில கருத்துகளை இவர் ஆதரித்து நிற்பதைக் காணமுடிகிறது. அவ்வகையில் கேசவன் தனது நூலுக்கு ஒரு மார்க்சியப் பார்வை என்று துணைத்தலைப்பிட்டது பொருத்தமானதாகும். ஏனெனில் கலை இலக்கியம் பற்றிய பல மார்க்சியப் பார்வைகள் உள்ளன. இவற்றுள் ஒன்றை ஏற்றுக் கொள்வதும் பிறவற்றை ஒதுக்குவதும் ஒருவர் சார்ந்து நிற்கும் இயக்கம், அவரது அரசியல் நிலைப்பாடு, கலை இலக்கியத் தெளிவு போன்றவற்றைப் பொறுத்தது.

2. கேசவனின் இந்நூலில் இலக்கியம் பற்றி ஆங்காங்கே சில உதாரணங்கள் தரப்பட்டுள்ள போதிலும் பொதுவான கலை பற்றிய மார்க்சியக் கோட்பாடே விரிவாக அலசப்படுகின்றது. இலக்கியம் ஒரு கலைப் படைப்பு என்ற வகையில் எல்லாக் கலைகளுக்கும் உரிய பொதுப் பண்புகள் அதற்கும் பொருந்தும் என்பதில் ஐயம் இல்லை. ஆனால், அதே வேளை ஒவ்வொரு கலையும் தனக்கே உரிய சில அடிப்படையான சிறப்புப் பண்புகளையும் பிரச்சினைகளையும் கொண்டுள்ளன. உதாரணமாக, இலக்கியம் முற்றிலும் ஒரு மொழிக்கலையாகும். பிற கலைகள் மொழியை அடிப்படையாகக் கொண்டவையல்ல. மொழி இவற்றின் ஒரு ஆக்கக் கூறாக இருக்க வேண்டியதுகூட அவசியம் இல்லை. ஆனால் மொழி இல்லாமல் இலக்கியம் இல்லை. இலக்கியப் படைப்பும் நுகர்ச்சியும் மொழி சார்ந்தவை. இலக்கியப் படைப்புக்கிரமம் (creative process) ஏனைய கலைகளின் படைப்புக் கிரமத்தில் இருந்து பெரிதும் வேறுபட்டது. அவ்வகையில் இலக்கிய விமர்சனம் என்பது குறிப்பாக இலக்கியம் பற்றியதாகும். அதன் சிறப்புப் பண்புகள்—

பற்றிய கோட்பாடுகளை அடிப்படையாகக் கொண்டதாகும். இசை விமர்சனம் இசையின் சிறப்புப் பண்புகளையும் ஓவிய விமர்சனம் ஓவியத்தின் சிறப்புப் பண்புகளையும் அடிப்படையாகக் கொண்டிருப்பது போன்றதே இது. ஆனால், கேசவன் இந்நூலில் கலைபற்றிய பொதுக் கோட்பாடுகளிலேயே முதன்மையான கவனம் செலுத்தியுள்ளார். அவ்வகையிலே இந்நூலுக்கு கலை – ஒரு மார்க்சியப் பார்வை என்பதே மிகப் பொருத்தமான தலைப்பாகும் என்று எனக்குத் தோன்றுகின்றது.

3. கலைபற்றிய மார்க்சியக் கொள்கையை இரண்டு பகுதிகளாகப் பிரித்து நோக்கலாம். ஒன்று கலையின் சமூகத்தன்மை (social aspect) பற்றியது. மற்றது கலையின் ஆக்கியல் அல்லது அழகியல் அம்சம் (creative or aesthetic aspect) பற்றியது. நான் அறிந்தவரை மார்க்சியக் கலை விமர்சகர்கள் கலையின் சமூகத் தன்மைக்கே பிரதான இடம் கொடுத்து ஆராய்கின்றனர். கலையின் தோற்றம், கலையில் ஏற்படும் மாற்றங்களுக்கான சமூகக் காரணிகள், கலையின் வர்க்கத் தன்மை, சமூக மாற்றத்தில் கலையின் இடம், கலைஞனின் சமூகப் பொறுப்பு, முதலாளித்துவச் சமூகத்தில் கலையின் நிலை, சோசலிச சமூகத்தின் கலைப் பிரச்சினைகள் போன்றவை பற்றி இவர்கள் அதிக அக்கறை செலுத்தியுள்ளனர். ஆனால் கலையின் ஆக்கியல் அம்சங்கள் பற்றிய ஆய்வு ஒப்பீட்டளவில் குறைவானதே. சமீபகாலத்தில் சோவியத் அறிஞர்கள் மார்க்சிய அழகியல் பற்றிய பல நூல்களை வெளியிட்டுள்ளனர் என்பது உண்மையே. ஆயினும், தமிழில் அதுபற்றிய கருத்துகள் இன்னும் நன்கு சுவறவில்லை என்றே கூற வேண்டும். கேசவனுடைய இந்த 215 பக்க நூலில் சுமார் 20 பக்கங்களில் மட்டுமே கலையின் அழகியல் அம்சம் பற்றிப் பேசப்படுகின்றது. ஏனைய பக்கங்களில் மார்க்சியம் பற்றியும் கலையின் சமூகத்தன்மை பற்றியும் மார்க்சியக் கோட்பாடு பற்றியுமே பேசப்படுகின்றது. இது இந்நூலின் குறைபாடு என்று கூறுவதற்கில்லை. கலைபற்றிய நமது மார்க்சியப் பார்வை கலையின் சமூகத்தன்மை பற்றியே அதிக அக்கறை கொண்டுள்ளது என்பதையே இது காட்டுகின்றது.

4. கலைகள் சமூக விதிகளுக்கு உட்பட்டு இயங்குவது போல கலையின் உள்ளார்ந்த கலைவிதிகளுக்கும் உட்பட்டு இயங்குகின்றன. எந்த ஒரு ஆக்கக் கலையும் கலையில்லாதவற்றில் இருந்து வேறுபடுவது, இக்கலை விதிகளின் மூலமே. இவற்றையே நாம் ஆக்கியல் அம்சங்கள் அல்லது அழகியல் அம்சங்கள் என்று கூறுகிறோம். ஆகையினால்தான் ஒரு கலையை மதிப்பிடும்போது கலைவிதிகளுக்கு நாம் முக்கியத்துவம் கொடுக்க வேண்டியுள்ளது. இந்த அம்சத்தில் எனக்கு டிராட்ஸ்கியின் (Trotsky) கருத்துடன்

உடன்பாடு உண்டு. "ஒரு கலைப் படைப்பைப் புறக்கணிப்பதா அன்றி ஏற்றுக்கொள்வதா என்பதைத் தீர்மானிப்பதில் மார்க்சியக் கொள்கையை எப்போதும் கடைபிடிக்க இயலாது என்பது மிகவும் உண்மையாகும்" என்றும் "ஒரு கலைப்படைப்பு தன் சொந்த விதிகளால் அதாவது கலையின் விதிகளால் தீர்மானிக்கப் படவேண்டும்" என்றும் டிராட்ஸ்கி கூறுகிறார். ஆனால் மார்க்சியம் மட்டுமே ஒரு கலையின் தோற்றத்துக்கான சமூகக் காரணிகளை விளக்க முடியும் என்பது அவரது கருத்தாகும். ஆனால் கேசவன் இதனை முற்றிலும் நிராகரிக்கிறார் (பக் – 76). டிராட்ஸ்கியின் இக்கருத்து "மார்க்சியத்தை அனைத்துத் துறைகளையும் எப்போதும் விளக்கும் ஒரு தத்துவமாக ஏற்கவில்லை." அவ்வகையில் இது "இயக்க மறுப்பியலை உள்ளடக்கியதாகும்" என்பது கேசவனின் கருத்து. மார்க்சியத்தை சகல வல்லமையும் உள்ள ஒரு சித்தாந்தமாகக் கருதும் இக்கூற்று எனக்கு வியப்பூட்டுகின்றது. மாஓவின் சிந்தனைகளைப் படித்து அறுவைச் சிகிச்சையை வெற்றிகரமாக நிறைவேற்றிய டாக்டர்கள் பற்றிய அறிவியலுக்குப் புறம்பான கட்டுரைகள் ஒரு காலத்தில் சீன சஞ்சிகைகளில் வெளியானதை இக்கருத்து எனக்கு நினைவூட்டுகின்றது. இன்று சீனக் கம்யூனிஸ்ட் கட்சி தடம் புரண்டு போனதற்கு இத்தகைய வழிபாட்டுப் போக்கும் ஒரு காரணம் என்று எனக்குத் தோன்றுகின்றது.

மார்க்சியம் அனைத்துத் துறைகளையும் எப்போதும் விளக்கும் தகைமையுடைய தத்துவம் என்று கூறுவது உண்மையை ஒட்டிய கூற்றாகத் தோன்றவில்லை. உதாரணமாக யாப்பினை எடுத்துக் கொள்வோம்; ஒரு குறிப்பிட்ட யாப்புவடிவம் ஒரு குறிப்பிட்ட கால கட்டத்தில் ஏன் தோன்றியது என்பதை மார்க்சிய இயங்கியல் விதி கொண்டு நாம் விளக்க முடியும். ஆனால், அக்குறிப்பிட்ட யாப்பின் உள்ளார்ந்த அமைப்பினை மார்க்சியம் விளக்காது. அதை யாப்புக் கோட்பாடுதான் விளக்க வேண்டும். அக்குறிப்பிட்ட யாப்பினை ஒரு கவிஞன் செம்மையாகக் கையாண்டுள்ளானா இல்லையா? அதற்கு அவன் எத்தகைய புதிய வளங்களைச் சேர்த்துள்ளான் என்பதை மார்க்சிய அடிப்படையில் அன்றி, யாப்பியல் அடிப்படையிலேயே நாம் விளக்க வேண்டும். மார்க்சிய யாப்பியல் என்று ஒன்று இருப்பதாக எனக்குத் தெரியவில்லை. டிராட்ஸ்கி கருதியது இதைத்தான் என்றே நான் நினைக்கின்றேன். மாஓ கருதுவதுபோல டிராட்ஸ்கியின் கலையில் முதலாளியக் கோட்பாடுகள் அடங்கியிருக்கலாம். ஆனால் டிராட்ஸ்கியே முதலாளியக் கோட்பாட்டாளன் என்று யாரும் ஒதுக்க முடியாது. அரசியல் ரீதியில் எவ்வளவு முற்போக்காக இருப்பினும் கோஷ நடையை ஒட்டிய, சுவரொட்டிப் பாங்கான

படைப்புகளை மாஓ தீவிரமாக நிராகரிப்பதை நாம் அறிவோம். கலை விதிகளைப் புறக்கணிப்பதன் மூலமே ஒரு படைப்பு கோஷ நடையினதாக அல்லது சுவரொட்டிப் பாங்கினதாக மாறமுடியும். ஆகவே இங்கு மாஓ மார்க்சிய அரசியலை விட கலைவிதிகளை முதன்மைப்படுத்துகிறார் என்பதைக் காண முடிகிறது. (பார்க்கவும். மாஓ சேதுங் – எனான் கருத்தரங்க உரைகள்).

5. கலையின் வர்க்கச் சார்பு பற்றிய கருத்து மார்க்சியக் கலைக் கோட்பாட்டின் அடிப்படைகளுள் ஒன்றாகும். வர்க்கச் சமூகத்தில் கலை, இலக்கியம், தத்துவம் போன்ற அனைத்துச் சிந்தனைத் தொழிற்பாடுகளும் ஏதாவது ஒரு வர்க்கச் சார்புடையதாக இருக்கும் என்பதில் மார்க்சியர் மத்தியில் கருத்து வேறுபாடு இல்லை. ஆயினும், இதன் நடைமுறைப் பிரயோகத்தில் கருத்து வேறுபாடு உண்டு. உதாரணமாக இராமாயணத்தை எடுத்துக் கொள்வோம். கேசவன், ராமாயணம் பற்றிய ஈ. எம். எஸ். இன் 'முரண்பாடான' கருத்துகளை மறுத்து அது 'சாராம்சத்தில் உயர்சாதி இந்து நில உடைமைக்கலை' என்று கூறுகிறார் (பக். 104). இவ்வகையில் ஈ. எம். எஸ்யை விட கலை இலக்கியம் குறித்த "கறாரான பாட்டாளிவர்க்க நோக்கை" கேசவனிடம் காண முடிகின்றது. ஆயினும், இத்தகைய 'கறாரான' பார்வை சிலவேளை மார்க்சியத்தை இயந்திரப்பாங்கில் பிரயோகிக்கும் ஆபத்துக்கு இட்டுச் செல்லக்கூடும் என்று நான் அஞ்சுகிறேன். இந்தக் கறாரான பார்வையில் பண்டையக் கலைச் செல்வங்களையெல்லாம் பாட்டாளிவர்க்கம் நிராகரிக்க வேண்டி ஏற்படலாம். ஏனெனில், பெரும்பாலான பண்டையக் கலைகள் ஏதோ ஒரு வகையில் அவ்வக்கால ஆளும் வர்க்கங்களின் சார்பான கலைகளாகவே உள்ளன. ராமாயணம் உயர்சாதி இந்து நில உடைமைக் கலை என்று தீர்ப்பளிக்கும் போது, அதன் உட்கிடை பாட்டாளிவர்க்கம் ராமாயணத்தை முற்றிலும் நிராகரிக்க வேண்டும் என்பதாகவே முடியும். ஆனால், கேசவன் அவ்வாறு கூறவில்லை. "இராமாயணம் மாதிரி உள்ள பழங்கதைகளில் உள்ள சில அம்சங்களை இன்றைய சூழலில் மக்களுக்குச் சாதகமான வகையில் மறுவிளக்கம் கொடுத்தல் ஒவ்வாத செயலல்ல" என்று ஒரு சலுகை வழங்குகிறார் (பக். 104). ஆனால், மறுவிளக்கம் கொடுத்துப் பயன்படுத்த முடியாத மற்றைய அம்சங்களை என்ன செய்வது என்பதே கேள்வி? 'கறாரான' பாட்டாளி வர்க்கக் கண்ணோட்டம் அதிகாரத்துக்கு வந்தால் ஒரு காலத்தில் திராவிட இயக்கத்தினர் தீ பரவட்டும் என்று இயக்கம் நடத்தியதுபோல ராமாயணம் போன்ற பழங்கலைகள் அழிக்கப்படுமா? அல்லது அவை நெடுங்கால மனித அனுபவத்தின் அரும் பொருட்கள் என்று

பாதுகாக்கப்படுமா? கேசவன் மேற்கோள் காட்டும் மாஓவின் கூற்று கேசவனின் 'கறாரான' அர்த்தத்தில் அவருக்குச் சாதகமானதல்ல என்றே எனக்குத் தோன்றுகின்றது. "எக்காரணத்தை முன்னிட்டும் பழங்கலை இலக்கியங்களை மறுத்தலும் அல்லது அதிலிருந்து கற்றுக்கொள்ள மறுத்தலும் கூடாது. அவை முதலாளிய, நிலப்பிரபுத்துவக் கலை இலக்கியங்களாக இருந்தாலும் அவ்வாறு செய்தல் கூடாது" என்பதே மாஓவின் கூற்று. இங்கு, அவற்றின் சில அம்சங்களை இன்றையச் சூழலில் மக்களுக்குச் சாதகமான வகையில் மறுவிளக்கம் கொடுப்பதற்கு மட்டும் அவற்றைப் பயன்படுத்தலாம் என்று மாஓ சொல்லவில்லை என்றே நான் நினைக்கின்றேன்.

ராமாயணம், பாரதம் போன்ற பழங்கலைகளின் நில உடைமைச் சார்புக்காக நாம் அவற்றை நிராகரிக்க முடியாது. அவை வால்மீகியினதும், வியாசரதும் மூளையில் இருந்து மட்டும் உதிக்கவில்லை. பல்வேறு மக்கள் தொகுதியின் மிக நீண்டகால அனுபவத்தில் இருந்தும் கற்பனையில் இருந்தும் பிறந்தவை. வியாசரும் வால்மீகியும் அவற்றுக்கு இறுதிவடிவம் கொடுத்தவர்கள் மட்டுமே. இன்னும் நீண்டகாலத்துக்கு மனிதனின் கலை ஆளுமையை அவை வெளிப்படுத்திக் கொண்டே இருக்கும் என்றே எனக்குத் தோன்றுகின்றது.

6. கலையும் பிரச்சாரமும் பற்றி நீண்ட வாதப் பிரதி வாதங்கள் நடைபெற்றுள்ளன. பிரச்சாரம் இன்றிக் கலை இல்லை என்பாரும், கலையில் பிரச்சாரம் இருக்கக் கூடாது என்பாரும் என இருதுருவ நிலையினர் உள்ளனர். கேசவன் இதில் முதல் பிரிவைச் சேர்ந்தவர். எல்லாக் கலைகளிலும் பிரச்சாரம் உண்டு என்பது இவர் கருத்து. "புறநானூற்றுப் புலவன் முதல் புரட்சிக் கவிஞர் இன்குலாப்வரை சார்புநிலையோடு இயங்குவது . . . கலைஞர்களின் படைப்புகளில் ஏதேனும் ஒரு விதத்தில் பிரச்சாரத்தன்மை குடிகொண்டிருக்கும் என்பதைக் காட்டுகின்றது" என்பது அவர் கூற்று (பக்–131). இங்கு பிரச்சாரம் என்ற சொல்லை கலை வெளிப்படுத்தும் செய்தி அல்லது கருத்து என்ற பொருளிலேயே கேசவன் பயன்படுத்துகிறார். மார்க்சியர் அல்லாதோர் பலர் தமக்குப் பிடிக்காத அரசியல் கலையில் இடம் பெறுவதையே பிரச்சாரம் என்று சொல்லி பிரச்சாரத்தை அரசியல் கருத்தோடு சமப்படுத்துவது உண்டு. என்னைப் பொறுத்தவரை கலை விதிகளை மீறி படைப்பில் கருத்துக்களுக்கு முதன்மை கொடுப்பதையே கலையில் பிரச்சாரம் என்று கருதுகிறேன். அந்த வகையில் நான் கலையில் பிரச்சாரத்தை எதிர்ப்பவன். மற்ற வகையில் கலையின் உள்ளடக்கத்தை, அதன் பொருளை அல்லது செய்தியை பிரச்சாரம் எனக் கூறமுடியாது. அது கலையோடு

இணைந்த ஒன்று. இவ்வகையில்கூட எல்லாக் கலையும் ஏதோ ஒரு செய்தியைப் பிரச்சாரம் செய்கிறது என்று கூற முடியாது. ஒரு ஆட்டிடையன் தன் மந்தைகளை மேயவிட்டுவிட்டு ஒரு மரத்தடியில் ஓய்வாக அமர்ந்து புல்லாங்குழல் இசைக்கிறான். அவன் எழுப்பும் இசை எதைப் பிரச்சாரம் செய்கிறது? அதன் சார்பு நிலை என்ன? ஓவியம் எப்பொழுதும் கருத்து வெளிப்பாடு உடையதாக இருப்பதில்லை. காட்சி அனுபவத்தை மட்டும் கூட அது தரலாம். இதில் ஏது பிரச்சாரம்? ஆனால் இவை வெளிப்படுத்தும் மனோபாவம்தான் அவற்றின் பிரச்சாரம் என்று சொல்லக் கூடும். அப்படியென்றால் பிரச்சாரம் என்ற சொல்லையே நாம் பயன்படுத்த வேண்டியதில்லை. உள்ளடக்கம் என்ற சொல்லே போதும். ஆகவே, எல்லாக் காலங்களிலும் எல்லா வகைக் கலைகளிலும் ஏதோ ஒருவகையான பிரச்சாரமும் சார்புத்தன்மையும் இருக்கிறது என்பது முழு உண்மையல்ல; பகுதி உண்மைதான்.

மேலும், இத்தகைய கலைப் பிரச்சாரத்தைக் கலை நுகர்வே அவசியப்படுத்துகின்றது என்றும் கலை நுகர்பவனின் தேவையின் வெளிப்பாடாகவே கலையில் சார்புத்தன்மையும் பிரச்சாரத்தன்மையும் காணப்படுகின்றன என்றும் கேசவன் கூறுகிறார் (பக். 133). இதுகூட எல்லா வகையான கலைகளுக்கும் பொருந்தும் என்று எனக்குத் தோன்றவில்லை. இன்று கூட நுகர்வோர் வேண்டாத கலைகளை நாம் காண முடிகின்றது. நான் முன்பு கூறிய ஆட்டிடையனின் இசை நுகர்வோர் வேண்டாத கலைதான். நுகர்வோருக்காக அன்றி உழைப்புச் செயற்பாட்டின் ஓர் அங்கமாக இயங்குகின்ற மீனவரின் கலையான அம்பாப் பாடலையும் சுட்டிக்காட்டலாம். மீனவர்கள் இதை வேறுயாருக்காகவும் பாடுவதில்லை. பெரும்பாலான அம்பாப் பாடல்களில் கருத்து வெளிப்பாடு கூட இருப்பதில்லை. அப்போதைய மனநிலைக்கும் தாளத்துக்கும் ஏற்ப சொற்களை அடுக்கிச் செல்வதைக் காணமுடியும். இங்கு நுகர்வோர் யார்? படைப்பாளிகளே நுகர்வோராகவும் உள்ளனர் என்றுதான் கொள்ள வேண்டும். கிராமிய இலக்கியமான தாலாட்டு, ஒப்பாரி முதலியவையும் இத்தகையனதான். குழந்தை தாலாட்டின் இசையை மட்டுமே நுகர்கிறது. அதன் பொருளை அல்ல. குழந்தை விளங்கிக் கொள்வதற்காகத் தாய் பாடுவதும் இல்லை. தாலாட்டில் வெளிப்படும் பொருள் தாய்மார்களின் சுயம்புவான வெளிப்பாடுகள்தான். ஒப்பாரியை மரணித்தவர் கேட்பதில்லை. சுற்றி இருப்பவர்க்காகவும் ஒப்பாரி சொல்லப்படுவதில்லை. அதுவும் சுயம்புவான உணர்ச்சி வெளிப்பாடுதான். இவற்றை அதன் உண்மையான அர்த்தத்தில் நுகர்வோர் அற்ற கலைகளாகவே

கருத வேண்டும். ஆகவே நுகர்வோருக்காகவே கலையில் பிரச்சாரம் இடம்பெறுகின்றது என்ற கேசவனின் விளக்கம் முழு உண்மையல்ல. அது எல்லாக் கலைப்படைப்புகளுக்கும் பொருந்தவில்லை. இடையனின் புல்லாங்குழல், அம்பா, தாலாட்டு, ஒப்பாரி முதலியவை நாவல், சிறுகதைபோல் கலை என்ற பிரக்ஞையுடன் படைக்கப்படுவதில்லை என்ற அர்த்தத்தில் கலைகள் அல்ல என்று சில வேளை ஒதுக்கப்படக்கூடும். அவ்வாறாயின் கலைபற்றிய சரியான வரையறை வேண்டும். கேசவன் கலையை எவ்வகையிலும் வரையறுக்கவில்லை. ஆனால், ஒரு பொதுவான கலைக்கோட்பாடு நாட்டார் கலைகளை ஒதுக்கிவிட முடியாது.

7. பிரச்சாரம் தொடர்பாகக் கலையில் தீர்வு பற்றியும், தீர்வை வெளிப்படுத்தும் முறைபற்றியும் பேசப்படுகின்றது. பெரும்பாலான நமது மார்க்சிய விமர்சகர்கள் கலை இலக்கியம் என்பன பிரச்சினைகளை விளக்குவது மட்டுமன்றித் தீர்வும் காட்டவேண்டும் என்று கூறுவர். ஒவ்வொரு படைப்பிலும் இதனை எதிர்பார்ப்பர். ஆனால், மார்க்சிய மூலவர்களும் முன்னோடிக் கலைஞர்கள் பலரும் அவ்வாறு கருதியதாகத் தெரியவில்லை. பாட்டாளிவர்க்கக் கட்சி வேலையின் இலக்கியப் பகுதியும் பிறபகுதிகளும் ஒன்று என யாரும் ஜடத்தனமாகக் கருதவே கூடாது என லெனின் கூறினார். இதன் பொருள் இலக்கியம் தனக்கு உரிய முறையில் இயங்கும் என்பதுதான். கலைஞன் வாசகனுக்குத் தீர்வைத் தட்டில் வைத்து வழங்க வேண்டியதில்லை என்று ஏங்கல்ஸ் கூறினார். லூ சூனுடைய படைப்புக்களில் தீர்வுபற்றிய கேள்விக்கே இடம் இருப்பதாகத் தெரியவில்லை. ஏங்கல்ஸ் தீர்வு வழங்க வேண்டியதில்லை என்பதை வலியுறுத்திச் சொன்னாலும் அது எல்லா எழுத்தாளர்களுக்கும் எல்லாச் சூழ்நிலைகளுக்கும் பொருந்தாது என்ற தேஷ்பாண்டேயின் கருத்தை கேசவனும் வழிமொழிகிறார். ஆனால், மின்னா காவுட்ஸ்கிக்கு ஏங்கல்ஸ் தெரிவித்த கருத்துகள் இன்றையச் சூழலில் நமக்கு ஏன் பொருந்தாது என்பது தெளிவுபடுத்தப்படவில்லை.

கலையில் பிரச்சாரம், தீர்வு ஆகியவற்றை வலியுறுத்தும் நமது விமர்சகர்கள் பலர் அதே சமயம் தாங்கள் கலை இயலுக்கு எதிரானவர்கள் அல்லர் என்பதை நிறுவும் வகையில் அவை கலையின் தனித் தன்மைகளைப் பெற்று – அதாவது கலைத்தன்மையோடு இயங்கவேண்டும் என்பர். ஆயினும், இந்தக் கலைத் தன்மை பற்றிய முழுமையான கருத்தமைப்பை நாம் இவர்களிடம் காணமுடிவதில்லை. கேசவனும் இதற்கு விலக்கு அல்ல என்று தோன்றுகின்றது. "கலைஞனின் கருத்துக்கள் எந்த அளவிற்குக் கலையில் மறைந்து காணப்படுகிறதோ அந்த

அளவிற்குக் கலைப்படைப்பின் செழுமை நன்றாக இருக்கும்" என்ற ஏங்கல்சின் கூற்றை மேற்கோள்காட்டி புறநானூற்றுப் பாடல் ஒன்றில் இருந்து இதற்கு உதாரண விளக்கமும் தருகிறார். அதாவது கருத்துக்களை வெளிப்படையாகச் சொல்லாது உள்பொதிந்து பூடகமாகச் சொல்வதே உயர்ந்த கலை என்பது இங்கு அவரது கருத்தாகும். உண்மையில் கேசவன் இதன் முழுப் பரிமாணத்தையும் உணர்ந்து சொல்கிறாரா என்பது ஐயமே. எல்லாப் படைப்புக்களுக்கும் இக்கருத்தைப் பிரயோகிக்க முடியாது என்பது வெளிப்படை. புறநானூற்றிலேயே அவர் காட்டும் கவிதைக்கு எதிர்நிலையான ஏராளமான கவிதைகள் உள்ளன. உதாரணமாக கணியன் பூங்குன்றனின் புகழ்பெற்ற "யாதும் ஊரே யாவரும் கேளிர்" என்று தொடங்கும் கவிதை எவ்வகையிலும் பூடகமாகச் சொல்லப்பட்ட கவிதையல்ல. இன்று கேசவன் உயர்வாக மதிக்கும் இன்குலாப்பின் கவிதைகளுக்குக் கூட இக்கோட்பாடு பொருந்தாது. கேசவன் உதாரணம் காட்டும் புறநானூற்றுப் புலவன் போல் உள்பொதிந்து உரைக்கும் தன்மையை நாம் இன்குலாப்பிடம் காணமுடியாது. அவரது கவிதைகள் மிகவும் வெளிப்படையான கருத்து வெளிப்பாடுகள் ஆகும். அப்படியாயின் இன்குலாப்பின் கவிதைகள் கலைத்தன்மையற்ற வெறும் பிரச்சாரப் படைப்புக்களா என்ற கேள்வி எழும். கேசவனே இதனை ஒப்புக் கொள்ளமாட்டார். கலைப்படைப்புகள் பல்வேறு ரகமாக இருக்கின்றன. பூடகமான படைப்புகளும் உண்டு. வெளிப்படையான படைப்புகளும் உண்டு. இன்றைய மூன்றாம் உலகின் பெரும்பாலான அரசியல் கவிதைகள் மிகவும் வெளிப்படையான சிந்தனைத் தெறிப்புகளாகவே உள்ளன. கார்க்கியின் தாயும், டால்ஸ்டாயின் புத்துயிரும் கூட மிகவும் வெளிப்படையான நிலைபாட்டைத் தெரிவிக்கும் படைப்புகள்தான். அதனால் அவற்றின் கலைத் தன்மை ஊறுபட்டு விடவில்லை. ஆகவே பூடகக் கொள்கையைக் கலைத்தன்மையின் சர்வவியாபகத் தன்மையாக நாம் கொள்ள முடியாது. அப்படிப் பார்த்தால் மிகவும் பூடகமாகப் பொருள் உணர்த்த முனையும் இன்றைய பொருள் விளங்கா அனேக புதுக்கவிதைகளை கலைச்செழுமை உடைய படைப்புக்களாகக் கருத வேண்டியிருக்கும். கேசவனே இவற்றை ஒப்புக் கொள்வதில்லை.

8. மார்க்சியம் அழகியலைப் புறக்கணிக்கவில்லை என்பது முற்றிலும் உண்மை. ஆனால், தமிழில் நமது மார்க்சிய விமர்சகர்கள் இன்னும் அதுபற்றிய சரியான, அதன் சகல அம்சங்களையும் உள்ளடக்கிய நடைமுறைப் பொருத்தமான கருத்துகளை வளர்த்துக் கொள்ளவில்லை என்றே நான் கருதுகிறேன். கலை இலக்கியத்தில்

அழகியலை வலியுறுத்துவது முற்போக்கு விரோதமென்றுகூடச் சிலர் கூறியுள்ளனர். அதே வேளை முற்போக்கு இலக்கியத்துக்கு அழகியல் பிரச்சினைகள் உண்டு என்றும் அது பற்றித் தனியாக ஆராய வேண்டும் என்றும் கூறுவர். ஆனால், இன்னும் அது பற்றித் திட்டவட்டமான ஆய்வுகள் மேற்கொள்ளப்படவில்லை. கேசவன் தனது நூலில் 'மார்க்சியமும் அழகியலும்', 'கலைப் படைப்பின் உருவாக்க முறை' என்ற தலைப்புகளில் மிகப் பொதுவான சில கருத்துகளையே கூறியுள்ளார். அழகியல் என்பது அழகு பற்றிய கருத்துகளும் உணர்வுகளும் ஆகும் என்று அழகியலுக்கு வரைவிலக்கணம் கொடுத்துள்ளார். முற்போக்கு அழகியல், பிற்போக்கு அழகியல் என அழகியலை இரண்டு வகைப்படுத்தலாம் என்றும் சொல்கிறார். அசிங்கங்களை அழகுபடுத்த நினைக்கும் முதலாளியக் கலையின் அழகியல் மதிப்புகள் வேறு, அவசியத்தை அழகுபடுத்த நினைக்கும் முற்போக்குக் கலையின் அழகியல் மதிப்புகள் வேறு என்றும் கூறுகிறார் (பக். 178, 184). இந்த வேறுபாடுகள் எனக்கு முற்றிலும் வாய்ப்பாட்டுப் பாங்கானவையாகவே தோன்றுகின்றன.

முதலாவதாக அழகு பற்றிய கருத்துகளும் உணர்வுகளும்தான் அழகியல் (Aesthetics) என்று கூறுவது பொருத்தமாகப்படவில்லை. அழகுணர்வையும் அழகியலையும் நாம் பிரித்துப்பார்க்க வேண்டும். அழகியலை கலைத்துறையுடன் சம்பந்தப்பட்ட ஒரு கலைச்சொல்லாகவே (technical term) நாம் இங்கு பயன்படுத்துகின்றோம். கால, தேச, வர்த்தமானங்களுக்கு ஏற்ப மாறுபடும் அழகு பற்றிய கருத்துகளையும் உணர்வுகளையும் கலைப்படைப்பின் அழகியல் அம்சங்களையும் நாம் ஒன்றாக நோக்க முடியாது. உதாரணமாக இடி முழக்கம் அழகானதல்ல; அது அச்ச மூட்டுவது. ஆனால் ஒரு இசைக்கலைஞன் தன் இசைக் கருவி கொண்டு இடி முழக்கத்தை நம்மை உணரச் செய்யும் போது அவனது திறமையில் நாம் வியந்து போகின்றோம். நிலவு அழகானது என்கிறோம். ஆனால் புயல் அழகானது அல்ல. அது அழிவு சார்ந்தது. ஆனால் ஒரு படைப்பாளி புயலையும் அது ஏற்படுத்தும் அழிவையும் மனித அவலத்தையும் ஒரு சினிமாவில் அல்லது ஒரு நாவலில் தாக்கமான முறையில் உருவாக்கிக் காட்டும்போது அதன் அழகியல் பாதிப்புக்கு உள்ளாகின்றோம். இதுபோல் மரணம், வறுமை, பஞ்சம் என்பன அழகானவையல்ல. ஆனால் அவை ஒரு நல்ல கலைப்படைப்பில் அழகியல் பாதிப்பை (aesthetic or creative effect) ஏற்படுத்துகின்றன.

ஆகவே, கலைதரும் அழகியல் பாதிப்பு என்பது எப்போதும் இன்பம் ஊட்டுவதாக மட்டும் இருப்பதில்லை. துன்பமும் வெஞ் சினமும் அதன் பாதிப்புக்களாக இருக்கலாம். இவ்வகையில்

புறநிலை யதார்த்தத்தின் அழகு பற்றிய கருத்துகளும் உணர்வுகளும், கலைப்படைப்பின் அழகியல் பற்றிய கருத்துகளும் உணர்வுகளும் வெவ்வேறானவை. ஆகவே அழகியல் என்பது கலை ஏற்படுத்தும் பாதிப்பும், அப்பாதிப்பை ஏற்படுத்துவதற்குக் கலைஞன் கையாளும் வழிமுறைகளும் அவை சம்பந்தமான கொள்கைகளும் ஆகும். சில பல அம்சங்களில் இந்த அழகியல் கொள்கை கால, இட, சமூக, வர்க்க அடிப்படையில் வேறுபடலாம். வேறுபடுகின்றன. ஆனால், சர்வ வியாபக அழகியல் பொதுமைகளும் எப்போதும் உள்ளன. இல்லாவிட்டால் வெவ்வேறு காலகட்டங்களுக்குரிய, வெவ்வேறு நாடுகளுக்குரிய, வெவ்வேறு சமூகங்களுக்குரிய கலைகளை நாம் அனுபவிக்க முடியாது. ஆனால், ஒரு சங்ககாலக் கவிதையை இன்றும் நம்மால் ரசிக்க முடிகிறது. ஒரு ஆப்பிரிக்க நாவலில் மனம் லயிக்க முடிகிறது. உயர்வர்க்கக் கலையான பத்மா சுப்ரமணியத்தின் பரதநாட்டியத்தையும், கீழ்மட்டக் கலையான கரக ஆட்டத்தையும் கண்டுகளிக்க முடிகிறது. ஏனெனில் இவற்றிலே அழகியல் பொதுமைகள் *(aesthetic universals)* உள்ளன. அவையே இவற்றில் நம்மை ஈடுபடுத்துகின்றன. ஆகவே அசிங்கத்தையோ, அவசியத்தையோ அழகுபடுத்துவதல்ல அழகியல். அது ஒரு பிணத்தையோ அல்லது மணப்பெண்ணையோ அலங்கரிப்பது போன்று பொருளுக்குப் புறம்பானதல்ல. பதிலாகக் கலையின் உள்ளியல்பானது. அவ்வகையில் முற்போக்கு அழகியல், பிற்போக்கு அழகியல் என்று அழகியலை இரண்டு தனித் தனிக் கூண்டுக்குள் அடைத்து விடமுடியும் என்று எனக்குத் தோன்றவில்லை. முற்போக்குவாதியான கார்க்கியும் 'பிற்போக்குவாதியான' டால்ஸ்டாயும் மாபெரும் கலைஞர்கள்தான். இவர்களை இவ்வாறு வேறுபடுத்துவது அவர்களின் உலகப்பார்வைதானே தவிர அவர்களின் அழகியல் முறையல்ல. என்றே நான் நினைக்கின்றேன்.

9. முதலாளித்துவச் சமூகத்தில் மூன்று பெரும் கலைப் பிரிவுகளை கேசவன் இனங்காண்கின்றார் 1) வணிகமயப் பிற்போக்குக் கலை 2) வணிகமயத்தை எதிர்க்கும் தனிமனிதக் கலை 3) மக்கள் கலை. இன்று தமிழ் நாட்டின் எல்லாப் படைப்பாளிகளையும் இதற்குள் அடக்கி விடலாம் என்று நான் நினைக்கவில்லை. உதாரணமாக அசோகமித்திரனை எடுத்துக் கொள்வோம். கேசவனின் வரையறையின் படி இவர் இரண்டாவது பிரிவிலேயே இடம் பெறுவார். ஆனால் இரண்டாம் பிரிவினர் பற்றி கேசவன் கொடுக்கும் வரையறைகள் எல்லாம் இவருக்குப் பொருந்தாது. இவர் நுகர்வோர் தளத்தையே முற்றிலும் புறக்கணித்து விட்டு கலைப்படைப்பை மட்டுமே நினைத்துக் கொள்பவர் என்று கூற முடியாது (பக் 165). இவரது கலை

ஏனையோருக்கு விளங்காத குழுக்குறிக் கலையல்ல. இவரைக் குறுங்குழுக் கலாசாரத்தைப் படைப்பவராகவும் கருதமுடியாது. குறுங்குழு என்பது வாசகர் எண்ணிக்கையை அடிப்படையாகக் கொண்டது எனின் இன்றைய நமது முற்போக்குக் கலைஞர்கள் எல்லாரும் குறுங்குழுக் கலைஞர்கள்தான். இன்றையத் தமிழில் கீழ்மட்ட மத்தியதர வர்க்கத்தின் மனித அவலத்தை அசோகமித்திரனைப் போல் சித்தரித்தவர் எவரும் இல்லை என்பேன். கேசவனின் கறாரான பாட்டாளி வர்க்கக் கலைநோக்கு அசோகமித்திரனை முற்றிலும் தனிமனிதக் கலை என்று நிராகரிக்குமாயின் அது கவலைக்குரியதாகும். ஜானகிராமனும் நமது காலத்து ஒரு பெருங்கலைஞன். இவர் பற்றிய கேசவனின் கறாரான பார்வையும் கவலைக்குரியதாகவே உள்ளது. மாற்றான் மனைவிமீது மோகங்கொள்ளும் ஒருவனைப் பற்றி ஜெயகாந்தனும் ஜானகிராமனும் வெவ்வேறு கோணங்களில் எழுதுகின்றனர் என்று எள்ளலுடன் குறிப்பிடும்போது (பக். 163) ஜானகிராமனின் கலையை கேசவன் முற்றிலும் கொச்சைப்படுத்துகிறார் என்றே எனக்குத் தோன்றுகின்றது. நான் அறிந்த தீவிர முற்போக்கு எழுத்தாளர் பலர் ஜானகிராமனின் படைப்பில் மனம் பறிகொடுத்திருப்பதை அறிவேன். அவர்கள்கூட ஜானகிராமனின் நடை நயத்தால் கவரப்பட்டதாகவே கூறுவர். ஆனால் ஜானகிராமனின் பொருளில் இருந்து அவரது நடையைப் பிரிக்க முடியும் என்று எனக்குத் தோன்றவில்லை. பாரம்பரிய நில உடைமைச் சமூகத்தின் உடைவு, ஆண் பெண் உறவு பற்றிய பாரம்பரியக் கருத்தமைப்பிலும் நடைமுறைகளிலும் ஏற்படுத்தும் பிரச்சினைகளையும் அது தொடர்பான மனித இன்னல்களையும் ஜானகிராமன் மிகச் சிறப்பாகத் தன்படைப்புக்கள் சிலவற்றில் சித்திரித்திருக்கிறார். இவரைப் பற்றி பிறிதொரு மார்க்சிய விமர்சகரான தி.சு. நடராசன் மிகவும் சமநிலை நோக்கில் 'ஆராய்ச்சி'யில் கட்டுரை எழுதியிருந்தமை இங்கு குறிப்பிடத்தக்கது.

10. இறுதியாக கேசவனின் கலை இலக்கியம் பற்றிய 'கறாரான' பாட்டாளி வர்க்க நோக்கு சாராம்சத்தில் அகநிலைச் சார்பானது (subjective) என்றே சொல்லத் தோன்றுகின்றது. ஆனால், சரியான மார்க்சியப் பார்வை முற்றிலும் புறநிலையானதாக (objective) அமைய வேண்டும் என்பதே என் எண்ணம். டால்ஸ்டாய், பால்சாக் போன்ற படைப்பாளிகள் பற்றி மார்க்சிய மூலவர்களின் அணுகுமுறையை வியந்து போற்றி மேற்கோள் காட்டும் நமது மார்க்சிய விமர்சகர்கள் பலர், நமது சொந்தப் படைப்பாளிகளைப் பொறுத்தவரை அத்தகைய ஒரு புறநிலைப் பார்வையை ஏன் கைக்கொள்ள முடியவில்லை என்பது எனக்கு வியப்பூட்டுகின்றது. பழந்தமிழ் இலக்கியங்களை ஆராயும்போது

கடைப்பிடிக்கும் புறநிலை அணுகுமுறைகளைக்கூட சமகால இலக்கியத்தில் இவர்கள் கடைப்பிடிப்பதில்லை என்பது விசனத்துக்குரியது. எந்த ஒரு படைப்பாளியையும் அல்லது படைப்பையும் மதிப்பிடுமுன் அந்தப் படைப்பாளியின் அல்லது படைப்பின் முழுப் பரிமாணத்தையும் நாம் சரியாக பொருள் கொள்ள முயலவேண்டும். கேசவனின் 'கறாரான பார்வை' இலக்கியத்தை இவ்வாறு பொருள் கொள்வதில் தவறுகளுக்கே இட்டுச் செல்வதாகத் தோன்றுகிறது. இத்தகைய கலைப்பார்வை மார்க்சியத்தைப் பலப்படுத்துவதற்குப் பதில் அதனைப் பலவீனப் படுத்திவிடக்கூடும். நான் ஆரம்பத்திலே சொன்னது போல் எல்லோருக்கும் ஏற்புடைய மார்க்சியக் கலைக் கொள்கை என்று ஒன்று இல்லை. இனியும் அத்தகைய ஒன்று உருவாகும் என்று நான் நம்பவில்லை. ஆயினும் இது பற்றிய இத்தகைய விவாதங்கள் ஒரு பொதுவான புரிதலுக்கு வழிவகுக்க முடியும் என்ற குறிப்போடு இதனை முடித்துக்கொள்கிறேன்.

அன்னம்விடு தூது

ஜூலை 1985

4

மார்க்சியமும் இலக்கியத் திறனாய்வும்: இன்னும் சில குறிப்புகள்

'மார்க்சியத் திறனாய்வுச் சிக்கல்' என்னும் தலைப்பில் கேசவனின் புதிய நூல் ஒன்று வெளிவந்துள்ளது. (புதுமைப் பதிப்பகம், மதுரை – 1986). 'இலக்கிய விமர்சனம் – ஒரு மார்க்சியப் பார்வை' என்ற கேசவனின் (1984) முன்னைய நூலுக்குப் பல்வேறு பத்திரிகைகளில் வெளிவந்த விமர்சனங்களுக்கான பதிலே இந்த நூல். கேசவனின் இலக்கிய விமர்சனம் (இ.வி.) நூல் பற்றி 'அன்னம் விடு தூதில்' வெளிவந்த எனது விமர்சனக் கட்டுரையில் கூறப்பட்ட கருத்துகளை மறுப்பதற்கும் இந்த நூலில் சுமார் இருபது பக்கங்களை அவர் செலவிட்டுள்ளார். 'மார்க்சியத் திறனாய்வுச் சிக்கல்கள்' (மா.தி.சி.) என்னும் இந்தப் புதிய நூலிலே தனது பழைய நிலைப்பாட்டையே கேசவன் மீண்டும் வலியுறுத்திக் கூறியுள்ளார். எனினும், அவரது கருத்துகளைப் பற்றிச் சற்று விரிவாகப் பேசுவதற்கு அவர் மீண்டும் எனக்கொரு வாய்ப்பை அளித்துள்ளதனால், எனது கருத்துகளைப் பற்றிய அவரது விமர்சனத்தை நான் இங்கு நன்றியுடன் எதிர்கொள்கிறேன்.

அன்னத்தில் வெளிவந்த எனது கட்டுரை மிகவும் சுருக்கமானது. அதில் நான் விவாதித்துள்ள ஒவ்வொரு அம்சமும் தனித்தனி அத்தியாயமாக, விரிவாக எழுதப்பட வேண்டியது. அந்தக் கட்டுரை ஒரு மதிப்புரையே என்பதனாலும், விரிவாக

எழுதுவதற்குக் கால அவகாசம் இன்மையாலும், பத்திரிகையின் பக்க வரையறையை மனங்கொண்டும் அதில் எனது கருத்துகளை மிகவும் சுருக்கமாகவே, ஆயினும் தெளிவாகவே கூறியிருந்தேன். இப்போதுகூட அதுபற்றி விரிவாக எழுதுவதற்கு எனக்கு அவகாசம் இல்லை. வாய்ப்புக் கிடைத்தால் பிறிதொரு சமயம் இலக்கிய அழகியல் பிரச்சினைகள் பற்றித் தனியாகவே ஒரு நூல் எழுதும் உத்தேசம் உண்டு. இப்போதைக்குச் கேசவனின் மறுப்புகள் எழுப்பும் பிரச்சினைகளை ஒட்டிய எனது கருத்துகளை மட்டும் முடிந்த அளவு விளக்கமாக இங்கு முன்வைக்கின்றேன்.

2

முதலாவது பிரச்சினை, எல்லோராலும் ஏற்றுக் கொள்ளப்படுகின்ற, ஒரு முகப்பட்ட மார்க்சியக் கலைக் கோட்பாடு ஒன்று உண்டா என்பது. இதற்குரிய விடை ஒரு பட்டிமன்ற விவாதம்போல் ஆகிவிடக் கூடாது. உண்மையைக் காண்பதே நமது நோக்கமாய் இருக்க வேண்டும். நடைமுறை யதார்த்தத்தை அடிப்படையாகக் கொண்டு சொல்வதானால் 'இல்லை' என்றுதான் இதற்கு விடைகூற வேண்டும். *Marxists on Literature* என்னும் பயனுடைய ஒரு தொகுப்பு நூலை வெளியிட்ட டேவிட் கிறேய்க் என்பவரும் இப்படித்தான் சொல்கிறார். '*There is no unified view. Marxist interpretations of literature are rich and various*' என்பது அவர் கருத்து. ஒரு முகப்பட்ட நோக்கு ஒன்று இல்லை. இலக்கியம் பற்றிய மார்க்சிய விளக்கங்கள் வளமானதும் பன்முகப்பட்டதுமாகும் என்பது இதன் பொருள். எனது கட்டுரையிலும் இதைத்தான் நான் கூறியிருந்தேன். ஆனால் கேசவன் இதனை ஒத்துக் கொள்ளவில்லை.

"நுஃமான் சொல்லும் ஆப்த வாக்கியத்தின் அடிப்படையில் எழுப்பப்படும் மார்க்சியக் கலைக்கோட்பாடு, அடிப்படையான விஷயங்களில் ஒருமுகப்பட்டதாகவே இருக்கின்றது. இவற்றை ஆதாரமாகக் கொண்டு அளிக்கும் விளக்கங்கள் மாறுபடலாம். அடிப்படை மார்க்சிய முறையியலை ஒப்புக் கொண்டிருப்பவர்கள் கூட ஒரு கலைஞனைப் பற்றிய விளக்கத்தில் மாறுபாடு கொள்ளலாம். இதற்கு அவர்களுடைய அகநிலைத் தன்மை காரணமாக இருக்கும். அதாவது பாரதியைப் பற்றிய சரியான முடிவுகள் பலருக்கு மாறுபடலாம். டால்ஸ்டாயைப் பற்றி லெனினும் பிளக்கானோவும் கொண்டிருந்த கருத்துகள் வேறுபட்டுள்ளன. இவற்றால் பல மார்க்சியப் பார்வைகள் உண்டு என்று ஆகிவிடாது" என்கிறார் கேசவன் (*மா.தி.சி., பக். 47*). கேசவனின் இந்தக் கருத்தைப் பற்றி நான் அதிகம் விளக்கி எழுதத் தேவையில்லை. கலைக்கோட்பாடு என்பது ஒன்று

என்றும் அதனை ஆதாரமாகக் கொண்டு அளிக்கும் விளக்கங்கள் வேறு ஒன்று என்றும் இவர் பிரித்துப் பேசுவது வேடிக்கையாக உள்ளது. ஒரு கலைப்படைப்பைப் பற்றிய விமர்சகனின் மதிப்பீடு சாராம்சத்தில் கலைபற்றிய அவனது கண்ணோட்டம், புரிதல் ஆகியவற்றையே அடிப்படையாகக் கொண்டிருக்கும். டால்ஸ்டாய் பற்றிய மதிப்பீட்டில் லெனினும் பிளக்கானோவும் மாறுபட்டார்கள் எனின், கலைபற்றிய அவர்களின் நோக்கு நிலையிலும் புரிதலிலும் வேறுபாடு உண்டு என்பதே பொருள். பாரதி பற்றிய சரியான முடிவுகள் பலருக்கு வேறுபடலாம் என்றால் கவிதைபற்றிய கண்ணோட்டத்தில் அவர்கள் மாறுபடுகிறார்கள் என்பதே பொருள். இத்தகைய வேறுபட்ட மதிப்பீடுகளுக்கு அவர்களுடைய அகநிலைத்தன்மையே காரணம் என்றும், அவர்களின் கோட்பாட்டுக்கும் இந்த மதிப்பீட்டுக்கும் சம்பந்தம் இல்லை என்றும் சொல்வது வேடிக்கையானது. டால்ஸ்டாய் பற்றிய லெனினுடைய மதிப்பீடு அவருடைய கலை, சமூகம், அரசியல் பற்றிய கோட்பாடுகளை, புரிதல்களை அன்றி அவருடைய அகநிலைத் தன்மையையே அடிப்படையாகக் கொண்டிருந்தது என்று கேசவன் கருதுகிறாரா? தான் என்ன எழுதுகிறேன் என்பதைக் கேசவன் சிந்தித்து எழுதுவது நல்லது.

மார்க்சியக் கலைக் கோட்பாடு அடிப்படையான விஷயங்களில் ஒரு முகப்பட்டதாகவே இருக்கின்றது என்று கேசவன் கூறுகின்றார். இந்த அடிப்படையான விஷயங்கள் என்ன என்று அவர் விளக்கவில்லை. எனது புரிதலின் அடிப்படையில் அதுபற்றி நான் இங்கு சுருக்கமாக விளக்க முயல்கின்றேன்.

மார்க்சிய மூலவர்கள் கலைபற்றிய கோட்பாடுகளைத் தனியாக வகுத்துக் கொடுக்கவில்லை என்பது நாம் அறிந்ததே. மார்க்சியத்தின் அடிப்படையான இயக்கவியல், வரலாற்றுப் பொருள் முதல்வாதத்தை அடிப்படையாகக் கொண்டும், மார்க்சிய மூலவர்கள் கலைபற்றி அவ்வப்போது உதிரியாகக் கூறியுள்ள கருத்துகளை அடிப்படையாகக் கொண்டுமே மார்க்சிய அறிஞர்கள் மார்க்சியக் கலைக்கோட்பாடு ஒன்றை உருவாக்க முயன்றுள்ளனர். இந்தக் கோட்பாட்டின் சாராம்சம் கலையைத் தனித்த, சுயம்புவான ஓர் நிகழ்வாக அன்றி அதைச் சமூகத்துடன் சார்பு நிலைப்படுத்தி நோக்குவதாகும். அதாவது கலைக்கு ஒரு சமூக அடித்தளம் உண்டு என்பதாகும். அது சமூக விதிகளுக்கும் உட்பட்டு இயக்குகின்றது என்பதாகும். இதன் அடிப்படையிலேயே கலையின் தோற்றம், அதன் வளர்ச்சி, அதன் சமூகப் பயன்பாடு, வர்க்கச் சார்பு முதலியவற்றை விளக்க முடியும் என்றும், கலையில் காலத்துக்குக் காலம் புதிய புதிய உள்ளடக்கங்களும் புதிய புதிய வடிவங்களும் எவ்வாறு, ஏன் தோன்றுகின்றன என்பதை

விளக்க முடியும் என்றும் மார்க்சியவாதிகள் கருதுகின்றனர். ஒரு கலைஞனின் விகசிப்புக்கும் வீழ்ச்சிக்கும் கூட அவனுடைய உள்ளூறையும் தனிப்பட்ட தன்மைகள் மட்டுமன்றி புறநிலையான சமூகக் காரணிகளும் தீர்க்கமான பங்கு வகிப்பதை விளக்க முடியும் என்றும் அவர்கள் கருதுகின்றனர். இதுவே மார்க்சியக் கலைக் கோட்பாட்டின் அடிப்படை எனலாம். இந்தப் பார்வை நான் ஏற்கனவே சொன்னது போல இயக்கவியல், வராலாற்றுப் பொருள் முதல்வாதத்தை அடிப்படையாகக் கொண்டது. மார்க்சியத்தை ஒரு தத்துவமாக ஏற்றுக்கொள்ளும் எல்லாரும் இந்தக் கலைப்பார்வையை ஏற்றுக்கொள்கிறார்கள். இது கலைபற்றிய மிகப்பொதுவான மார்க்சியக் கொள்கை எனலாம்.

ஆனால், இந்தப் பொதுவான கொள்கையை குறிப்பாக கலைப் பிரச்சினைகளில் பிரயோக்கிக்கும்போதுதான் கருத்து முரண்பாடுகளும் மோதல்களும் தோன்றுகின்றன; விளக்கங்களும் மதிப்பீடுகளும் வேறுபடுகின்றன. ஒரு குறிப்பிட்ட படைப்பை, படைப்பாளியை மதிப்பிடுவதிலும் விளக்குவதிலும் இந்த வேறுபாட்டைக் காண்கின்றோம். ஒரு படைப்பினை என்ன அடிப்படையில் ஏற்றுக்கொள்வது, என்ன அடிப்படையில் நிராகரிப்பது என்பதில் இந்த வேறுபாடுகளைக் காண்கின்றோம். பண்டைய இலக்கியங்களை எவ்வாறு நோக்குவது என்பதில் வேறுபாடுகளைக் காண்கின்றோம். கலைத்துவம் என்றால் என்ன? கலையில் பிரச்சாரம் என்றால் என்ன? கலையின் சமூகப் பயன்பாடு எத்தகையது? போன்ற அடிப்படையான அம்சங்களில் வேறுபாடுகளைக் காண்கின்றோம். இத்தகைய குறிப்பான கலைப்பிரச்சினைகள் பற்றி மார்க்சியர் மத்தியிலே ஒரு முகப்பட்ட, திட்டவட்டமான அளவு கோல்களும் கோட்பாடுகளும் இல்லை என்பதையே நாம் யதார்த்தத்தில் காண்கின்றோம். கேசவனின் இலக்கிய விமர்சனம் நூலிலேயே இதற்கு நிறையச் சான்றுகள் உண்டு. கேசவனுக்கும் எனக்கும் இடையில் நடக்கும் இந்த வாதமும் கூட இதையே உணர்த்துகின்றது. இதுவே யதார்த்த உண்மை.

இந்த உண்மையை கேசவன் ஒப்புக்கொள்ளாததோடு, எல்லோராலும் ஒப்புக்கொள்ளப்படும் ஒருமுகப்பட்ட மார்க்சியக் கலை இலக்கியக் கோட்பாடு ஒன்று இல்லை என்ற எனது கருத்தைப் பொதுவாக மார்க்சியக் கோட்பாட்டோடு சமப்படுத்தி, அதற்கு ஒரு ஆச்சரியமான விளக்கவுரையும் வழங்குகின்றார். அவருடைய விளக்கவுரையின்படி எனது கருத்து, "மார்க்சியத்தின் ஒருமுகப்பட்ட தன்மையை மறுத்து, பன்முகத்தன்மையைக் கொடுக்கின்றது. மார்க்சியம் என்றால் என்ன என்பதற்கே பல விளக்கங்களுக்கான (definitions) சாத்தியத்தை உருவாக்குகின்றது.

இவை இவையே மார்க்சியம் என்ற வரையறையைத் தகர்த்து மார்க்சியத்துக்கு எல்லையற்ற பரிணாமத்தை வழங்குகின்றது. உலகில் எத்தனை நபர்கள் உண்டோ அத்தனை மார்க்சியங்களை உருவாக்கத் துணை போகின்றது. **இந்த விதத்தில் நுஃமானின் இந்த முடிவு மார்க்சியத்துக்குத் திட்டவட்ட உருவமின்றி அதை அரூபமாக்குகின்றது.** இது மார்க்சியத்தின் வளர்ச்சிக்கு எதிர் நிலையை உருவாக்கும்" (மா.தி.சி., பக். 69), (அழுத்தம் ஆசிரியருடையது) என்று கூறுகின்றார். இத்தகைய திரிபுபடுத்திய அந்த விளக்கவுரைக்காகக் கேசவன் மகிழ்ச்சியடைய முடியாது. நான் மார்க்சியக் கலைக்கோட்பாடு பற்றியே பேசுகின்றேன்; ஒட்டுமொத்தமாக மார்க்சியத் தத்துவம் பற்றியல்ல என்பதைக் கேசவன் மனங்கொள்ளல் தகும்.

எனினும் மார்க்சியத்துக்கு பன்முகத் தன்மையை எனது கருத்துகள்தான் கொடுக்க வேண்டும் என்பதில்லை. அது ஏற்கனவே அவ்வாறுதான் இருக்கின்றது என்பதைத் திறந்த மனதோடு யதார்த்தத்தை நேர் நின்று நோக்கினால் நீங்கள் காணமுடியும். மார்க்சியத் தத்துவத்தைப் புரிந்து கொள்வதிலும் நடைமுறை அரசியலில் அதனைப் பிரயோகிப்பதிலும் உள்ள வேறுபாடுகளின் அடிப்படையில் எத்தனை மார்க்சிய அரசியல் குழுக்கள் இன்று இங்கு உருவாகி இருக்கின்றன என்பது கேசவன் அறியாததல்ல. இவற்றுக்கு இடையே உள்ள கருத்து முரண்பாடுகளும் மோதல்களும் வெளிப்படையானவை. சர்வதேச நிலையிலும் மார்க்சிய உலகில் இத்தகைய தத்துவார்த்த மோதல்களும் முரண்பாடுகளும் இருப்பது நாம் எல்லோரும் அறிந்த விஷயங்களே.

மார்க்சிய வரலாற்றில் எல்லா மார்க்சியவாதிகளாலும் ஒருமுகமாக சர்ச்சைக்கிடமின்றி ஏற்றுக் கொள்ளப்படுகின்ற மார்க்சியவாதிகள் உலகில் இதுவரை இருவர்தான் இருந்திருக்கிறார்கள். ஒருவர் கார்ல் மார்க்ஸ் மற்றவர் ஏங்கல்ஸ். லெனின் கூட இதற்குள் வரமாட்டார். அவருடைய காலத்திலேயே அவருடைய கருத்துகள் பலவற்றோடு முரண்பட்ட மார்க்சிய வாதிகள் பலர் இருந்தனர் என்பது நமக்குத் தெரியும். லெனினால் பெரிதும் மதிக்கப்பட்ட ரோசா லக்சம்பேர்க் இவர்களுள் ஒருவர். மாஓசேதுங் பற்றிச் சொல்லவே தேவையில்லை. சீனாவிலும் சீனாவுக்கு வெளியிலும் அவரை நிராகரிக்கும் மார்க்சியர்கள் நிறைய இருக்கின்றார்கள். ஸ்டாலினும் அப்படித்தான். இதுதான் யதார்த்தம். இந்த யதார்த்தம் நமக்குச் சோர்வைத் தரவேண்டியதில்லை. முதலில் நாம் இந்த யதார்த்தத்தை ஒப்புக் கொள்ளவேண்டும். இதற்குப் பதிலாக இந்த யதார்த்தத்தையே காணமறுத்து ஒரே ஒரு மார்க்சிய அரசியல்தான் உண்டு;

ஒரே ஒரு மார்க்சியக் கலைக் கோட்பாடுதான் உண்டு; அது எனது பைக்குள்ளே இருப்பதுதான்; மற்றதெல்லாம் மார்க்சிய விரோதமானது என்ற மனப்பாங்கு அதிகார வர்க்க மனப்பாங்கு. இதுதான் ஸ்தாலினோவிசம் எனப்படுகின்றது. இந்த மனப்பாங்கு ஆரோக்கியமான கருத்துப் பரிமாறலுக்கும் வளர்ச்சிக்கும் வழிவகுக்காது.

கேசவன் கருதுவதுபோல் கருத்து வேறுபாடுகள் ஒருபோதும் "வளர்ச்சிக்கு எதிர்நிலையானது" அல்ல. பதிலாக அது வளர்ச்சிக்குச் சார்பானது. மார்க்சிய வரலாறே மார்க்சியர் அல்லாதாரோடும் மார்க்சியரோடும் நிகழ்த்திய கருத்து மோதல்களின் வரலாறுதான். கருத்து மோதல்களின் மூலம்தான் அது வளர்ச்சியடைந்து வந்திருக்கின்றது என்பதை நாம் புரிந்துகொள்ள வேண்டும். ஆனால், அதிகார வர்க்க மனப்பாங்கு கருத்து வளர்ச்சிக்கு வழிவகுக்காது; பதிலாக தேக்கத்துக்கே இட்டுச் செல்லும் என்பதை கேசவன் புரிந்து கொள்வது நல்லது.

3

இரண்டாவது பிரச்சினை, ஒரு கலைப்படைப்பை ஏற்றுக் கொள்வதா, அன்றிப் புறக்கணிப்பதா என்பதைத் தீர்மானிப்பதில் மார்க்சியக் கொள்கையை எப்போதும் கடைப்பிடிக்க முடியுமா என்பது. அவ்வாறு கடைப்பிடிக்க இயலாது என்றும் "ஒரு கலைப்படைப்பு தன் சொந்த விதிகளால், அதாவது கலையின் விதிகளால் தீர்மானிக்கப்பட வேண்டும்" என்றும் டிராட்ஸ்கி கூறுகின்றார். இந்தக் கருத்தை நான் உடன்பாட்டோடு விளக்கியிருக்கிறேன். "கலையை கலை அல்லாதவற்றில் இருந்து பிரிப்பது, கலையின் உள்ளார்ந்த விதிகள் என்பது சரியே" என எனது கருத்தை ஒப்புக்கொள்ளும் கேசவன், எனது கருத்தின் முழுப் பரிமாணத்தையும் புரிந்துகொள்ளாது, "ஆனால் ஒரு கருத்து கலையின் உள்ளார்ந்த விதிகளுக்கு ஏற்ப கலை வடிவம் பெற்ற பின்பு அக்கலைப் படைப்பைப் புறக்கணிப்பதற்கு அல்லது ஏற்றுக்கொள்வதற்கு மார்க்சியக் கொள்கையை எப்பொழுதும் கடைப்பிடிக்க வேண்டும்," என்றும் "ஒரு காலத்தில் கடைப்பிடிப்பது இன்னொரு காலத்தில் கடைப்பிடிக்காமல் இருப்பது என்பதில் மார்க்சியர்களுக்குச் சுயவிருப்பம் *(option)* இல்லை" என்றும், "அவ்வாறு சுய விருப்பம் கொண்டு இயங்குதல் மார்க்சியத்துடன் பாதிக்கலியாணம் செய்து கொள்ளுதலாகும்" என்றும் கூறுகின்றார் (மா.தி.சி., பக். 48). தன்னுடைய கருத்தை விளக்குவதற்கு பாரதியிடம் இருந்தும் கண்ணதாசனிடம் இருந்தும் இரண்டு கவிதைவரிகளை உதாரணமாகவும் காட்டுகின்றார்.

பாரதியின்

> என்று தணியுமிந்த சுதந்திர தாகம்
> என்று தணியுமெங்கள் அடிமையின் மோகம்

என்ற வரிகளை உள்ளடக்க அளவிலும் வடிவ அளவிலும் ஏற்றுக்கொள்ளலாம் என்கிறார். இதில் உள்ள உள்ளார்ந்த கலைவிதிகள் இதனை ஒரு கலைப்படைப்பாக ஏற்றுக்கொள்ளச் செய்கின்றன என்கின்றார். இவரைப் பொறுத்த அளவில் இதில் உள்ள உள்ளார்ந்த கலைவிதிகள் எதுகை (என்று, என்று), இயைபு (தாகம், மோகம்) ஆகியவற்றோடு இரண்டு அடிகளிலும் உள்ள சீரான யாப்பளவும் ஆகும். "அதாவது தேமா, கருவிளங்காய், கருவிளம், தேமா என்ற சீரான தளை உறுப்புக்கள் வரும் வகையில் இரண்டு அடிகளும் ஒழுங்குற உள்ளன. இவற்றுக்கு ஏற்ற விதத்தில் நேர் நேர், நிரை நிரை நேர், நிரை நிரை, என்ற சீர்கள் உள்ளன". மேலும், "பாடலின் இரண்டாவது சொற்களைப் பாடும்போது அவற்றின் இறுதியில் சோகம் வெளிப்படுகிறது. அதாவது 'தணியுமிந்த', 'மடியுமெங்கள்' என்ற சொற்களில் ஒரு மேட்டில் இருந்து இறங்குவது போன்று வெளிப்படும் தொனி கவனிக்கத் தக்கது." மேலும் "தணியும், மடியும் என்பவற்றில் உள்ள காட்சிப் படிமங்களும் நோக்கத்தக்கவை. இவற்றுடன் பாரதிக்கு இருந்த இசைஞானம் இரண்டடிகளிலும் வெளிப்படுகின்றது. இன்னோரன்ன உள்ளார்ந்த விதிகள் இதை கலைப்படைப்பாக்குகின்றன. அதாவது (இவை) ஒரு கருத்தை கலைப்படைப்பாக ஆக்குதல் தொடர்பான அம்சங்களாகும்" (மா.தி.சி., பக். 49) என்று கலைவிதிகளை விளக்கும் கேசவன், "ஆயின் இந்தக் கலைப்படைப்பை ஏற்றுக்கொள்வதும் புறந்தள்ளுவதும் இதன் உள்ளடக்கத்தைப் பொறுத்ததாகும் என்றும், மனிதகுல விடுதலைநாள் வரையில் பாரதியின் இக்கலைப்படைப்பு ஏற்றுக்கொள்ளப்படுவதற்கு அதன் உள்ளடக்கம் காரணமாகும்" என்றும் கூறுகின்றார் (பக். 49).

இவ்வாறு பாரதியின் இரண்டு வரிகளை ஏற்றுக் கொள்வதற்குக் காரணம் கூறும் கேசவன் கண்ணதாசனின்

> வறுமை நாட்டில் வந்ததேன் மக்கள்
> உரிமைத் திமிரால் உழைக்காததுதான்

என்ற வரிகளை "கலைப்படைப்பாக ஏற்றுக் கொள்ளலாம். ஆனால் இந்தக் கலைப்படைப்பை ஏற்றுக்கொள்ள முடியாது" என்கிறார். "இங்குதான் மார்க்சியக் கொள்கையை எப்போதும் கடைப்பிடிக்க வேண்டிய அவசியம் உள்ளது. இதை டிராஸ்கியம் மறுக்கிறது என்று கருதுகிறேன். அத்தன்மை கொண்ட டிராஸ்கிய கலை இலக்கியக் கோட்பாட்டுக்குத் தேவையற்ற விதத்தில்

நுஃமான் சலுகை வழங்குவதாகத் தென்படுகின்றது" என்றும் சொல்கிறார் (மா.தி.சி., பக்.50). இதையே அவர் மேலும் இவ்வாறு விரித்துரைக்கின்றார்.

"ஒரு கருத்து கலைப்படைப்பாகப் பரிணமிப்பது வேறு; அதையே ஏற்றுக்கொள்வது வேறு. இரண்டுக்கும் இடையில் இயைபும் உண்டு; முரண்பாடும் உண்டு. நல்ல கருத்துகள் செழுமையான வடிவம் பெறுதலும் மோசமான, கோஷத்தனமான வடிவம் பெறுதலும் உண்டு. நல்ல கருத்துகள் கோஷத்தனமான வடிவத்தில் வருகின்றன எனின் அவை செழுமையான கலைப்படைப்புகள் ஆவதில்லை. **இதற்காக அப்படைப்பைப் புறக்கணிக்க முடியாது.** இதைப் போன்றே மோசமான தவறான, கருத்துகளின் வெளிப்பாட்டையும் சொல்லலாம்" (மா.தி.சி., பக். 49, 50) (அழுத்தம் என்னுடையது).

இங்கு கலை இலக்கியம், கலைவிதிகள் பற்றிய கேசவனின் புரிதல் எனக்கு வியப்பூட்டுகின்றது. கலைப் பிரச்சினைகளை இவர் எவ்வளவுதூரம் மிகை எளிமைப்படுத்தி நோக்குகின்றார் என்பது ஆச்சரியம் தருகின்றது. முதலாவதாக, இவர் பாரதியின் இரண்டு வரிகளையும் கண்ணதாசனின் இரண்டு வரிகளையும் கலைப்படைப்பாக ஏற்றுக் கொள்கிறார். காரணம், அவற்றில் கலையின் உள்ளார்ந்த விதிகள் செயற்பட்டிருக்கின்றனவாம். அவருடைய விளக்கத்தின்படி கலையின் உள்ளார்ந்த விதிகள் என்பன இங்கு யாப்பு விதிகளேயாகும். எதுகை, மோனை, சீர், தளை பெற்றிருக்கும் ஓர் கருத்து கலை வடிவம் ஆகின்றது. மேலும் பாரதியின் வரிகளில் தணியும், மடியும் என்ற காட்சிப்படிமங்கள் *(Visual image)* இருப்பதாகவும் சொல்கின்றார். இதன்மூலம் காட்சிப்படிமம் என்றால் என்ன என்பது இவருக்குப் புரியவில்லை என்பது தெரிகின்றது. இது எவ்வாறாயினும் சாராம்சத்தில் செய்யுளாக்கமே *(versification)*கலையாக்கம் – அதாவது கவிதையின் கலைவடிவம் – என்று இவர் கருதுவது வெளிப்படை. ஆனால், செய்யுளாக்கம் அல்ல கவிதை *(versification is not poetry)*. பாரதியின் இதே வரிகளை யாப்பற்ற வடிவத்துக்கு – அதாவது கேசவன் சொல்லும் எதுகை, இயைபு, சீர், தளை, தேமா, கருவிளம், நேர், நிரை ஒழுங்குற அமையாத உரைவடிவத்துக்கு – மாற்ற முடியும். அவ்வாறு மாற்றும்போதும் அது தன் கவிதைத் தன்மையை முற்றிலும் இழக்காது, உதாரணமாக,

இந்த சுதந்திரதாகம்
எப்போது தணியப்போகிறது.
எங்கள்அடிமையின் மோகம்
எப்போது மடியப்போகிறது.

என்று பாரதியின் வரிகளை வேறு ஊடகத்துக்கு மாற்றினாலும் அது இன்னும் தன்கவித்துவப் பாதிப்பை இழந்து விடுவதில்லை. ஏனெனில் இங்கு வெளிப்படுத்தப்படுவது ஒரு கருத்தல்ல. ஒரு ஆழமான உணர்வு; வேட்கை. இந்த உணர்வின் வீச்சே சாராம்சத்தில் இதைக் கவிதை என்று நிர்ணயிக்கின்றது. அல்லாமல் அதன் யாப்பும் இசையும் அல்ல. இவை இதற்கு ஒரு மேலதிக வீச்சைக் கொடுக்கின்றன; அவ்வளவுதான்.

செய்யுளாக்கத்தையே கவிதையின் கலைவடிவம் என்று கேசவன் கருதியதாலேயே அகவல் யாப்பில் அமைந்த கண்ணதாசனின் வரிகளைக் கலைப்படைப்பாக ஏற்றுக் கொள்ளலாம் என்று நினைக்கின்றார். ஆனால் பாரதியின் வரிகளைப் போல் யாப்பு வடிவத்தை இழந்தபிறகும் இதற்கு ஒருகவித்துவ அந்தஸ்து கிடைக்காது. உதாரணமாக இதை யாப்பை நீக்கி எழுதினால்,

நாட்டில் ஏன் வறுமை வந்தது?
மக்கள் உரிமைத் திமிரினால் உழைக்காமல் இருந்ததனால்தான்

என்று அமையும். இதை நாம் வெறும் கருத்தாகக் கொள்வோமே தவிர கவிதை என்று கருதமாட்டோம். இக்கருத்து செய்யுளில் அமைந்ததனால் மட்டும் இது கவிதையாகிவிடுவதில்லை. ஆகவே, கேசவன் கருதுவதுபோல் கண்ணதாசனின் மேற்காட்டிய வரிகள் எதுகை, மோனை, சீர், தளை ஒழுங்குடைய யாப்பில் இருப்பதற்காக அது கலைவடிவமாக ஏற்றுக்கொள்ளப்படமாட்டாது. அது இன்னும் ஒரு கருத்தே தவிர கவிதையல்ல; செய்யுளில் கூறப்பட்ட கருத்து. இதில் இருந்து நாம் தெரிந்து கொள்வது என்னவென்றால், கவிதையின் உள்ளார்ந்த கலைவிதி என்பது செய்யுளாக்கம் அல்ல; ஒரு கருத்தைச் செய்யுளில் கூறுவதல்ல என்பதும், பதிலாக கவிதையின் உள்ளார்ந்த கலை விதிகளுள் பிரதானமானது அது ஒரு வெறும் கருத்து வெளிப்பாடாக அன்றி ஒரு உணர்வு வெளிப்பாடாக இருக்க வேண்டும் என்பதுமாகும். இவ்வகையில் கவிதையின் கலைவிதிகள் பற்றிய கேசவனின் புரிதல் தவறானது என்பதும் நமது விமர்சகர்கள் மத்தியில் பரவலாகக் காணப்படும் கவிதைபற்றிய ஒரு தவறான விளக்கத்தின் பிரதிபலிப்பு என்பதும் தெளிவு. இவர்களிடம் கவிதைபற்றிய இத்தகைய கருத்து நிலவுவதினாலேயே ஒரு நல்ல கருத்தை செய்யுளில் எழுதினால் அதை ஒரு நல்ல கவிதை என்று வரவேற்கின்றார்கள். அதே கருத்தை புதுக்கவிதை என்று மேல் இருந்து கீழ்நோக்கிய வரிசை அமைப்பில் எழுதினாலும் நல்ல கவிதை என்று வரவேற்கிறார்கள், அடிப்படையில் இவர்கள் கருத்தையே பார்க்கின்றார்கள். கலையை அல்ல. சாராம்சத்தில் கருத்தே இவர்களின் கலையாகும்.

கேசவனின் புரிதல் தவறானது, எனினும், கலையின் உள்ளார்ந்த விதிகளே ஒரு கருத்தைக் கலைப்படைப்பாக்குகின்றது என்பதை ஏற்றுக் கொள்கின்றார். இவ்வாறு அது கலைப்படைப்பான பின்னர் அதை ஏற்றுக்கொள்வதா இல்லையா என்பதை நிர்ணயிப்பதில் மார்க்சியக் கொள்கையை எப்போதும் கடைப்பிடிக்க வேண்டும் என்கின்றார். அதாவது மார்க்சியக் கொள்கை முற்போக்குக் கருத்துகளை ஆதரிக்கின்றது. பிற்போக்குக் கருத்துகளை நிராகரிக்கின்றது. அவ்வகையில் நல்ல முற்போக்குக் கருத்தை வெளிப்படுத்தும் கலையை அது கோஷத்தனமாக இருந்தாலும் கூட மார்க்சிய அடிப்படையில் ஏற்றுக்கொள்ள வேண்டும். தீய பிற்போக்கான கருத்தை வெளிப்படுத்தும் கலையை நிராகரிக்க வேண்டும். இதுதான் ஒரு கலையை ஏற்றுக்கொள்வதா, இல்லையா என்பதுபற்றிய மார்க்சியப் பார்வை என்பது கேசவன் கருத்து. அரசியல் ரீதியில் எவ்வளவு முற்போக்காக இருப்பினும் கோஷநடையை ஒட்டிய, சுவரொட்டிப் பாங்கான படைப்புக்களை நிராகரிக்க வேண்டும் என்று கூறும் மாஓவைவிட இவர் தீவிர மார்க்சியக் கலைக் கோட்பாட்டாளராக உள்ளார் (பார்க்கவும். யெனான் கருத்தரங்கு உரை – மாஓசேதுங்). இது மார்க்சியத்துக்கும் கலைக்கும் புறம்பானது மட்டுமன்றி முற்றிலும் வறட்டுத்தனமானதும் ஆகும். மேலும் கேசவன் உதாரணம் காட்டும் கண்ணதாசனின் கருத்தை நிராகரிப்பதற்கு மார்க்சியக் கோட்பாட்டின் துணைதான் வேண்டும் என்பதும் இல்லை. சாதாராண பொது அறிவே *(common sense)* போதுமானது என்பதும் நமக்குத் தெரியும்.

இங்கு கேசவனுடைய அடிப்படைக் குறைபாடு என்னவென்றால், அவர் கலையைக் கருத்து அடிப்படையில் மட்டும் பார்ப்பதுதான். அதாவது கலை என்பது எப்போதும் ஒரு கருத்தை *(idea)* வெளிப்படுத்துவதாக இருக்கும் என்று இவர் கருதுவதுதான். அவர்காட்டும் உதாரணமும் அவரது வாதங்களும் இதையே நமக்குக் கூறுகின்றன. ஆனால் கலைகள் எப்போதுமே கருத்து நிலைப்பட்டவையல்ல; அதாவது ஒரு வெளிப்படையான சமூகக் கருத்தை மட்டும் கூறுவன அல்ல. கலையில் அது ஒரு அம்சம்தான். பெரும்பாலான கலைகள் ஒரு குறிப்பிட்ட மனித உணர்வை, ஒரு குறிப்பிட்ட அனுபவத்தை, ஒரு குறிப்பிட்ட மனித ஆற்றலை வெளிப்படுத்துபவையாகவும் இருக்கின்றன. வெவ்வேறு கலை வடிவங்களில் இருந்து நாம் இதற்கு ஏராளமான உதாரணங்கள் காட்டமுடியும். கேசவன் இங்கு கவிதை வரிகளையே உதாரணம் காட்டியதனால் நானும் இங்கு ஒரு கவிதையையே உதாரணமாகக் காட்ட விரும்புகிறேன். நமக்கெல்லாம் நன்கு அறிமுகமான பாரதியின் பாடல் ஒன்றையே தருகிறேன்.

காற்று வெளியிடைக் கண்ணம்மா – நின்றன்
காதலை எண்ணிக் களிக்கின்றேன் – அமு
தூற்றினை ஒத்த இதழ்களும் – நிலவு
ஊறித் ததும்பும் விழிகளும் – பத்து
மாற்றுப் பொன் ஒத்த நின் மேனியும் – இந்த
வையத்தில் நான் உள்ள மட்டிலும் – எனை
வேற்று நினைவின்றித் தேற்றியே – இங்கோர்
விண்ணவனாகப் புரியுமே, இந்தக்   (காற்றுவெளி)

நீ என தின்னுயிர் கண்ணம்மா – எந்த
நேரமும் நின்றனைப் போற்றுவேன் – துயர்
போயின, போயின துன்பங்கள் – நினைப்
பொன் எனக்கொண்ட பொழுதிலே – என்றன்
வாயினிலே அமுதூறுதே – கண்ணம்
மா என்ற பேர் சொல்லும் போழ்திலே – உயிர்த்
தீயினிலே வளர் சோதியே – என்றன்
சிந்தனையே என்றன் சித்தமே – இந்தக்   (காற்றுவெளி)

இது பாரதியின் அற்புதமான காதல் கவிதைகளில் ஒன்று. தமிழிலே உள்ள அற்புதமான காதல் கவிதைகளில் ஒன்று என்றும் நான் இதைச் சொல்வேன். இதற்குக் கண்ணன், தெய்வீகக் காதல் என்றெல்லாம் விளக்கம் சொல்வது அபத்தம். காதல் உணர்வை இக்கவிதையில் ஒரு அற்புதமான கலை ஆக்கி இருக்கிறான் பாரதி. எத்தனை முறை பாடினாலும் எனக்குச் சலிப்பதில்லை இந்தக் கவிதை. மனிதனின் காதல் உணர்வு உள்ளவரை இக்கவிதையும் வாழும் என்றுதான் நான் நினைக்கின்றேன். நான் நினைப்பது இருக்கட்டும். கேசவனின் கலைக் கோட்பாட்டில் இந்தக் கவிதையின் நிலை என்ன என்றே நாம் பார்க்க வேண்டும்.

கேசவன் இதை ஒரு கலைப்படைப்பாக ஏற்றுக்கொள்வார். ஏனெனில், அவர் கூறும் கலைவிதிகளின்படி இதிலே எதுகை, மோனை இருக்கிறது; சீர், தளை, தேமா, புளிமா, நேர், நிரை எல்லாம் இருக்கின்றன. காட்சிப் படிமம், கருத்துப் படிமம் *(abstract image)* உவமை உருவகம் எல்லாம் இருக்கின்றன; நல்ல இசையோடும் இதைப் பாடலாம்; பாடியும் இருக்கிறார்கள். அவ்வகையிலே இதை ஒரு "கலைப் படைப்பாக" ஏற்றுக் கொள்ள கேசவன் தயங்கமாட்டார்; கண்ணதாசனின் வெற்றுச் செய்யுளையே "கலைப்படைப்பாக" ஏற்றுக்கொண்டவர் இதை ஏற்றுக்கொள்ள நிச்சயம் தயங்கமாட்டார். ஆனால் இந்தக் "கலைப்படைப்பை" ஏற்றுக் கொள்வாரா அல்லது நிராகரிப்பாரா என்பதே நமது பிரச்சினை. கேசவனின் கோட்பாட்டின்படி கலைவிதிகளின் அடிப்படையில் இதை ஒரு 'கலைப்படைப்பாக' ஏற்றுக்கொண்ட பிறகு இந்தக் கலைப்படைப்பை ஏற்றுக்கொள்வதா

இல்லையா என்பதைத் தீர்மானிப்பதற்கு நாம் மார்க்சியக் கோட்பாட்டின் துணையை நாடவேண்டும். இதன் உள்ளடக்கம் முற்போக்கானதாக இருந்தால் அது இதனை ஏற்றுக்கொள்ளும்; பிற்போக்கானதாக இருந்தால் அது இதனை நிராகரித்துவிடும். இதன் உள்ளடக்கம் 'காதல் உணர்வு' தானே தவிர ஒரு சமூகக் கருத்து அல்ல. கண்ணதாசனின் இரண்டுவரிக் கலைப் படைப்பை நிராகரித்து பாரதியின் இரண்டு வரிப் படைப்பை ஏற்றுக் கொண்டதுபோல் இலகுவான ஒரு தீர்மானத்தை இங்கு எடுக்க முடியவில்லை நமக்கு. ஆகவே வெளிப்படையாக முற்போக்கா பிற்போக்கா என்று தீர்மானிக்க முடியாத இந்தக் கவிதையின் தலைவிதியைத் தீர்மானிப்பதற்கு கேசவனின் கலைக்கோட்பாட்டில் வேறு ஏதாவது வழி இருக்கிறதா என்று பார்க்க வேண்டும். இருக்கிறது. கேசவனின் மார்க்சியக் கலைக் கோட்பாட்டின்படி கலைகள் எல்லாமே வர்க்கச் சார்புடையன. பாட்டாளி வர்க்கப் போராட்டத்துக்கு உதவும் கலைகளே முற்போக்கான கலைகள், ஏனையவை பிற்போக்கு பூர்ஷ்வாக் கலைகள். இவ்வாறு கேசவனின் இந்த மார்க்சியக் கலைச் சூத்திரம் பாரதியின் இந்தக் கவிதையை நிராகரித்துவிடும். ஏனெனில், பாரதியின் இந்தக் கவிதை முற்போக்கான ஒரு சமூகக் கருத்தைக் கூறவில்லை. சமூகமாற்றத்தில், வர்க்கப் போராட்டத்தில் இது பயன்படுவதில்லை. இதனை வர்க்கப் போராட்டத்துக்கு ஒரு ஆயுதமாகப் பயன்படுத்த முடியாது. பதிலாக இது காதல் உணர்வைக் கிளறி விட்டு பாட்டாளியின் வர்க்கப் போராட்ட உணர்வை மழுங்கடிக்கும். பாட்டாளியை வேற்று நினைவின்றித் தேற்றி, தான் ஒரு விண்ணவன் என்ற போதைக்குள் மூழ்கடித்துவிடும். பிறகு அவன் புரட்சி பற்றி நினைக்கவே மாட்டான். ஆகவே இந்தக் கவிதை ஒரு பிற்போக்கு பூர்ஷ்வாச் சதி. இதைப் பாட்டாளி வர்க்கம் நிராகரித்து விடவேண்டும். அந்தோ. நான் இருபதுவருடங்களுக்கு மேலாக அடிக்கடி பாடி மகிழ்ந்த இந்தக் கவிதை கடைசியாகப் பிற்போக்குக் குப்பைக்கூடைக்குள் வீசப்பட்டுவிடுகிறது. இதை ரசித்து மகிழ்ந்த எனது ரசனை பிற்போக்கு பூர்ஷ்வா ரசனையாகிவிடுகின்றது. ஆம், இதுதான் அதன் முடிவு. கேசவன் போன்றவர்களின் வறட்டுச் சூத்திர மார்க்சியக் கலைக் கோட்பாட்டின் தர்க்க ரீதியான விளைவு இதுதான். இத்தகைய மனப்பாங்கையே நாம் வறட்டு மார்க்சிய வட்டாரத்தில் அடிக்கடி காண்கின்றோம்.

இவர்கள் காதல் உணர்வுக்கு ஆட்படாதவர்கள் அல்ல; தங்கள் குழந்தையை அணைத்துக் கொஞ்சி மகிழாதவர்கள் அல்ல. தங்கள் அன்புக்குரிய ஒருவரின் மரணத்தினால் கலங்காதவர்கள் அல்ல. ஒரு வைகறை நிலவின் வனப்பில் மயங்காதவர்கள்

அல்ல. ஆனால் இத்தகைய உணர்வு வெளிப்பாடுகளுக்கு இவர்களது கலைக் கோட்பாட்டில் இடம் இல்லை. ஏனெனில், இவர்களது கலைக்கோட்பாடு வர்க்கப் போராட்டத்தை மட்டும் அடிப்படையாகக் கொண்டது. அரசியல் பயன்பாட்டு வாதத்தை மட்டும் அடிப்படையாகக் கொண்டது. இந்த வரம்புக்குள் வராத கலைகள் இவர்களைப் பொறுத்தவரை நிராகரிக்கப்பட வேண்டிய கலைகள். கேசவனின் 'இலக்கிய விமர்சனம்' நூலில் இத்தகைய வறட்டுப் பயன்பாட்டுவாதக் கலைநோக்கின் இலக்கண சுத்தமான வரைவிலக்கணத்தை நாம் பார்க்கின்றோம். மார்க்ஸ் தத்துவத்தைப் பற்றி இவ்வாறு சொன்னார் "இதுவரை தத்துவவாதிகள் உலகத்தை விளக்கமட்டுமே செய்தார்கள். நமது பணி அதனை மாற்றுவது". தத்துவம் பற்றி மார்க்ஸ் சொன்ன இக்கருத்தை கேசவன் எந்தவித ஆராய்வும் தயக்கமும் இல்லாது தனது நூலில் இவ்வாறு கலையோடு சமப்படுத்துகின்றார். அவர் இவ்வாறு சொல்கின்றார்:

"மாக்சியத்தின் பணிகள் இரண்டு; ஒன்று விளக்குவது; இரண்டாவது மாற்றுவதாகும். அதாவது கலையின் பணி விளக்குவதும் மாற்றுவதுமாகும். அதாவது மாற்றுவதற்காக விளக்குவதாகும்" (இ.வி., பக். 77).

டிராட்ஸ்கியின் கருத்தை மறுக்குமுகமாகவே கேசவன் இந்தச் சூத்திரத்தை முன்வைக்கின்றார். மார்க்சியக் கோட்பாட்டுக்கு என்ன பணி உண்டோ கலையின் பணியும் அதுதான். அது சமூகத்தை விளக்கி அதனை மாற்ற வேண்டும். அல்லது மாற்றுவதற்காக அதனை விளக்கவேண்டும். அப்படி அல்லாத கலைகள் ஏற்றுக் கொள்ளப்பட மாட்டா. இந்தக் கலைச் சூத்திரத்தை மார்க்சே கற்பனை பண்ணியிருக்க மாட்டார். ஷேக்ஸ்பியர், தாந்தே ஆகியோரில் அவருக்கு ஆழ்ந்த ஈடுபாடு இருந்ததாக அறிகின்றோம். இவர்களின் கலை மார்க்சின் வர்க்கப் போராட்டத்துக்கும் சமூக மாற்றத்துக்கும் பயன்படும் கலை அல்ல. கேசவனின் இந்தக் கலைச் சூத்திரத்தை லெனினும் கற்பனை செய்திருக்க மாட்டார். பீதோவனின் கலையில் அவர் மனம் பறிகொடுத்ததாகக் கேசவனின் நூலில் இருந்தே அறிகின்றோம். பீதோவனின் இசை லெனினின் வர்க்கப் போராட்டத்திலும் சமூகமாற்றத்திலும் பயன்படும் ஒன்று அல்ல. சீனப் பாட்டாளிவர்க்கப் புரட்சிகர இலக்கியத்தின் தந்தை எனப்போற்றப்படும் லூசூன் கேசவனைப் பார்த்து ஒரு புன்னகை புரிந்து சொல்லுவார், 'தம்பி, நீ கருத்து முதல்வாதிபோல் பேசுகிறாய்' என்று. அவர் சொல்கிறார்:

"எல்லா இலக்கியமும் அதன் சூழலினால் உருப்பெறுகிறது. இலக்கியம் உலக விவகாரங்களில் செல்வாக்குச் செலுத்த

முடியும் என்று கலாபக்தர்கள் எண்பிக்க விரும்புகின்றார்கள். ஆனால், உண்மை வேறாக இருக்கின்றது. அதாவது அரசியல் முதலில் வருகிறது, கலை அதற்கேற்ப மாறுகின்றது. உங்கள் சூழலைக் கலை மாற்ற முடியும் என்று நீங்கள் கற்பனை பண்ணினால் நீங்கள் கருத்து முதல் வாதிபோல் பேசுகிறீர்கள், எழுத்தாளர்கள் எதிர்பார்க்கும் நிகழ்வுகள் அரிதாகவே நடக்கின்றன" *(Selected Works of Luhsun Vol. III)*.

கேசவன் கருதுவதுபோல கலை சமூக மாற்றத்தில் அல்லது சமூகத்தை மாற்றுவதில் நேரடியான பங்கு வகிப்பதில்லை என்பதையே இங்கு லூசூன் சுட்டிக் காட்டுகின்றார். இதுபற்றி நான் பின்னர் விளக்குவேன். ஆனால் கேசவன் போன்ற வறட்டு மார்க்சியக் கலைக் கோட்பாட்டாளர்கள் கலையின் பன்முகத் தன்மையை அதன் பல்வேறு பரிமாணங்களை நிராகரித்து, அதற்கு நேரடியான அரசியல் பயன்பாடு என்ற ஒற்றைப் பரிமாணத்தையே கொடுக்க முனைகின்றார்கள். கலையின் சமூக அரசியல் பயன்பாட்டை நான் ஒருபோதும் மறுப்பவன் அல்ல. எனது படைப்புகளோடு பரிச்சயம் உடையவர்கள் இதை நன்கு அறிவார்கள். நான் அதை எப்போதும் வலியுறுத்தியே வந்திருக்கின்றேன். ஆனால், அதுமட்டும்தான் கலையின் பயன்; கலை அதற்கு மட்டும்தான் பயன்பட வேண்டும் என்ற குறுகிய இயந்திரப்பாங்கான பயன்பாட்டு வாதத்தையே நான் மறுக்கின்றேன். இது கலைக்கும் மார்க்சியத்துக்கும் புறம்பானது என்பதே என்கருத்து. கலை சமூகத்தைச் சார்ந்திருக்கின்றது. கலைக்கு ஒரு சமூகப் பயன்பாடு இருக்கின்றது என்ற கலை பற்றிய மார்க்சியக் கருத்தோட்டத்தை இவர்கள் குறுகிய அரசியல் அர்த்தத்தில் புரிந்து கொண்டதனாலேயே இந்த நிலை தோன்றியுள்ளது. கலை முழுமொத்தமான மனித அனுபவத்தின் வெளிப்பாட்டுச் சாதனமாகவே இருந்து வந்திருக்கின்றது; இனியும் இருக்கும். சமூகத்தில் புரட்சியும் போராட்டமும் தோன்றும்போது கலையில் அது முதன்மையும் முக்கியமும் பெறுகின்றது. அரசியல் முதலில் வருகின்றது. கலை அதற்கேற்ப மாறுகின்றது என லூசூன் கூறுவதும் இதைத்தான். இன்றைய ஈழத்து அனுபவமும் அதையே காட்டுகின்றது. ஆயினும் இந்தப் போராட்ட வலயத்துக்குள் நேரடியாக வராத மனிதனின் ஏனைய அனுபவங்கள், பிரச்சினைகள் நடத்தைகளுக்குக் கலையில் இடம் இல்லை என்று ஆகாது. கலை எப்போதும் வாழ்வின் சகல பகுதிகளையும் ஊடுருவிச் செல்வதாகவே இருக்கின்றது. இந்த உண்மையை ஒற்றைப் பரிமாணக் கலைக்கோட்பாட்டாளர்கள் புரிந்து கொள்வது நல்லது.

ஆனால், கேசவன் அவசரப்பட்டு, நமது வழக்கமான லேபல் ஒட்டும் மார்க்சிய மரபைப் பேணி என்னை ஒரு டிராட்ஸ்கியவாதியாக இனங்காட்டுவது எனக்கு வியப்பூட்டுகின்றது. “கலை இலக்கியக் கொள்கையில் முதலாளியச் சிந்தனையை மார்க்சிய முகாமுக்குள் அறிமுகப்படுத்திய டிராட்ஸ்கியின் கலைக்கோட்பாடுகள் நுஃமானிடம் முதன்மை பெறுதலைக் காண்கிறோம்” எனக்கூறும் கேசவன், “கூடாரத்துள் தலை நீட்டும் ஒட்டகங்களை நுஃமான் அனுமதிக்க வேண்டாம்” என்று எனக்கு ஆலோசனையும் வழங்குகின்றார் (மா.தி.சி., பக்.69). அவரது ஆலோசனைக்கு நான் நன்றி கூறக் கடமைப்பட்டுள்ளேன். ஆனால், இங்கு பிரச்சினை நான் டிராட்ஸ்கியவாதியா இல்லையா என்பதல்ல; எனது கருத்துகள் சரியானவையா தவறானவையா என்பதுதான். டிராட்ஸ்கி கூறியதற்காக ஒரு கருத்து முதலாளியப் பிற்போக்குக் கருத்து என்று ஆகிவிடாது. எனக்குச் சரி எனப்படும் கருத்துகள் எங்கிருந்து வந்தாலும் அதை நான் ஏற்றுக்கொள்ளத் தயங்குவதில்லை. ஒரு ஒட்டகம் எனக்கு நல்லறிவைக் கொண்டுவருமானால் அதற்கு என் கூடாரத்தைக் கொடுத்துவிட்டு நான் ஒதுங்கி நிற்பதையே விரும்புவேன்.

4

மார்க்சியம் அனைத்துத் துறைகளையும் எப்போதும் விளக்கும் தகைமையுடைய தத்துவம் எனக்கூறும் கேசவனின் கருத்துபற்றி எனது முன்னைய கட்டுரையில் விளக்கி இருக்கிறேன். உதாரணமாக யாப்பினை எடுத்துக் கொண்டு ஒரு குறிப்பிட்ட யாப்பு வடிவம் ஒரு குறிப்பிட்ட காலகட்டத்தில் ஏன் தோன்றியது என்பதை மார்க்சிய இயங்கியல் விதிகொண்டு நாம் விளக்க முடியும் என்றும் ஆனால், அக்குறிப்பிட்ட யாப்பின் உள்ளார்ந்த அமைப்பினை மார்க்சியம் விளக்காது; அதை யாப்புக் கோட்பாடுதான் விளக்கவேண்டும் என்றும், அக்குறிப்பிட்ட யாப்பினை ஒரு கவிஞன் செம்மையாகக் கையாண்டுள்ளானா இல்லையா அதற்கு அவன் எத்தகைய புதிய வளங்களைச் சேர்த்துள்ளான் என்பதை மார்க்சிய அடிப்படையில் அன்றி யாப்பியல் அடிப்படையிலேயே நாம் விளக்க வேண்டும் என்றும், மார்க்சிய யாப்பியல் என்று ஒன்று இல்லை என்றும் கூறியிருந்தேன், இதை ஏற்றுக்கொள்ளும் கேசவன் பின்வருமாறு கூறுகின்றார்.

“எனினும் யாப்பு என்பது கூட, சமூக அசைவுகள் அனைத்தில் இருந்தும் தனித்து ஒதுங்கியதன்று. பொதுவாக தமிழ் யாப்பின் கட்டமைப்பையும் உள்ளடக்கத்தையும் கண்டால் அதற்கென ஒழுங்கு படுத்தப்பட்ட ஒரு உருவ இலக்கணமும் உள்ளடக்கமும்

காணலாம். இரண்டுக்கும் இடையில் ஒரு இயைபுத் தன்மையைக் காணலாம்.

* வெறும் கருத்துகளின் விவர அறிக்கைபோன்று ஆசிரியப்பா.
* நீதிக் கருத்துக்களை எடுத்துச் சொல்லும் வெண்பா.
* கதையை உரையாடல் கலந்து சொல்லும் கலிப்பா.

இதற்கு விலக்குகள் உண்டு. இதுபோன்று துறை, விருத்தம், தாழிசை போன்ற பாவினங்களும் உண்டு. **விருத்தத்தை எடுத்துக் கொண்டால் வேண்டுகோள் விடுக்கும் தொனியும், கருத்தும் இருப்பதனால் சுற்றிச் சுற்றி ஒரு வளைவுக்குள்ளே சுழன்று கொண்டே இருப்பதைக் காணலாம்.** எனவே யாப்பின் உருவ இலக்கணத்துக்கும் உள்ளடக்கத்துக்கும் இயைபு உண்டு. குறிப்பிட்ட உள்ளடக்கத்தின் தோற்றத்தை ஒரு குறிப்பிட்ட காலத்தோடு தொடர்புபடுத்த முடியும். எனவே **ஒரு குறிப்பிட்ட காலத்தில் ஆளுகை செய்யும் புறநிலை விதிகளும் யாப்புக்கட்டமைப்பின் உருவ இலக்கண அம்சங்களின் உள்ளார்ந்த விதிகளும் ஏதாவது ஒரு தளத்தில் சந்திக்கக்கூடிய வாய்ப்பு உண்டென்பதை நாம் மறுக்க இயலவில்லை** (மா.தி.சி., பக். 50, 51) (அழுத்தம் ஆசிரியருடையது).

இங்கு கேசவன் எதை நிரூபிக்க முனைகிறார் என்பது எனக்குப் புரியவில்லை. யாப்பின் உள்ளார்ந்த விதிகளை அதாவது செய்யுளின் அமைப்பை மார்க்சியம் விளக்கமுடியும், அதாவது மார்க்சிய யாப்பியல் ஒன்றை உருவாக்க முடியும் என்பதையா? அல்லது இயக்கவியல் வரலாற்றுப் பொருள்முதல் வாதக் கண்ணோட்டத்தில், பொருளுக்கும் யாப்புக்கும் இடையே உள்ள தொடர்பின் அடிப்படையில் யாப்புவடிவங்களின் தோற்றம் வளர்ச்சி பற்றி விளக்க முடியும் என்பதையா? இரண்டாவது அம்சத்தை மார்க்சிய அடிப்படையில் விளக்கமுடியும் என்பதை எனது கட்டுரையிலேயே குறிப்பிட்டுள்ளேன். இலக்கியப் பொருள் மாற்றத்துக்கும் புதிய யாப்பு வடிவங்களில் தோற்றத்துக்கும் இடையே நாம் ஒரு தொடர்பினைக் காணமுடியும். உதாரணமாக பக்தி இயக்கம் வளர்ச்சியடைந்த சங்கமருவிய காலப் பிற்பகுதியிலும் பல்லவர் காலத்திலும் இசைக்கட்டு மிகுந்த யாப்பு வடிவங்கள் தோன்றுவதைக் காட்டலாம். பக்தி இயக்கத்தின் தேவை இந்தப் புதிய யாப்பு வடிவங்களின் தோற்றத்துக்கு அடிப்படையாக இருந்திருக்கின்றது என்று விளக்கலாம். இத்துறையிலே மார்க்சிய அணுகுமுறையைப் பயன்படுத்துவதற்கு நிறைய வாய்ப்பு உண்டு. மார்க்சியம், இலக்கிய வரலாறு, யாப்பியல் எல்லாம் அறிந்தவர்களாலேயே இதில் ஏதும் சாதிக்க முடியும். ஆனால் ஒரு குறிப்பிட்ட யாப்பின்

உள்ளமைப்பை, அதன் சீர், தளை, அடி, தொடை போன்றவற்றின் ஒருங்கியைபை, அவை தோற்றுவிக்கும் வரையறையான ஒத்திசைக் கோலத்தை யாப்பியல்தான் விளக்க முடியும். அது ஒரு தனி அறிவியல் துறையாகும். மார்க்சியத்துக்கு அதில் எவ்வித பங்கும் இல்லை. ஆனால் 'ஒரு குறிப்பிட்ட காலத்தில் ஆளுகை செய்யும் புறநிலை விதிகளும் யாப்புக் கட்டமைப்பின் உருவ இலக்கண அம்சங்களின் உள்ளார்ந்த விதிகளும் ஏதாவது ஒரு தளத்தில் சந்திக்கக் கூடிய வாய்ப்பு உண்டென்பதை நாம் மறுக்க இயலவில்லை' என்ற கேசவனின் கூற்றுக்கு என்ன பொருள் என்று எனக்கு உண்மையில் விளங்கவில்லை. தான் என்ன கருதுகிறார் என்பதை அவர் இன்னும் தெளிவுபடுத்த வேண்டும். இதுபோன்றே "தமிழ் யாப்பின் கட்டமைப்பையும், உள்ளடக்கத்தையும் கண்டால் அதற்கென ஒழுங்குபடுத்தப்பட்ட ஓர் உருவ இலக்கணமும் உள்ளடக்கமும் காணலாம்" என்ற கேசவனின் கூற்றும் எனக்குப் புரியவில்லை. "ஒரு குறிப்பிட்ட யாப்பின் உருவ இலக்கணத்துக்கும் உள்ளடக்கத்துக்கும் இயைபு உண்டு" என்ற கேசவனின் கூற்று இவரது முந்திய கூற்றின் பொழிப்பாக இருக்கலாம் என்று நினைக்கின்றேன். ஆனால் இது தவறான கருத்தாகும்.

கேசவன் கருதுவதுபோல் ஆசிரியப்பா, வெண்பா, கலிப்பா, விருத்தம் இவற்றுக்குத் தனித்தனி வரையறையான உள்ளடக்கம் எதுவும் இல்லை. அகப்பாடல்களில் பெரும்பாலானவை ஆசிரியப்பாவிலேயே அமைந்துள்ளன. கேசவன் சொல்வதுபோல் அவை வெறும் கருத்துகளின் விவர அறிக்கை அல்ல. வெண்பா நீதிக் கருத்துகளை மட்டும் எடுத்துச் சொல்வதில்லை. அறத்துப்பாலையும் காமத்துப்பாலையும் வள்ளுவர் குறள் வெண்பாவிலேயே பாடியிருக்கிறார். நாலடியார் மட்டுமன்றி நளவெண்பாவும் வெண்பாவிலேயே அமைந்துள்ளது. பாரதியின் குயிற்பாட்டு முழுவதும் (குயிலின்பாடலைத் தவிர) கலிவெண்பாவிலேயே அமைந்துள்ளது. கலிப்பா மட்டும் ஒரு கதையை உரையாடல் கலந்து சொல்லவில்லை. வெண்பா, அகவல், விருத்தம் முதலிய எல்லா யாப்பிலேயுமே அத்தகைய ஆக்கங்களை நாம் ஏராளமாகக் காணலாம். விருத்தத்துக்குக் கம்பனைச் சொல்வார்கள். அவனுடைய ராமாயண விருத்தங்களில் வேண்டுகோள்விடுக்கும் தொனியும், கருத்தும் சுற்றிச் சுற்றி ஒரு வளைவுக்குள் சுழன்று கொண்டிருப்பதாகக் கூறுவது அறிவுக்கு உகந்ததாகாது. இவ்வகையில் யாப்பு வடிவங்கள் பற்றிய கேசவனின் கருத்துகள் முற்றிலும் மேம்போக்கானவை; ஆழ்ந்த ஆய்வின்பாற்பட்டவை அல்ல. நமது முன்னோர்கள் சிலர் இவ்வாறு சொல்லியிருக்கிறார்கள், நீதிக்கு வெண்பா,

எடுத்துரைப்பதற்கு ஆசிரியப்பா என்று. கேசவன் இதையே இங்கு பரிசீலனையின்றி வழிமொழிந்திருக்கிறார். தனது கருத்துகளுக்கு விதிவிலக்குகள் உண்டு என்றும் கேசவன் கூறுகின்றார். இவர் கூறுவன விதிகளே அல்ல. விதிகளாக இருந்தால்தான் நாம் விலக்குகளைப் பற்றிப் பேசலாம்.

'மார்க்சியம் அனைத்துத் துறைகளையும் எப்போதும் விளக்கும் தகைமையுடைய தத்துவம்' என்ற தனது பழைய இறுகிய நிலையில் இருந்து "மார்க்சியம் சர்வரோக நிவாரண சஞ்சீவி என நாம் சொல்வதாகப் பொருள் கொள்ளக்கூடாது" (மா.தி.சி., பக். 51) என்று சற்றே நெகிழ்வு காட்டும் கேசவன், மறுகணமே தான் ஏதோ மார்க்சியத்துக்கு அபச்சாரம் செய்துவிட்ட பாணியில் மீண்டும் பழைய நிலைக்குத் திரும்பி "மார்க்சியத்தை எப்போதும் கடைப்பிடிக்க இயலாது என்ற டிராட்ஸ்கியின் கருத்தைத் தன் வயப்படுத்திக் கொண்டு அதை உறுதிப்படுத்திக்கொள்ளும் விதத்தில் மார்க்சியத்தின் அனைத்துந்தழுவிய பொதுத் தன்மையை நுஃமான் மறுக்கின்றார்" என்றும் என்மீது குற்றம் சுமத்துகின்றார் (மா.தி.சி., பக், 52). மார்க்சியம் அனைத்துந்தழுவியதாக இருக்க வேண்டும் என்ற கேசவனின் பேராசை பாராட்டக்கூடியதே. மார்க்சிய மெய்யியல், மார்க்சிய அரசியல், மார்க்சிய பொருளியல், மார்க்சிய சமூகவியல், மார்க்சிய அழகியல் என்பனபோல மார்க்சிய உயிரியியல், மார்க்சிய வானியல், மார்க்சிய பொறியியல், மார்க்சிய தொழில் நுட்பவியல், மார்க்சிய உடற் கூற்றியல், மார்க்சிய மருந்தியல், மார்க்சியத் தச்சுக் கலை, மார்க்சியத் தையற்கலை என்றெல்லாம் மார்க்சியம் அனைத்துத்துறைகளையும் தழுவியதாக இருந்தால் எனக்கும் மகிழ்ச்சியே. ஆனால் அது அவ்வாறு இருப்பதாக எனக்குத் தெரியவில்லை.

5

இனி கலையின் வர்க்கச் சார்பு பற்றிய பிரச்சினைக்கு வருவோம். வர்க்க சமூகத்தில் கலைகள் எல்லாம் வர்க்கச் சார்புடையனவாகவே இருக்கும் என்பது ஒரு பொதுவான மார்க்சியக் கோட்பாடு. இதில் மார்க்சியர் மத்தியில் கருத்துவேறுபாடு இல்லை என்றும் ஆயினும் இதன் நடைமுறைப் பிரயோகத்தில் கருத்து வேறுபாட்டுக்கு இடம் உண்டு என்றும் எனது கட்டுரையில் குறிப்பிட்டிருந்தேன். ராமாயணம் பற்றிய கேசவனின் பார்வை குறித்து பிரச்சினை எழுப்பி இருந்தேன்.

எனது விமர்சனத்துக்குப் பதில் அளிக்கும் கேசவன் 'எல்லாம் வர்க்கச் சார்புடையன' எனக் கோட்பாட்டு அளவில் ஒப்புக் கொண்டு அதன் நடைமுறையில் தாராளவாதத்தை அனுமதிக்கிறேன் என்றும் இத்தகைய பிளவுண்ட சிந்தனையின்

காரணமாகவே பழம் இலக்கியங்களின் பயன்பாடு குறித்து வேறுபடுகிறேன் என்றும் கூறுவதோடு பழம் இலக்கியத்தின் உள்ளடக்கத்தையும் கலை மதிப்புகளையும் விமர்சனக் கண்ணோட்டத்தில் அணுக வேண்டும் என்றும் பழம் இலக்கியங்களுக்குரிய மறுவிளக்கப் பயன்பாடு இன்றைக்கும் சாத்தியமே என்றும் கூறுகிறார் (மா.தி.சி., பக். 53, 54). ஷியாம் பெனகலும் இன்குலாபும் பழம் இலக்கியங்களைப் பயன்படுத்தியிருப்பதற்கு உதாரணமும் தருகிறார். இதில் இருந்து நான் எழுப்பிய பிரச்சினையின் அடிப்படையைக் கேசவன் புரிந்து கொள்ளவில்லை; அல்லது திசை திருப்புகிறார் என்று தெரிகிறது.

பழைய இலக்கியங்களை விமர்சனக் கண்ணோட்டத்தில் நோக்கக் கூடாது என்றோ பழைய இலக்கியங்களை மறுவிளக்கம் கொடுத்து இன்றைய சூழலில் பயன்படுத்தக்கூடாது என்றோ நான் ஒருபோதும் கூறவில்லை. இந்த அம்சங்களில் எனக்கு எப்போதும் உடன்பாடு உண்டு. நானே, அசுரர்களால் அழிக்க அழிக்க உயிர் பெற்றெழுந்த கசனையும் தேவயானியையும் பற்றிய பாரதக் கதையை இன்றைய சூழலுக்குப் பொருந்துமாறு சுமார் பத்து வருடங்களுக்கு முன்பே ஒரு நெடுங்கவிதையாக எழுதியிருக்கின்றேன். இது உலகெங்கும் காணப்படுகின்ற ஒரு பொதுப் போக்குமாகும். என்னுடைய பிரச்சினை இதுவல்ல. பழைய இலக்கியங்களின் சில அம்சங்களை இன்றைய சூழலில் மக்களுக்குச் சாதகமான வகையில் மறு விளக்கம் கொடுப்பதற்கு மட்டும்தான் இன்றைய சமூகத்தில் பயன்படுத்த முடியுமா? பழைய இலக்கியங்களைப் பொறுத்தவரை இதை மட்டும்தான் மார்க்சியம் அனுமதிக்கிறதா? இதற்கு அப்பால் பழைய இலக்கியங்களுக்கு ஒரு பயன்பாடு இல்லையா? கேசவனின் கறாரான பாட்டாளி வர்க்கக் கண்ணோட்டம் அதிகாரத்துக்கு வந்தால் மறுவிளக்கம் கொடுத்துப் பயன்படுத்த முடியாத பழைய இலக்கியங்களின் கலைகளின் தலைவிதி என்ன? அவை தீயிட்டுக் கொளுத்தப்படுமா? அல்லது நெடுங்கால மனித அனுபவத்தின் அரும்பொருட்கள் என்று பாதுகாக்கப்படுமா? இதை இன்னும் குறிப்பாகக் கேட்பதானால் சோசலிசத் தமிழகத்தில் கம்பராமாயணத்தை கம்பராமாயணமாகவே படிப்பதற்கு மக்களுக்கு வாய்ப்புக் கிடைக்குமா? மாணவர்களின் இலக்கியப் பாடத்திட்டத்தில் அதற்கு இடம் கிடைக்குமா? அல்லது உயர்சாதி இந்து நில உடைமைக் கலை என்று அது ஒதுக்கப்படுமா? இதுதான் என்னுடைய கேள்வி. கேசவன் இதற்குத் தனது நூலில் பதில் சொல்லவில்லை. பதிலாக நான் முரண்படாத விஷயங்கள் பற்றி அவற்றில் எனக்கு முரண்பாடு இருப்பதுபோல் விரிவாக விளக்கிச் செல்கிறார்.

நான் ஏற்கனவே விளக்கியவாறு கேசவனின் இந்தக் கறாரான பாட்டாளி வர்க்கக் கலைக்கோட்பாடு முற்றிலும் அரசியல் பயன்பாட்டுவாதத்தை அடிப்படையாகக் கொண்ட ஒற்றைப் பரிமாணக் கோட்பாடு ஆகும். இதுவே இவரது கோட்பாட்டின் அடிப்படைப் பலஹீனமாகும். அதனாலேயே உடனடியான அரசியல் தேவைக்குப் பயன்படாத கலை, இலக்கியங்களை யெல்லாம் அவரால் நிராகரித்து விட முடிகின்றது. கலைபற்றிய வர்க்கக் கண்ணோட்டத்தை இயந்திரப் பாங்கில் பிரயோகிப்பதன் விளைவு இது. இது, இவரை அறியாமலே மார்க்சியத்தை ஒரு குறுகிய பயன்பாட்டுவாதச் சகதிக்குள் தள்ளிவிடுகின்றது. ஆனால் மார்க்ஸோ, ஏங்கல்ஸோ, லெனினோ கலைபற்றிய தங்கள் வர்க்கக் கண்ணோட்டத்தை இத்தகைய ஒரு குறுகிய பயன்பாட்டுவாத நோக்கில் கையாண்டதற்குச் சான்றுகள் இல்லை. தங்கள் உடனடி அரசியல் தேவைக்கும், பாட்டாளி வர்க்கப் புரட்சிகரப் போராட்டத்துக்கும் எவ்வகையிலும் பயன்படாத ஷேக்ஸ்பியரையும், தாந்தேயையும், கோதேயையும், பிதோவனையும், பால்சாக்கையும், டால்ஸ்டாயையும், புஷ்கினையும் இவர்கள் ரசித்திருக்கிறார்கள்; போற்றிப் புகழ்ந்திருக்கிறார்கள்; விமர்சித்தும் இருக்கிறார்கள்; இவர்களுடைய கலாரசனைமிக்க, வளமான மார்க்சிய மரபை தனது நூலிலே கேசவன் புறக்கணித்துவிட்டார். பதிலாக வர்க்கப் பார்வையை இயந்திரப் பாங்கில் பயன்படுத்தி இருக்கிறார். இதனாலேயே பழம் இலக்கியங்களைப் பற்றி ஒரு ஆரோக்கியமான பார்வையை இவரால் வெளிப்படுத்த முடியவில்லை. அவற்றின் சில பகுதிகளை மறுவிளக்கம் கொடுத்துப் பயன்படுத்துவதைக்கூட மிகுந்த எச்சரிக்கையோடுதான் அனுமதிக்கிறார். அதுபற்றி அவர் இவ்வாறு எச்சரிக்கிறார். "ஆயினும் பழம் படிமங்களுக்குப் பின்னே உள்ள ஆதிக்கம் மற்றும் பிற்போக்கு உணர்வுகள் மீது இன்னும் அழுத்தமான நம்பிக்கை மக்களுக்கு ஏற்பட்டு விடாமலும் இவற்றைப் பயன்படுத்த வேண்டிய தேவையுள்ளது. **உளைச் சேற்றில் நடந்து கரையேறுபவனைப் போல் மிகவும் விழிப்பாக இதனைப் பன்படுத்த வேண்டும்**" (மா.தி.சி., பக். 56, அழுத்தம் என்னுடையது). இத்தகைய ஐயத்தோடும் தீண்டாமை உணர்வோடும் பழம் இலக்கியங்களைப் பார்க்கும் வர்க்கப் பார்வை மார்க்சிய மூலவர்கள் யாரிடமும் நாம் காணாத இயந்திரப் பார்வையாகும்.

இவர்களின் வறட்டுப் பயன்பாட்டுவாதம் மேலோங்குமானால் இன்றுவரை மனித குலம் படைத்த கலை இலக்கியச் செல்வங்களின் மிகப் பெருந்தொகையானவற்றை நாம் குழிதோண்டிப் புதைத்துவிட வேண்டியிருக்கும். நமது அருமையான பழந்தமிழ் இலக்கியங்களையெல்லாம் நிராகரித்துவிட வேண்டியிருக்கும்.

பத்தொன்பதாம் நூற்றாண்டில் ஜெர்மன் தத்துவவாதியான ஹெர் டூரிங் என்பவர் பண்பாடு, அழகியல் பற்றி இத்தகைய ஒரு வறட்டுப் பார்வையையே கொண்டிருந்தார். அவருடைய வறட்டுச் சித்தாந்தங்களை மறுத்து மார்க்சியக் கோட்பாடுகளை விளக்கி ஏங்கல்ஸ் எழுதிய 'டூரிங்குக்கு மறுப்பு' *(Anti - Duhring)* என்ற நூலிலே, டூரிங்கின் அழகியல் கல்வி பற்றிய அழிவுச் சித்தாந்தத்தின் நடைமுறை விளைவுபற்றிய ஒரு சித்திரத்தைத் தருகின்றார். கேசவன் போன்றோரின் தெளிவுக்காக அதை நான் இங்கு தருகிறேன்.

> "கல்வியின் அழகியல் அம்சத்தைப் பொறுத்தவரை ஹெர்டூரிங் அதை முற்றிலும் புதிதாகப் படைக்க வேண்டியுள்ளது. (அவருடைய நோக்கத்துக்கு) கடந்த காலக் கவிதை பயனற்றது. எல்லாச் சமயங்களும் தடைசெய்யப்பட்ட இவரது உலகில், கடந்த காலக் கவிஞர்களின் புராண அல்லது சமயப் புனைவுப் பண்புகள் சகித்துக் கொள்ளப்படமுடியாதவை. கோதே *(Goethe)* செயற்படுத்தியது போன்ற 'கவிதைசார் ஆன்மீகம் *(Poetic Mysticism)* கூட கண்டிக்கப்பட வேண்டியது. ஆகவே, அறிவுடன் இசைந்த, உச்சமான கற்பனை வளத்தைக் கோருகின்ற அத்தகைய மிக உயர்ந்த கவிதைப் படைப்புகளை *(Those poetic masterpieces which are in accord with the higher claims of an imagination which is reconcited with reason)* நமக்குப் படைத்துத் தருவதற்கும் உலகின் முழுநிறைவினைக் காட்டும் தூய இலட்சியத்தை *(pure ideal)* பிரதிநிதித்துவப்படுத்தவும் ஹேர் டூரிங் தனது மனத்தைத் தயார் படுத்தவேண்டி இருக்கும்."

ஏங்கல்சின் இந்த கூற்றுக்கு மேலும் விளக்கம் தேவை இல்லை என்று நினைக்கின்றேன். பழம் இலக்கியங்களை ஒரு வர்க்கப் பகைமையோடும், அசூசை உணர்வோடும், ஐயத்தோடும் பார்க்கத் தூண்டுகின்ற கேசவனின் பார்வை மார்க்சியத்துக்கு எதிரானது என்பதையே டூரிங் பற்றிய ஏங்கல்சின் மேற்காட்டிய விமர்சனம் தெளிவு படுத்துகின்றது.

6

அடுத்தது கலையில் பிரச்சாரம் பற்றிய பிரச்சினை. பிரச்சாரம் என்ற சொல் *propaganda* என்ற ஆங்கிலச் சொல்லுக்கு நிகராகத் தமிழில் பயன்படுத்தப்படுகின்றது. ஆங்கிலத்தில் இச்சொல், ஒரு மாற்றத்தை அல்லது ஒரு சீர்திருத்தத்தை ஏற்படுத்துவதற்காக திட்டமிட்ட முறையில் செய்திகளை அல்லது கருத்துகளைப் பரப்புவதைக் குறிக்கும். தேர்தல் பிரச்சாரம், தீண்டாமை ஒழிப்புப்

பிரச்சாரம், மதுவிலக்குப் பிரச்சாரம், குடும்பத்திட்டப் பிரச்சாரம் முதலியவற்றை உதாரணமாகக் காட்டலாம். ஒடுக்கப்பட்ட மக்களுக்கு வர்க்க உணர்வை ஊட்டி அவர்களைப் புரட்சிக்குத் தூண்டுவதும் பிரச்சாரம்தான். பிரச்சாரத்துக்குப் பல்வேறு உத்திகள் பயன்படுத்தப்படுகின்றன. மேடைப் பிரசங்கம், துண்டுப் பிரசுரங்கள், சுவரொட்டிகள் போன்ற சிலவற்றை உதாரணமாகக் கூறலாம்.

இத்தகைய பிரச்சாரங்களுக்குக் கலைகளையும் பயன்படுத்த முடியும் என்பதை கலை வரலாற்றில் முதல் முதல் பிரக்ஞை பூர்வமாகச் செயல்படுத்திக் காட்டியவர்கள் மார்க்சியச் சார்புள்ள முற்போக்காளர்களே. 19ஆம் நூற்றாண்டுக்கு முன்பும் குறிப்பான சில பிரச்சாரத் தேவைகளுக்குக் கலைகள் பயன்படுத்தப் பட்டமைக்கு உலக வரலாற்றில் நாம் உதாரணங்கள் காட்ட முடியுமாயினும் (தமிழில் பக்தி இலக்கியம்) அவையெல்லாம் பிரக்ஞைபூர்வமான, திட்டமிட்ட நடைமுறைகளாக இருந்தன என்று கூற முடியாது. ஆனால், மார்க்சியக் கலைஞர்கள் தங்கள் வெளிப்படையான அரசியல் நோக்கங்களுக்குக் கலைகளைப் பயன்படுத்தத் தொடங்கியதும் முதலாளித்துவக் கலை விமர்சகர்கள் அவற்றைக் கலையாக ஏற்றுக்கொள்ள முடியாமல் அவற்றை வெறும் பிரச்சாரம் என்று நிராகரிக்கத் தொடங்கினார்கள். இதற்கு மறுமுனையில் சில மார்க்சிய விமர்சகர்கள் பிரச்சாரம் இல்லாத கலையே இல்லை; எல்லாக் கலைகளும் ஏதோ ஒன்றைப் பிரச்சாரம் செய்கின்றன என்ற கோட்பாட்டை முன் வைத்தார்கள். கலையில் பிரச்சாரம் கூடுமா கூடாதா என்ற இருமுனைப்பட்ட வாதம் இவ்வாறுதான் தொடங்கியது என்று நான் கருதுகின்றேன். ஆனால் இந்த இருசாராருமே பிரச்சினையை இருவேறு துருவமுனைகளுக்கு இழுத்துச் சென்று விட்டார்கள் என்பதுதான் என் கருத்து. ஒரு சாரார் கலையின் அரசியல் வெளிப்பாட்டைப் பிரச்சாரம் என்று சொல்கிறார்கள்; மறுசாரார் கலையின் எல்லாவகை வெளிப்பாடுமே பிரச்சாரம்தான் என்கின்றார்கள். கேசவன் இந்த இரண்டாவது வகையைச் சேர்ந்தவராக இருக்கிறார். "எல்லாக் கலைகளுமே தம்மளவில் ஏதேனும் ஒரு செய்தியை வெளிப்படுத்துகின்றன. இந்தச் செய்திக்கு (Message) இயக்கம் உண்டு. இந்தச் செய்திப் பரவலே பிரச்சாரம் என்பதாகும்" என்பது கேசவனின் வரையறை (மா.தி.சி., பக். 56). இதை வேறுவகையில், விமர்சனப் பாஷையில் சொன்னால், கலையின் உள்ளடக்கம் அதை நுகர்வோனுக்குள் இடம் பெயர்வதை, அது அவனுள் ஏற்படுத்தும் விளைவை அல்லது பாதிப்பை இவர் பிரச்சாரம் என்று கருதுகிறார் எனலாம். இல்லாவிட்டால் எல்லாக் கலைகளும்

ஒரு செய்தியை வெளிப்படுத்துகின்றன என்பதற்குச் சரியான பொருள் கொள்ள முடியாது. ஆட்டிடையனின் புல்லாங்குழலில் கூட "செய்தி ஒரு நுண்மையான வடிவம் கொண்டுள்ளது" என்று வேறு கேசவன் கூறுகின்றார் (மா.தி.சி., பக். 37). இதுதான் விஷயம் என்றால், உள்ளடக்கம் தரும் பாதிப்பும் பிரச்சாரமும் ஒன்றுதான் என்றால் பிரச்சாரம் என்ற சொல்லை நாம் பயன்படுத்த வேண்டிய அவசியம் இல்லை என்றுதான் நான் கருதுகின்றேன். உள்ளடக்கம் என்ற சொல்லே போதும். அது பொருட் செறிவுடையதும் எல்லோராலும் ஏற்றுக் கொள்ளப்படுவதும் ஆகும். பதிலாகப் பிரச்சாரம் என்ற சொல்லுக்கு விமர்சன உலகில் கலைத்துவத்துக்குப் புறம்பானது என்ற பொருளே நடைமுறையில் உண்டு. இந்த அடிப்படையிலேயே கலைவிதிகளை மீறி, கருத்துகளுக்கு முதன்மை கொடுப்பதே பிரச்சாரம் என்று பிரச்சாரத்தை நான் வரையறுத்தேன். கலை இலக்கிய விமர்சனத்தைப் பொறுத்தவரை இதுவே பிரச்சாரத்துக்குச் சரியான வரையறை என்று எனக்குத் தோன்றுகின்றது. "நல்ல கருத்துகள் கோஷத்தனமான வடிவத்தில் வருகின்றன. எனில் அவை செழுமையான கலைப் படைப்புகள் ஆவதில்லை" என கேசவன் பேச்சளவிலாவது ஒப்புக் கொள்ளும்போது (மா.தி.சி., பக். 50) அவர் பிரக்ஞை பூர்வமாக உணராவிட்டாலும் கலைத்துவம் அற்ற வெறும் பிரச்சாரத்தன்மையையே குறிப்பிடுகின்றார் என்பது தெளிவு. அரசியல் ரீதியில் எவ்வளவு முற்போக்காக இருப்பினும் கோஷநடையை ஒட்டிய, சுவரொட்டிப் பாங்கான படைப்புகளை மாஓ நிராகரிக்கும்போது கலைவிதிகளை மீறிய கலைத்தன்மையற்ற வெறும் பிரச்சாரப் படைப்புகளையே அவர் சுட்டுகின்றார் என்பது தெளிவு. ஏனெனில் கோஷங்களும் சுவரொட்டிகளும் பச்சையான பிரச்சார வடிவங்களாகும். அவற்றை யாரும் கலைகள் என்று கருதுவதில்லை. ஆனால், கலையில் பிரச்சாரம் பற்றிய எனது வரைவிலக்கணத்தை கேசவன் 'தவறான புரிதல்' என்று சொல்கிறார் (மா.தி.சி., பக். 56, 57). கேசவனின் சரியான புரிதலின்படி எல்லா கலை இலக்கியப் படைப்புக்களும் பிரச்சாரம் செய்கின்றன. நான் ஏற்கனவே உதாரணம் காட்டிய பாரதியின் 'காற்று வெளியிடைக் கண்ணம்மா' பாடல் காதல் உணர்வைப் பிரச்சாரம் செய்கிறது. இடையனின் புல்லாங்குழலும் 'ஏதோ ஒரு நுண்மையான செய்தி'யைப் பிரச்சாரம் செய்கிறது.

வந்தாரெண்டா மச்சான்
வாசலெல்லாம் பூமணந்தான்
போனாரெண்டா மச்சான்
பூப்பூத்து ஓஞ்சதுபோல்

என்ற நாட்டுப்பாடல் மச்சானின் வருகையின் சிறப்பைப் பிரச்சாரம் செய்கிறது. பிரச்சாரம் (propaganda) என்ற சொல்லுக்குரிய இந்தப் பொருளை எந்த அகராதியிலும் காணமுடியவில்லை. பாவம் அகராதிக் கலைஞர்கள். இந்தச் சொல்லுக்கு இப்படி ஒரு பொருள் இருப்பது அவர்களுக்குத் தெரியாமலே போயிற்று.

கலைநுகர்வே கலையில் பிரச்சாரத்தை அவசியப்படுத்துகின்றது என்ற கேசவனின் கருத்தும் முற்றிலும் சரியானதல்ல என்று நான் கூறியிருந்தேன். இடையனின் புல்லாங்குழல், அம்பா, தாலாட்டு, ஒப்பாரி முதலியவற்றை அதன் உண்மையான அர்த்தத்தில் நுகர்வோர் அற்ற கலைகளாகவே கருதவேண்டும் என்றும் நுகர்வோரை முன்னிட்ட பிரச்சாரத்துக்கு இவற்றில் இடம் இல்லை என்பதையும் சுட்டிக்காட்டி இருந்தேன். ஆனால், இதுபற்றிக் கருத்துச் சொல்லும் கேசவன், நுகர்வோர் அற்ற கலைகள் இல்லை என்றும், தனிமையில் ஒரு மனிதன் பாடும்போது அவனே கலைஞனாகவும் நுகர்வோனாகவும் இருக்கிறான் என்றும் **தாமே நுகர்பவர்களாக உள்ள கலைஞர்களின் கலைகளில் உள்ள பிரச்சார வகைக்கும் நுகர்பவர்கள் வேறாக உள்ள கலைஞர்களின் கலைகளில் உள்ள பிரச்சார வகைக்கும் வேறுபாடு உண்டெனினும் இரண்டும் பிரச்சாரம் செய்கின்றன** என்றும் இங்கு நுகர்வோர் என்பதற்கு நுஃமான் கலைஞர்களிடம் இருந்து அப்பாற்பட்ட நிலையினரை மட்டுமே கொண்டுள்ளதால் தவறு ஏற்பட்டுள்ளது என்றும் கூறுகின்றார் (மா.தி.சி., பக். 58).

கலை இலக்கிய விமர்சனத்தில் நுகர்வோர் என்று சொல்லும்போது படைப்பாளிக்குப் புறம்பாக உள்ள வாசகர்களை அல்லது பார்வையாளர்களையே நாம் பொதுவாகக் கருதுகின்றோம். இது தவறென்றால், இந்தத் தவறான கருத்திலேயே கேசவனும் நுகர்வோர் என்பதை தனது முன்னைய நூலில் பயன்படுத்தியுள்ளார். இதுபற்றி அவர் கூறுவதாவது:

> "ஒரு கலைஞன் பல்வேறு விதமான கருத்துகளையும் பொருளையும் வைத்துக் கலைப்படைப்பை உருவாக்குகிறான். அதை அவன் மட்டுமே 'சித்தர் தத்துவம்' போன்று மூடிவைத்துக் கொண்டிருக்கும்போது அதற்கு மதிப்பில்லை. அதை அவன் பிறரிடத்தில் வெளியிடுகிறான் ... அது சிலரால்/பலரால் நுகரப்படுகின்றது. இந்த நுகர்தலின் மூலமாகப் படிப்பவர்கள்/பயன்படுத்துபவர்கள் சிலசில உணர்வுகளைப் பெறுகின்றனர்" (இ.வி., பக். 131).

இங்கு கேசவன் கலைஞனே நுகர்வோனாகவும் இருக்கும் கலைகளைப்பற்றிப் பேசவில்லை. உண்மையில் அவருடைய

கலைக் கோட்பாட்டில் இதற்கு இடம் இல்லை. ஏனெனில், அவரைப் பொறுத்தமட்டில் கலைகள் எல்லாமே பிறருக்குப் பிரச்சாரம் செய்வதற்காகப் படைக்கப்படுவன. 'சித்தர் தத்துவம்போல்' படைப்பாளியே தனக்குள் மூடிவைப்பதற்காக மட்டும் படைக்கப்படுவதல்ல. ஆனால், நான் அவரின் கருத்தில் உள்ள தவறைச் சுட்டிக்காட்டி நுகர்வோர் வேண்டாத கலைகளின் இருத்தலைச் சுட்டிக்காட்டிய பிறகுதான் நுகர்வோர் என்பதன் பொருளை விரிவுபடுத்தி கலைஞர்களே நுகர்பவர்களாகவும் உள்ள கலைகளைப் பற்றிப் பேசுகிறார். இதே கருத்தை தனது புதிய நூலான *நாட்டுப் புறவியல் ஒரு விளக்கம்* (புதுமைப் பதிப்பகம், திருச்சி 1986) என்ற நூலிலும் கையாண்டுள்ளார். ஆனால் எனது கட்டுரையில் நான் ஏற்கனவே இதைப்பற்றிக் குறிப்பிட்டிருக்கிறேன். மீனவரின் அம்பாப் பாடல் அவர்களின் உழைப்புச் செயற்பாட்டின் ஒரு அங்கமாகவே இயங்குகின்றது என்றும், மீனவர்கள் இதை வேறு யாருக்காகவும் பாடுவதில்லை என்றும், இங்கு படைப்பாளிகளே நுகர்வோராகவும் உள்ளனர் என்றுதான் கொள்ள வேண்டும் என்றும், ஆனால் இதன் உண்மையான அர்த்தத்தில் இவையெல்லாம் நுகர்வோர் அற்ற கலைகளாகவே கருதப்படவேண்டும் என்றும், ஆகவே நுகர்வோருக்காகவே கலைகளில் பிரச்சாரம் இடம் பெறுகின்றது என்ற கேசவனின் கருத்து முழு உண்மையல்ல என்றும் குறிப்பிட்டிருக்கின்றேன். இந்தக் கருத்தையே கேசவன் சுவீகரித்து, நுகர்வோர் அற்ற கலைகள் இல்லை என்றும் கலைஞனே நுகர்வோனாக இருக்கிறான் என்றும் தன்னைப் பாதுகாத்துக் கொள்ள முனைகிறார்.

ஆனால், இவ்வாறு சொல்வதன் மூலம் கேசவன் தனது கருத்துகளுக்குத் தானே குழி தோண்டுவதைக் காணத் தவறி விடுகின்றார். இது இரண்டு வகையில் நிகழ்கின்றது. ஒன்று, ஒரு பாடகன் தனக்காகவே பாடிக்கொள்ளலாம்; ஒரு கவிஞன் தனக்காகவே கவிதை எழுதிக்கொள்ளலாம். ஏனெனில், படைப்பாளியே நுகர்வோனாகவும் இருக்கலாம். பரந்துபட்ட மக்களுக்காக அவன் படைக்க வேண்டும் என்பதில்லை. இரண்டாவது, நுகர்வோருக்காகவே கலையில் பிரச்சாரம் அவசியமாயின், படைப்பாளியே நுகர்வோனாகவும் இருக்கும்போது பிரச்சாரம் என்பது அர்த்தமற்றுப் போகின்றது. ஏனெனில், படைப்பாளி தன் படைப்பின் மூலம் தனக்குத்தானே பிரச்சாரம் செய்து கொள்கிறான் என்பது அபத்தமானது. அது பிரச்சாரம் என்ற சொல்லின் பொருளைக் கேலி செய்வதாகும்.

7

இனி கலை இலக்கியத்தில் தீர்வுபற்றிய பிரச்சினைக்கு வருவோம். எனது கட்டுரைபற்றிக் கருத்துச் சொல்லும் கேசவன் இதுபற்றிப் பின்வருமாறு கூறுகின்றார்:

> "கலையில் தீர்வு சொல்வதே பாவமன்று. எனினும் ஒவ்வொரு கலைப்படைப்பிலும் தீர்வு சொல்லித்தான் ஆகவேண்டும் என்ற அகமுனைப்பும் கூடாது. அதே நேரத்தில் கலைப்படைப்புகள் ஒருக்காலும் தீர்வை வலியுறுத்துதல் கூடாது என்ற அகமுனைப்பும் தவறாகும். இந்த விஷயத்தில் நுஃமானின் கருத்துக்கள் என்ன என்பது தெளிவாகத் தெரியவில்லை. ஓர் அம்சத்தை அதன் இயல்பான தன்மையைவிடக் கூடுதலாக வலியுறுத்தும் தவறை எடுத்துரைப்பது என்பது வேறு. அந்த அம்சமே தவறு என்பது வேறு, கலையில் தீர்வு சொல்வது குறித்த குறைபாடுகளைச் சுட்டிக்காட்டும் போக்கில் நுஃமான் அதன் நல்ல அம்சங்களையும் சிதறடிப்பதைப் பிரதானமாகக் கொண்டுள்ளதாகத் தெரிகிறது" (மா.தி.சி., பக். 59).

இந்தப் பிரச்சினைபற்றி இங்கு சற்று விரிவாக நோக்குவோம். முதலாவதாக, இந்தத் தீர்வு பற்றிய பிரச்சினை சகல கலை, இலக்கியங்களுடனும் சம்பந்தப்பட்டதல்ல என்பதைப் புரிந்து கொள்ள வேண்டும். நேரடியான சமூக, அரசியல் பிரச்சினைகள் பற்றிய படைப்புகளோடு மட்டும் சம்பந்தப்பட்ட பிரச்சினைதான் இது. உதாரணமாக பாரதியின் குயில்பாட்டில், கண்ணன் பாட்டில் தீர்வுபற்றிய பிரச்சினை எழுவதற்கு இடம் இல்லை. தாஜ்மகாலின் உருவத்தை ஒரு சோப் கட்டியில் செதுக்குவதும் கூட ஒரு கலைதான்; அதுவும் ஒரு கலைப் படைப்புத்தான். அங்கும் தீர்வு பற்றிய பிரச்சினைகள் எழுவதற்கு இடம் இல்லை. ஆனால், கேசவனின் கலைக் கோட்பாட்டில் இத்தகைய கலைகளுக்கு இடம் இல்லை ஆகையால், அவர் நேரடியான சமூகப் பிரச்சினைகள் பற்றிய படைப்புகளையே கலைப் படைப்புகள் என்றுகொண்டு தீர்வு பற்றிய பிரச்சினை கலைப்படைப்பின் பொதுப் பிரச்சினை என்ற அடிப்படையிலேயே அதை அணுகுகின்றார். இது எவ்வாறெனினும் கேசவனும், இவரை ஒத்த வேறுபல விமர்சகர்களும் கலை இலக்கியத்தில் தீர்வு பற்றி வலியுறுத்திப் பேசும்போது தீர்வு என்று இவர்கள் உண்மையில் கருதுவது என்ன என்பது தெளிவு படுத்தப்படுவதில்லை. ஒரு குறிப்பிட்ட சமூகப் பிரச்சினையை எடுத்து ஆய்வு செய்கின்ற ஒரு ஆராய்ச்சியாளன் தன் ஆய்வின் முடிவில் சில தீர்வுகளைச்

சொல்ல வேண்டும் என்று எதிர்பார்க்கப்படுவதும் இதுவும் ஒன்றுதானா என்று எனக்குத் தெரியவில்லை.

உதாரணமாக சேரிவாழ் மக்களின் பிரச்சினை பற்றி ஒருவன் ஆராய்ச்சி செய்கிறான் என்று கொள்வோம். அவன் அந்தப் பிரச்சினையின் தன்மைகள், அவற்றுக்கான காரணங்கள் போன்ற பல்வேறு அம்சங்களைத் தன் ஆய்வில் விளக்குவான். நிறைய விபரங்கள் தருவான். இறுதியில் அந்த மக்களின் பிரச்சினைகளைத் தீர்க்கக்கூடிய சில பரிந்துரைகளையும் முன் வைப்பான். சேரி மக்களுக்கு வீடமைப்புத் திட்டங்கள் உருவாக்கப்படவேண்டும், வேலை வாய்ப்பு வழங்கப்படவேண்டும், கல்வி வசதிகள் அளிக்கப்பட வேண்டும் போன்ற தீர்வுகளை அவன் சொல்லக்கூடும். அல்லது அவன் ஒரு தீவிர மார்க்சிய அரசியல் சார்புடையவனாக இருந்தால், இந்த முதலாளித்துவ அமைப்பில் இத்தகைய பிரச்சினைகள் தவிர்க்க முடியாதவை என்றும் ஒரு புரட்சி மூலம் பொருளாதார அடித்தளம் மாற்றப்பட்டு, புதிய உற்பத்தி முறையும் உற்பத்தி உறவுகளும் தோன்றும்போதே இதற்கு இறுதியான தீர்வு கிடைக்கும் என்றும், அதற்காக மக்கள் அணிதிரட்டப்பட வேண்டும் என்றும், தன் தீர்வில் குறிப்பிடக்கூடும். ஒரு கலைப் படைப்பு பிரச்சினையை விளக்குவதோடு தீர்வும் சொல்லவேண்டும் என்று நமது விமர்சகர்கள் சொல்லும்போது அவர்கள் இத்தகைய ஒரு நிலைமையைத்தான் மனதில் கொண்டுள்ளார்களா என்று தெரியவில்லை. சேரிவாழ் மக்களின் வாழ்வைச் சித்தரிக்கும் நாவல் ஒன்று இதே போக்கில் அமையவேண்டும் என்று அவர்கள் எதிர்பார்க்கமாட்டார்கள் என்றே நான் நினைக்கின்றேன். ஏனெனில், ஒரு கலைப்படைப்பு இதே போக்கில் இயங்க முடியாது என்பது தெளிவு. ஆயினும், சேரிவாழ் மக்கள் பற்றிய ஒரு நாவல் அவர்களுடைய அவல வாழ்வைச் சித்திரித்தால் மட்டும் போதாது, அதில் இருந்து விடுபடுவதற்கான ஒரு திட்டவட்டமான வழியையும் காட்டவேண்டும் என்று இவர்கள் கூறும் போது, அந்த வழி அல்லது தீர்வு அந்த மக்கள் விழிப்படைந்து ஒரு போராட்டத்தில் குதிப்பதாகக் காட்டப்பட வேண்டும் என்பதாகவே இருக்கிறது. தீர்வு பற்றிய விமர்சனச் சித்தாந்தத்தால் பாதிக்கப்பட்ட நமது ஏராளமான முற்போக்கு இலக்கியப் படைப்புகளில் நாம் இத்தகைய ஒரு போக்கையே காண்கின்றோம். இத்தகைய படைப்புகளின் முடிவுகள் எல்லாம் எப்போதும் ஒரு வாய்ப்பாட்டு ரீதியில் செயற்கையாக அமைந்திருக்கக் காணலாம். சுரண்டலால் பாதிக்கப்பட்ட பாத்திரம் கடைசியில் விழிப்படைந்து ஒரு கட்சியில் அல்லது இயக்கத்தில் அல்லது ஒரு தொழிற் சங்கத்தில் சேர்வதாக முடிவடையும்; அல்லது

பிற்போக்குச் சுரண்டல் வன்முறைக்கு எதிராக மக்கள் புரட்சிகர வன்முறையில் இறங்குவதாக முடிவடையும். எப்போதும் இத்தகைய நாவல்களில் போதனை புரிந்து விழிப்பூட்டும் ஒரு பாத்திரமாவது இடம்பெற்றிருக்கும். பெரும்பாலும் இந்தப் பாத்திரம் வெளியில் இருந்து வருவதாக இருக்கும். இவற்றில் ஒரு போதனைப் பண்பு எப்போதும் வெளிப்படையாக இருக்கும். இத்தகைய முடிவுகள் அந்தக் குறிப்பிட்ட பாத்திரங்களின், அவர்களின் வாழ்க்கைச் சூழலின் தன்மைகளோடு எந்தளவு பொருந்துகின்றது என்பதைப் பற்றி இவர்கள் கவனிப்பதில்லை. இப்படி ஒரு தீர்வு இல்லாவிட்டால் அந்தப் படைப்பு பூரணமாவதில்லை என்ற உணர்வு இவர்களிடம் ஊறிப்போயுள்ளது. இவ்வாறு படைப்பதைத்தான் இவர்கள் இலக்கியத்தில் தீர்வு அல்லது வழிகாட்டல் என்று கருதுகிறார்கள் போலும்.

ஆனால், மாபெரும் புரட்சிகர எழுத்தாளர்கள் என்று கருதப்படும் கார்க்கி, லூசூன் ஆகியோரின் படைப்புக்களை எடுத்து ஆராய்ந்து பார்த்தால் அவற்றில் இவர்கள் கருதும் வாய்ப்பாட்டு ரீதியான தீர்வுகள் சொல்லப்பட்டிருப்பதை நாம் காணமுடியாது. கார்க்கியின் 'தாய்' இந்தவகையில் ஒரு வழிகாட்டும் இலக்கியம் என்று கூறப்படுவதுண்டு. ஆனால், ஒரு புரட்சிகரச் சூழலில் எழுதப்பட்ட அந்த நாவல் அந்தப் புரட்சிகர நடைமுறை அனுபவத்தை உண்மை பூர்வமாகச் சித்திரிக்கின்றதே தவிர வாய்ப்பாட்டு ரீதியான தீர்வு எதனையும் தருவதில்லை... அந்நாவலைப் படிக்கும்போது ஒரு புரட்சிகர நடைமுறை பற்றிய அனுபவத்தைத்தான் நாம் பெறுகின்றோம். சூழ்நிலைகள் மனிதர்களை எவ்வாறு வார்த்தெடுக்கின்றன என்பதைத்தான் பார்க்கின்றோம். அதில் வரும் பாத்திரங்கள் நமது ஆளுமையை மீள்வார்ப்புச் செய்வதை உணர்கின்றோம். கடந்த ஆண்டு இந்த நாவலை மீண்டும் படித்தபோது இன்றைய ஈழத்துச் சூழ்நிலையில் அது ஒரு புதிய பரிமாணத்தில் என்னை இவ்வாறு பாதித்ததை உணர்ந்தேன். அது ஓர் உயிர் அனுபவமாக இருக்கக் கண்டேன். கார்க்கியின் ஏனைய நாவல்கள் இதில் இருந்து வேறுபட்டிருக்கக் காணலாம். அவற்றில் புரட்சி ஒரு பின்புலமாகவே உள்ளது. ரஷ்ஷிய வாழ்க்கையின் பல்வேறு பரிமாணங்களேயே அவற்றில் முனைப்பாகக் காண்கின்றோம். 'ஆட்டமொனாவ்ஸ்' நாவலை இதற்கு உதாரணமாகக் காட்டலாம். அடிமை விடுதலைக்குப் பிறகு ஒரு மூன்று தலைமுறைக்காலத்தில் ரஷ்ஷியாவில் பூர்ஷ்வா வர்க்கத்தின் வளர்ச்சியையும் வீழ்ச்சியையும் அது சித்திரிக்கின்றது. நமது வறட்டு மார்க்சிய விமர்சகர்கள் கூறும் தீர்வு, வழிகாட்டல் என்பதற்கெல்லாம் அதில் இடம் இல்லை. கார்க்கியின் 'மூவர்', 'பிரமச்சாரியின் டயரி' போன்ற படைப்புகளும் இத்தகையனதான்.

தனக்குப் பொருத்தமில்லாத, அழுத்திக் கொல்லும் வாழ்க்கையை மனிதன் வாழ்ந்து கொண்டிருப்பதையும் அதில் இருந்து விடுபட அவன் முயலுவதையுமே அவரது படைப்புகளில் நாம் காண்கின்றோம். இவை தரும் அனுபவம்தான் அவற்றின் செய்தி; அது நமக்குள் ஏற்படுத்தும் விளைவுதான் அதன் செயற்பாடு.

லூசூனின் படைப்புகள் வாழ்க்கைபற்றிய விமர்சன பூர்வமான சித்திரத்தைத் தருகின்றனவே தவிர தீர்வு கூறல், வழிகாட்டல் என்ற பேச்சுக்கே அவற்றில் இடம் இருப்பதாகத் தெரியவில்லை. 'ஆகியூவின் உண்மைக்கதை', 'ஒரு பைத்தியக் காரனின் நாட்குறிப்பு', போன்ற கதைகளில் எல்லாம் நாம் இப்பண்பையே காண்கின்றோம். பாட்டாளி வர்க்கம், புரட்சி, போராட்டம் என்பதெல்லாம் கூட அவற்றில் முனைப்புப் பெறுவதில்லை. சீன சமூகத்தில் நிலவிய வர்க்க அமைப்பை, அதன் விளைவான சமூக நடத்தைகளைப் பற்றிய உண்மை பூர்வமான சித்திரமே நமக்கு அவற்றில் தெரிகிறது. சுருக்கமாகச் சொல்லப் போனால், கார்க்கி, லூசூன் போன்றவர்களின் படைப்புகளில் வாழ்க்கை பற்றிய அவர்களின் தீர்க்கமான, தெளிவான பார்வையை நாம் பார்க்கிறோமே தவிர, நமது சில விமர்சகர்களும், சில படைப்பாளிகளும் விளங்கிக் கொண்டிருக்கும், நடைமுறையில் வெளிப்படுத்தும் அர்த்தத்தில் தீர்வுகூறல், வழிகாட்டல் என்ற தன்மையைக் காணமுடியவில்லை.

கலைஞர்களுக்கு ஒரு சார்பு நிலை *(commitment)* இருக்க வேண்டும்; கலை செயலுக்குத் தூண்ட வேண்டும்; சமூக மாற்றத்தில் அதுவும் ஒரு ஆயுதமாகப் பயன்பட வேண்டும் என்று நாம் பேசுகின்றோம். ஆனால், சமூகமாற்றத்தில் கலை எவ்வாறு ஆயுதமாகப் பயன்படுகின்றது; அதை எவ்வாறு ஆயுதமாகப் பயன்படுத்தலாம் என்பதை நாம் எப்படிப் புரிந்து கொள்கின்றோம் என்பதிலேதான் இது பற்றிய அடிப்படைப் பிரச்சினையே எழுகின்றது. இதை இயந்திரப் பாங்கில் புரிந்து கொண்டவர்களே கலை தீர்வு சொல்ல வேண்டும், வழிகாட்ட வேண்டும் என்றெல்லாம் பேசுகின்றனர். கலைகள் சமூக மாற்றத்தில் நேரடியாகப் பங்கு வகிப்பதில்லை என்பதை நாம் முதலில் புரிந்து கொள்ள வேண்டும். லூசூனும் இதே கருத்தையே கூறியிருப்பதை ஏற்கனவே பார்த்தோம். ஒரு குறிப்பிட்ட கலைப்படைப்பு சமூகமாற்றத்தில் சில குறிப்பிட்ட நேரடி விளைவுகளை ஏற்படுத்துவதை நாம் வரலாற்றில் மிக அரிதாகவே காண்கின்றோம். ஹேரியட் பீச்சர் ஸ்டவ் எழுதிய *டாம் மாமாவின் குடில்* என்ற அமெரிக்க நாவல் அமெரிக்க சமூக அரசியல் வரலாற்றில் இத்தகைய ஒரு நேரடி விளைவை ஏற்படுத்திய நாவல் எனச் சொல்வார்கள். அமெரிக்க கறுப்பின

அடிமைகளின் அவலவாழ்வைச் சித்திரிக்கும் அந்த நாவல் வெளிவந்த பிறகு அது ஏற்படுத்திய பொதுசன அபிப்பிராயத்தின் அடிப்படையிலே அமெரிக்காவில் அடிமை விடுதலைச் சட்டம் கொண்டுவரப்பட்டதாகவும், அமெரிக்க உள்நாட்டுப் போருக்கே அது ஒருவகையில் காரணமாக அமைந்ததாகவும் கூறப்படுகின்றது. உலகை மாற்றிய பத்து நூல்கள் என்ற புத்தகத்தில் இந்த நாவலும் இடம் பெற்றிருக்கின்றது. டிக்கன்சின் சில நாவல்கள் இங்கிலாந்திலே தொழிலாளர் நலவுரிமைச் சட்டங்கள் சில ஆக்கப்படக் காரணமாய் இருந்ததாகவும் கூறப்படுகின்றது. சிக்காக்கோ இறைச்சி பதனிடும் தொழில் பற்றிய உப்ரோன் சிங்லயரின் *The Jungle* (காடு) என்ற நாவல் அமெரிக்காவில் தூய உணவுச் சட்டங்கள் சிலவற்றை இயற்றுவதற்கு உதவியதாக டேவிட் கிறேய்க் தனது நூலில் *(Marxists on Literature)* குறிப்பிடுகின்றார். ஆனால், சமூக மாற்றத்தில் இலக்கியத்தின் செல்வாக்கை எப்போதும் இத்தகைய வெளிப்படையான அர்த்தத்தில் நிரூபிக்க முடியாது என்பதையும் அவர் சுட்டிக்காட்டுகின்றார்.

ஒரு கலைப்படைப்பு வேறு ஒரு தளத்தில் இயங்குகின்றது. இதனுடைய தளம் அனுபவத்தையும் உணர்வையும் அடிப்படையாகக் கொண்டது. டேவிட் கிறேய்க் சொல்வதுபோல் உணர்வு ரீதியாகவும் உளரீதியாகவும் *(emotionally and mentally)* நம்மை அது பாதிக்கின்றது. இங்கு அறிவுக்கு இடம் இல்லை என்பது இதன் பொருள் அல்ல. இங்கு அறிவும் அனுபவத்தையே ஊடகமாகக் கொண்டிருக்கும். ஒவ்வொரு உண்மையான கலைப்படைப்பும் வாழ்க்கை பற்றிய ஒரு புதிய அனுபவத்தையும் உணர்வையும் நமக்குத் தருகின்றது; நாம் கண்ட, கேட்ட அனுபவித்த வாழ்க்கையை நமக்கு ஒரு புதிய பரிமாணத்தில் காட்டுகின்றது; வாழ்க்கையின் உண்மைகளை நம்மை உணர்வுபூர்வமாகக் காணச் செய்கின்றது; வாழ்க்கையை முழுமையாக விளங்கிக்கொள்ள நமக்கு உதவுகின்றது. இந்த வகையில் நமது அனுபவத்தையும் உணர்வையும் அறிவையும் அது கூர்மைப்படுத்துகின்றது. நமது ஆளுமையில் ஒரு புதிய பரிமாணத்தைச் சேர்க்கின்றது. ஒரு நல்ல கலை, ஒரு நல்ல கலை ரசிகனிடம் இவ்வாறுதான் செயற்படுகின்றது என்று நான் கருதுகின்றேன். இவ்வாறு அது அவனுக்குள் செயற்படுவதன் மூலம் அவனையும் செயற்படத் தூண்டுகிறது.

உதாரணமாக, ஒரு நாவலாசிரியன் இந்த வாழ்க்கை சகிக்க முடியாதது; இதை மாற்ற வேண்டும்; மக்களைப் போராடத் தூண்ட வேண்டும் என்று நினைக்கிறான் என்று கொள்வோம். இந்தக் கருத்தை அவன் வானத்தில் இருந்து பெறுவதில்லை, தனது அன்றாட வாழ்க்கை அனுபவத்தில்,

சமூகச் செயற்பாட்டில் இருந்தே பெறுகின்றான். இவன் ஒரு தேர்ச்சி மிக்க படைப்பாளியாக இருந்தால், தான் எந்த வாழ்க்கை அனுபவத்தில் இருந்து இந்தக் கருத்தை, உணர்வைப் பெற்றானோ, அந்த வாழ்க்கை அனுபவத்தை தனது வாசகனும் பெறக்கூடிய முறையில் தன் படைப்பை – நாவலை – உருவாக்குகின்றான். அவ்வாறு உருவாக்கப்பட்ட நாவல் அதன் வாசகனிடம் – அவனும் ஒரு உணர்திறன் உடைய வாசகனாக இருந்தால் – படைப்பாளியின் கருத்தையும் உணர்வையும் தோற்றுவிக்கின்றது. உலகின் மிகச் சிறந்த நாவல்கள் என்று சொல்லப்படுபவையெல்லாம் இவ்வாறுதான் செயற்படுகின்றன என்பதை நாம் காண்கின்றோம். நான் ஏற்கனவே குறிப்பிட்ட டாம் மாமா குடில் (Uncle Tom's Cabin) என்ற நாவலையே உதாரணமாகக் காட்டலாம். அமெரிக்காவில் கறுப்பின அடிமைகள் அரசியல் ரீதியில் விழிப்படையாத காலகட்டத்தில் அவர்களுடைய அவல வாழ்வை உண்மை பூர்வமாகச் சித்திரிக்கின்றது இந்நாவல். இந்த நாவலாசிரியரின் நோக்கம் வெறுமே இப்படி ஒரு கதையை எழுதுவதாக மட்டும் இருந்திருக்க முடியாது. அந்த அடிமைகளின் சகிக்க முடியாத அவல வாழ்வு அவரைப் பாதித்திருக்கிறது. அவர்களது வாழ்க்கையில் ஒரு மாற்றம் வேண்டும் என்ற உணர்வை அவருள் எழுப்பியிருக்கிறது. தனது உணர்வை வாசகனும் பெறக்கூடிய முறையிலே கறுப்பின அடிமைகளின் அவல வாழ்வு பற்றிய ஒரு உண்மை பூர்வமான சித்திரத்தை அவர் அதில் உருவாக்கியிருக்கிறார். அதைப் படிப்பவனின் உணர்வில் அது ஒரு அதிர்வை ஏற்படுத்துகின்றது; அவனுடைய மனித உணர்வை விழிப்படையச் செய்கின்றது. இவ்வாறுதான் அமெரிக்க மக்கள் மத்தியில் அது செயற்பட்டிருக்கிறது. புறநிலைச் சூழலும் சாதகமாக இருந்ததனால் அரசியலிலும் அது தன் பங்குக்குச் செயற்பட முடிந்திருக்கின்றது. ஆகவே, கலையில் தீர்வு சொல்வது, வழிகாட்டுவது என்பதெல்லாம் கலையின் படைப்புச் செயற்பாட்டுக்குப் புறம்பானது. கலையின் பாஷையைப் புரியாதவர்களின் கூச்சல் என்றே கூறவேண்டும்.

இலக்கிய விமர்சனத்தில் இயற்பண்புவாதம், விமர்சன யதார்த்தவாதம், சோசலிச யதார்த்தவாதம் ஆகிய சொற்கள் அடிக்கடி பயன்படுத்தப்படுகின்றன. சமூக யதார்த்தத்தை உள்ளபடியே சித்திரிப்பது இயற்பண்பு வாதம் என்றும்; அதை விமர்சன பூர்வமாக நோக்குவது விமர்சன யதார்த்தவாதம் என்றும்; அதை பாட்டாளிவர்க்கக் கண்ணோட்டத்தில் நோக்குவது சோசலிச யதார்த்தவாதம் என்றும் நாம் சுருக்கமாக விளங்கிக் கொள்ளலாம். இவ்வகையில் எமிலி ஜோலா போன்றவர்கள் இயற்பண்புவாதிகள் என்றும் செக்கோவ், டிக்கன்ஸ்

போன்றவர்கள் விமர்சன யதார்த்தவாதிகள் என்றும், கார்க்கி, ஷொலொகோவ் போன்றவர்கள் சோசலிச யதார்த்தவாதிகள் என்றும் இனங்காணப்படுகின்றனர். சோசலிச யதார்த்தவாதம் பற்றிப் பேசும்போதே தீர்வு, வழிகாட்டல் பற்றியும் பேசுகின்றனர். ஆனால், இந்தப் போக்குகளுக்கிடையே தாண்டமுடியாத இரும்புச்சுவர் இருப்பதாக நாம் கூற முடியாது. ஜோலாவின் 'ஜெர்மினால்', செக்கோவின் 'ஆறாவது வார்டு', கார்க்கியின் 'தாய்' போன்றவை சமூக யதார்த்தம் பற்றிய நமது புரிதலை விசாலிக்கச் செய்வதில் ஒரே மாதிரியான பங்கையே வகிக்கின்றன என்றே நான் சொல்வேன். சத்தியஜித் ரேயின் 'பதர் பாஞ்சாலி'யை ஒரு இயற்பண்புவாதப் படைப்பு என்பர். ஆயினும் நமது சமூக யதார்த்தத்தை அது நமது முகத்தில் அறைந்து காட்டுவதை மறுக்க முடியாது. புதுமைப்பித்தனின் 'மகாமசானம்' ஒரு சமூகப் பிரக்ஞை உள்ள வாசகனின் உணர்வை உலுப்பாமல் போகாது. அசோகமித்திரனின் படைப்புக்களைச் சிலர் 'பூர்ஷ்வா தனி மனிதக் கலை' என்று ஒதுக்கலாம். ஆனால் கீழ்மத்தியதர வர்க்கத்தின் சமூக யதார்த்தத்தின் உக்கிரமான சித்திரங்களாகவே அவரது பெரும்பாலான படைப்புகள் இருப்பதைக் காண்கின்றோம். நமக்குள் சமூக மாற்றம் பற்றிய பிரக்ஞையை ஏற்படுத்துவதில் இவையெல்லாம் வெவ்வேறு அளவில் பங்காற்றவே செய்கின்றன என்பதை நாம் உணர்ந்து கொள்ளவேண்டும். தீர்வு, வழிகாட்டல் என்ற கலைக்குப் புறம்பான குண்டாந் தடிகளால் நாம் இவற்றின் கலைத்தன்மையை, சமூகப் பெறுமானத்தை அளவிடக் கூடாது.

கலை தனக்குரிய ஒரு பாஷையில் பேசுகின்றது. அது எப்பொழுதும் ஒரு கருத்து (Idea) என்ற அடிப்படையில் கிரகித்துக்கொள்ளப்படுவதில்லை. நான் ஏற்கனவே சொன்னதுபோல் நமது உணர்வோடு, அனுபவத்தோடு பேசுகின்றது; நமக்குள் கலைத்துவப் பாதிப்பை ஏற்படுத்துகின்றது; நமது உணர்வையும் அனுபவத்தையும் கூர்மைப்படுத்துகின்றது; வாழ்க்கை பற்றிய ஒரு விழிப்புணர்வை, பிரக்ஞையை ஏற்படுத்துகின்றது. இதுதான் கலையின் பணியும் பயனுமாகும். டேவிட் கிறெய்க் இதை இவ்வாறு சொல்கிறார்.

> "தொடர்ச்சியான கலை அனுபவங்களினாலும் அதனோடு இணைந்து செயற்படும் வேறு அம்சங்களினாலும் 'ஏதாவது செய்ய வேண்டும்' என்ற உணர்வினை நாம் பெறுகின்றோம்; அல்லது குறைந்தபட்சம் 'இனிச் செய்ய வேண்டியது என்ன?' என்ற கேள்வியையாவது நமக்குள் எழுப்புகின்றோம். ஒரே ஒரு காரணிமட்டும் நம்மைச் செயலுக்குத் தூண்டுவதில்லை. நாம் செயற்படும்போது நமது முழு ஆளுமையும் அதில் சம்பந்தப்படுகின்றது.

இலக்கியம் நமது அனுபவத்தை விசாலப்படுத்துவதன் மூலமும், ஒழுங்கு செய்தலின் மூலமும் நமது ஆளுமையை உருவாக்க, அல்லது மீள் ஒழுங்கு அமைக்க உதவுகின்றது" *(Marxists on Literature, P. 22).*

ஆகவே, அரசியல் அல்லது சமூகவியல் பகுப்பாய்வுபோல இலக்கியம் சமூகப் பிரச்சினைகளை விளக்கி அதற்குத் தீர்வு கூறும் ஒன்று அல்ல. அது வாழ்க்கை அனுபவத்தின் வெளிப்பாடு என்பதை நாம் புரிந்துகொள்ள வேண்டும். ஆனால், இலக்கியத்தில் சார்புநிலை, பிரச்சாரம், தீர்வு என்பன பற்றி இலக்கியத்துக்குப் புறம்பான புரிதல்களைக் கொண்டிருக்கும் கேசவன் போன்றவர்கள் இலக்கியத்தைத் தெரிந்தோ, தெரியாமலோ நடைமுறை அரசியலுடன் முற்றிலும் சமப்படுத்தியே நோக்குகின்றார்கள். அவர்கள் எவ்வளவுதான் அழகியல், கலை அம்சம், பிரச்சாரத்தைப் பூடகமாகச் சொல்லுதல் என்றெல்லாம் பேசினாலும் இவர்களைப் பொறுத்தவரை கலை இலக்கியமும் அரசியலும் ஒன்றுதான். இலக்கியத்தில் அரசியல் என்று இல்லாமல் அரசியலே இலக்கியம், இலக்கியமே அரசியல் என்றாகிவிடுகின்றது. இத்தகைய தனது பார்வைக்கு ஆதரவாக இவர் ஏங்கல்சையும் துணைக்கு அழைப்பதுதான் வேடிக்கையாக உள்ளது. தனது கருத்துக்கு ஆதரவாக, மின்னா காவுட்ஸ்கிக்கும் மார்க்ரட் ஹாக்னஸ்கும் ஏங்கல்ஸ் எழுதிய கடிதங்களைத் திடுக்கிடத்தக்க முறையில் தவறாக மொழிபெயர்த்து அதற்குத் தப்புத்தப்பான வியாக்கியானங்களும் கொடுத்து தன்னுடைய கருத்தை வலுப்படுத்த முனைகிறார் கேசவன். கேசவனுடைய மொழிபெயர்ப்பு வழுக்களைப் பற்றி ஏற்கனவே எஸ்.வி. ராஜதுரை சுட்டிக்காட்டி இருக்கிறார் *(பரிமாணம். 14).* ஆனால், ராஜதுரை சுட்டிக்காட்டியதைவிட ஏங்கல்சையே தலைகீழாகப் புரட்டும் வழுக்கள் இந்தக் கடித மொழிபெயர்ப்புக்களில் காணப்படுகின்றன. தான் தவறாகப் புரிந்து மொழிபெயர்த்த கருத்துகளின் தவறான வியாக்கியானங்களின் அடிப்படையிலேயே இவர் இலக்கியத்தில் தீர்வு பற்றிய தனது தவறான கருத்தைக் கட்டி எழுப்புகிறார்.

மின்னா காவுட்ஸ்கி, மார்க்ரட் ஹாக்னஸ் இருவரும் 19ஆம் நூற்றாண்டின் பிற்பகுதியில் பாட்டாளி வர்க்க நாவல்கள் படைத்தவர்கள். காவுட்ஸ்கியின் *The Old-ones and the New* என்ற நாவல்பற்றியும், ஹாக்னசின் *City Girl* என்ற நாவல் பற்றியும், அவற்றின் குறை நிறைகளை விமர்சித்து ஏங்கல்ஸ் எழுதிய இரண்டு கடிதங்கள் மார்க்சிய அழகியல் பற்றிப் பேசுபவர்களால் அடிக்கடி மேற்கோள் காட்டப்படுவன. பொதுவாக 19ஆம் நூற்றாண்டில் ஐரோப்பாவில் தோன்றிய பாட்டாளி வர்க்க நாவல்கள் பல அடிப்படையான அழகியல் குறைபாடுகளைக்

கொண்டிருந்ததாகத் தெரிகிறது. 19ஆம் நூற்றாண்டில் பிரித்தானிய பாட்டாளி வர்க்க நாவல் வளர்ச்சியின் அழகியல் குறைபாடுகள் பற்றி ஆராயும் ஐக்மிச்சல், 19ஆம் நூற்றாண்டில் பாட்டாளி வர்க்க நாவலாசிரியர்கள் நல்ல நாவல் எழுத முடியாமைக்கு, அவர்கள் நாவல் வடிவத்தை தங்கள் தத்துவார்த்த, அரசியல் கருத்துகளின் ஒரு வசதியான ஆடையாக மட்டும் கருதியதே காரணம் என்ற கருத்தை ஒத்துக் கொண்டு, சார்ட்டிஸ்ட் யுகத்தில் ஒரு முழுமையான பாட்டாளி வர்க்கப் புரட்சிகர நாவல் தோன்றுவது வரலாற்று ரீதியில் சாத்தியமற்றதாகவே இருந்தது என்றும், உண்மையில் இருபதாம் நூற்றாண்டின் தொடக்கம்வரை அது அவ்வாறே இருந்தது என்றும் கூறுகின்றார் (Marxists on Literature, pp 246, 266). ஏங்கல்சின் குறிப்புகளைப் பார்க்கும்போது காவுட்ஸ்கி, ஹாக்னஸ் ஆகியோரின் நாவல்களும் இப்பொதுப் போக்குக்கு விலக்காக இருக்கவில்லை என்றே தோன்றுகின்றது. 'ஆசிரியர்களின் சமூக அரசியல் கண்ணோட்டங்களைப் பெருமைப்படுத்தும்' வகையிலும் உயர்வு நவிற்சிப் பாங்கிலான பாத்திரச் சித்திரிப்புக்களுடனும் அவை அமைந்திருந்ததாகத் தெரிகின்றது. தனது கடிதங்களில் ஏங்கல்ஸ் இந்தப் போக்கை விமர்சித்து, அவரது நோக்கில் யதார்த்தவாதத்தின் சில அடிப்படைப் பண்புகளை வலியுறுத்துகின்றார். பாட்டாளி வர்க்க எழுத்தாளர்களுக்கு முன்மாதிரி காட்டும் வகையில் பாட்டாளி வர்க்கப் படைப்பாளி அல்லாத பால்சாக்கிடம் காணப்படும் யதார்த்தவாதச் சிறப்பினைப் புகழ்ந்துரைக்கின்றார்.

காவுட்ஸ்கிக்கு ஏங்கல்ஸ் எழுதிய கடிதத்தில் ஒரு பகுதியை தனது கருத்தை விளக்குவதற்காக கேசவன் தனது இலக்கிய விமர்சனம் நூலில் எடுத்தாண்டுள்ளார். இக்கடிதத்தில் 'கலைஞன் வாசகனுக்குத் தீர்வைத் தட்டில் வைத்து வழங்க வேண்டியதில்லை' என்று ஏங்கல்ஸ் சொல்வதை வைத்துக் கொண்டு, கலையின் சார்புத் தன்மைக்கும் பிரச்சாரத்துக்கும் ஏங்கல்ஸ் எதிர்ப்புத் தெரிவிக்கிறார் என்பாரும் உளர் என்றும், தமிழ் இலக்கியத் திறனாய்வுத் துறையிலும் இவை எதிரொலிக்கப்படுகின்றன என்றும், ஆயினும் அவர்கள் இந்தக் குறிப்பிட்ட கடிதத்தை முறையாக உட்கார்ந்து படித்திருந்தால் அவர்களிடம் குறைந்தபட்ச நேர்மை உணர்ச்சி இருந்திருப்பின் இந்த முடிவுக்கு வரமாட்டார்கள் என்றும், தமிழ் இலக்கியத் திறனாய்வுத் துறையில் சில புத்திசீவிகள் மத்தியில் இது குறித்துப் பல்வேறு கருத்துகள் இருக்கும் காலத்தில் இக்கடிதத்தைக் கவனமாக ஆராய்தல் சரியாக இருக்கும் என்று கூறி, அந்தக் கடிதத்தில் இருந்த ஒரு பகுதியை தனது நூலில் மொழிபெயர்த்துத் தந்திருக்கிறார். இந்த மொழிபெயர்ப்பில் சில அடிப்படையான

வழுக்கள், கருத்துத் திரிபுகள் இருப்பதனாலும், சில முக்கியமான பகுதிகள் விடுபட்டிருப்பதனாலும் கேசவன் மொழிபெயர்த்த அதே பகுதியை நான் இங்கு எனது மொழிபெயர்ப்பில் தருகிறேன்.

"உங்கள் ஸ்திரமான நம்பிக்கைகளை *(Convictions)* முழு உலகுக்கும் பிரகடனம் செய்வதற்காக, உங்கள் நூலில் ஒரு வெளிப்படையான நிலைப்பாட்டை எடுக்க நீங்கள் விரும்பி இருக்கிறீர்கள். இதுதான் இப்போது செய்யப்பட்டுள்ளது. அதை நீங்கள் நிறைவேற்றி விட்டீர்கள். இதே வடிவத்தில் மீண்டும் செய்யத் தேவை இல்லை. நான் எவ்வகையிலும் இத்தகைய குறிக்கோள் சார்ந்த கவிதையை *(tendentious poetry)* எதிர்ப்பவன் அல்ல. துன்பியல் நாடகத்தின் தந்தையாகிய ஈஸ்கிலசும் இன்பியல் நாடகத்தின் தந்தையாகிய அரிஸ்டோபாசும் மிகுந்த குறிக்கோள் உடைய கவிஞர்களேயாவர் *(highly tendentious poets)*. தாந்தேயும் செர்வான்டிசும் கூடக் குறைந்தவர்கள் அல்லர். ஷில்லரின் 'சூழ்ச்சியும் காதலும்' *(Intrigue and Love)* பற்றிச் சொல்லக்கூடிய சிறந்த அம்சம் என்னவென்றால், அது முதலாவது ஜெர்மனிய அரசியல் நாடகத்தைப் பிரதிநிதித்துவப்படுத்துகின்றது என்பதுதான். சிறந்த நாவல்களைப் படைக்கும் நவீன ருஷ்ஷியர்களும், நார்வேஜியர்களும் ஒரு நோக்கத்துடன்தான் எழுதுகின்றனர். இது எவ்வாறாயினும், பிரச்சினைக்கான தீர்வு வெளிப்படையாகச் சுட்டிக்காட்டப்படாமல் சூழ்நிலைகள், செயல்கள் என்பவற்றின் மூலம் தாமே வெளிப்பட வேண்டும் என்றுதான் நான் நினைக்கின்றேன். மேலும் ஒரு படைப்பாளி தான் விவரிக்கும் சமூக மோதல்களின் எதிர்கால வரலாற்றுத் தீர்வுகளை வாசகனுக்கு ஒரு தட்டில் வைத்து வழங்கக் கடமைப்பட்டவன் அல்ல என்றும் நான் நினைக்கின்றேன். இன்றைய நமது சூழலில் நாவல்கள் பெரும்பாலும் பூர்ஷ்வா வட்டாரங்களில் உள்ள – அதாவது நேரடியாக நம்முடைய வட்டாரங்களைச் சாராத – வாசகர்களை நோக்கியே எழுதப்படுகின்றன என்பதையும் இதனோடு சேர்த்துக் கொள்ளவேண்டும். இவ்வகையில் என்னுடைய அபிப்பிராயத்தில் சோசலிசப் பிரச்சினை பற்றிய ஒரு நாவல் யதார்த்த உறவுகளை உண்மை பூர்வமாகச் சித்திரிக்குமாயின், இந்த உறவுகள் தொடர்பான மேலாதிக்கம் பெற்ற மரபுவழி மாயைகளை அகற்றவும், பூர்ஷ்வா உலகின் நம்பிக்கைகளை *(optimism)* உலுக்கவும், மேலும் தவிர்க்க முடியாதவாறு இன்று இருப்பவற்றின் நிரந்தரத்தன்மை பற்றிய ஐயத்தை ஏற்படுத்தவும் செய்வதன் மூலம், குறிப்பிட்ட பிரச்சினை பற்றிய நேரடித் தீர்வினைத் தானே வழங்காமலும், சிலவேளை வெளிப்படையாகப் பக்கம் சார்ந்து நிற்காமலும் கூட அது தன்னுடைய பணியை முற்றிலும் பூரணமாக நிறைவேற்ற முடியும்" *(Marx and Engels - Selected Correspondances)*.

மிகவும் தெளிவாக உள்ள இந்தக் கடிதத்துக்கு தெளிவுரை யும் பொழிப்புரையும் எழுதும் கேசவன் "முதலாளித்துவ வாசகர்களுக்குச் சென்றடையும் புதினத்தில், முன்னரே வெளிப்படையாகக் கருத்துக்களைக் காட்டிக்கொண்ட கலைஞர்கள் எதிர்காலத் தீர்வைத் தட்டில் வைத்து வழங்க வேண்டியதில்லை; மேலும் வாசகர்களுக்கு இருக்கும் முதலாளிய அமைப்பின் மீதான நம்பிக்கையைத் தகர்த்தெறிந்தாலே போதுமானது" என்பதே இக்கடிதத்தில் ஏங்கல்ஸ் கூறும் கருத்து என்று பொழிப்புரை செய்வதோடு "இவற்றை அப்படியே சகல வாசகர்களுக்கும், சகல சூழல்களுக்கும், சகல கலைஞர்களுக்கும் பொருத்துவது இதன் தனித்தன்மையை காற்றில் பறக்கவிடுவதாகும்" என்றும் வியாக்கியானம் செய்கிறார். (இ.வி., பக். 136 – 7) இந்த வியாக்கியானத்தை இவர் தேஷ்பாண்டேயிடம் கடன் வாங்கியிருக்கிறார் (இ.வி., பக். 137).

இவருடைய பொழிப்புரையும் வியாக்கியானமும் திகைப்பூட்டுவதாக உள்ளது. இவருடைய இந்த பிழையான விளக்கத்துக்கு இவருடைய பிழையான மொழிபெயர்ப்பும் ஒருவகையில் காரணமாகும். 'This has now been done, that you are through with and need not repeat in this form again' என்ற மூலவாக்கியத்தை கேசவன் "அதுதான் இப்போது நடந்துள்ளது. **இக்கட்டத்தை நீங்கள் ஏற்கனவே கடந்து விட்டீர்கள்.** இந்த வகையில் மீண்டும் கையாளத் தேவையில்லை" என்று மொழிபெயர்த்திருக்கிறார். இந்தப்பிழையான மொழிபெயர்ப்பின் அடிப்படையிலேயே முன்னரே கருத்துகளை வெளிப்படையாகக் காட்டிக் கொண்ட கலைஞர்கள் எதிர்காலத் தீர்வைத் தட்டில் வைத்து வழங்கத் தேவையில்லை என்று ஏங்கல்ஸ் கூறுவதாகச் சொல்கிறார். இங்கு எழுத்தாளர்களை இவர் இரண்டாகப் பிரித்துவிடுகிறார். முன்னரே கருத்துக்களை வெளிப்படையாகக் காட்டிக் கொண்டவர்கள் தீர்வைத் தட்டில் வழங்கத் தேவையில்லை, மற்றவர்கள் தட்டில் வழங்கவேண்டும் என்று ஏங்கல்ஸ் சொல்வதாக இவர் பொருள் கொள்கிறார் போலும். தன்னுடைய அரசியல் கருத்துகளை உலகுக்கு வெளிப்படையாகக் காட்டும் நோக்கத்தை இந்த நாவலில் காவுட்ஸ்கி நிறைவேற்றி இருக்கிறார் என்றும், இதே வடிவத்தில் இதனை மீண்டும் செய்வது அவசியம் இல்லை என்றும்தான் இங்கு ஏங்கல்ஸ் கூறுகின்றார். இதே போன்று, 'I am by no means opposed to tendentious poetry as such' என்பதை "இதைப்போன்ற கட்சிக் கோட்பாட்டுக் கவிதையை நான் ஒருக்காலும் எதிர்க்கப்போவதில்லை" என்று வலிந்து பிழையாக மொழிபெயர்க்கின்றார் கேசவன். இந்த மொழிபெயர்ப்பு நமது சூழலில் மிகத் தவறாகப் புரிந்துகொள்ளப்பட வாய்ப்பு உண்டு.

தான் கருதும் வறட்டுத்தனமான கட்சிக் கோட்பாட்டுக் கவிதைக்கு ஏங்கல்ஸ் ஆதரவு காட்டுகிறார் என்று நிரூபிக்கவே கேசவன் இவ்வாறு திரித்து மொழிபெயர்த்தாரா என்ற ஐயம் தோன்றுகின்றது. மேலும் ஷில்லரைப் பற்றிய பகுதியை மொழிபெயர்த்த கேசவன், ஈஸ்கிலஸ், அரிஸ்டோபான்ஸ், தாந்தே, செர்வாண்டிஸ் ஆகியோர் பற்றிய பகுதிகளை விட்டுவிட்டார். இவர்கள் கேசவனின் நோக்கில் கட்சிக் கோட்பாட்டு: கவிஞர்கள் என்ற வட்டாரத்துள் வரமாட்டார்கள் என்பதாலேயே இவர்களைத் தவிர்த்தார் போலும்.

இவ்வாறு தவறான மொழிபெயர்ப்புகளின் அடிப்படையில் ஏங்கல்சைப் புரிந்துகொள்ளும் கேசவன், ஏங்கல்சின் கூற்று முதலாளிய வாசகர்களைப் பொறுத்தவரை மட்டுமே பொருந்தும், எல்லாருக்கும் பொருந்த முடியாது என்றும் சொல்கிறார். ஏங்கல்சின் கடிதத்தைக் கவனித்துப் படித்தால் தீர்வு பற்றிய கருத்தை அவர் ஒரு பொதுவான கலைக்கோட்பாடாகவே சொல்கிறார் என்பது புரியும். முதலாளிய வட்டார வாசகர்களே அதிகமாக உள்ள சூழலில் அது இன்னும் அவசியம் என்பதையே அவர் வலியுறுத்துகின்றார் என்பதும் புரியும். கேசவனுடைய வலிந்த வியாக்கியானத்துக்கு இக்கடிதத்தில் இடம் இல்லை. ஆனால், முதலாளிய வட்டாரத்தைச் சேர்ந்த வாசகர்களுக்கு மட்டும் தீர்வைத் தட்டில்வைத்து வழங்கத் தேவையில்லை, தொழிலாளர் வட்டாரத்தைச் சேர்ந்த வாசகர்களுக்கு அவ்வாறு வழங்க வேண்டும் என்று ஏங்கல்ஸ் கருதுவதாக கேசவனும் தேஷ்பாண்டேயும் பொருள் கொள்கிறார்கள் போலும். இது சுத்த அபத்தமானது. ஏங்கல்சைப் பொறுத்தவரை ஒரு சோசலிசப் பிரச்சினை நாவல் யதார்த்த உறவுகளை உண்மை பூர்வமாகச் சித்திரிக்குமாயின் அது தன் பணியினைப் பூரணமாக நிறைவேற்றி விடுகின்றது" (The socialist problem novel in my opinion fully carries out its mission if by a faithful portrayal of the real relations). இந்த முக்கியமான பகுதியைக்கூட கேசவன் தன்னுடைய மொழிபெயர்ப்பில் விட்டுவிட்டது ஆச்சரியமாக உள்ளது.

மேலும், ஏங்கல்ஸ் முதலாளிய வாசகர்களைப் பொறுத்தவரை தான் தீர்வைத் தட்டில்வைத்து வழங்கத் தேவையில்லை என்று சொல்கிறார் என்ற இவர்களின் வியாக்கியானமே சரி என்று கொண்டாலும்கூட ஏன் அது நமது இன்றைய சூழலுக்குப் பொருந்தாது என்பதும் எனக்கு வியப்பாக உள்ளது. நாம் இன்றும் ஒரு முதலாளியச் சூழலிலேயே வாழ்கிறோம். இன்றும் நமது இலக்கிய வாசகர்கள் மிகப் பெரும்பாலோர் பூர்ஷ்வா வட்டாரத்தைச் சேர்ந்தவர்கள்தான். அதாவது மத்தியதர வர்க்கத்தினரும் புத்திசீவிகளும்தான். நமது பாட்டாளிவர்க்க

எழுத்தாளர்களில் மிகப் பெரும்பாலோரும் இந்த மத்தியதர வர்க்கப் புத்திசீவிகளில் இருந்து வந்தவர்கள்தான். தொழிலாளி, விவசாயிகளில் எத்தனைபேர் நமது முற்போக்கு இலக்கியத்தின் வாசகர்கள் என்பது நாம் அறிந்ததே. உதாரணமாக சின்னப்ப பாரதி தனது 'சங்கம்' நாவலை அதன் கதாபாத்திரங்களான கொல்லிமலைப் பழங்குடி மக்கள் படிப்பதற்காக எழுதியிருக்க மாட்டார் என்பது நிச்சயம். அதன் வாசகர்களும் பெரும்பாலோர் மத்தியதரவர்க்கப் புத்திசீவிகளேயாவர். ஆகவே, நமது சூழலில் ஏங்கல்ஸின் கருத்துப் பொருந்தாது என்று கேசவன் கருதுகிறாரா? அவ்வாறு கருதினால் அதைவிட அபத்தம் வேறு இருக்கமுடியாது.

இது தொடர்பாக இன்னும் ஒரு முக்கிய விசயத்தையும் நான் இங்கு சுட்டிக்காட்ட வேண்டும். "கலையில் தீர்வு சொல்லலாம் என்பதை வெறுப்பாக ஒத்துக் கொண்டாலும், அதை வெளிப்படையாக வைப்பதா பூடகமாக வைப்பதா என்ற விவாதம் கிளம்பிவிடுகிறது" என்றும், மார்க்சியம் இரண்டு வகைகளையும் ஒத்துக் கொள்கின்றது என்றும் மின்னாகாவுட்ஸ்கியின் படைப்புக்குறித்து எழுதிய கடிதத்தில், கலைப்படைப்பில் தீர்வைத் தட்டில் வைத்து வழங்க வேண்டியதில்லை என்று ஏங்கல்ஸ் எழுதியுள்ளார் என்றும், ஆயின் மார்க்ரட் ஹாக்னசுக்கு எழுதிய ஒரு கடிதத்தில் எழுத்தாளனின் சமூக அரசியல் கருத்துகளைப் பெருமைப்படுத்தும் வகையில் பிரச்சினைகள் குறித்து ஒரு வெளிப்படையான சோசலிசப் புதினத்தை எழுதாமைக்கு அவரைக் கண்டித்துள்ளார்; அதாவது வெளிப்படையான தீர்வு சொல்லும் படைப்புகளை வரவேற்றுள்ளார் என்றும் கேசவன் கூறுகின்றார் (மா.தி.சி., பக். 57, 60). இங்கு ஏங்கல்சின் கருத்தைத் திடுக்கிடத்தக்க விதத்தில் கேசவன் தலைகீழாகப் புரட்டி இருக்கிறார். கேசவன் குறிப்பிடும் ஏங்கல்சின் கடிதப்பகுதி வருமாறு.

> "I am far from finding fault with your not having written a point-blank Socialist Novel, a Tendenzroman; as we Germans call it, to glorify the social and political views of the authors. That is not at all what I mean. The more the opinions of the author remain hidden, the better for the work of art" (Marx and Engels-Selected Correspondance) "ஆசிரியர்களின் சமூக அரசியல் கண்ணோட்டங்களைப் பெருமைப்படுத்தும் வகையில் ஒரு 'பச்சையான' சோசலிச நாவலை நீங்கள் படைக்கவில்லை என்பதற்காக நான் உங்கள் மீது குற்றம் காணவில்லை, நான் கருதுவது முற்றிலும் அதுவல்ல. எந்த அளவு ஆசிரியனின் அபிப்பிராயம் மறைந்திருக்கிறதோ அந்த அளவு ஒரு கலைப் படைப்புக்கு நல்லது"

என்பது இதன் பொருள். கேசவன் கூறுவதுபோல் ஒரு வெளிப்படையான சோசலிச நாவலை எழுதாமைக்காக ஏங்கல்ஸ் ஹாக்னசைக் கண்டிக்கவில்லை. அத்தகைய நாவல்களை அவர் ஆதரிக்கவில்லை என்பதும் வெளிப்படை. ஜெர்மனியர்கள் அத்தகைய நாவல்களை *Tendenzroman* என்று ஒரு விசேட பெயரால் அழைத்திருக்கிறார்கள் என்றும் தெரிகின்றது. ஹாக்னசின் நாவலில் யதார்த்தம் குன்றி இருப்பதற்காகவே ஏங்கல்ஸ் அவரை விமர்சிக்கின்றார். *(If I have anything to criticize it would be that perhaps after all, the tale is not quite realistic enough).* பால்சாக்கின் யதார்த்தவாதத்தை ஒரு உதாரணமாக எடுத்துக்காட்டுகின்றார். ஆனால், இங்கு கேசவன் ஏங்கல்சைத் தலைகீழாகப் புரட்டி, அவர் தான் எதற்காக ஹாக்னசைக் கண்டிக்கவில்லை என்பதை வலியுறுத்திச் சொல்கிறாரோ அதற்காகவே அவர் ஹாக்னசைக் கண்டித்துள்ளார் என்று எழுதுவது நமக்கு அதிர்ச்சியூட்டுகின்றது. இத்தகைய பிழையான புரிதல்களின் அடிப்படையிலேயே இவர் தன் மார்க்சியக் கலைக் கோட்பாட்டைக் கட்டி எழுப்பியுள்ளார் என்பது வெளிப்படை.

8

இறுதியாக அழகியல் பற்றிய பிரச்சினைகளுக்கு வருவோம். கேசவனின் அழகியல் கருத்துகள் பற்றிய எனது விமர்சனத்தை சுருக்கமாகவும் ஓரளவு தெளிவாகவும் எனது கட்டுரையில் முன் வைத்திருந்தேன். அதுபற்றி இங்கு இன்னும் கொஞ்சம் விளக்குவது பயனுடையது என்று நினைக்கின்றேன்.

ஆங்கிலத்தில் *Aesthetic, Aesthetics* என்னும் இரண்டு சொற்கள் வழக்கில் உள்ளன. முதலாவது பெயரடை, இரண்டாவது பெயர். இவை இரண்டுக்கும் நிகரான சொல்லாகவே அழகியல் என்ற சொல்லை நாம் தமிழில் பயன்படுத்துகின்றோம். இது பெயரடையாகவும் பெயராகவும் வழங்குகின்றது. ஆங்கிலத்தில் *Aesthetics* என்பது பொதுவாகக் கலைபற்றிய தத்துவம் *(Philosophy of Art)* என்று வரையறுக்கப்படுகின்றது. இது ஒரு தனி ஆய்வுத் துறையாகும். கலை பற்றிய எல்லாப் பிரச்சினைகளையும் இது உள்ளடக்குகின்றது. கலை என்றால் என்ன, கலை எவ்வாறு தோன்றுகின்றது, கலையின் பயன்பாடு என்ன, கலையின் பண்புக் கூறுகள் யாவை போன்ற கலையின் பல்வேறு அம்சங்களை இது ஆராய்கின்றது. இவ்வகையில் கலைக்கோட்பாடு *(Theory of Art)*, என்பதும் அழகியல் என்பதும் ஒன்றுதான். இங்கு நாம் விவாதித்துள்ள விசயங்கள் எல்லாம் இவ்வகையில் அழகியல் பிரச்சினைகள் *(Problems of Aesthetics)* தான். *Aesthetic* என்பது கலை அம்சம் அல்லது கலைத்துவம் *(Artistic)* அழகுணர்வு *(Sense* of beauty) என்ற பொருளிலும் வழங்குகின்றது. கலைத்துவமும் அழகுணர்வும் ஒன்றல்ல. அழகுணர்வு என்பது பொதுவானது. நமது அழகுபற்றிய உணர்வினை அது குறிக்கும், கலைத்துவம் என்பது குறிப்பானது. அது கலையோடு சம்பந்தப்பட்டது, கலையின் படைப்பாக்கம் அல்லது செய்நேர்த்தி பற்றியது. கலை இலக்கிய விமர்சனத்தில் இந்த இரண்டாவது பொருளிலேயே நாம் அழகியல் என்ற சொல்லைக் கையாள்கின்றோம். இவ்வகையில் அழகியல் அம்சம், கலையம்சம், கலைத்துவம் என்பனவெல்லாம் ஒரே பொருள் உடையன. கலையைக் கலையல்லாதவற்றில் இருந்து வேறுபடுத்துவன இந்தக் கலை அம்சங்களே. உதாரணமாக சேரிவாழ் மக்கள் பற்றிய ஒரு ஆராய்ச்சி நூலிலிருந்து அம்மக்கள் பற்றிய ஒரு நாவலை வேறுபடுத்துபவை நாவல் என்ற கலை வடிவத்துக்குரிய கலை அம்சங்களே.

இந்தக் கலையம்சங்கள் ஒரு கலையைக் கலையல்லாதவற்றில் இருந்து வேறுபடுத்துவதுபோல, ஒரு குறிப்பிட்ட கலை வடிவத்தை இன்னொரு கலை வடிவத்தில் இருந்தும் வேறுபடுத்துகின்றன. இவ்வகையில் எல்லாக் கலை வடிவங்களுக்குமுரிய பொதுப்பண்புகளும் தனித்தனிக் கலைவடிவத்துக்குரிய சிறப்புப் பண்புகளும் உள்ளன. உதாரணமாக நாவலும் சிறுகதையும் இலக்கியம் என்ற வகையில் சில பொதுப்பண்புகளையும், இரண்டும் வெவ்வேறு இலக்கிய வடிவங்கள் என்ற வகையில் அவற்றுக்கே உரிய சில சிறப்புப் பண்புகளையும் கொண்டுள்ளன. இந்தப் பண்புகள் உருவம் உள்ளடக்கம் இரண்டும் சார்ந்தவையாகும். ஒரு நாவலுக்குரிய விசயத்தை ஒரு சிறுகதையாகவோ ஒரு சிறு கதைக்குரிய விசயத்தை நாவலாகவோ எழுதினால் அவை தம் கலைப்பாதிப்பை இழந்து போகின்றன. ஆகவே கலை அம்சம் என்பது உருவம் மட்டுமன்றி, உருவம் உள்ளடக்கம் இரண்டையும் குறிக்கும் என்பது தெளிவு. இவை இரண்டின் பொருத்தமான சேர்க்கையையே கலைத்துவம் அல்லது அழகியல் என்று நாம் இங்கு குறிப்பிடுகின்றோம்.

வெவ்வேறு கலை வடிவங்கள் தமக்கே உரிய சில சிறப்பான அழகியல் அம்சங்களைக் கொண்டிருப்பது போலவே வெவ்வேறு நாடுகளில், வெவ்வேறு காலகட்டங்களில், வெவ்வேறு சமூக வர்க்கங்களில் தோன்றிய கலைகளும் தமக்கே உரிய சில சிறப்பான அழகியல் அம்சங்களைக் கொண்டிருக்கும். உதாரணமாக அடிமைச் சமுதாய யுகத்தில் தோன்றிய கிரேக்க நாடகங்களும், நிலமானிய யுகத்தில் தோன்றிய ஷேக்ஸ்பியரின் நாடகங்களும் முதலாளித்துவ யுகத்தில் தோன்றிய இப்சனின் நாடகங்களும் சோசலிச யுகத்தில் தோன்றிய ப்ரெஷ்டின் நாடகங்களும் தமக்கே உரிய தனித்துவமான சில அழகியல் அம்சங்களைக்

கொண்டிருக்கின்றன. அதேவேளை அவையெல்லாம் நாடகம் என்ற கலை வடிவத்துக்குரிய பொதுவான அழகியல் அம்சங்களையும் கொண்டிருக்கின்றன. சங்ககாலக் கவிதையும் இடைக்காலக் கவிதையும் தற்காலக் கவிதையும் தமக்கே உரிய வெவ்வேறு அழகியல் அம்சங்களின் அடிப்படையில் வேறுபடும் அதேவேளை கவிதைக்குரிய பொதுவான அம்சங்களையும் கொண்டிருக்கின்றன. கார்க்கியின் தாயும் டால்ஸ்டாயின் புத்துயிர்ப்பும் சில அழகியல் கூறுகளில் வேறுபடினும் நாவலுக்குரிய பொதுக்கூறுகளையும் கொண்டிருக்கின்றன.

உலகில் உள்ள மொழிகள் எல்லாமே ஒன்றில் இருந்து மற்றது வெளிப்படையாக வேறுபடுகின்றன. ஆனால், அடிப்படையில் அவற்றையெல்லாம் மொழி என்று இனங்காணக்கூடிய சில பொதுப் பண்புகளையும் அவை கொண்டிருக்கின்றன. இந்தப் பொதுப் பண்புகளை மொழியியலாளர் மொழியியல் பொதுமைகள் *(Linguistic Universals)* என்பர். அவ்வகையிலேயே கலைகளும் வெளிப்படையாக வேறுபட்டாலும் சில அடிப்படைப் பொதுப் பண்புகளையும் கொண்டிருக்கின்றன. எல்லாக் கலைகளுக்கும் உரிய இத்தகைய பொதுவான பண்புகளையே நான் அழகியல் பொதுமைகள் *(Aesthetic Universals)* என்று குறிப்பிடுகின்றேன்.

மனிதர்கள் வர்க்கங்களாக, இனங்களாக, மதக் குழுக்களாக வேறுபட்டிருக்கின்ற அதேவேளை மனிதனுக்குரிய பொதுக் குணாம்சங்களையும் கொண்டிருக்கிறார்கள். மார்க்சியவாதிகள் வர்க்க மனிதனைப் பற்றி மட்டும் பேசுவதில்லை. மனிதன் பற்றியும் பேசுகின்றார்கள்; மனிதசாரம் *(Human essence)* பற்றியும் பேசுகின்றார்கள். அது போன்றே கலைகளும் இன, மத, வர்க்க அடிப்படைகளில் வேறுபடுகின்றன. இவ்வகையில் கலைகளை சீனக் கலைகள், ஆபிரிக்கக் கலைகள் என்றோ, பௌத்த கலைகள், இஸ்லாமிய கலைகள் என்றோ, முதலாளி வர்க்கக் கலைகள், பாட்டாளி வர்க்கக் கலைகள் என்றோ நம்மால் வேறுபடுத்திப் பார்க்க முடிகின்றது. அதேவேளை இவையெல்லாம் கலைகள் என்ற பொதுக் குணாம்சத்தைக் கொண்டிருப்பதையும் காணமுடிகின்றது.

அழகியல் பற்றிய இந்தக் கண்ணோட்டத்தின் அடிப்படையிலேயே கேசவனின் அழகியல் பற்றிய கருத்துகளை நான் விமர்சித்திருந்தேன். ஆனால், கேசவன் எனது விவாதத்தின் அடிப்படையைப் புரிந்துகொள்ளவில்லை. அழகியலின் சிறப்புத் தன்மைகளையும் பொதுத்தன்மைகளையும் அவரால் பிரித்தறிய முடியவில்லை. கலைகளுக்கு, அழகியலுக்கு வர்க்க அம்சம் மட்டுமே இருப்பதாக அவர் கருதுகின்றார். பொது அம்சங்கள்

இருப்பதை அவர் காணத் தவறுகிறார். இதுபற்றி அவர் பின்வருமாறு எழுதுகின்றார்:

> அழகியல் மதிப்புகளின் வர்க்க ரீதியான வரையறை அவருக்கு (நுஃமானுக்கு) உடன்பாடில்லை எனத் தெரிகிறது. இதனாலேயே ஒருவரின் உலகப் பார்வைக்கும் அழகியல் முறைக்கும் எவ்விதத் தொடர்பும் இல்லை எனச் சொல்வதில் கூடிய அழுத்தம் கொடுக்கிறார். ஆனால், அழகியல் மதிப்புகள் குறித்து வர்க்க ரீதியாக வேறுபாடுகள் உண்டு என்பதை நமக்குப் பல நிகழ்வுகள் பருண்மையாகக் குறிப்பிடுகின்றன. இவ்வாறு செய்தல் அழகியலைத் தனித்தனிக் கூண்டுகளில் அடைப்பது போலவுள்ளது எனவும் கருதுகிறார். வர்க்கக் கண்ணோட்டத்தில் நிகழ்வுகளைக் காணுதலுக்கு உரிய அழுத்தம் கொடுக்கத் தயங்கும்போக்கு நுஃமானிடத்தில் இப்பொழுது காணப்படுவதாலேயே அழகியல் மதிப்புகள் குறித்த வர்க்க ரீதியான கருத்துகளையும் மறுக்கிறார்" (மா.தி.சி., பக். 60, 61).

கேசவன் என்னுடைய கட்டுரையின் குறித்த பகுதியை கவனமாகப் படிக்கவில்லை என்பது இதிலிருந்து தெரிகிறது. அழகியல் மதிப்பீடுகளில் வர்க்க ரீதியான வேறுபாடுகளை நான் ஒருபோதும் மறுக்கவில்லை. கேசவன் எனது கருத்தை வேண்டுமென்றே திரித்துக் கூறுகின்றார். எனது கட்டுரையில் இது பற்றி நான் தெளிவாகவே குறிப்பிட்டுள்ளேன். "சில, பல அம்சங்களில் **இந்த அழகியல் கொள்கை கால, இட, சமூக வர்க்க அடிப்படையில் வேறுபடலாம்; வேறுபடுகின்றன. ஆனால் சர்வ வியாபக அழகியல் பொதுமைகளும் எப்போதும் உள்ளன.** இல்லாவிட்டால் வெவ்வேறு காலகட்டங்களுக்குரிய, வெவ்வேறு நாடுகளுக்குரிய, வெவ்வேறு சமூகங்களுக்குரிய கலைகளை நாம் அனுபவிக்க முடியாது." என்னுடைய இக்குறிப்பில் வர்க்க ரீதியான வேறுபாட்டை ஏற்றுக்கொண்டு, அதேவேளை பொதுமைகள் இருப்பதையும் நான் வலியுறுத்தியுள்ளேன். கேசவன் இதைத்தான் காண மறுக்கிறார். அவருடைய நோக்கில் அழகியல் பொதுமைகளே இல்லை என்று தெரிகின்றது. முதலாளி வர்க்க அழகியல், பாட்டாளி வர்க்க அழகியல் என்று இரண்டுக்கும் இடையே பெரிய சீனச் சுவரை எழுப்பி அவற்றைப் பிரித்துவைத்துவிடுகிறார். இதையே அழகியலை இரண்டு தனித் தனிக் கூண்டுக்குள் அடைப்பது என்று நான் குறிப்பிடுகின்றேன். அழகியல் பற்றி கேசவன் மீண்டும் மீண்டும் இதே தவறான புரிதலையே வெளிக்காட்டுகின்றார். "அழகியல் மதிப்பு வேறுபாடுகள் படைப்பாளிகளின் உலகப்பார்வையில்

இருந்து வருகின்றன என்றும், இந்த உலகப் பார்வையில் இருந்து முற்போக்குக் கலைகளுக்கான அழகியல் மதிப்புகள் என்றும் பிற்போக்குக் கலைகளுக்கான அழகியல் மதிப்புகள் என்றும் நாம் பிரித்தறிய முடியும் என்றும், இவ்வாறுதான் பா. செயப்பிரகாசம், ராஜம் கிருஷ்ணன் ஆகியோரின் படைப்புக்களில் காணப்படும் அழகியல் மதிப்புகள் வேறு என்றும் தி. ஜானகிராமன், ஜெயகாந்தன் ஆகியோரின் படைப்புகளில் காணப்படும் அழகியல் மதிப்புகள் வேறு என்றும் கேசவன் மீண்டும் குறிப்பிடுகிறார் (மா.தி.சி., பக். 61).

இங்கு அழகியல் மதிப்பு என்பதை கேசவன் படைப்பாளியின் உலகப் பார்வையோடு சமப்படுத்தி நோக்குகிறார். அதாவது உலகப் பார்வையே அழகியல் மதிப்பு என்ற கருத்தே இங்கு தொனிக்கின்றது. பாட்டாளி வர்க்க உலகப் பார்வை, முதலாளி வர்க்க உலகப் பார்வை இரண்டும் ஒன்றில் இருந்து மற்றது முற்றிலும் வேறுபடுவதுபோல் அவற்றைப் பிரதிபலிக்கும் பாட்டாளிவர்க்க அழகியல், முதலாளிவர்க்க அழகியல் என இரண்டு முற்றிலும் வேறுபட்ட அழகியல் இருப்பதாக இவர் கருதுவது தெளிவு. இவருடைய கருத்தின்படி ஒரு பாட்டாளி வர்க்க நாவலும் ஒரு முதலாளி வர்க்க நாவலும் எவ்வித அழகியல் பொதுமைகளையும் கொண்டிருக்க முடியாது. அப்படியென்றால் அவை இரண்டையும் நாவல் என்ற இலக்கிய வடிவம் ஆக்குவது எது என்ற கேள்வி எழுகின்றது. கேசவன் அழகியல் மதிப்பு வேறுபாடு காட்டும் ராஜம் கிருஷ்ணனின் 'அலைவாய்க் கரையிலும்' ஜானகிராமனின் 'அம்மா வந்தா'ளும் நாவலாவது எப்படி? செயப்பிரகாசத்தின் 'கிராமத்து ராத்திரி'யும் ஜெயகாந்தனின் 'போர்வை'யும் சிறுகதையாவது எப்படி? இவற்றுக்கிடையே அழகியல் பொதுமைகளே இல்லையென்றால் இவற்றை நாம் ஒரே இலக்கிய வடிவமாக இனங்காண முடியாது. இவை நாவலாகவும் சிறுகதையாகவும் இருப்பதற்குக் காரணம் நாவலுக்கும் சிறுகதைக்கும் உரிய உள்ளார்ந்த அழகியல் விதிகளுக்கு இவை உட்பட்டிருப்பதுதான்; அவற்றுக்கே உரிய அழகியல் பொதுமைகள் அவற்றில் அமைந்து இருப்பதுதான். ஒரு சோசலிச நாவல், ஒரு முதலாளித்துவ நாவலில் இருந்து அது தேர்ந்தெடுக்கும் விஷயம், அது வெளிப்படுத்தும் வாழ்க்கை அனுபவம், அது உருவாக்கும் பாத்திரங்கள் போன்ற நாவலின் சில அழகியல் கூறுகளில் வேறுபடுகின்ற அதே வேளை நாவல் என்ற வடிவத்துக்குரிய பொது விதிகளுக்கும் கட்டுப்பட்டே இவற்றை ஒழுங்கமைக்கின்றது.

பாட்டாளிவர்க்கம் தனக்கு மட்டுமே உரிய ஒரு கலை வடிவத்தை, தனக்கு மட்டுமே உரிய முற்றிலும் புதிதாக ஒரு அழகியலை உருவாக்கியதில்லை. தனக்கு முந்திய வர்க்கங்கள்

சிருஷ்டித்த, பயன்படுத்திய கலை வடிவங்களையே அது தன் தேவைக்கும் பயன்படுத்துகின்றது. பாட்டாளி வர்க்கத்தின் உலக நோக்குக்கு ஏற்ப அந்தக் கலைவடிவங்களில் சில மாற்றங்களும் வளர்ச்சிகளும் ஏற்பட்டுள்ளன, இதுவே உண்மையாகும். வரலாற்றுக் காலகட்டம் முழுவதிலும் மனிதகுலம் வர்க்கங்களாகப் பிளவுண்டிருந்தாலும் ஒவ்வொரு வர்க்கமும் தனது வர்க்க மனோபாவத்தை, வர்க்க நலன்களைத் தான் படைத்த கலைகளில் வெளிப்படுத்தி வந்தாலும், வேறுபட்ட அழகியல் மதிப்பீடுகளைக் கொண்டிருந்தாலும் மனிதனுடைய கலை வெளிப்பாட்டில் ஒரு தொடர்ச்சியையே நாம் காண்கின்றோம். முன்னைய காலகட்டங்களின் அம்சங்களை உள்ளடக்கிக் கொண்ட வளர்ச்சியையே நாம் காண்கின்றோம். ஆகவே, கேசவன் கலையில் வர்க்க அம்சங்கள் மட்டுமே இருப்பதாக நினைப்பதும், ஒவ்வொரு வர்க்கமும் தனக்கு மட்டும் உரிய தனித்தனி அழகியலைக் கொண்டிருப்பதாக நினைப்பதும் சிறுபிள்ளைத்தனமானது. கலைபற்றிய இத்தகைய வர்க்கப்பார்வை வறட்டுத்தனமானது மட்டுமன்றி மார்க்சியத்தைக் கொச்சைப்படுத்துவதுமாகும்.

புரட்சிக்குப் பிந்திய சோவியத் ருஷ்ஷியாவில் என். வை. மார் என்பவரின் தலைமையிலான வறட்டு மார்க்சியவாதிகள் சிலர் மொழிபற்றியும் இத்தகைய ஒரு கண்ணோட்டத்தைக் கொண்டிருந்தனர். மொழி என்பது மேலமைப்புக்கு உரியதென்றும், முதலாளித்துவ காலகட்டத்தில் ருஷ்ஷிய மொழி முதலாளி வர்க்கத்துக்குச் சேவை செய்தது என்றும், எனவே சோஷலிச ருஷ்ஷியாவில் பாட்டாளி வர்க்கம் தனக்கென்று ஒரு புதிய ருஷ்ஷிய மொழியை, ஒரு புதிய இலக்கணத்தைப் படைத்துக்கொள்ள வேண்டும் என்றும் இவர்கள் வாதிட்டனர். இந்தச் சிறு பிள்ளைத்தனமான வாதத்தில் ஸ்டாலின் தலையிட்டு மொழி மேலமைப்புக்கு உரியதல்லவென்றும், அது எல்லாச் சமூக வர்க்கங்களுக்கும் சேவை செய்கின்றது என்றும், மொழிப் பயன்பாட்டில் வர்க்க வேறுபாடுகள் வெளிப்பட்டாலும் ஒவ்வொரு சமூக வர்க்கமும் மொழியின் பொதுவான இலக்கண விதிகளுக்குக் கட்டுப்பட்டே மொழியைப் பயன்படுத்த முடியும் என்றும், ஆகவே பாட்டாளி வர்க்கம் புதிய மொழியை, புதிய இலக்கணத்தைச் சிருஷ்டிக்க வேண்டும் என்ற வாதம் முட்டாள்த் தனமானது என்றும் எடுத்துக் காட்டினார் *(ஸ்டாலின்: மார்க்சியமும் மொழியியலும்).*

மொழியியலில் என்.வை. மாரினதைப் போன்ற ஒரு நிலைப்பாட்டையே கலையில் கேசவன் முன்வைக்கின்றார். மொழிக்கு அடிப்படையான இலக்கண விதிகள் இருப்பது போன்றே கலைக்கும் சில அடிப்படையான இலக்கண விதிகள்,

அழகியல் விதிகள் உள்ளன. எந்த வர்க்கத்தைச் சேர்ந்த படைப்பாளியும் இந்த விதிகளைப் பின்பற்றியே ஆகவேண்டும். நீ ஒரு நாவல் எழுதுகிறாய் என்றால் நாவலின் உள்ளார்ந்த அழகியல் விதிகளுக்கு நீ கட்டுப்பட்டே ஆகவேண்டும். நீ பூர்ஷ்வாவாக இருந்தால் என்ன, நீ பாட்டாளியாக இருந்தால் என்ன, நீ அதற்குக் கட்டுப்பட்டே ஆக வேண்டும். இல்லையேல் உன்னால் ஒரு நல்ல நாவலைப் படைக்க முடியாது. ஆனால் கேசவனின் முதலாளித்துவ அழகியல், பாட்டாளி வர்க்க அழகியல் என்ற தனிக்கூண்டு வரையறை இதை மறுக்கின்றது. இது மார்க்சியமும் அல்ல அழகியலும் அல்ல. "என்.வை. மாரின் மார்க்சியத்தில் இருந்து எங்களைக் காப்பாற்றுங்கள்" என்று ஸ்டாலின் சொன்னதுபோல் கேசவனின் மார்க்சியத்தில் இருந்து எங்களைக் காப்பாற்றுங்கள் என்று இன்று நாம் சொல்ல வேண்டியுள்ளது.

இறுதியாக, முற்போக்கு அழகியல் தொடர்பாக இலங்கையில் என். சண்முகரத்தினம், கைலாசபதி ஆகியோர் எழுதிய இரண்டு கட்டுரைகளைத் தன் கருத்துக்குச் சார்பாகக் கொண்டு அவற்றை எனக்கு நினைவுபடுத்துகிறார் கேசவன். சண்முகரத்தினம் என்னுடைய மிக நெருங்கிய நண்பர். எனினும் இலக்கியத்துறைக்கு அவர் புதியவர். தமிழ் இலக்கியத்தில் அவருக்குள்ள பரிச்சயம் மிகவும் குறைவு. கைலாசபதி மீது எனக்கு மிகுந்த மதிப்பு உண்டு, இலக்கியத்தின் சமூகவியல் அம்சங்கள் பற்றியே பெரிதும் அக்கறை செலுத்தியவர் அவர். அதன் அழகியல் பற்றிய அவரது எழுத்துக்கள் மிகவும் குறைவு. இலக்கிய அழகியல் சார்ந்த அவரது சில மதிப்பீடுகளோடும் கருத்துகளோடும் எனக்கு ஆரம்பம் முதலே கருத்துவேறுபாடுகளும் உண்டு. 1968ஆம் ஆண்டிலேயே கவிதை பற்றிய அவரது சில கருத்துகளை விமர்சித்து நான் கட்டுரை எழுதியிருக்கின்றேன். துரதிஷ்டவசமாக அது பிரசுரமாகவில்லை. கேசவன் போன்ற இயந்திரப் பாங்கான மார்க்சிய விமர்சகர்கள் தோன்றுவதற்கு கைலாசபதியும் ஒருவகையில் காரணமாக அமைந்திருக்கிறார் என்பது என் அபிப்பிராயம். கேசவன் ஆதர்சமாகக் கொள்ளும் சண்முகரத்தினத்தின் 'ஆக்க இலக்கியமும் அழகியலும்' கைலாசபதியின் 'முற்போக்கு இலக்கியத்தின் அழகியல் பிரச்சினைகள்' ஆகிய இரு கட்டுரைகளும் இத்துறை பற்றிய மோசமான கட்டுரைகள் என்பது என் அபிப்பிராயம். கலை இலக்கியத்தில் அழகியலை வலியுறுத்துவது முற்போக்கு விரோதம் என்ற மனோபாவத்தையே கைலாசபதி தன் கட்டுரையில் வெளிப்படுத்தியுள்ளார். முற்போக்கு இலக்கியத்துக்கு அழகியல் பிரச்சினைகள் உண்டு என்றும், அது பற்றித் தனியாக ஆராயவேண்டும் என்றும் அக்கட்டுரையில் அவர் கூறுகின்றார்.

ஆனால், அதற்காகவே எழுதப்பட்ட அந்தக் கட்டுரையில் அவர் அதை ஆராயாமல் அழகியலை வலியுறுத்துபவர்களுக்கு எதிரான பழைய வாதங்களை மட்டுமே முன்வைத்தார். முற்போக்கு இலக்கியத்தின் தொடக்க காலத்தில் (அதாவது 1960களில்) அழகியல் பூச்சாண்டி காட்டி அதனை எதிர்த்த சுத்தக் கலைவாதிகளைப் பொறுத்தவரை கைலாசபதியின் கருத்துகள் பொருத்தமாக இருக்கலாம். ஆனால் 70, 80களில் மார்க்சிய வட்டாரத்தில் இருந்தே அழகியல் பிரச்சினைகள் பற்றிப் பேசத் தொடங்கிய புதிய சூழலில் அவரது குற்றச்சாட்டுகள் பயனற்றவை. 80களின் தொடக்கத்தில் இலக்கிய அழகியல் பிரச்சினைகள் பற்றி ஈழத்தில் காத்திரமான வாதப் பிரதிவாதங்கள் நடந்தன. அதன் ஒரு வெளிப்பாடே கைலாசபதியின் கட்டுரை. அந்த விவாதம் தொடர்பான ஏனைய கட்டுரைகளையும் கேசவன் தேடிப்படிப்பது நல்லது.

நவம்பர் 1986

5

ரகுநாதனின் சிலப்பதிகார ஆராய்ச்சி

ரகுநாதன் முக்கியமான சில நவீன தமிழ் எழுத்தாளர்களுள் ஒருவர். கவிதை, சிறுகதை, நாவல், நாடகம், மொழிபெயர்ப்பு, விமர்சனம், ஆராய்ச்சி என்று இலக்கியத்தின் பல துறைகளிலும் கைவைத்தவர். இவ்வாறு பல துறைகளிலும் கைவைத்தவர்களில் மிகச்சிலர்தான் அத்துறைகளிலெல்லாம் சாதனை களைப் புரிந்திருக்கிறார்கள். ரகுநாதன் அந்தச் சிலருள் ஒருவர் அல்லர்.

புதுமைப்பித்தனைப் பின்பற்றித் திருச்சிற்றம்பலக் கவிராயர் என்ற பெயரில் கவிதையின் உருவத்தில் சில புதுமைகள் செய்துபார்க்க முயன்றவர் அவர். அவரது அந்த முயற்சிகள் பெரிதும் செய்யுளாக்கமாகப் பிறந்துள்ளனவே தவிர கவிதையாக மலரவில்லை என்பது என் அபிப்பிராயம். சில நல்ல ருஷ்ஷியக் கவிதைகளின் உயிர்கூட அவரது மொழிபெயர்ப்புச் செய்யுளாக்கத்தில் பரிதாபமாகப் பறிபோயுள்ளது. நாற்பது ஐம்பதுகளில் இவர் எழுதிய சிறுகதைகள் தமிழ்ச் சிறுகதை உலகில் எந்த முத்திரையும் பதிக்கவில்லை. இவருக்கு முந்திய, இவர்காலத்துச் சிறுகதைப் படைப்பாளிகளுடன் ஒப்பிடுகையில் இவரது கதைகள் காணாமல் போய்விடுகின்றன. நாவல் துறையில் இவரது பஞ்சும் பசியும் இன்றுவரை பேசப்படுகின்றது.

முற்போக்கு நாவல் வரிசையில் ஒரு முன்னோடி முயற்சி என்பது தவிர, ஒரு படைப்பு என்ற வகையில்,

ஒரு சராசரிச் சினிமாப் பாணிக் கதையமைப்புக் கொண்ட நாவல்தான் அது. கைத்தறித் தொழிலாளர்களின் உண்மையான வாழ்வை யதார்த்த பூர்வமாக அதில் தரிசிக்க முடியவில்லை என்பது சுமார் பத்துவருடங்களுக்கு முன்பு அதை முதல் முறை படித்தபோது எனக்கு ஏற்பட்ட மனப்பதிவு.

ரகுநாதனின் முக்கியத்துவம் அவர் ஒரு படைப்பாளி என்ற வகையில் ஏற்பட்டதல்ல என்றே நான் கருதுகின்றேன். என்னைப் பொறுத்தவரை அவரது மொழிபெயர்ப்புகளும், விமர்சன, ஆராய்ச்சி முயற்சிகளுமே அவருக்கு ஒரு முக்கியத்துவத்தைப் பெற்றுத் தந்துள்ளன. ஸ்டீபன்சனின் 'டாக்டர் ஜெகில் அண்ட் மிஸ்டர் ஹைட்' முதல் கார்க்கியின் 'தாய்' வரை அவரது மொழிபெயர்ப்புகள் தமிழ் இலக்கியத்துக்கு நல்ல உரம் இட்டுள்ளன என்பதில் ஐயம் இல்லை. அவரது ஆரம்பகால முயற்சியான 'இலக்கிய விமர்சனம்' இன்றையப் பார்வையில் முக்கியத்துவம் அற்றதெனினும் தமிழில் விமர்சனம் குழந்தைப் பருவத்தில் இருந்த அன்றைய நிலையில் வைத்துப் பார்க்கும்போது ஒரு வீச்சான முயற்சியே. பாரதிக்கு ஒரு வ.ரா. கிடைத்தது போல புதுமைப்பித்தனின் பெருமையை நிலை நிறுத்தியதிலும் ரகுநாதனுக்கு ஒரு முக்கிய பங்கு உண்டு. அவரது இலக்கிய ஆராய்ச்சியில் பெரும்பகுதி பாரதியைப் பற்றியே உள்ளது. 'கங்கையும் காவிரியும்', 'பாரதியும் ஷெல்லியும்', 'பாரதி சில பார்வைகள்', 'பாரதி காலமும் கருத்தும்' ஆகியவை இவ்வகையில் அவரது முக்கியமான ஆக்கங்கள். ஒப்பியல், சமூகவியல், வரலாற்று முறைகளைப் பயன்படுத்தி பாரதி ஆய்வை அவர் வளப்படுத்தி இருக்கிறார். பாரதி பற்றிய பிம்பம் சற்றேனும் ஊறுபட்டு விடக்கூடாது என்ற – ஒரு ஆராய்ச்சியாளனுக்கு இருக்கக்கூடாத – கரிசனை இவரது எழுத்துக்களில் துலக்கமாகக் காணப்படுகின்றது. எனினும், பாரதி பற்றிய அறியப்படாத பல உண்மைகளை அவை வெளிக்கொண்டு வந்துள்ளன என்பதில் ஐயம் இல்லை.

ரகுநாதனின் இந்த இலக்கிய ஆராய்ச்சி வரிசையிலே சமீபத்தில் வெளிவந்துள்ள நூல்தான் *இளங்கோவடிகள் யார்* (மீனாட்சி புத்தகநிலையம், சென்னை, 1984). அவரது ஆய்வு நூல்களில் இதுவே மிகப் பெரியது. 960 பக்கங்கள். சுமார் முப்பது வருடகாலமாகச் சிலப்பதிகார ஆராய்ச்சியில் தான் ஈடுபட்டு வந்ததன் விளைவே இந்நூல் என்று ஆசிரியர் முன்னுரையில் குறிப்பிடுகின்றார். சிலப்பதிகாரம் பற்றி இதுவரை நடைபெற்றுள்ள முக்கியமான ஆராய்ச்சிகளையெல்லாம் ரகுநாதன் தனது ஆய்வுக்கு அடிப்படையாகக் கொண்டுள்ளார். அவ்வகையில்

சிலப்பதிகாரம் பற்றி இதுவரை நடைபெற்றுள்ள ஆய்வுகளின் ஒரு தொகுப்புரையாகவும் விமர்சனமாகவும் இந்நூலைக் கருதலாம்.

2

சிலப்பதிகாரத்தை நெஞ்சை அள்ளும் சிலப்பதிகாரம் என்று சிறப்பித்துப் பாடினான் பாரதி. அவன் ஒரு கவிஞன் என்ற வகையில் அதன் இலக்கிய நயம் அவன் நெஞ்சை அள்ளி இருக்கின்றது. கவி உணர்வு உள்ளவர்கள் எல்லோரையும் கவரும் ஒரு படைப்புத்தான் அது. ஆனால், தற்காலத்திலே சிலப்பதிகாரம் பெற்றுள்ள மதிப்பு முற்றிலும் இலக்கியச் சுவை உணர்வினால் மட்டும் வந்ததல்ல. சென்ற நூற்றாண்டின் இறுதியிலே, செல்லரித்த பழைய ஏட்டுக்கட்டுகளுள் இருந்து சிலப்பதிகாரம் மீண்டும் கண்டுபிடிக்கப்பட்ட பிறகு, அது பெற்ற 'புதுவாழ்வு', கைலாசபதி கூறுவது போல 'கடந்த அரை நூற்றாண்டுக்கு அதிகமான காலத்தில் தமிழ்ச் சமுதாயத்தில் எழுந்த பல்வேறு பழமை நாட்ட இயக்கங்களோடும் அரசியல் இயக்கங்களோடும் நெருங்கிப் பிணைந்துள்ளது' என்பதில் ஐயம் இல்லை. 'சிலப்பதிகாரச் செய்திகள்' என்ற கட்டுரையிலே கைலாசபதி இதுபற்றி விரிவாக விளக்கியுள்ளார்.

எனினும், இதற்குப் புறம்பாக பழம்பெருமைகளிலிருந்து விடுபட்டு நின்று, அறிவியல் ரீதியில் சிலப்பதிகாரத்தை ஆராய்ந்தவர்கள் இல்லாமல் இல்லை. வையாபுரிப் பிள்ளை இதில் முக்கியமானவர். தமிழில் இத்தகைய இலக்கிய ஆய்வைத் தொடக்கிவைத்த முன்னோடியே அவர்தான். இதற்காகவே பாரதிதாசன் முதல் (குறிஞ்சித் திட்டு) பலரால் திட்டு வாங்கியவர் அவர். அவருடைய புறநிலைப் பார்வையின் ஒரு அடுத்தகட்ட வளர்ச்சி நிலையாகவே வானமாமலை, ரகுநாதன், கைலாசபதி, சிவத்தம்பி போன்றோரின் சமூகவியல் அல்லது மார்க்சியப் பார்வையை நாம் கருதவேண்டும். முற்கற்பிதங்கள், ஐதீகங்கள், பண்டைப் பெருமைகள், தமிழபிமானம் போன்ற தளைகளிலிருந்து விடுபட்டு, அறிவியல் ரீதியில் இலக்கியத்தை நோக்க முயன்றவர்கள் இவர்கள். இவர்களது இத்தகைய பார்வை தமிழ் இலக்கிய ஆராய்ச்சிக்கு ஒரு வலிமையும் வளமும் தந்திருக்கின்றது என்பதில் ஐயமில்லை. எனினும், இலக்கியத்தின் இலக்கியத் தன்மையை, அதன் அழகியல் அம்சத்தை இரண்டாம் தரத்துக்கு ஒதுக்கிவிட்டு அதன் சமூகவியல் அம்சத்தை மட்டும் முதன்மைப்படுத்தும் பலஹீனத்துக்கு இவர்கள் எல்லாருமே ஏதோ ஒருவகையில் ஆளாகி இருக்கின்றார்கள் என்பது இன்றைய புதிய தலைமுறை சமூகவியல் மார்க்சிய விமர்சகர்கள் பலரும் உணரும் ஒரு அம்சமாகும். ரகுநாதனின் புதிய நூலில் இந்த அம்சம் சற்றுத் தூக்கலாகவே தெரிகின்றது.

3

இந்நூலுக்கு 'சிலப்பதிகாரம் பற்றிய ஒரு சமூகவியல் ஆராய்ச்சி' என்ற துணைத் தலைப்புக் கொடுக்கப்பட்டுள்ளது. இந்த நூலில் பயன்படுத்தியுள்ள ஆய்வு முறையை 'சரித்திரவியல், சமூகவியல் கண்ணோட்டம்' என்று ரகுநாதன் கூறுகின்றார். இந்தக் கண்ணோட்டத்தின் அடிப்படை பற்றி அவர் பின்வருமாறு சுருக்கிக் கூறுகின்றார்.

> *"காலத்தைக் கடந்து நிற்கும் இலக்கியத்தைப் படைக்கும் காவிய கர்த்தாவும் கூட, தான் வாழ்ந்த காலம், அந்தக் காலத்துச் சமுதாயநிலை, அந்தச் சமுதாயத்தில் நிலவிய அரசியல், பொருளாதார, சமூக உறவுகள், இவற்றின் விளைவாக எழுந்த சிந்தனைகள், தத்துவங்கள், போராட்டங்கள், அவற்றின் ஒட்டுறவு – முரண்பாடு மற்றும் வளர்ச்சி – வீழ்ச்சி ஆகியவற்றுக்குக் கட்டுப்பட்டவனே. அவற்றை மறந்தோ, துறந்தோ அவனால் இலக்கியம் படைக்க முடியாது. மேலும் அவற்றுக்கு ஆட்பட்டே இலக்கியம் படைக்கும் அந்தக் காவிய கர்த்தா தன் காலத்து நிலவிய சூழ்நிலையில் தான் சார்ந்து அல்லது தேர்ந்து நிற்கும் கருத்துகளையும், சக்திகளையும் அறிந்தோ அறியாமலோ இனம்காட்டி, அதன்மூலம் தன்னையும் இனம் காட்டிவிடுவான். எனவே, ஓர் இலக்கியத்தை ஆராயும்போது அது பிறந்த காலச் சூழ்நிலையையும் அதன் பல்வேறு பின்னணிகளையும் கருத்தில் கொண்டு, அதனைத் தர்க்க ரீதியாக ஆராய வேண்டும். அப்போதுதான் அந்த இலக்கிய கர்த்தாவின் ஆழ்ந்திருக்கும் கவியுள்ளத்தை நாம் காணமுடியும். அதன் மூலம் அவனையும் அவனது இலக்கியத்தையும் சரிவர நாம் இனம்கண்டு கொள்ளமுடியும்" (பக். 7).*

ரகுநாதனின் இக்கருத்துகளைச் சுருக்கிக் கூறுவதாயின் இவ்வாறு கூறலாம். எந்த ஒரு படைப்பாளியும் தான் தோன்றிய சமூக வரலாற்றுப் பின்னணிக்குக் கட்டுப்பட்டவன். ஆகவே, அந்தப் பின்னணியில் வைத்து ஆராயும்போதே அந்தப் படைப்பாளியையும் அவனது படைப்பையும் சரியாக இனங்காண முடியும். இது இலக்கியத்தில் சமூகவியல் பற்றிய மிகை எளிமைப்படுத்தப்பட்ட கருத்து என்றே கொள்ளவேண்டும். ஆயினும் இந்தக் கருத்தோட்டமே இவ்வாராய்ச்சியின் அடிப்படையாக உள்ளது. இந்த அடிப்படையில் அவர் கண்ட ஆராய்ச்சி முடிவுகளை நாம் பின்வருமாறு தொகுத்துக் கூறலாம்.

1. சிலப்பதிகாரத்தில் இடம் பெற்றுள்ள பதிகம், உரைபெறு கட்டுரை, வஞ்சிக்காண்டம் ஆகியன பலர் கருதுவதுபோல் இளங்கோவடிகளால் எழுதப்பட்டவையல்ல. பிற்காலத்தில் வெவ்வேறு நபர்களால் வெவ்வேறு நோக்கங்களுக்காக எழுதிச் சேர்க்கப்பட்டவை.

2. சிலப்பதிகாரம் வரலாற்றுச் சம்பவங்களை அடிப்படையாகக் கொண்ட நூல் அல்ல. சேரன் செங்குட்டுவன், பாண்டியன் நெடுஞ்செழியன் என வரும் சிலப்பதிகார அரசர்கள் கற்பனைப் பாத்திரங்களே தவிர வரலாற்றுப் புருஷர்கள் அல்லர். சிலப்பதிகாரம் நெடுங்காலமாக பல்வேறு விதமாக நாட்டார் வழக்கில் வழங்கிவந்த பழங்கதையை அடிப்படையாகக் கொண்டு புனையப்பட்ட கற்பனைப் படைப்பு.

3. கிறிஸ்து சகாப்தத்துக்கு முந்திய நூற்றாண்டுகளிலிருந்து படிப்படியாக உருவாகி ஒரு வலிய சமூக வர்க்கமாக வளர்ச்சியடைந்த வணிகவர்க்கத்துக்கும் நில உடைமை வர்க்கத்தின் சின்னமாக விளங்கிய அரசகுலத்துக்கும் இடையே ஏற்பட்ட வர்க்க முரண்பாட்டையும், மோதலையுமே சிலப்பதிகாரம் அடிப்படையாகக் கொண்டுள்ளது. அவ்வகையில் 'சிலப்பதிகாரம் ஒரு வர்க்க இலக்கியம்; நில உடைமைச் சமுதாயத்தின் தலைமைப் பிரதிநிதியான அரச வர்க்கத்துக்கும், செல்வ வளத்தால் சமுதாயத்தில் அந்தஸ்திலும் செல்வாக்கிலும் மேலோங்கிவந்த வணிக வர்க்கத்துக்குமிடையே நிலவிவந்த வர்க்கப் போரோட்டத்தைப் பிரதிபலிக்கும் இலக்கியம். இந்தப் போராட்டத்தில் அது வணிக வர்க்கத்தின் பக்கம் நின்று அந்த வர்க்கத்துக்கு வெற்றியும் பெற்றியும் தேடித்தர இயற்றப்பட்ட இலக்கியம்' (பக். 485).

4. இளங்கோவடிகள் ஐதீகமாகக் கருதப்பட்டு வருவதுபோல சேர இளவரசன் அல்ல. அவர் சேர நாட்டைச் சேர்ந்தவரும் அல்ல. அவர் துறவியும் அல்ல. பதிலாக வணிக குலத்தைச் சேர்ந்த ஒரு பெரு வணிகர். அதிலும் இரத்தின வாணிபத்தில் ஈடுபட்டிருந்தவர். சோழ நாட்டில் புகார் நகரத்தில் பிறந்து வளர்ந்தவர்; சமணர்.

5. வணிக வர்க்கத்தினரான இளங்கோவடிகள் நில உடைமை வர்க்கத்தை வீழ்த்தி, தனது வர்க்கம் ஆட்சியதிகாரத்தைக் கைப்பற்றுவதற்காக நடத்திய வர்க்கப் போராட்டத்தில்,

தனது வர்க்கத்தின் நலனை வலியுறுத்தும் விதத்தில், அரச குலத்துக்கு எதிராக மக்களின் உணர்ச்சிகளைத் தட்டி எழுப்பும் விதத்தில், தனது வர்க்கத்தின் தர்ம நியாயத்தை மிகவும் நயமாகவும் நாசூக்காகவும் உணர்த்தவும், அதனை ஆணித்தரமாக வலியுறுத்தவுமே சிலப்பதிகாரத்தை வர்க்கப் போராட்டத்தின் ஒரு அற்புதமான சித்திரமாகப் படைத்தார் (பக். 388, 461, 569).

6. சிலப்பதிகாரம் ஒரு காவியம் அல்ல; ஒரு கூத்து (நாடக) இலக்கியம். படிப்பதற்காக அன்றி நடிப்பதற்காகவே எழுதப்பட்டது. இளங்கோவடிகள் தனது வர்க்க நலனுக்குச் சார்பாக, பரந்துபட்ட மக்களின் அனுதாபத்தையும் ஆதரவையும் திரட்டிக் கொள்வதற்காக, அரசனை அநீதியாளனாகக் காட்டி அவனுக்கு எதிராக மக்களின் உணர்வினைத் திருப்புவதற்காக, அரசனை அதிகாரத்தில் இருந்து இறக்குவதற்கான உத்வேகத்தை மக்கள் மத்தியில் உருவேற்றுவதற்காக மக்கள் முன்னிலையில் நடித்துக் காட்டுவதற்காக எழுதப்பட்ட நாடகம் (பக். 485, 86).

7. நில உடைமை வர்க்கத்தினால் வணிக வர்க்கம் இறுதியாக முறியடிக்கப்பட்ட பிறகு, நில உடைமை வர்க்கத்தின் சின்னமான அரச வர்க்கத்துக்கு எதிராக எழுதப்பட்ட சிலப்பதிகாரத்தின் "வர்க்கப் போராட்ட சித்திரத்தையே மூடி மறைத்து, கண்ணகி என்ற பாத்திரத்தின் வர்க்கச் சார்பையும், அதன் வலிமையையும் மழுங்கடிக்கவும் மறுக்கவும்", சிலம்பை அரச வர்க்கத்துக்குச் சார்பான ஒரு நூலாக மாற்றவும் வேண்டி "அரச வர்க்கச் சார்புள்ள அல்லது அரச வர்க்கத்தின் ஆணைப்படி செயல்பட்ட" ஒரு புலவரால் வஞ்சிக் காண்டம் பின்னர் எழுதிச் சேர்க்கப்பட்டு சிலப்பதிகாரத்தின் வர்க்கக் குணாம்சம் மாற்றப்பட்டது (பக். 718 – 19).

மேலே சுருக்கிக் கூறப்பட்ட கருத்துகளே இந்நூலின் சாரம் என்று கூறலாம். இந்தக் கருத்துகளில் சில ஏற்கனவே பல்வேறு ஆய்வாளர்களால் எடுத்துக் கூறப்பட்டுள்ளன. உதாரணமாக பதிகம், உரைபெறு கட்டுரை, வஞ்சிக்காண்டம் என்பன இளங்கோவடிகளால் எழுதப்படவில்லை என்பது; இளங்கோ சேர இளவரசன் அல்ல என்பது; சிலப்பதிகாரம் முற்றிலும் வரலாற்றுச் சார்புடையது அல்ல என்பது; அது வணிகவர்க்கத்தின் எழுச்சியைக் கூறுகின்றது என்பது போன்றவை ஏற்கனவே பலரால் ஆராய்ந்து கூறப்பட்டுள்ளன. ரகுநாதன் தன் நூலிலே

பல இடங்களில் அவற்றை மேற்கோள்காட்டி இருப்பதோடு, "நான் இந்நூலில் கையாண்டுள்ள ஆராய்ச்சிமுறைதான் வழக்கமான தமிழ் ஆராய்ச்சி முறைக்குப் புதியதே தவிர, ஏற்கனவே நமக்குக் காட்டியுள்ள இலக்கியங்கள், ஆராய்ச்சிகள், அவை தந்துள்ள முடிவுகள், எழுப்பியுள்ள பிரச்சினைகள் ஆகியவையே நான் கண்டுள்ள முடிவுகளுக்கும், விடைகளுக்கும் ஆதாரமாகவும் துணையாகவும் அமைந்துள்ளன" என்றும் கூறியுள்ளார் (பக். 12). ஆயினும், நான் மேலே தொகுத்துக் கொடுத்துள்ளவற்றுள் கடைசி நான்கு கருத்துகளும் சிலப்பதிகார ஆராய்ச்சியில் ரகுநாதன் மேலதிகமாகச் சேர்த்துள்ள சொந்த முடிபுகள் எனலாம். இந்த முடிபுகள் எல்லாமே சிலப்பதிகாரம், வணிகவர்க்கம் தனது வர்க்கப் போராட்டத்தை முன்னெடுத்துச் செல்வதற்காக, அதற்குச் சார்பாக மக்களை அணி திரட்டுவதற்காகத் திட்டமிட்டு எழுதப்பட்ட ஒரு வர்க்கப் போராட்ட இலக்கியம் என்ற கருதுகோளின் அடிப்படையில் காணப்பட்ட முடிபுகளேயாகும்.

4

சிலப்பதிகார ஆராய்ச்சியாளர்கள் தங்கள் மனப்போக்கு, அரசியல் நிலைப்பாடு ஆகியவற்றுக்கு ஏற்ப சிலப்பதிகாரத்துக்குப் பல்வேறு விளக்கங்கள் கூறிவந்துள்ளனர். சிலப்பதிகாரம் மூன்று நோக்கங்களை நிரூபிக்க எழுதப்பட்டதாக அதன் பதிகம் கூறுகின்றது. அது முத்தமிழின் சிறப்பையும் தமிழின் பெருமையையும் பேசும் காவியம் என்று சிலர் கூறுவர். அதைக் குடிமக்கள் காப்பியம் என்றும், தமிழ்த் தேசிய ஒருமைப்பாட்டை வலியுறுத்தும் காப்பியம் என்றும் வேறு சிலர் கூறுவர். 'சிலப்பதிகாரச் செய்திகள்' என்ற கட்டுரையிலே இத்தகைய விளக்கவுரைகள் பற்றி கைலாசபதி சற்று விரிவாகவே ஆராய்ந்துள்ளார். சிலப்பதிகாரமே இத்தகைய பலதரப்பட்ட கருத்து விளக்கங்களுக்கு இடம் தருகின்றது என்பதையும் அவர் சுட்டிக்காட்டுகின்றார். வணிக வர்க்கத்துக்கும் அரசுக்கும் இடையே ஏற்பட்ட முரண்பாட்டைக் கண்டு கொண்டாலன்றி சிலப்பதிகாரம் எழுப்பும் கேள்விகளுக்குத் திருப்தியான விடையிறுக்க முடியாது என்பதையும் அவர் அக்கட்டுரையில் வலியுறுத்தியுள்ளார். ரகுநாதன் சிலப்பதிகாரத்தின் இந்த வர்க்க அடிப்படை பற்றி 1956 முதல் சிந்தித்து வருவதாக அவரது முன்னுரை மூலம் அறிய முடிகின்றது. அவ்வப்போது அதுபற்றிய சில ஆராய்ச்சிக் கட்டுரைகளையும் வெளியிட்டு வந்துள்ளார். அவரது சிந்தனை வளர்ச்சியின் ஒரு இறுதிவடிவமே இந்நூல்.

சிலப்பதிகாரம் வணிக வர்க்கத்தின் புரட்சிக்காப்பியம் என்ற கருத்தைத்தான் அவர் இந்நூல் முழுவதிலும் திட்டவட்டமாகவும்

விரிவாகவும் விளக்க முயன்றுள்ளார். சிலப்பதிகாரம் பற்றிய இந்த விளக்கத்துக்கும் அது இடம் அளிக்கின்றது என்பதில் ஐயம் இல்லை. ஆனால் இளங்கோவடிகள் பிரக்ஞைபூர்வமாகவே, திட்டமிட்டு, அரசுக்கு எதிராகவும், வணிக வர்க்கத்துக்குச் சார்பாகவும், மக்களை அணிதிரட்டும் நோக்கத்துடன்தான் இந்தக் காவியத்தின் ஒவ்வொரு வரியையும் எழுதியிருக்கிறார் என்று ரகுநாதன் வலிந்து நிரூபிக்க முனைவதுதான் அவரது ஆராய்ச்சியின் அடிப்படையான பலஹீனமாகத் தோன்றுகின்றது. இந்த நூற்றாண்டிலே தோன்றிய புரட்சிகர இயக்கங்கள், அவற்றின் அரசியல், கலை இலக்கிய நடைமுறைகள் ஆகியவற்றின் அடிப்படையில் சுமார் 1500 வருடங்களுக்கு முன்பு தோன்றிய ஒரு படைப்பை விளக்க முயன்றதன் விளைவு இது. ரகுநாதனே இவ்வாறு கூறுகின்றார்.

> "வர்க்கப் போராட்ட நியதிப்படி, வணிக வர்க்கம் தனக்குத்தான் சமுதாயத் தலைமைக்கான தகுதி உண்டு என்ற உணர்வைத் தான் கொண்டிருந்தால் மட்டும் போதாது. அரச வர்க்கத்துக்கும் தனக்கும் இடையே நிலவிவரும் வர்க்கப் போராட்டத்தில் பாதிக்கப்படுவதும் பலியாவதும் தானும் தனது வர்க்க நலன்களுமாகவே இருந்த போதிலும், உண்மையில் பாதிக்கப்படுவதும் பலியாவதும் நீதியும் நியாயமுமே என்ற உணர்வை அது மக்கள் மனதிலும் ஏற்படுத்தி, அவர்களது பரிவையும் பாசத்தையும் அனுதாபத்தையும் ஆதரவையும் தனக்கு ஆதரவாகத் திருப்பிக்கொள்ள வேண்டும். இதன் மூலம் அரசனை அநீதியாளனாகக் காட்டி அவனுக்கு எதிராக மக்கள் உணர்வையும் திருப்பியாக வேண்டும். இறுதியில் அத்தகைய அரசனை அல்லது அரசாட்சியை அதிகார பீடத்திலிருந்து அகற்றுவதும் நியாயமானதே என்ற உணர்வையும், அவ்வாறு செய்வதற்கான உத்வேகத்தையும் மக்கள் மத்தியில் அது உருவேற்றியாக வேண்டும். இதுதான் அந்த வர்க்கத்தின் போர்த்தந்திரமாக இருக்க வேண்டும் இல்லையா?" (பக். 485, 86).

இந்தப் போர்த்தந்திரத்தை இளங்கோவடிகள் சிலப்பதிகாரத்தில் எவ்வளவு புத்திபூர்வமாகவும் நுட்பமாகவும் செயற்படுத்தியுள்ளார் என்பதை ரகுநாதன் தன் நூலில் மிக விரிவாக விளக்க முயன்றுள்ளார்.

இங்கு நமக்குச் சில அடிப்படையான பிரச்சினைகள் எழுகின்றன. இதுவரை எழுதப்பட்ட வரலாறு அனைத்தும் வர்க்கப் போராட்டத்தின் வரலாறே என்பதை நாம் அறிவோம். ஆயினும்

வர்க்கப்போராட்ட வரலாற்றில் பிரக்ஞைபூர்வமாகவும், சித்தாந்த அடிப்படையிலும் ஒரு திட்டவட்டமான போர்த்தந்திரத்தை வகுத்துக் கொண்டு தன் வர்க்க நலனுக்காகப் போராடும் ஒரு சமுதாய வர்க்கமாக எழுச்சியடைந்தது பாட்டாளி வர்க்கம் மட்டும்தான் என்பதையும் நாம் அறிவோம். இது முதலாளித்துவக் காலகட்டத்தில் தோன்றிய ஒரு விசேட பண்பாகும். இதே நிலைமைதான் இதற்கு முந்திய காலகட்டங்களிலும் இருந்தது என்பது ஒரு கற்பிதமே. முன்பும் வர்க்கங்களும் வர்க்கப் போராட்டங்களும் இருந்தனதான். ஒவ்வொரு வர்க்கமும் தன் வர்க்க நலன்களையும் தத்துவச் சித்தாந்தங்களையும் தனது கலை இலக்கியங்களில் பிரதிபலித்ததுதான். ஆயினும் அவை பிரக்ஞை பூர்வமான, ஒரு போர்த் தந்திர ரீதியில் அமைந்தது எனக் கூறுவதற்கில்லை. இன்று மக்களுக்குப் பிரக்ஞையூட்டி அணி திரட்டுவதற்காகப் புரட்சிகர இயக்கங்கள் வீதி நாடகங்களைப் போடுவதுபோலவே இளங்கோவடிகளும் மக்களை அணிதிரட்டுவதற்காகவே சிலப்பதிகாரக் கூத்தை எழுதினார் என்று முடிவு கட்டுவது சரியான ஆராய்ச்சியின் பாற்பட்டதாகத் தெரியவில்லை. சிலப்பதிகாரத்துக்குப் பழமைவாத அடிப்படையில் விளக்கம் அளித்தவர்கள் பற்றி கைலாசபதி கூறுவது ரகுநாதனின் புரட்சிகர விளக்கத்துக்கும் பொருந்தும். "சிலப்பதிகாரத்திலே தாம்காணும் செய்தியே தலையாயது என்று இவர்கள் அழுத்திக் கூறும் பொழுது, முக்கியமான பிற அம்சங்கள் போதிய அளவு கவனிக்கப்படுவதில்லை" என்பது அவர் கூற்று. ஆயினும், ரகுநாதன் தனது கருத்துகளை கருதுகோளாக அல்லது யூகமாக அன்றி முடிந்த முடிவுகளாகவே கூறிச் செல்கிறார். அதனாலேயே அவை பற்றி இங்கு நாம் பரிசீலிக்க வேண்டியுள்ளது. ரகுநாதன் தன் நூலில் விளக்கியுள்ள எல்லா அம்சங்களையும் நான் இங்கு கவனத்தில் கொள்ளவில்லை. சில அடிப்படையான கருத்தோட்டங்களை மட்டுமே பரிசீலிக்க விரும்புகின்றேன்.

5

முதலாவதாக சிலப்பதிகாரத்தின் வர்க்க அடிப்படை பற்றிப் பார்க்கலாம். தமிழ்நாட்டில் சிலப்பதிகார காலத்திலும் (கி. பி. 5 – 6ஆம் நூ.ஆ.) அதற்குப் பிறகும் வணிக வர்க்கத்துக்கும் நிலவுடைமை வர்க்கத்துக்கும் இடையே வர்க்க முரண்பாடுகளும் மோதல்களும் இருந்தமைக்கு நிறைய ஆதாரங்கள் உள்ளன. சிலப்பதிகாரத்திலும் அதன் பிரதிபலிப்பை நாம் காணமுடிகின்றது. ரகுநாதன் தனது நூலிலே, வாணிபப் பெருக்கமும் பரதவர் வளர்ச்சியும், வர்க்கப் போராட்டமும் நகரத்தார் வரலாறும், முத்தும் மணியும், காலமும் சமயமும் ஆகிய நீண்ட

அத்தியாயங்களில் வணிக வர்க்கத்தின் தோற்றம், வளர்ச்சி, அதன் செல்வவளம், வணிக வர்க்கத்துக்கும் அரசுக்கும் இடையே நிலவிய முரண்பாடுகள், வணிக வர்க்கம் இடம் பெயர வேண்டி ஏற்பட்ட நிலைமைகள் முதலியவைபற்றி விரிவாக ஆராய்ந்துள்ளார். தன்னுடைய ஆராய்ச்சிக்குப் பெரும்பாலும் இலக்கியச் சான்றுகளையே ஆதாரமாகக் கொள்கின்றார். நெய்தல் நிலப் பரதவர் மத்தியில் இருந்தே வணிக வர்க்கம் உருவாகி வளர்ந்தது என்பதைச் சங்க இலக்கியச் சான்றுகளிலிருந்து விளக்குகின்றார். இலக்கியங்களை வரலாற்றுச் சான்றுகளாகக் கொள்வதில் பல அடிப்படைப் பிரச்சினைகள் உள்ளன என்பது பலரும் அறிந்த விஷயம். சங்கக் கவிதைகள் எல்லாம் பிற்காலத்தில் தொகுக்கப்பட்டவை. தவிரவும் ஒரு தொகுதியிலேயே பல்வேறு காலகட்டத்தைச் சேர்ந்த பாடல்கள் இடம் பெற்றுள்ளன. இவற்றின் கால வரிசைபற்றி நமக்கு அதிகம் தெரியாது. தவிரவும் அவை ஒரு இறுக்கமான இலக்கிய மரபையும் அடிப்படையாகக் கொண்டவை என்பதையும் நாம் மனம் கொள்ள வேண்டும். எனினும் ரகுநாதன் சங்கப்பாடல்கள் கூறும் செய்திகளின் அடிப்படையில் அவற்றை வரிசைப்படுத்தி வணிக வர்க்கத்தின் வளர்ச்சியை மார்க்சிய சமுதாய வளர்ச்சி விதிகளுக்கு இணங்க விவரித்துள்ளார்.

இவ்வாறு வளர்ச்சியடைந்த வணிக வர்க்கத்துக்கும் முடிமன்னர்களுக்கும் – குறிப்பாக பாண்டியருக்கும் – இடையே பொருளாதார, சமுதாய ஆதிக்கப்போட்டி காரணமாக வர்க்க மோதல்கள் ஏற்பட்டதையும் அவர் விவரித்துள்ளார். இந்த ஆதிக்கப் போட்டிக்கு முத்து வாணிபத்தில் பாண்டியர் ஏகபோக உரிமை கொண்டிருந்தது பிரதான காரணமாகக் கூறப்படுகின்றது. இதனால் புகார் நகர வணிகர் பெரிதும் பாதிக்கப்பட்டனர் (பக். 454). ஆகவே வணிக வர்க்கத்துக்குப் பாண்டியரின் இந்த ஏகபோக ஆதிபத்தியத்தை எப்படியாவது வீழ்த்தியாக வேண்டும் என்ற தேவை ஏற்பட்டது (பக். 867). இவ்வாறு 'முத்து வாணிபத்தில் பாண்டிய மன்னனுக்கிருந்த ஏகபோக ஆதிபத்தியமும் சோழ நாட்டு வணிக வர்க்கத்தின் நலன்களும் முட்டி மோதிக் கொண்டிருக்கக்கூடிய காலகட்டத்தில்தான் (கி.பி. 5 ஆம் நூற்றாண்டின் நடுப்பகுதி) சிலப்பதிகாரம் எழுதப்பட்டிருக்க வேண்டும் (பக். 870). இதற்குச் சற்று முன்னரே, கி. பி. 350 – 400 வாக்கில் களப்பிரர் சோழர்களை வீழ்த்தி ஆட்சிக்கு வந்திருந்தனர். இவர்களுக்கு வணிக வர்க்கம் ஆதரவாக இருந்தது. இதே வணிக வர்க்கத்தின் ஆதரவுடன்தான் கி.பி. 5ஆம் நூற்றாண்டின் பிற்பகுதியில் பாண்டியரையும் களப்பிரர் வெற்றி கொண்டனர் (பக். 871). சில காலம் வணிக வர்க்கம் ஆட்சி பீடத்திலும் இருந்தது

(பக். 890). 6ஆம் 7ஆம் நூற்றாண்டில் நில உடைமை வர்க்கம் தலைமை தாங்கி நடத்திய பக்தி இயக்க காலத்தில்தான் வணிக வர்க்கத்தின் மேலாதிக்கம் இறுதியாக முறியடிக்கப்பட்டது (பக். 896 – 908).

வணிக வர்க்கத்துக்கும் அரசுக்கும் இடையே நிலவிய வர்க்கப் போராட்டம் பற்றி ரகுநாதன் கூறியுள்ள கருத்துகளின் சுருக்கம் இது. இது சம்பந்தமான ரகுநாதனின் கருத்துகளில் ஒரு முரண்பாடு இருப்பதையும் நாம் அவதானிக்க முடிகின்றது. வர்க்கப் போராட்டமும் நகரத்தார் வரலாறும் என்னும் அத்தியாயத்தில் சோழ மன்னனுக்கு எதிராக நடந்த வர்க்கப் போராட்டத்தில் வணிக வர்க்கம் தோற்றுப் போனதனாலும் அதன் விளைவாகப் பல கொடுமைகளுக்கும் அடக்கு முறைகளுக்கும் உள்ளானதாலும் (பக். 387) பதி எழு அறியாப் பழங்குடியினரான வணிகர்கள் புகார் நகரத்தை விட்டு நீங்கி இன்றைய செட்டி நாட்டு வட்டாரத்தில் வந்து குடியேறினர் எனக் கூறுகின்றார். இது பெரிதும் கர்ண பரம்பரைக் கதைகளை அடிப்படையாகக் கொண்டு நிறுவப்படுவதால் எந்தக் காலகட்டம் என்று சரியாகக் கூறப்படவில்லை. ஆனால், காலமும் சமயமும் என்னும் அத்தியாயத்தில் அவர் கூறும் கருத்துகளின்படி பல்லவர் ஆட்சிக்காலம் வரை வணிக வர்க்கம் ஒரு பெரிய சமூக வர்க்கமாக மேலாதிக்கம் பெற்று இருந்ததாகத் தெரிகின்றது. 4ஆம் நூற்றாண்டின் பிற்பகுதியிலேயே களப்பிரர் வணிக வர்க்கத்தின் ஆதரவுடன் சோழ அரசை முறியடித்துவிட்டனர். ஆகவே சோழரின் துன்புறுத்தலினால் வணிக வர்க்கம் இடம் பெயர நேர்ந்தது என்ற கருத்து இங்கு பெரிதும் முரண்படுவது தெரிகின்றது. ரகுநாதனின் இந்த முரண்பாடு எப்படி இருந்தாலும் சிலப்பதிகாரம் எழுதப்பட்ட காலத்தில் வணிக வர்க்கத்துக்கும் அரசுக்கும் இடையே வர்க்க முரண்பாடுகளும், மோதல்களும் நிலவின என்பதுதான் நாம் இங்கு கவனிக்க வேண்டிய முக்கியமான செய்தி. இது சிலப்பதிகாரத்தின் காலப் பின்னணி பற்றிய செய்தி. இந்த வர்க்க முரண்பாடுகளையும் மோதல்களையும் சிலப்பதிகாரம் எவ்வாறு பிரதிபலித்துள்ளது என்பதுதான் இங்கு நமக்கு முக்கியம்.

சிலப்பதிகாரக் கதை எல்லோருக்கும் தெரியும். அதை நான் இங்கு திருப்பிக் கூற வேண்டியதில்லை. நெடுங்காலமாகத் தமிழகத்தில் வழங்கிவந்த நாட்டார் கதை ஒன்றைத் தழுவி அது இயற்றப்பட்டது என்பதை ஆய்வாளர்கள் எல்லாரும் ஒப்புக் கொள்வார்கள். சிலப்பதிகாரக் கதை பல்வேறு உருமாற்றங்களுடன் நாட்டார் இலக்கியங்களாகவும் வழங்கிவருவதை நாம் அறிவோம். அத்தகைய கதைகள் பலவற்றையும் ரகுநாதன் தனது நூலில்

ஆராய்ந்துள்ளார். நாட்டார் கதைகள், புராணங்கள், ஐதீகங்கள் எல்லாமே ஏதோ ஒருவகையில் ஒரு சமுதாய உண்மையைப் புலப்படுத்துவனவே என்பதை மானிடவியல், சமூகவியல் ஆய்வாளர்கள் எடுத்துக் காட்டியுள்ளார்கள். அவ்வகையில் கோவலன் கண்ணகி கதைகளிலிருந்து நாம் கிரகித்துக் கொள்ளக்கூடிய சமுதாய உண்மை ரகுநாதன் சொல்வது போல் 'வணிக வர்க்கத்துக்கும் அரசுக்கும் இடையே வர்க்க முரண்பாடும் மோதலும் இருந்திருக்கின்றன' என்பதுதான் (பக். 260). இதற்கு மேல் அந்தக் கதைகளில் இருந்து நாம் அதிகத் தகவல்கள் எவையும் பெறுவதற்கில்லை. சிலப்பதிகாரமும் இந்தச் செய்தியையே வேறு வகையில் நமக்கு உணர்த்துகின்றது. இதற்கு மேல் அன்றைய சமூகத்தில் இந்த வர்க்கமுரண்பாடும் மோதலும் உண்மையில் எவ்வாறு நிகழ்ந்தது; அதற்கு என்ன காரணம்; அதன் சமுதாய விளைவுகள் யாவை போன்ற கேள்விகளுக்குச் சிலப்பதிகாரம் நமக்கு விடை தருவதில்லை.

ஆயினும், சமுதாய வரலாற்றுப் பின்னணியில் சிலப்பதிகாரத்தைப் படிப்பவர்கள், சிலப்பதிகாரத்துக்கு வர்க்க அடிப்படை உண்டு என்பதை மறுக்க முடியாது. அரசர்களுக்கு நிகராக வளர்ச்சியுற்ற வணிக வர்க்கத்தின் புகழையும் பெருமையையும் அது பேசுகின்றது என்பதையும் மறுக்க முடியாது. வணிக வர்க்கத்தின் அபிலாஷைகளைப் பிரதிபலிக்கும் பாத்திரமான கண்ணகி, தனக்கு இழைக்கப்பட்ட அநீதியை எதிர்த்து, அதனை ஊரறியப் பறைசாற்றி, பாண்டியன் மீது குற்றம் சாட்டி, அவனோடு வழக்காடி, அவன் இறப்பதற்குக் காரணமாக அமைவதையும், மதுரை நகரை எரிப்பதையும் வணிக வர்க்கம் வலிமை பெற்றிராத, அரசோடு ஆழ்ந்த முரண்பாடு கொண்டிராத ஒரு சூழ்நிலையில் ஒரு படைப்பாளியால் சித்திரித்திருக்க முடியாது என்பதையும் நாம் யூகிக்கலாம். ஆனால், இதற்கு மேலே போய், சிலப்பதிகாரம் முற்றிலும் வணிக வர்க்கத்தின் புரட்சிக் காப்பியம் என்பதையோ, அரசர்களை வீழ்த்தி வணிகர்களின் மேலாதிக்கத்தை நிலைநிறுத்த மக்களை அணிதிரட்டும் நோக்கத்துடனேயே இளங்கோவடிகள் அதனைத் திட்டமிட்டு இயற்றினார் என்பதையோ நாம் ஏற்றுக்கொள்வதற்கில்லை. அதற்குரிய அகச்சான்றுகளும் புறச்சான்றுகளும் நமக்குக் கிடையாது. ஆயினும், ரகுநாதன் இதனை நிரூபிப்பதற்கு விரிவான விளக்கங்களையும் தர்க்க ரீதியான வாதங்களையும் முன்வைக்கின்றார். ஆனால், அவருடைய விளக்கங்கள் பெரும்பாலும் பாடத்துக்குப் புறம்பான (extra textual) வலிந்த விளக்கங்களாகவே காணப்படுகின்றன. அவரது தர்க்கவியல் பெரும்பாலும் பட்டிமன்றத் தர்க்கவியல் பாணியிலேயே அமைந்துள்ளது.

இங்கு சில உதாரணங்களை மட்டும் பார்ப்போம். 'மாலையை ஏன் வாங்கினான்' என்ற தலைப்பில் (பக். 399, 413) கோவலன் மாதவிக்கு அரசன் அளித்த மாலையை வாங்கி அவளை ஏன் அடைந்தான் என்பதை ரகுநாதன் விளக்க முயல்கின்றார். ஒரு நாவலின் கதாபாத்திரம் பற்றி இத்தகைய ஆராய்ச்சிகளை ரகுநாதன் மேற்கொள்ளமாட்டார் என்பது நிச்சயம். ஆனால், காவியம் என்று வந்த பிறகு இவரும் ஒரு உரையாசிரியராகவே மாறிவிடுகிறார். கோவலன் மாதவியின் நடனத்தைப் பார்த்தானா இல்லையா என்பது ஒரு வாதம். இதுபற்றிச் சிலப்பதிகாரம் ஒன்றும் கூறவில்லை. மாதவி ஆடியது வேத்தியலானதால் அதனைக் கோவலன் பார்த்திருக்க முடியாது என்பது ஒரு சிலர் கருத்து. அது வேத்தியலானபடியால்தான் கோவலன் அதனைப் பார்த்திருக்கிறான் என்பது ரகுநாதன் வாதம். கோவலன் வணிகன். "தன் முதல் இரவிலேயே மாசறு பொன்னே, வலம்புரி முத்தே என்று வணிக மொழியிலேயே கண்ணகியை வருணித்தவன்" (பக். 402), (அவன் நிலப்பிரபுவாக இருந்திருந்தால் 'மாசறு நெல்லே வளம்பொலி நிலமே' என்று வருணித்திருப்பான் போலும்). ஆகவே தனக்கு லாபம் இல்லாத விஷயத்தில் முதலீடு செய்ய மாட்டான். மாதவியைக் கண்டு அவள் ஆட்டத்திலும் அழகிலும் மயங்கித்தான் மாலையை வாங்கினான் என்பது ரகுநாதன் வாதம். ('இத்தகைய தர்க்க முறையைத்தான் நான் ஏற்கெனவே பட்டிமன்றத் தர்க்கமுறை' என்று குறிப்பிட்டேன். இத்தர்க்க முறைக்கு இப்புத்தகத்தில் ஏராளமான உதாரணங்கள் காணலாம்).

அரசன் மாதவியின் நடனமுடிவில் ஆயிரத்தி எட்டு கழஞ்சிப் பொன் பரிசத் தொகையாக விதிக்கிறான். 'அதுவும் பத்தரை மாற்றுப் பசும்பொன்.' இதே தொகையை அரசனும் அவளுக்குப் பரிசாக அளித்தான். அதை அளித்த காரணத்தால் அவனுக்கே அவளை அடையும் உரிமையும் உண்டு. என்றாலும், அது அவச்சொல் பிறக்க ஏதுவாகும் என்று எண்ணி, அவன் அவளை அடைய முயலவில்லை. (சிலப்பதிகாரத்தில் இத்தகைய குறிப்புக்கள் ஏதும் இல்லை. ஆனால் அடியார்க்கு நல்லார் இப்படி உரைவிளக்கம் எழுதியிருக்கிறார். நவீன ஆராய்ச்சியாளரான ரகுநாதனும் அதைப் பரிசீலனை இன்றி ஏற்றுக்கொள்கிறார்). மாதவியைத் தான் அடையாமல் செல்வவளம் உடையவர்களுக்கு ஒரு சவாலாக இந்தப் பரிசுத் தொகையை அரசன் விதிக்கின்றான். அரச குமாரர்களுக்கும் மாதவியை அடைய ஆசைதான்; ஆனால் அத்தகைய செல்வவளம் அவர்களிடம் இல்லை. கோவலனோ பெருவணிகன்; அரசர்க்கும் நிகரான செல்வ வளம் மிக்க குடும்பத்தில் வந்தவன். உடனே "அரசன் விதித்த மறைமுகமான

சவாலை ஏற்று அங்கேயே ஆயிரத்தி எட்டு கழஞ்சி பத்தரை மாற்றுத் தங்கத்தை அநாயாசமாக விட்டெறிந்து மாலையை வாங்கி மாதவி வீடு செல்கின்றான்" என்று விவரிக்கின்றார் ரகுநாதன் (பக். 404). இங்கேயே வர்க்கப் போட்டியின் அம்சங்களை அவர் காண்கின்றார். இது இவருடைய சொந்த விளக்கமே தவிர, இளங்கோ எழுதிய சிலப்பதிகாரத்தில் இவ்வாறெல்லாம் இல்லை. ஒரு இலக்கியப் படைப்பை விளக்கும்போது அதில் உள்ள சொற்கள் கூறும் பொருளுக்குப் புறம்பாக நாம் நினைப்பதையெல்லாம் அதில் திணித்து விளக்கம் எழுவது விளக்குபவரின் கெட்டித்தனத்தைக் காட்டுவதற்குப் பயன்படுமே தவிர படைப்பாளியின் கருத்தை வெளிப்படுத்தாது என்பதை நாம் இங்கு மனம் கொள்வது தகும். இத்தகைய வலிந்த விளக்கம் நமது பழைய உரையாசிரியர் மரபுக்குரியது. நவீன விமர்சனத்தில் இம்மரபுக்கு இடம் இல்லை என்பது என் கருத்து.

இது தொடர்பாக இன்னும் ஒரு விஷயமும் இங்கு கவனிக்கத் தக்கது. மாதவிக்கு விதித்த பரிசம் பற்றிக் கூறுகையில் 'விதிமுறைக் கொள்கையின் ஆயிரத்தெண்கழஞ்சு ஒரு முறையாகப் பெற்றனள்' என்று சிலம்பு கூறுகின்றது. ஒரு முறையாக என்பதற்கு ஒரு நாளைக்கு ஆயிரத்தி எட்டு கழஞ்சு பெற்றனள் என்று உரையாசிரியர்கள் பொருள் எழுதியுள்ளனர். ரகுநாதனும் மீள் பரிசீலனை இன்றி அதனை அப்படியே ஏற்றுக்கொண்டு, கோவலனின் செல்வ வளத்தைப் பற்றி விவரிக்கின்றார். மாதவியுடன் கோவலன் எவ்வளவு காலம் வாழ்ந்தான் என்று சிலப்பதிகாரம் கூறவில்லை. ஆனால், அது கூறும் சில தகவல்களைக் கொண்டு மாதவியுடன் அவன் பல ஆண்டுகள் வாழ்ந்திருக்க வேண்டும் என்று கூறலாம் எனவும், இதிலிருந்து கோவலன் மாதவிக்கு எவ்வளவு செல்வத்தை வாரி வழங்கியிருக்க வேண்டும் என்பதையும் நாம் கற்பனை செய்து கொள்ளலாம் எனவும் ரகுநாதன் கூறுகின்றார் (பக். 406).

ரகுநாதனின் இந்த ஆராய்ச்சி சுவையானது. ரகுநாதன் சொல்வதுபோல் கற்பனை செய்து பார்க்காமல் நாம் அதைக் கணக்கிட்டு அறிய முனைந்தால் நமக்குச் சுவையான முடிவுகள் கிடைக்கின்றன. கோவலன், ரகுநாதன் சொல்வது போல "அவனது குலதர்மப்படி அவன் மாதவியோடு கழித்த ஒவ்வொரு நாளைக்கும் ஆயிரத்தெட்டுக் கழஞ்சுப் பொன்னை ஒழுங்காகக் கணக்குப் பார்த்து அவளுக்குக் கொடுத்து வந்திருக்க வேண்டும்" (பக்.405) என்று கொள்வோம். மேலும் ரகுநாதன் சொல்வது போல "மணிமேகலை அறிவறிந்த பருவத்தினளாக வளரும் வரை" (பக். 406) அவன் மாதவியுடன் இருந்தான் என்றும் கொள்வோம். அவ்வாறாயின் குறைந்தபட்சம் அவன் ஐந்து வருடங்களாவது மாதவியுடன் வாழ்ந்தான் என்று நாம் கருதலாம். அறிவறிந்த

பருவம் என்பது இன்னும் நீண்ட காலத்தைக்கூடக் குறிக்கலாம். ஆயினும் ஐந்து வருடம் என்பதை ஒரு கீழ் எல்லையாகக் கொள்வோம். அப்படியாயின் அவன் மாதவிக்குக் கொடுத்த பொன்னின் எடை 1008 + 365 x 5 கழஞ்சு என்றாகின்றது. தமிழ் லெக்சிக்கன் ஒரு கழஞ்சு என்பது 1/6 அவுண்சுக்குச் சமமானது என்று கூறுகின்றது. இதன்படி பார்த்தால் கோவலன் ஒவ்வொரு நாளும் 4¾ கிலோ எடையுள்ள சுத்தத் தங்கத்தை மாதவிக்குக் கொடுத்துவந்திருக்கிறான். ஐந்துவருடங்களில் அவன் அவளுக்குக் கொடுத்தது 8692 கிலோ எடையுள்ள தங்கம். இது 8½ மெற்றிக் டன்னுக்குச் சற்று அதிகமானது. ஒரு குட்டி வணிகனான கோவலனிடமே இவ்வளவு தங்கம் இருந்ததென்றால் அன்றைய தமிழ் நாட்டு வணிகவர்க்கத்திடம் எவ்வளவு தங்கம் இருந்திருக்கும் என்று நாம் மூக்கில் விரலை வைக்கலாம். ஆனால் ஆயிரத்து ஐந்நூறு ஆண்டுகளுக்கு முன் இவ்வளவு தங்க உற்பத்தி இருந்திருக்குமா என்றெல்லாம் நாம் கேட்கக் கூடாது. இத்தகைய ஆராய்ச்சி பயனற்றது மட்டுமன்றி அது இலக்கியத்தின் பாற்பட்டதுமல்ல; இலக்கியத்தின் சமூகவியலோடு சம்பந்தமுடையதும் அல்ல என்பது தெளிவு.

பொற்கொல்லன் கோவலன் மீது பொய்க்குற்றம் சாட்டியது பற்றியும், அரசன் அவனைத் தீர விசாரியாமல் கொன்றது ஏன் என்பது பற்றியும் ரகுநாதன் இதே பாணியில் விபரிக்கின்றார்.

> கரந்து யான் கொண்ட கால் அணி ஈங்கு
> பரந்து வெளிப்படா முன்னம் மன்னற்கு
> புலம் பெயர் புதுவனின் போக்குவன் யான்
> எனக் கலங்கா உள்ளம் கரந்தனன்

என்பது சிலப்பதிகார வரிகள். தான் சிலம்பைத் திருடிய விஷயம் வெளிப்படும் முன்னம் புதியவனான இவன் மீது பழியைப் போடுவேன் எனப் பொற்கொல்லன் நினைத்தான் என்பது இதன் பொருள். இளங்கோவடிகள் இதில் நமக்கு உணர்த்தும் உட்குறிப்பும் உள்ளது என்றும் அரச வர்க்கத்துக்கும் வணிக வர்க்கத்துக்கும் இடையிலான வர்க்க விரோதம் பற்றிய சூசகமான குறிப்பே அது என்றும் ரகுநாதன் கூறுகின்றார். "அதாவது வாணிபம் புரிவதற்காக வேற்று நாடுகளில் இருந்து வரும் வணிகர்களுக்கு அந்நாட்டில் பாதுகாப்போ அரசனது பாரபட்சமற்ற ஆதரவோ இருக்கவில்லை. மாறாக, அவர்கள் மீது அரசனைச் சார்ந்தவர்கள் எளிதாகக் குற்றம் சாட்டவும் அரசனும் அத்தகைய குற்றச் சாட்டுக்களை தீர விசாரியாமல் அவர்களுக்கு அநீதியான தண்டனை வழங்கவும்கூடிய ஒரு சூழ்நிலை அன்றிருந்தது என்பதே அந்தக் குறிப்பாகும்" என்று அதற்கு மேலும் விளக்கம்

அளிக்கின்றார் (பக். 447). இதுவும் ரகுநாதன் கண்டுபிடிக்கும் ஒரு வலிந்த விளக்கம் என்பது வெளிப்படை. ஆனால், இதே நூலில் வேறு இடங்களில் வணிகர்களின் செல்வாக்கும் வலிமையும் பற்றி ரகுநாதன் விரிவாக விபரித்துள்ளார். அரசரைப் போலவே வணிகரும் படைவைத்துக் கொள்ளும் உரிமை பெற்றிருந்தனர் (பக். 318) என்பதையும், மணிமுடி ஒன்றை தவிர அரசனுக்குரிய அனைத்தையும் வணிகர்கள் பெற்றிருந்தனர் என்பதையும் (பக். 319), நகரம் என்ற பெயரில் தமக்குள் சங்கங்கள் அமைத்து, நாட்டு நிருவாகத்தில் பிரதிநிதித்துவம் பெற்றுவந்தனர் என்பதையும் (பக். 326) விரிவாகக் கூறுகின்றார். இவற்றுக்கும் சிலப்பதிகாரத்தில் இருந்தே ஆதாரம் காட்டுகின்றார். ஆனால், இங்கு மட்டும் இளங்கோவடிகள் சூசகமாக வணிகர்களின் அவல நிலையை உணர்த்துகின்றார் என்று வலிந்து பொருள் விளக்கம் செய்கின்றார். இது ஒரு பெரிய முரண்பாடாக ரகுநாதனுக்குத் தெரியவில்லை.

கோவலனைக் கொன்ற விவகாரம் பற்றியும் ரகுநாதன் இவ்விதமே எழுதுகின்றார். "கோவலனையும் நாட்டை ஆளும் அரசன் வணிக வர்க்கத்தின்பால் தனக்கிருந்த வர்க்கக் குரோதத்தின் காரணமாக தீர விசாரியாமல் கொன்றுவிட்டான் என்று கொள்ளவும் இடம் உண்டு" என்பது அவர் கூற்று (பக். 448). சிலப்பதிகாரத்தின்படி இவ்வாறு கொள்வதற்கு எங்கே இடம் உண்டு என்பது நமக்குத் தெரியவில்லை. அரசனுக்குக் கோவலனின் பூர்வோத்திரம் எதுவும் தெரியாது. அவன் வணிகன் என்று சொல்லப்படவில்லை. பதிலாக திருடன் என்றே சொல்லப்படுகின்றான். அந்தக் குற்றச்சாட்டைத் தீர விசாரியாமல் கொன்றான் என்று சொல்லலாமே தவிர வர்க்கக் குரோதத்தின் காரணமாகக் கொன்றான் என்று சொல்வதற்கு எவ்வித காரணமும் இல்லை. தன் காவியத்தின் பல்வேறு இடங்களில் ஊழ்வினையை வலியுறுத்தும் இலங்கோவடிகள் அதுபற்றி எழுதுகையில் "வினை விளை கால மாதலின் யாவதும் சினையலர் வேம்பன் தேரானாகி, ஊர் காப்பாளரைக் கூவி, ஈங்கென் தாழ்பூங்கோதை தன் காற் சிலம்பு கன்றிய கள்வன் கையதாகில் கொன்று அச்சிலம்பு கொணர்க" என்று அரசன் கூறியதாகத்தான் எழுதுகின்றார். இந்த வரிகளில் ரகுநாதன் கூறும் வர்க்கக் குரோதம் எவ்வாறு வெளிப்படுகின்றது என்பது நமக்குப் புரியவில்லை. ஆனால், பாண்டியன் கோவலனைக் கொன்றதற்கு அதே வர்க்கப் போட்டியின் அடிப்படையில் அமைந்த வேறொரு காரணமும் உண்டு என்றும் (பக். 448), அது முத்து வாணிபத்தில் பாண்டியனுக்கிருந்த ஏகபோகச் செருக்கும் அதன் அடியாகப் பிறந்த ஆணவமுமே என்றும் அவர் கூறுகின்றார். "முத்துக்களைப்

பரல்களாகக் கொண்ட சிலம்பு தன்னைத் தவிர வேறு யாரிடமும் இருக்க முடியாது என்ற ஆணவம் அவனுக்கு. எனவேதான், 'கொன்றச் சிலம்பினைக் கொணர்க' என்று சற்றேனும் ஆராயாமல் உத்தரவிட்டு விடுகின்றான் என்பது ரகுநாதன் கூற்று (பக். 457). இங்கு சிலப்பதிகார வரிகளுக்குப் புறம்பாக தன் மனம் போனபடிக்கெல்லாம் விளக்கம் கொடுப்பதைக் காணலாம். அரசன் காவலரிடம் 'கொன்று சிலம்பினைக் கொணர்க' என்று மட்டும் கூறவில்லை. தன் மனைவியின் காற்சிலம்பு கள்வன் கையில் இருந்தால் அவனைக் கொன்று சிலம்பினைக் கொணர்க என்றே அரசன் கூறுகின்றான். சிலம்பு தனது மனைவியினதா இல்லையா என்பதை ஆராய்ந்து பார்க்கும் பொறுப்பை அரசன் காவலர்களிடம் விட்டுவிடுகிறான் என்று நாம் இங்கு பொருள் கொள்வதே பொருத்தமாக இருக்கும். ரகுநாதனின் பாடத்துக்குப் புறம்பான இத்தகைய வலிந்த விளக்கங்கள் பட்டிமன்றங்கள், வழக்காடு மன்றங்கள், கதாப்பிரசங்கங்கள் போன்றவற்றில் எடுபடலாம். ஆனால் இலக்கியத் திறனாய்வு, இலக்கிய ஆராய்ச்சியில் இவற்றுக்கு இடம் இல்லை. ஆயினும், இத்தகைய வலிந்த விளக்கங்களின் அடிப்படையிலேயே சிலப்பதிகாரம் வணிக வர்க்கத்தின் புரட்சிக்காப்பியம் என்ற தன் கருத்தை ரகுநாதன் கட்டி எழுப்ப முனைகின்றார்.

புரட்சிக் காப்பியம் என்ற அத்தியாயத்திலும் இப்பண்பைக் காணலாம். 'நாட்டு மக்கள் மத்தியில் பலகாலமாக வழங்கிவந்த ஒரு நாட்டார் கதையை தன் காவியத்துக்குத் தேர்ந்தெடுத்தமைக்கும், நாட்டார் பாடல்களின் பாணியில் பல பாடல்களை அமைத்தமைக்கும், கானல்வரி, வேட்டுவ வரி, ஆய்ச்சியர் குரவை, குன்றக் குரவை முதலியவற்றைப் பாடியமைக்கும் காரணம் தமது புரட்சி நோக்கத்துக்கு மக்களை அணிதிரட்ட வேண்டும் என்பதுதான் என ரகுநாதன் விளக்குகின்றார் (பக். 487, 489, 493), (குன்றக் குரவை வஞ்சிக்காண்டத்துள் வருகின்றது. வஞ்சிக் காண்டம் இளங்கோவடிகளால் எழுதப்பட்டதல்ல என்பது ரகுநாதன் வாதம் என்பதையும் நாம் இங்கு மனம் கொள்ள வேண்டும்). ரகுநாதன் மேலும் இவ்வாறு எழுதுகின்றார்:

> "ஒரு குறிப்பிட்ட வர்க்கம் வர்க்கப் புரட்சியை, சமுதாயத் தலைமையைக் குறிக்கோளாகக் கொள்ளும்போது, அந்த வர்க்கம் பொதுமக்களோடு கலந்துறவாடி, அவர்களோடு தோழமை பாராட்டவும், ஐக்கியம் கொண்டாடவும், அதன் மூலம் அவர்களின் ஆதரவையும் தன்பால் திரட்டிக்கொள்ளவும்தான் வேண்டும். வணிக வர்க்கத்தின் மேலாண்மையை நிலைநிறுத்துவதையும் நியாயப்

படுத்துவதையும் நோக்கமாகக் கொண்ட இளங்கோவடிகள் இதனை மறந்து விடவில்லை. எனவே, வணிக வர்க்கத்தின் பிரதிநிதியான தனது கதைத் தலைவனையும் தலைவியையும், இவ்வாறு ஏனைய மக்களோடு தோழமை கொள்ளச் செய்யும், உறவாடச் செய்யும் காரியத்தை, கோவலனின் வாழ்க்கையிலும் அதன் காரணமாகக் கண்ணகியின் வாழ்க்கையிலும் ஒரு திருப்பு முனையாக விளங்கவிருக்கும் கானல் வரியிலேயே தொடங்கி வைக்கிறார் எனலாம்" (பக். 497).

இதை இளங்கோவடிகள் கானல் வரியில் எவ்வாறு தொடங்கி வைக்கிறார்? "நெய்தல் நிலப் பரதவர்களுக்கும் புகார் நகர வணிகர்களுக்கும் மலைக்கும் மடுவுக்கும் இடையிலான பொருளாதார ஏற்றத்தாழ்வு இருந்த நிலையில், கோவலன் கானல் வரியில் சேரி வாழ் பரதவ மக்களின் நாட்டுப் பாடல்களையே பாடுகின்றான். 'வலை வாழ்நரும்', 'திமில் வாழ்நரும்', 'கடல் வாழ்நரும்' ஆகிய அந்த மக்களின் உயிரோடும் உணர்வோடும் கலந்துவிட்ட நெய்தலங்கானல் நிலத்தின் வரிப்பாடல்களைப் பாடுவதன் மூலம் (சிலப்பதிகாரம் கூத்தைப் பார்த்துக் கொண்டிருக்கும் பரதவ மக்களோடு) கோவலன் ஒரு ஆத்மார்த்தமான சகோதர உணர்வையே மறைமுகமாகப் பிரதிபலித்து, அதே உணர்வை அவர்கள் உள்ளத்திலும் உருவேற்றிவிடுகின்றான் என்றே நாம் கொள்ளலாம். **இளங்கோவடிகள் தமது தலைவனான கோவலனை வேறு திணைகளைச் சார்ந்த மக்களின் பாடல்களைப் பாடவைக்காமல் கானல்வரிப் பாடல்களைப் பாடவைத்ததன் சூட்சுமமே இதுதான் என்றே கூறலாம்** (பக். 497, 498, அழுத்தம் என்னுடையது) என்பது ரகுநாதன் விளக்கம். இந்த விளக்கத்துக்காக ரகுநாதனின் கெட்டித்தனத்தை நாம் பாராட்டலாம். இளங்கோவடிகளை விட ரகுநாதனின் சூட்சுமமே இங்கு பளிச்சிடுகின்றது. இத்தகைய விளக்கத்துக்கு வசதியாகவே சிலப்பதிகாரத்தை நடிப்பதற்காக எழுதப்பட்ட ஒரு கூத்து என்று ரகுநாதன் திரும்பத் திரும்பக் கூறுகின்றார் (அது பற்றிப் பின்னர் பார்க்கலாம்). ஆனால் நெய்தல் நிலத்தில் வேறு திணைப் பாடல்களைப் பாடாமல் கானல்வரிப் பாடல்களைப் பாடவைத்த சூட்சுமம் பற்றி ரகுநாதன் பேசுவது தமிழ் இலக்கிய மரபு அறிந்தவர்களுக்கு வேடிக்கையாகத்தான் தோன்றும். கானல் வரியில் அகத்திணை மரபு பின்பற்றப்பட்டிருப்பதைப் பார்ப்பவர்கள், அந்த நெய்தல் நிலத்தில் வேட்டுவ வரியோ, ஆய்ச்சியர் குரவையோ பாடாமல் கானல்வரி பாடவைத்ததில் எந்த சூட்சுமத்தையும் காணமாட்டார்கள்.

ரகுநாதனின் இத்தகைய வலிந்த விளக்கங்களுக்கு வேறு உதாரணங்கள் தேவை இல்லை. என்றாலும், முக்கியத்துவம் கருதி இன்னும் ஒரு உதாரணத்தை மட்டும் இங்கு தரவிரும்புகின்றேன். கண்ணகியைப் பற்றிய நாடோடிக் கதைகள் பல அவளைக் காளியின் அவதாரமாகக் கூறுகின்றன. இளங்கோவடிகள் தனது கண்ணகியை காளியின் அவதாரமாக அல்லாவிடினும் தெய்வாம்சம் பொருந்திய ஓர் உன்னதப் பெண் பாத்திரமாகவே படைத்துள்ளார் என்பது நாம் அறிந்ததே. 'பொற்புடைத் தெய்வம்' என்று அவள் போற்றப்படுவதும் நமக்குத் தெரியும். என்றாலும், கண்ணகியை முற்றிலும் ஒரு மானுடப் பெண்தான் என்று தன் கூத்தைப் பார்க்கும் மக்களுக்குக் காட்டுவதற்கு இளங்கோவடிகள் பிரக்ஞை பூர்வமாகவே முயன்றுள்ளார் என்று நிரூபிக்க ரகுநாதன் பல இடங்களில் அதிகம் பிரயாசைப்படுகின்றார் (பக். 233 – 247). இதிலே ஒரு இடம் நமது முக்கிய கவனத்துக்குரியது. சிலப்பதிகாரத்திலேயே அதிக கவித்துவமும் அழகியல் வீச்சும் உள்ள இடங்களுள் ஒன்றைப் பற்றிய விளக்கம் அது. கோவலன் கொலைக்களப்பட்ட பிறகு, நீதி கேட்பதற்காக கண்ணகி ஒற்றைச் சிலம்பு கையில் கொண்டு ரௌத்திரதாரியாக அரண்மனைக்கு வருகிறாள்.

> வாயிலோயே வாயிலோயே
> அறிவு அறைபோகிய பொறியறு நெஞ்சத்து
> இறைமுறை பிழைத்தோன் வாயிலோயே

என்று காவலனை விளித்து

> 'இணை அரிச் சிலம்பு ஒன்று ஏந்திய கையள்
> கணவனை இழந்தாள் கடையகத்தாள் என
> அறிவிப் பாயே அறிவிப் பாயே'

என்று கூறுகின்றாள். காவலன் மன்னனிடம் போய் அந்தக் காட்சியை விவரிக்கின்றான்.

> அடர்த்து எழு குருதி அடங்காப் பசுந்துணிப்
> பிடர்த்தலைப் பீடம் ஏறிய மடக்கொடி
> வெற்றிவேல் தடக்கைக் கொற்றவை அல்லள்
> அறுவர்க்கு இளைய நங்கை இறைவனை
> ஆடல்கண்டு அருளிய அணங்கு, சூர்உடைக்
> கானகம் உகந்த காளி, தாருகன்
> பேருரம் கிழித்த பெண்ணு மல்லள்
> செற்றனள் போலும் செயிர்த்தனள் போலும்
> பொற்றொழில் சிலம்பு ஒன்று ஏந்திய கையள்
> கணவனை இழந்தாள் கடையகத்தாளே

என்று கூறுகின்றான். இந்த வரிகளுக்கு ரகுநாதன் பின்வருமாறு விளக்கம் எழுதுகின்றார்:

"வாயிலில் வந்து நிற்கும் பெண் கோபத்தோடுதான் காட்சியளிக்கிறாள். என்றாலும் அவள் கொற்றவையோ, பிடாரியோ, பத்திரகாளியோ, காடமர் செல்வியான காளியோ அல்லது தாருகனைக் கொன்ற துர்க்கையோ அல்ல. அவள் மானுடப் பெண்தான் என்று வாயிற் காப்போன் வாயிலாக இளங்கோவடிகள் கூறுவானேன்? அதிலும் கொற்றவை, பிடாரி, பத்திரகாளி, துர்க்கை இந்தத் தெய்வங்களை மட்டும் குறிப்பிட்டு, கண்ணகி இவர்களில் யாருமல்ல என்று அவர் மறுத்துரைப்பானேன்? அதற்கு என்ன அவசியம் வந்தது? இளங்கோவடிகள் கண்ணகியின் கதையைச் சிலப்பதிகாரம் என்ற நூலாக எழுத முற்பட்ட காலத்திலேயே நாட்டார் கதைகளின் செல்வாக்கினாலும் அவை மக்கள் மத்தியில் பலகாலமாக உருவேற்றி வந்திருந்த நம்பிக்கைகளாலும், கண்ணகி மேற்கண்ட பல பெண் தெய்வங்களோடு ஐக்கியப்படுத்தப்பட்டு, அந்தந்தத் தெய்வங்களின் வடிவங்களிலேயே வணங்கப்பட்டு வந்தாள். வேறு விதமாகச் சொன்னால் போற்றற்குரிய கண்ணகி இந்தத் தெய்வங்களாக மதிக்கப்பட்டு, அவற்றின் வடிவங்களில் கரைந்து மறைந்து மறக்கப்பட்டு விட்டாள் என்ற ஒரு நிலையே, அந்தக் கதைகளை மறுத்தும், நம்பிக்கைகளை நிராகரித்தும் கண்ணகியை ஒரு மானுடப் பெண்ணாகக் காட்ட வேண்டிய அவசியத்தை இளங்கோவடிகளுக்கு ஏற்படுத்தியது என்று நாம் துணிந்து கூறலாம் (பக். 243 – 4).

ரகுநாதனின் இந்தத் துணிவான கூற்று அபத்தமானது. இது அவரின் வலிந்த, வறட்டுத்தனமான, இலக்கியப் படைப்புக்குப் புறம்பான விளக்கங்களின் சிகரம் என்றே எனக்குத் தோன்றுகின்றது. தானே ஒரு படைப்பாளியாகவும் இருக்கும் ரகுநாதனால் இந்த வரிகளுக்கு இத்தகைய – இந்த வரிகளோடு சற்றும் சம்பந்தம் இல்லாத – ஒரு விளக்கத்தைக் கொடுப்பது எவ்வாறு சாத்தியமாயிற்று என்று எனக்கு வியப்பாக உள்ளது. உண்மையில் கண்ணகி இந்தத் தெய்வங்கள் எல்லாம் இல்லை, வெறும் மானுடப் பெண்தான் என்று வலியுறுத்துவதுதானா இங்கு இளங்கோவடிகளின் நோக்கம்? இந்த வரிகளில் பொருள் அதுதானா? இலக்கியப்படைப்பின் அரிச்சுவடி அறிந்தவன் கூட இதனை ஏற்றுக்கொள்ள மாட்டான் என்றே நான் நினைக்கின்றேன். கண்ணகியின் ரௌத்திரத்தை – கோப வெறியை – காட்டும் வலிமையான படிமங்கள் அல்லவா இவை. இந்தப் பெண் தெய்வங்கள் எல்லாம் ரௌத்திரத்தின் சின்னங்கள் அல்லவா? இந்த எதிர்மறைப் படிமங்களின் மூலம் கண்ணகியின் ரௌத்திர வெறியை அல்லவா காவலன் மன்னனுக்கு உணர்த்துகின்றான்?

கவிதையின், கவிஞனின் பாஷையை உணராமல், இந்த வரிகளின் அழகியல் வீச்சைப் புரிந்துகொள்ளாமல் அந்தக் காட்சிக்கும், அந்தச் சந்தர்ப்பத்துக்கும், அந்தச் சொற்களுக்கும் பொருத்தமில்லாத முற்றிலும் வறட்டுத் தனமான ஒரு விளக்கத்தைக் கொடுக்கும்போது அது இலக்கியத்துக்குப் புறம்பானதாக மட்டுமன்றி, இலக்கியத்தின் சமூகவியல் ஆராய்ச்சியையும், மார்க்சிய விமர்சனத்தையும் கொச்சைப்படுத்தி விடுகின்றது. இவ்வாறு இவர்கள் மார்க்சியத்தைக் கொச்சைப்படுத்துவதைவிட மார்க்சிய விமர்சனம் செய்யாமல் இருப்பது நல்லது.

இத்தகைய வலிந்த விளக்கங்களின் அடிப்படையில்தான் இளங்கோவடிகள் இலக்கியப் படைப்பில் யதார்த்தவாதியாகவும் விளங்கியவர் (பக். 708) என்ற முடிவுக்கு ரகுநாதன் வந்து சேர்கின்றார். சிலப்பதிகாரத்தைத் தமிழின் முதல் நாவல் என்று அகிலன் கூறியது போன்ற ஒரு அபத்தமான கருத்துத்தான் இதுவும்.

6

இத்தகைய வலிந்த விளக்கங்களின் அடிப்படையில்தான் சிலப்பதிகாரம் நடிப்பதற்காக எழுதப்பட்ட ஒரு கூத்து என்று ரகுநாதன் விளக்க முனைகின்றார். வணிக வர்க்கத்துக்குச் சார்பாக வெகுஜனங்களின் அனுதாபத்தை வென்றெடுத்து அவர்களை அணிசேர்க்கும் நோக்கில் மக்கள் முன்னிலையில் நடிப்பதற்காக எழுதப்பட்ட கூத்தே சிலப்பதிகாரம் என்ற கருத்தை அவர் சலிப்பின்றி திரும்பத் திரும்பக் கூறுகின்றார் (பக். 474, 485, 486, 487, 492, 498, 499, 518, 521, 527, 531, 543, 544, 550, 556, 924). வேறு வகையில் இன்றைய பாஷையில் சொன்னால் சிலப்பதிகாரம் மக்கள் முன்னிலையில் நடிப்பதற்காக எழுதப்பட்ட ஒரு நாடகப் பிரதி அல்லது கூத்துப் பிரதி என்பது அவர் கருத்தாகும். ரகுநாதனின் இந்தக் கருத்தை ஏற்றுக்கொள்வதில் பல பிரச்சினைகள் உள்ளன.

முதலாவதாக, கிரேக்க அல்லது சமஸ்கிருத பாணியில் அமைந்த நாடகங்களோ, நாடகப் பிரதிகளோ, அந்த மொழிகளில் தோன்றிய நாடக ஆசிரியர்கள் போன்ற ஆசிரியர்களோ தமிழில் இருந்ததற்குச் சான்றுகள் இல்லை என்பது எல்லாரும் அறிந்த உண்மை. சிலப்பதிகாரம் அத்தகைய ஒரு நாடக வடிவமும் அல்ல என்பது வெளிப்படை. ஆயினும் வேத்தியல், பொதுவியல் என அக்காலத்தில் இருவகைக் கூத்துக்கள் இருந்திருக்கின்றன. இவற்றில் ஆட்டமும் பாட்டும் இடம்பெற்றிருந்ததாகத் தெரிகின்றது. ஆனால் பலர் கருதுவது போல ஒரு கதை தழுவிய இசை நாட்டிய நாடகமாக (Opera) இவை இருந்தனவா என்பது

தெளிவில்லை. சிலப்பதிகாரத்திலே கானல்வரி, வேட்டுவவரி, ஆய்ச்சியர் குரவை, குன்றக் குரவை ஆகிய பாடலும் ஆடலும் சார்ந்த பகுதிகள் இடம்பெற்றிருப்பதால்தான் பலர் இதனை ஒரு கூத்து நூலாகக் கருதுகின்றனர். இவற்றுள் கானல்வரி தவிர்ந்த ஏனையவை பழங்குடி மக்களின் சடங்கு சார்ந்த ஆட்டங்களாகவே தெரிகின்றன. சிலப்பதிகாரம் தெருக்கூத்தின் ஆதிவடிவம் என்று சண்முகம் பிள்ளை கருதுவதற்கும் இதுதான் காரணம் எனலாம். ஆனால், சிலப்பதிகாரத்தை மொத்தமாக நோக்கினால் இவை அதன் மிகச் சிறிய பகுதிதான் என்பதை நாம் காணலாம். பெரும்பகுதி கதையைக் கவிஞனே விபரித்துச் சொல்வதாகவே *(Narrative)* அமைந்துள்ளது. இந்த விபரணம் நாடகத்தில் அல்லது கூத்தில் இடம்பெறும் கதை சொல்லி *(Narrator)* கூறும் விபரணம் அல்ல; இது காவிய விபரணம். சிலம்பின் மொத்தமான அமைப்பை நோக்கினால் அது மக்கள் முன் நடிப்பதற்காக எழுதப்பட்ட கூத்து என்ற எண்ணம் நமக்கு எழமுடியாது.

உதாரணமாக, அரங்கேற்றுக் காதையையே எடுத்துக் கொள்வோம். இதன் 175 வரிகளிலும் சொல்லப்படும் செய்திகள் எந்தவகையிலும் நடிப்பினால் புலப்படுத்துவதற்கு உரியவையல்ல. கூத்து முறைகள் பற்றியும், அரங்க அமைப்பு பற்றியும், ஆடலாசிரியன், பாடலாசிரியன், யாழாசிரியன் பற்றியும் இதில் விபரிக்கப்படும் தொழில்நுட்ப விபரங்களையெல்லாம் இளங்கோவடிகள் தன் கூத்தைப் பார்ப்போரை மனங்கொண்டுதான் எழுதினார் எனக் கூறமுடியாது. கூத்தைப் பார்ப்போருக்கும் இந்த விபரங்களுக்கும் ஏதும் சம்பந்தம் உண்டா என்ற கேள்வி நமக்குள் எழுவது இயல்பு. சிலப்பதிகாரத்தின் அமைப்பை அரங்கக் கலை அடிப்படையில் நோக்கினால் எவ்வகையிலும் அது மக்கள் முன் நடிப்பதற்காக எழுதப்பட்ட கூத்துப் பிரதியல்ல என்ற முடிவுக்கே நாம் வருவோம். சிலப்பதிகாரத்தை இப்போது, அது இருக்கும் வடிவத்திலேயே மக்கள் முன் நடித்துக்காட்டும் ஒரு பரிசோதனையை மேற்கொண்டால் இந்த உண்மை புரியும். கூத்தின் சில தன்மைகளைக் கொண்ட ஒரு காப்பியம்தான் அது. பண்டையக் கவிதைகள் காப்பியங்கள் எல்லாவற்றையும் போல படிப்பதற்கும் படிப்பதைக் கேட்பதற்கும்தான் அது பயன்பட்டிருக்க வேண்டும் என்பது தெளிவு.

தவிரவும், ரகுநாதன் கருத்துப்படி, சிலப்பதிகாரம் மக்கள் மத்தியில் நடித்துக்காட்டி, மக்களை அணிதிரட்டுவதற்காக எழுதப்பட்ட நாடகம் என்று கொண்டால் அவர் கருதுவதுபோல நெய்தல், முல்லை, குறிஞ்சி, பாலை நிலங்களுக்கெல்லாம் இந்த 'சிலப்பதிகார நாடகக் குழு' சென்று அங்கு வாழ்ந்த

மீனவருக்கும், வேட்டுவருக்கும், இடையருக்கும் இந்த நாடகத்தை நடித்துக்காட்டியிருக்க வேண்டும். இத்தகைய ஒரு கருத்தே ரகுநாதனின் விளக்கங்களின் அடிச்சரடாக உள்ளது. அவர் 'சிலப்பதிகாரக் கூத்தைப்' பார்ப்போரை மையமாகக் கொண்டே தனது விளக்கங்களையெல்லாம் கூறுகின்றார். ஆனால், இத்தகைய ஒரு கலை நடைமுறை பண்டையத் தமிழகத்தில் இருந்ததற்கு நமக்குச் சான்றுகள் எவையும் இல்லை.

அன்று வழக்கில் இருந்த வேத்தியல், பொதுவியல் கூத்துக்கள் பற்றிக் கூறும் சிவத்தம்பியும் வேத்தியல் அரசு சார்ந்த மேல்தட்டு வர்க்கத்துக்குரியதென்றும் பொதுவியல் வளர்ச்சியுற்ற பிரதேசத்து இடைத்தட்டு மக்களுக்குரியது என்றும்தான் விளக்குகின்றார். ஆயர்களும் வேடர்களும் நடத்திவந்த சடங்குக் கூத்துக்கள் இந்தப் பொதுவியலுள் அடங்காது என்றும், அந்தக் காலத்துச் சமூக நிலைகளும் நாட்டியக் கணிகையரின் அந்தஸ்தும் பூர்வகுடி மக்களோடும் தாழ்ந்த சாதியாரோடும் எந்தத் தொடர்பும் கொண்டிருந்ததாகக் காட்டவில்லை என்றும், பூர்வகுடி மற்றும் தாழ்ந்த மக்கள் கோஷ்டிகளின் நடனங்களும் நாடகங்களும் இந்த வகைப்பாட்டுக்குள் சேர்த்துக் கொள்ளப்படமுடியாத அளவுக்குத் தாழ்வாகப் போய்விட்டன என்றும் அவர் விளக்குகிறார். (பக். 482). இந்த விளக்கத்தை ஆதாரமாகக் கொண்டே சிலப்பதிகாரம் பொதுவியலைச் சார்ந்தது என்றும், அது படிப்பதற்காக எழுதப்பட்ட இலக்கியம் அல்ல; மாறாக மக்கள் முன்னிலையில் நடிப்பதற்காக எழுதப்பட்ட இலக்கியமே ஆகும் என்றும் ரகுநாதன் அடித்துக் கூறுகின்றார் (பக். 486).

இங்கு ரகுநாதன் கருதும் மக்கள் யார்? நான் முன்னரே குறிப்பிட்டபடி சேரிப்பரதவர்களும், ஆயர்களும், வேடர்களும்தான் இதற்குள் அடங்குகின்றார்கள். இவர்களையெல்லாம் அணிதிரட்டவே நாட்டார் பாடல் பாணியைப் பின்பற்றி கானல்வரி, வேட்டுவவரி, ஆய்ச்சியர் குரவை, குன்றக் குரவை போன்றவற்றைப் புகுத்தி, வணிக வர்க்கத்தினரான கண்ணகியையும் கோவலனையும் இவர்களுக்கூடாக நடமாடவிட்டு, அவர்கள் மீது ஒரு பற்றையும் பாசத்தையும் வளர்த்து அவர்களது வர்க்கப் புரட்சிக்குப் பக்கத்துணையாக இளங்கோவடிகள் அணிதிரட்ட முயன்றிருக்கிறார் என்பதே ரகுநாதன் வாதம் (பக். 497–508). அன்றையச் சமுதாயப் பின்னணியில் இது சாத்தியமானதல்ல என்பது தெளிவு. சிவத்தம்பியும் இதனையே அழுத்திக் கூறியுள்ளார். ஆயினும், ரகுநாதன் இவற்றைக் கவனித்ததாகத் தெரியவில்லை. தவிரவும் இளங்கோவடிகளின் புலமை நெறிசார்ந்த இந்த உச்ச இலக்கிய வெளிப்பாட்டை அத்தகைய புலமை நெறிக்கும் இலக்கிய மரபுக்கும் உட்படாத இந்தச் சாதாரண பழங்குடி மக்கள்

புரிந்து கொண்டிருப்பார்களா! இங்கு ரகுநாதனுக்கு மட்டும் வெளிச்சமாகும் இளங்கோவடிகளே நினைத்துப்பார்த்திருக்க முடியாத சூட்சுமமான உள்ளூறைப் பொருள்கள் எல்லாம் அந்த மக்களுக்கும் வெளிச்சமாயிருத்தல் சாத்தியமா என்றெல்லாம் ரகுநாதன் சிந்தித்துப் பார்த்திருப்பதாக நமக்குத் தெரியவில்லை. இன்றைய நிலைமையை அடிப்படையாகக் கொண்டு பண்டைய நிலைமையை விளக்க முனைந்ததனால் ஏற்பட்ட கோளாறே இது என்று கூற வேண்டும்.

7

ரகுநாதனின் அடுத்த முக்கியமான கருத்து இளங்கோவடிகள் வணிக வர்க்கத்தைச் சேர்ந்த ஓர் இரத்தின வணிகர் என்பது. சிலப்பதிகாரம் வணிக வர்க்கத்தின் புரட்சிக்காப்பியம் ஆகையினால், அதை எழுதியவரும் வணிக வர்க்கத்தினராகவே இருக்க வேண்டும் என்ற கருதுகோளின் அடிப்படையிலேயே ரகுநாதன் இந்த முடிவுக்கு வருகின்றார். சிலப்பதிகார காலத்திலும் அதற்குப் பிறகும் வணிக வர்க்கத்துக்கும் நில உடைமை வர்க்கத்துக்குமிடையே வர்க்க முரண்பாடுகளும் மோதல்களும் இருந்தமைக்கான புறச்சான்றுகள் உள்ளன. சிலப்பதிகாரத்தில் உள்ள அகச்சான்றுகளும் இதனோடு ஒத்துப் போவதால் சிலப்பதிகாரம் நில உடைமை வர்க்கத்துக்கு எதிரான, வணிக வர்க்கத்தின் மன உணர்வை வெளிப்படுத்தும் காவியம் என்று முடிவு கட்டுவது இயல்பானதே. ஆனால், இளங்கோவடிகள் வணிக வர்க்கத்தைச் சேர்ந்தவர் என்பதற்குரிய புறச்சான்றுகள் எவையும் இல்லை. சிலப்பதிகாரத்தில் கூறப்படும் சேரன் செங்குட்டுவன் ஒரு கற்பனைப் பாத்திரம் என்பதனால் சிலப்பதிகார ஆசிரியர் இளங்கோவடிகள் பதிகம் கூறுவது போல சேர இளவலாக இருக்க முடியாது என நாம் சுலபமாக முடிவு கட்டலாம். ஆயினும், இளங்கோவடிகள் பற்றிய ஐதீகங்களை வரலாற்று விசாரணைக்கு உட்படுத்த விரும்பாத மு.வ. போன்றவர்களும் இளங்கோவடிகள் சேர இளவல் என்றுதான் கூறியுள்ளனர். ரகுநாதன் மு.வ. வின் கூற்றை மறுக்கும்போது, அரசர்களுக்குள் பகையை ஏற்படுத்தக்கூடிய ஒரு கதையை அரச குடும்பத்தைச் சேர்ந்தவரே எழுதியிருக்க முடியுமா? எனவே இளங்கோவடிகள் எந்த அரச குடும்பத்தையும் சேர்ந்தவர் அல்ல என்பது தெளிவு என்று தனது பட்டிமன்றத் தர்க்க முறையின்படி வாதிக்கின்றார் (பக்.917). வணிகர்களுக்கு ஆதரவாகவும் அரசர்களுக்கு எதிராகவும் எழுதியவர் நிச்சயம் வணிகவர்க்கத்தைச் சேர்ந்தவராகத்தான் இருக்க வேண்டும் என்ற கருதுகோளின் அடிப்படையிலேயே ரகுநாதனின் இந்த ஆராய்ச்சியும் அமைந்திருக்கின்றது. ஒரு வர்க்கத்துக்கு ஆதரவான குரல் அந்த வர்க்கத்துக்குள் இருந்துதான்

வரவேண்டும் என்ற நியதி இல்லை. பாட்டாளி வர்க்கச் சிந்தனையாளர்களான பலர் – மார்க்ஸ் – ஏங்கல்ஸ் உட்பட – பாட்டாளி வர்க்கத்துக்குள் இருந்து உருவாகி வந்தவர்கள் அல்ல என்பது நாம் அறிந்ததே.

இளங்கோ வணிக வர்க்கத்தைச் சேர்ந்தவர் என்பதற்கு ரகுநாதன் வேறு இரண்டு சான்றுகள் தருகின்றார். ஒன்று இளங்கோ என்ற சொல் வணிகர்களைக் குறிக்கும் சொல்லாகவும் பயன்பட்டிருக்கின்றது என்பது. இதற்குத் திவாகரம் போன்ற பழைய நிகண்டுகளிலிருந்து ரகுநாதன் ஆதாரம் காட்டுகின்றார். இந்த நிகண்டுகளின்படி வணிகருக்குரிய குலப்பெயர்களுள் இளங்கோ என்பதும் ஒன்று என்று தெரியவருகின்றது. மேலும் அடிகள் என்ற சொல் துறவிகளை மட்டும் குறிப்பதற்குப் பயன்படவில்லை என்பதையும் மரியாதைக்குரிய மூத்தோரை விளிக்கும் ஒரு சொல்லாகவும் அது பயன்பட்டிருக்கின்றது என்பதையும் சிலப்பதிகாரத்தில் இருந்தும் நிகண்டுகளிலிருந்தும் எடுத்துக் காட்டுகின்றார். இதன் அடிப்படையில் இளங்கோவடிகள் என்ற பெயர் துறவியாக மாறிய ஒரு அரச இளவலைக் குறிக்கவில்லை; பதிலாக மரியாதைக்குரிய வணிகர் ஒருவரின் குலப்பெயரே அது என்றும், இளங்கோவடிகள் எல்லோரதும் மதிப்புக்கும் மரியாதைக்கும் உரிய வணிகப் பெருமகனாகவே இருந்திருக்கிறார் என்றும், அவ, குலப்பெயரிலேயே வழங்கப்பட்டதால் அவரது இயற்பெயர் நமக்குத் தெரியாமலே போய்விட்டது என்றும் ரகுநாதன் கூறுகின்றார் (பக். 922 – 931). இந்தச் சான்றுகளின் அடிப்படையில் இவ்வாறு கருதுவதற்குச் சாத்தியம் உண்டு என்று நாம் கூறலாமே தவிர அதை ஒரு முடிந்த முடிபாக எடுக்க முடியாது. எனினும் ரகுநாதன் இதன் அடிப்படையில் இன்னும் தொடர்ந்து சென்று சிலப்பதிகாரத்தில் இருந்து வேறு சில ஆதாரங்கள் காட்டி இளங்கோவடிகள் எத்தகைய வாணிபத்தில் ஈடுபட்டிருந்தார் என்பதையும் நிறுவ முயல்கின்றார்.

"இளங்கோவடிகள் ஒரு நகை வணிகராகவே இருந்திருக்க வேண்டும் என்று நாம் முடிவுகட்டலாம்" என்று கூறுகின்றார் (பக். 939).

இதற்கு அவர் காட்டும் ஆதாரம் ஊர்காண் காதையில் மதுரையின் இரத்தினக் கடைவீதி பற்றி வரும் வருணனையும், கடலாடு காதையில் இடம்பெறும் மாதவி அணிந்துள்ள நகைகளின் பட்டியலுமாகும் (பக். 934 – 939). இந்த விபரணங்கள் இளங்கோவடிகளுக்கு இரத்தினங்களிலும் நகைகளிலும் இருந்த அனுபவ ஞானத்தைக் காட்டுகின்றன என்றும், ஆகவே அவர் இந்தத் தொழிலிலேயே ஈடுபட்டிருந்தார் என்றும் ரகுநாதன்

முடிவுகட்டுகின்றார். இதே வகையிலேயே இளங்கோவடிகள் சோழநாட்டில் புகார் நகரைப் பிறப்பிடமாகக் கொண்டவர் என்றும் முடிவு கட்டுகின்றார். திருமணம் முடித்த சில மாதங்களில் தனிக்குடித்தனம் வைத்தல், கணவன் இருந்து சாப்பிட ஓலைத் தடுக்குப் போடுதல், யானையில் பெண்கள் ஏறித் திருமண அறிவிப்புச் செய்தல் போன்ற புகார் நகரப் பண்பாட்டு அம்சங்கள் சிலவற்றை இளங்கோவடிகள் சிலப்பதிகாரத்தில் சித்திரித்துள்ளார். புகார் நகரில் இருந்து இடம் பெயர்ந்ததாகக் கருதப்படும் செட்டிமார் சமூகத்தில் இன்றும் இத்தகைய பழக்க வழக்கங்கள் உள்ளன. ஆகவே இளங்கோவடிகள் புகார் நகரத்தைச் சார்ந்தவர் என்பது தெளிவு. இதுதான் ரகுநாதனின் வாதம் (பக். 942 – 946).

இத்தகைய வாதங்களையும் முடிவுகளையும் பற்றி நான் அதிகம் சொல்ல வேண்டியதில்லை. ஒரு படைப்பாளியின் விபரணத்திறனை வைத்துக்கொண்டு இவ்வாறு முடிவுக்கு வருவது சரியான ஆராய்ச்சியின் பாற்பட்டதல்ல. எமிலி ஜோலாவின் 'ஜர்மினால்' நாவலைப் படித்துவிட்டு அதில் வெளிப்படும் சுரங்கத் தொழிலாளர் பற்றிய ஜோலாவின் விஷய ஞானத்தை வைத்துக்கொண்டு ஜோலா ஒரு சுரங்கத் தொழிலாளியாக இருந்தார் என்று முடிவுகட்டுவது போன்றதுதான் இதுவும். அவ்வளவு தூரம் போவானேன். ராஜம் கிருஷ்ணனின் 'அலைவாய்க் கரையில்' நாவலிலே மீனவர் வாழ்க்கை பற்றிய ஒரு நல்ல சித்திரம் கிடைக்கின்றது. இதன் அடிப்படையில் ராஜம் கிருஷ்ணன் மீனவர் சமூகத்தைச் சேர்ந்தவர், அவர் கூடையில் மீன் சுமந்து விற்கும் தொழில் பார்த்திருக்கிறார் என்று ஒரு பிற்காலத்து ஆய்வாளன் முடிவுகட்டுவது போன்றதுதான் இது. இப்படிப் பார்த்தால் அரங்கேற்று காதையில் இளங்கோவடிகள் வெளிப்படுத்தியிருக்கும் விஷய ஞானத்தின் அடிப்படையில் அவர் கூத்தர் சமூகத்தைச் சேர்ந்தவர், ஒரு தொழில்முறைக் கூத்தராக இருந்தவர் என்றுகூட நாம் சுலபமாக முடிவுகட்டலாம். இத்தகைய அனுமானங்களும் முடிவுகளும் ஆய்வுலகம் ஏற்றுக் கொள்ளக்கூடியவையல்ல என்பது தெளிவு.

8

கடைசியாக, வஞ்சிக் காண்ட விவகாரம் பற்றியும் சில வார்த்தைகள் சொல்ல வேண்டும். வஞ்சிக் காண்டம் இளங்கோவடிகளால் எழுதப்பட்டதல்ல, பிற்காலத்தில் வேறு யாராலோ எழுதிச் சேர்க்கப்பட்டது என்ற கருத்தை வேறு சிலரும் கூறியுள்ளனர். அதில் கூறப்படும் தகவல்களுக்கு வரலாற்றுச் சான்றுகள் இல்லாததனாலேயே பலரும் அவ்வாறு கூறுகின்றனர்.

மொழி நடை அடிப்படையிலும் இப்பிரச்சினைக்கு நாம் தீர்வு காணமுடியும். சிலப்பதிகாரத்தை நடையியல் (Stylistics) ஆய்வுக்கு உட்படுத்தி வஞ்சிக் காண்டத்துக்கும் ஏனைய காண்டங்களுக்கும் இடையே முக்கியமான நடையியல் வேறுபாடுகள் காணப்பட்டால் வஞ்சிக்காண்டம் இளங்கோவடிகளால் எழுதப்படவில்லை என்ற முடிவுக்கு நாம் வரமுடியும். ஆனால், ரகுநாதனின் முடிவு வேறுவகைப்பட்டது. சிலப்பதிகாரம் பற்றிய அவரது அடிப்படையான கருத்தின் தருக்கரீதியான முடிவு அது. அவரது கருத்தின்படி வணிகவர்க்கத்தின் புரட்சிகரமான பிரதிநிதியாக இளங்கோவடிகள் வடித்துக்காட்டிய கண்ணகியை, பாண்டியன் மகளாக மாற்றிக் காட்டி, அதன் மூலம் அவளை அரசவர்க்கத்துக்குள் சுவீகரித்து, அதனோடு ஒருங்கிணைத்து அவளது வர்க்கத் தன்மையை மறைக்கவும் மழுங்கடிக்கவும் செய்த சூழ்ச்சி அது. அது போன்றே வணிக வர்க்கத்தவரான இளங்கோவடிகளை சேரநாட்டு இளவரசனென்றும், சேரன் செங்குட்டுவனின் தம்பி என்றும், அவர் அண்ணனுக்காகத் துறவு பூண்டவர் என்றும் கதைகட்டி அவரையும் அரச வர்க்கத்துக்குள் சுவீகரித்து, அதனோடு அவரையும் ஒருங்கிணைத்து அவரது வர்க்கத் தன்மையையும் மறைக்கவும் மழுங்கடிக்கவும் செய்த சூழ்ச்சியே அது (பக். 949).

இந்த முடிவு முற்றிலும் அனுமானத்தின் பாற்பட்டது. ரகுநாதனின் கருத்தோட்டத்தின்படி இயல்பாகவே வந்து சேரக் கூடிய முடிவுதான் அது. ஆனால், அவருடைய ஏனைய முடிவுகளைப் பற்றி நான் ஏற்கனவே சில அடிப்படையான பிரச்சினைகளைச் சுட்டிக்காட்டி இருக்கின்றேன். இந்த முடிவுபற்றி நமக்கு வரக்கூடிய சந்தேகம் இதுதான். இளங்கோவடிகள் வணிகவர்க்கத்தைச் சேர்ந்தவர் என்றால், அரசருக்குச் சமமாக மதிக்கத்தக்க, சிறிது காலம் ஆட்சிபீடத்திலும் இருந்த பெருவர்க்கத்தின் பிரதிநிதி என்றால், சிலப்பதிகாரம் அந்த வர்க்கத்தின் எழுச்சிக்காக எழுதப்பட்ட புரட்சிக்காப்பியம் என்றால், வணிகவர்க்கம் இளங்கோவையும் சிலம்பையும் பொன்னே போல் போற்றி இருக்கும் என்றும், இளங்கோ மறைந்த பிறகும் சிலம்பைப் பேணிக்காத்து வந்திருக்கும் என்றும் நாம் கருத இடம் உண்டு. ஆனால் சிலம்பு எழுதப்பட்டு ஒரு சில நூற்றாண்டுகளுக்குள்ளேயே இளங்கோவடிகளின் விலாசம் மாற்றப்பட்டு, அவர் சேர இளவரசனாகி, சிலம்பு ஒரு அரச வர்க்கக் காப்பியமாக்கப்பட்டு அதனுடைய வர்க்கக் குணாம்சம் மாற்றப்பட்டது எவ்வாறு? வணிகவர்க்கம் எவ்வித எதிர்ப்பும் இல்லாமல் சிலம்பின் உரிமையை மறந்து புறக்கணித்து விட்டதா? அந்த அளவுக்கு வணிகவர்க்கம் பூண்டோடு

ஒழிக்கப்பட்டுவிட்டதா? போன்ற கேள்விகள் எழுகின்றன. இத்தகைய கேள்விகளுக்குத் திட்டவட்டமான விடைகள் கூறுவது சிரமமானதே.

9

இதுவரை நாம் பார்த்ததைத் தொகுத்து நோக்கினால் ரகுநாதனின் இந்த ஆராய்ச்சி ஒருவகையில் வலிந்த ஆராய்ச்சி என்றுதான் கூறவேண்டும். சிலப்பதிகாரம் வணிகவர்க்கத்துக்குச் சார்பான காவியம் என்பதிலோ, அது தோன்றிய காலத்தில் வணிகவர்க்கத்துக்கும் அரசுக்கும் இடையே நிலவிய வர்க்க முரண்பாட்டின் சில அம்சங்களை அது பிரதிபலிக்கின்றது என்பதிலோ, இளங்கோவடிகள் வணிகவர்க்கத்துக்குச் சார்பான ஒரு கவிஞர்தான் என்பதிலோ எனக்குக் கருத்து வேறுபாடு இல்லை. சிலப்பதிகாரத்தின் சமூகவியல் அடிப்படை பற்றி நாம் கூறக்கூடிய முடிவுகள் இவ்வளவுதான். இதற்கு மேலே போய் சிலப்பதிகாரம் வர்க்கப்புரட்சியைத் தூண்டுவதற்காகத் திட்டமிட்டு எழுதப்பட்டது என்றோ, மக்களை வணிகவர்க்கத்துக்குச் சார்பாக அணிதிரட்டுவதற்காக, அவர்களின் உணர்ச்சியைத்தட்டி எழுப்பும் நோக்கோடு மக்கள் மத்தியில் நடிப்பதற்காக எழுதப்பட்ட நாடகம் என்றோ, இளங்கோவடிகள் திட்டவட்டமாக வணிகவர்க்கத்தைச் சார்ந்த ஒரு இரத்தின வியாபாரிதான் என்றோ, சிலம்பின் வர்க்கத் தன்மையை மழுங்கடிப்பதற்காகத்தான் வஞ்சிக் காண்டம் பின்னர் எழுதிச் சேர்க்கப்பட்டது என்றோ கூறுவதற்குப் போதுமான புறச்சான்றுகளும் அகச்சான்றுகளும் இல்லை. அனுமானங்களும், ஊகங்களும், வலிந்த விளக்கங்களும் நமது கருதுகோளை நிரூபிக்க உதவாது. ரகுநாதன் தனது கருதுகோளை நிறுவுவதற்கு மிகுந்த பிரயாசை எடுத்துள்ளார் என்பதில் ஐயம் இல்லை. ஆனால், அவரது அனுமானங்களும் வலிந்த விளக்கங்களும் அவரது கருதுகோளை நிரூபிக்க உதவுவதற்குப் பதிலாக பலஹீனப்படுத்தவே பயன்பட்டிருக்கின்றன. ஒரு பட்டிமன்ற விவாதம் போல் தரம்தாழ்ந்து போயுள்ளன. இயங்கியல் பார்வையைத் தவிர்த்து, கலை இலக்கியம் சமூகவியல் பற்றிய சில சூத்திரப்பாங்கான விதிமுறைகளை வகுத்துக் கொண்டு சிலப்பதிகாரத்தின் ஒவ்வொரு வரியையும் அதற்குள் மடக்கிப் பிடிக்க எடுத்த முயற்சியின் விளைவு இது என்றே எனக்குத் தோன்றுகின்றது. இவரது ஆய்வு இலக்கியம் பற்றிய மார்க்சியப் பார்வையை வளப்படுத்துவதற்குப் பதிலாக மலினப்படுத்திவிட்டது என்றே நான் கூறுவேன்.

ஜனவரி 1986

6

மார்க்சியமும் தமிழ் நாவல் இலக்கியமும்

முன்னுரை

கலாநிதி கைலாசபதியின் 'தமிழ் நாவல் இலக்கியம்' வெளிவந்த காலத்தில் (1968) தமிழக எதிர் மார்க்சிய வட்டாரத்தில் அது தீவிர விமர்சனத்துக்கு உள்ளாகியதை நாம் அறிவோம். "இது ஒரு நல்ல புத்தகம், நுணுக்கமான கூர்மையான பார்வையோடு இதை எழுதியிருக்கிறார். . . அசட்டுத்தனமான கிளிப்பிள்ளை வாதங்களோ வழிவழி வந்த வாய்ப்பாட்டுக் கொள்கைகளோ இல்லாதிருப்பது இதன் நிறை" என்று இந்திரா பார்த்தசாரதியும் "Immensely well written book" என்று கே.எஸ். ஸ்ரீனிவாசனும் பாராட்டிய போதிலும், "தங்கள் எதிர் மார்க்சிய மனப்பாங்கு காரணமாக Historical Materialism என்னும் சிலுவையைச் சுமந்து கொண்டிருப்பதால் விமர்சனத்துக்குத் தேவையான Objectivity போய்விட்டது" என்றும் "முரண்பாடுகள் நிறைந்துள்ளது" என்றும் முன்னுக்குப் பின் முரணானக் கருத்துக்களை முன்வைத்தனர் (டெல்லிப் பேச்சு, கணையாழி, 1969).

இவர்களையெல்லாம் தூக்கியடிக்கும் விதத்தில், மார்க்சியம், முற்போக்கு போன்ற சொற்களைக் கேட்டாலே ஒருவித அசூசையும், 'அலர்ஜி'யும் அடையும் வெங்கட் சாமிநாதன் விமர்சனத்துக்குத் தகாத குரோத உணர்வுடன் 'தமிழ் நாவல் இலக்கியத்தை' அணுகி, 'இது ஒரு

புத்தகமே இல்லை' என்று கூறும் அளவுக்கு நிலை தடுமாறி, உண்மைகளைத் திரித்தும், குழப்பியும் 'மார்க்சின் கல்லறையில் இருந்து ஒரு குரல்' என்ற ஒரு நீண்ட கட்டுரையை 'நடை'யில் (1970) எழுதினார். இக்கட்டுரை பின்னர் இவரது 'ஒரு எதிர்ப்புக் குரல்' என்ற நூலிலும் சேர்க்கப்பட்டுள்ளது.

நடையில் சாமிநாதனின் கட்டுரை வெளிவந்து நான்கு ஆண்டுகளின் பின்னர், அதே கட்டுரையை 'கலாநிதி கைலாசபதியின் தமிழ் நாவல் இலக்கியம்' என்ற புதுத் தலைப்பில் ஈழத்துச் சஞ்சிகையான 'பூரணி' மறுபிரசுரம் செய்தது. இலங்கையில் மார்க்சியம், முற்போக்கு இலக்கியம் என்பவற்றின் தீவிர எதிர்ப்பாளரான தளையசிங்கத்தின் சித்தாந்த வலையத்துக்குட்பட்ட பூரணி சாமிநாதனின் கட்டுரைக்கு எழுதிய முன்னுரையில் பின்வருமாறு குறிப்பிட்டது.

> "முற்போக்கு இயக்கம் இன்று ஆக்கரீதியாகப் புனருத்தாரணம் செய்யப்படும் இவ்வேளையில் அதன் Father figure ஆக இருப்பவர் சிலருக்கே இன்னும் மார்க்சியம் என்றால் என்னவென்றே புரியாத பொருளாகவே இருக்கின்றது. இந்நிலையில் இவர்களால் ஆற்றுப்படுத்தப்படும் இளைஞர்கள் கையில் இவர்களின் சிதைவுகள் இன்னும் சிதைவடைய, மார்க்சிய விமர்சனமே ஒரு அந்தகார நிலைக்குள் தள்ளப்படுகின்றது. இது குருடன் குருடனுக்கு வழிகாட்டும் நிலையாலேயே ஏற்படுகின்றது. இதனால் உண்மையான மார்க்சிய விமர்சனம் எழுவதற்கோ, அதைத் தீர்க்கமாகப் புரிந்து கொண்டவர்கள், அதன் போதாத் தன்மைகளைத் தர்க்க ரீதியாகச் சுட்டிக்காட்டும் போது உணர்ந்து கொள்வதற்கோ வாய்ப்பில்லாமல் போவதோடு அது பற்றிய அறிவுடையவர்களே அறிவிலிகளாகப் பட்டம் சூட்டப்பட்டு ஒதுக்கப்படும் நிலையும் உண்டாகின்றது." (பூரணி, 8, 1974).

மார்க்சியத்தைத் தீர்க்கமாகப் புரிந்துகொண்டோரும் அதன் போதாத் தன்மைகளைத் தர்க்க ரீதியாகச் சுட்டிக்காட்டுவோரும் பூரணி குழுவினரும் சாமிநாதனுமே என்பது இதன் உட்கிடை. சாமிநாதனும் தன்னைப் பற்றி இதே கருத்தையே கொண்டிருக்கிறார். "நான் மார்க்சையும் ஏங்கெல்ஸையும் கற்று ஜீரணித்துக் கொண்டவன். அவர்களை மீறி உலகமும் சிந்தனை நிலையும் முன்னேறிச் சென்று விட்டதால் நானும் அவர்களை மீறிச் சென்று விட்டவன்" என்பது அவர் கூற்று – (ஒரு எதிர்ப்புக் குரல் பக். 291). ஆனால் இவர்கள் மார்க்சியம் பற்றியும் கலை இலக்கியத்தில் அதன் பிரயோகம் பற்றியும் எவ்வளவு

தூரம் சிறுபிள்ளைத்தனமான, அபத்தமான கருத்துகளைச் சுமந்து கொண்டிருக்கிறார்கள் என்பதைச் சுட்டிக்காட்டுவது அவர்களுக்கும் பொதுவாசகர்களுக்கும் பயன்படும் என்ற எண்ணத்தில் சாமிநாதனின் வாதங்களை மறுத்து 1974இல் ஒரு நீண்ட கட்டுரை எழுதினேன். இது, 'கைலாசபதியின் தமிழ் நாவல் இலக்கியமும் சாமிநாதனின் கட்டுரையும்' என்ற தலைப்பில் யாழ்ப்பாணத்தில் இருந்து வெளிவரும் 'மல்லிகை' இதழில் 1974 அக்டோபர்முதல் 1975 செப்டம்பர் வரை பனிரெண்டு இதழ்களில் தொடர்ச்சியாக வெளிவந்தது. இக்கட்டுரைத் தொடர் தமிழகத்தில் பரவலாக அறியப்படாததால் இதை அங்கு வெளியிடுவதற்கு ஒரு பதிப்பாள நண்பர் விருப்பம் தெரிவித்தார். அதற்காக என் கட்டுரையை மீண்டும் 1977இல் பெருமளவு திருத்தி எழுதிக் கொடுத்தேன். ஆயினும், அது நூல் உருப்பெற முடியாது போயிற்று. அந்தக் கட்டுரையே இப்போது இங்கு இடம் பெறுகின்றது.

சுமார் பனிரெண்டு ஆண்டுகளுக்கு முன்னர் எழுதப்பட்ட இக்கட்டுரைக்கு இப்போதும் பயன்பாடு உண்டா என்ற கேள்வி என்னுள் எழாமல் இல்லை. சமீபத்தில் இக்கட்டுரையைப் படித்துப் பார்த்த ஒரு எழுத்தாள நண்பர், சாமிநாதன் எழுப்பிய கேள்விகள் இங்கு இன்னும் பதில் சொல்லப்படாமலே இருப்பதனால் இது இப்போதும் அவசியமே என்று சொன்னார். அது மட்டுமன்றி, எழுபதுகளில் தமிழில் சிறு பத்திரிகைகள் 'பேணி வளர்த்த' கண்டன விமர்சன மரபில் பிரகாசமாகத் தெரிந்த சாமிநாதனின் பிம்பம் இன்று மங்கிவிட்டது, எனினும் இன்று கூட அந்தக் கானலில் ஒரு சிலருக்குக் கவர்ச்சி இருப்பதையும் நாம் காண முடிகின்றது. சுயசிந்தனையுள்ள பண்பட்ட எழுத்தாளரான சுந்தர ராமசாமி கூட இந்தக் கானலின் கவர்ச்சியில் மயங்கித்தான் இருக்கிறார். "வெங்கட் சாமிநாதனின் கருத்துலகம்" என்ற கட்டுரையில் (சுந்தர ராமசாமி கட்டுரைகள் – க்ரியா – 1984) சாமிநாதனின் சில கருத்துக்களுடன் அவர் முரண்பாடு காட்டினாலும் கூட, அவர் பற்றிய தனது மொத்தமான அபிப்பிராயத்தை இவ்வாறு கூறுகின்றார்.

"வெ. சா. ஒரு தார்மிக அடிப்படையின் மீது தன் கருத்துகளை உருவாக்கியுள்ளார். அவர் பார்வை தருக்க வலுக்கொண்டது; ஆதாரங்களை முன்னிறுத்தியது; உதாரணங்களோடு துலங்குவது. ஆகவே அவர் சிந்தனைகள் அநேக இடங்களில் நம் ஒப்புதலைப் பெற்று விடுகின்றன. அறிந்த உலகுபற்றி இவர் கூறும் கருத்துகள் மீது நாம் கொள்ளும் நன்மதிப்பு, நாம் அறியாத துறைகள்பற்றி இவர் பேசும்போதுகூட நம்மை நம்பிக்கை கொள்ளச் செய்து

விடுகின்றது. இந்த அளவில் இவர் சிந்தனைகள் பெரும்பாலும் ஏற்றுக்கொள்ளும் படியாகவே இருக்கின்றன" (பக் 114). சுந்தர ராமசாமி போன்றோரிடம் இருந்து சாமிநாதனுக்குக் கிடைக்கும் இந்த அங்கீகாரம் புறக்கணிக்கத் தக்கதல்ல. நமது தமிழ் கலாச்சாரப் போலிகளைப் பற்றிய சாமிநாதனின் ஆவேசத் தாக்குதல்களே சுந்தர ராமசாமி வழங்கும் அங்கீகாரத்தின் அடிப்படையாக இருக்கலாம் என்று எனக்கு தோன்றுகின்றது. ஆனால், அதற்கு அப்பால் சாமிநாதனிடம் நமக்குத் தருவதற்கு மாற்றீடு எதுவும் இல்லை. சமூகம் பற்றிய, பண்பாடு பற்றிய, நமது பண்பாட்டுப் பாரம்பரியம் பற்றிய அவரது பார்வை முற்றிலும் அராஜகப் பார்வை. அவரது பார்வையில் நமது பண்பாட்டில் ஒரு புல்கூட புதிதாய் முளைப்பதற்கு இடம் இல்லை. "சரித்திரத்திலிருந்து, இலக்கியத்திலிருந்து, நம் கலை மரபிலிருந்து நம் தமிழ் இன ஆத்மாவின் உள்மனத்தின் ஒரு குணச்சித்திரம் ஒருவாறு இப்போதைக்குத் தெரிகிறது. இக்குணச் சித்திரம் சிந்தனையை ஒதுக்கியது, தனிமனிதனை ஒதுக்கியது, கலையை ஒதுக்கியது" என்பார் வெ. சா. (*பாலையும் வாழையும்*, பக் 195). இந்தத் தமிழ் இன ஆத்மாவிலிருந்து வெ.சா. என்ற தமிழ் ஆத்மா மட்டும் வித்தியாசமாகச் சிந்திப்பது எப்படிச் சாத்தியமாயிற்று என்பது நமக்கு வியப்பூட்டுகின்றது.

ஆயினும், தமிழகத்திலே வெ. சா. பற்றிய உருப்படியான விமர்சனங்கள் எதுவும் வந்ததாகத் தெரியவில்லை. மார்க்சிய வட்டாரத்தினர் மட்டுமே அவரை இங்கு ஓரளவு கருத்து நிலையில் எதிர்கொண்டனர். எதிர் மார்க்சிய முகாம்களில் இருந்து வந்த விமர்சனங்கள் பெரும்பாலும் தனிப்பட்ட தாக்குதல்கள்தான். அதனால் இவரது விமர்சனப் பார்வை பாதிக்கப்படவில்லை. இலங்கையிலே இவரது விமர்சனப் பார்வையின் சில பகுதிகளேனும் சற்று விரிவாக எதிர்கொள்ளப்பட்டுள்ளன. குறிப்பாக 'ஹிட்லரும் றிச்சட் வாக்னரும்' என்ற வெ. சா. வின் கட்டுரைபற்றி நிர்மலா நித்தியானந்தன் 'அலை'யில் எழுதிய சற்று நீண்ட கட்டுரையைச் சொல்லவேண்டும். வெ. சா. வின் விமர்சனப் பொய்மையை நன்கு அம்பலப்படுத்திய கட்டுரை அது. அடுத்தது என்னுடைய இந்தக் கட்டுரை. நான் இப்பொழுது இதை எழுதுவதாயின் இது வேறு வகையில் அமைந்திருக்கும் என்பதில் ஐயம் இல்லை. ஆயினும் பழைய கைப்பிரதியில் இப்போது நான் பெரிய திருத்தங்கள் எதுவும் செய்யவில்லை. ஆங்காங்கே சில காரமான கண்டன வார்த்தைப் பிரயோகங்களையும் இப்போது அவசியம் இல்லை என்று தோன்றிய சில பகுதிகளையும் மட்டும் நீக்கியுள்ளேன். புதிதாக எதையும் சேர்க்கவில்லை.

பகுதி ஒன்று:
மார்க்சியம் பற்றி . . .

சாமிநாதனின் கட்டுரையை இரண்டு பகுதிகளாக நோக்கலாம். ஒன்று மார்க்சியம் பற்றிய அவரது கருத்துகள்; மற்றது 'தமிழ் நாவல் இலக்கியம்' பற்றிய விமர்சனங்கள். மார்க்சியம் பற்றிய சாமிநாதனின் கருத்துகளில் மூன்று முக்கியமாகக் கவனிக்கத்தக்கன.

1. மார்க்சின் பார்வை வட்டம் மிகவும் குறுகியதும் இயந்திரப் பாங்கானதும்.
2. மார்க்சியம் காலாவதியாகிப்போன ஒரு தத்துவம்
3. மார்க்சியம் மூடுண்ட வளர்ச்சி மறுக்கப்பட்ட ஒரு தத்துவம்.

இந்த மூன்று கருத்துகளையும் பற்றி முதலில் அலசிவிட்டு தமிழ் நாவல் இலக்கியம் பற்றிய அவரது கருத்துகளுக்கு வருவோம்.

1. மார்க்சியப் பார்வை வட்டம் மிகவும் குறுகியது, இயந்திரப் பாங்கானது

கால் மார்க்சின் சித்தாந்தம் பிறந்த பத்தொன்பதாம் நூற்றாண்டின் தத்துவப் பின்னணி பற்றிச் சாமிநாதன் பின்வருமாறு கூறுகின்றார். "மார்க்சின் சித்தாந்தம் பிறந்த பத்தொன்பதாம் நூற்றாண்டு சகலதுறைகளிலும் பொருள் நோக்கு *(Materialism)* நிறைந்த ஒரு காலம். விஞ்ஞானத்திலும் தத்துவச் சிந்தனைகளிலும் பொருள் நோக்கு ஆதிக்கம் செலுத்தி வந்தது. பிரபஞ்சம் முழுவதையுமே ஒரு யந்திரரீதியான ஒரு அமைப்பாகப் பார்த்த, இதன் விளைவாக ஒரு குட்டி பிரபஞ்சத்தைப் பரிசோதனைச் சாலைகளில் Working model ஆக அமைத்துக்காட்ட முடியும் என்றும் மனித வாழ்க்கையும் பிரபஞ்ச இயக்கமும் ஒரு வரையறுப்பில் அடங்கியன, எனவே அவற்றின் எதிர்காலமும் முன் அறியப்படக்கூடிய ஒரு நிர்ணய இயக்கமே என்ற கருத்துகள் மேலோங்கி இருந்த காலம்."

இத்தகைய தத்துவப் பின்னணியில் வாழ்ந்த மார்க்ஸ், தனது தத்துவத்தை எவ்வாறு அமைத்துக் கொண்டார் என்பதைப்பற்றி சாமிநாதன் பின்வருமாறு கூறுகின்றார். "அக்கால இயல்பிலேயே யந்திர பிரபஞ்சப் பார்வையில் மார்க்ஸ் ஒரு நாட்டில் அதனுள்ளும் குறுகி ஒரு சமுதாயத்தில் அதனுள்ளும் குறுகி ஒரு காலகட்ட நிகழ்வில், அதனுள்ளும் குறுகி அதன் புறவாழ்வின் ஒரு அம்சத்தில் தான் கண்ட தத்துவப் பின்னணியை, பிரபஞ்ச அகண்டத்துக்கும் விரித்து எல்லாச் சமுதாயங்களையும்

எல்லாத் துறைகளையும் தன் விதிமுறையில் உள்ளடக்கியதான ஒரு சித்தாந்த அமைப்பாகக் கண்டார்." *(எதிர்ப்புக்குரல். பக். 152 – 53)* சாமிநாதனின் இக்கூற்றுகளில் எவ்வளவு தூரம் உண்மை இருக்கின்றது என்று பார்ப்போம்.

கார்ல்மார்க்சின் காலம்வரை இருவிதமான தத்துவப் போக்குகள் வளர்ச்சியடைந்திருந்தன என்பதை நாம் அறிவோம். ஒன்று பொருள் முதல்வாதத் தத்துவப் போக்கு; மற்றது கருத்து முதல்வாதத் தத்துவப்போக்கு. அறியப்பட்ட தத்துவ வரலாற்றின் தொடக்க காலத்தில் இருந்து இவ்விரு வகையான தத்துவப் போக்குகளும், சமுதாய வளர்ச்சியுடன், மனித அறிவின் வளர்ச்சியுடன், விஞ்ஞானக் கண்டுபிடிப்புகளின் வளர்ச்சியுடன் படிப்படியாக வளர்ச்சியடைந்து வந்துள்ளன என்பதையும், இவ்விரு தத்துவங்களும் ஆரம்பத்திலிருந்தே ஒன்றுடன் ஒன்று முரண்பட்டே வந்துள்ளன என்பதையும் தத்துவ வரலாற்றை அறிந்தோர் அறிவர்.

ஆயினும், தத்துவத்தை இவ்வாறு இருகூறுபடுத்துவது சாமிநாதனுக்குப் பிடிப்பதில்லை. அதை அவரால் சகித்துக்கொள்ள முடிவதில்லை. அது பற்றிச் சாமிநாதன் கூறுவதாவது, "...கருத்து முதல்வாதம், பொருள்முதல்வாதம் என்ற பிரிவு எனக்கு மிகவும் எரிச்சலூட்டுகின்றது, ஏதோ சகதியில் அகப்பட்டுக் கொண்டதைப் போன்ற ஒருவேதனை. இந்தப் பிரிவு மிக அபத்தமான பிரிவு... இந்தப் பிரிவினை என்னை மிகவும் அயர்ச்சிக்குள்ளாக்குகின்றது. என்றோ செத்துப் போனதைப் பிரச்சினையாக்கிக் கொண்டு உழல்கிறார்கள் இவர்கள். இவ்விரண்டு பிரிவினைகளின் அபத்தமும் எனக்கு அருவெறுப்பை உண்டாக்குகின்றது. இவர்கள் சார்ந்திருக்கும் பொருள் முதல்வாதமும் சரி, இவர்களே சிருஷ்டித்துப்பின் கொடும்பாவி கட்டி எரிக்கும் கருத்துமுதல்வாதமும் சரி இரண்டுமே அருவெறுப்பைத்தான் உண்டாக்குகின்றன. எல்லாவற்றிலும் ஒரு பொய்மை" *(எ.கு. பக் 234 – 37)*, உண்மையில் இது சாமிநாதனின் ஒரு பொய்மைதான். தனது தத்துவச் சார்பின்மை பற்றிய அவரது ஒரு பொய்மைதான், ஏனெனில் இதே சாமிநாதன் பிறிதொரு இடத்தில் கூறுகின்றார். "இவர்கள் கருத்துமுதல்வாதத்தைத் தீண்ட மறுப்பதே இதன் அடிப்படையில்தான். தனிமனிதக் கொள்கை தனிமனிதனுடன் பிறந்தது. கருத்து முதல்வாதம் இன்றைய விஞ்ஞான அறிவுத்துறைகள் வலியுறுத்துவது" என்று *(எ.கு.பக் 182).* ஒரே நூலில் உள்ள இரண்டு கூற்றுக்களிலும்தான் எவ்வளவு முரண்பாடு! இங்கு கருத்துமுதல்வாதம் "இவர்களே *(மார்க்சியவாதிகள்)* சிருஷ்டித்துப் பின் கொடும்பாவி கட்டி எரிக்கும்" ஒரு பொய்மையல்ல. பதிலாக விஞ்ஞான

அறிவுத்துறைகள் வலியுறுத்தும் ஒரு தத்துவம். அதை மார்க்சிய வாதிகள் தீண்ட மறுப்பது எவ்வளவு மடமை என்றாகிறது. இந்த லட்சணத்தில் "நான் கருத்துமுதல்வாதியா? இரண்டும்தான். இரண்டும் இல்லைதான்" என்று சாமிநாதன் கூறுவது (எ.கு. பக் 236) எவ்வளவு பேதமை. தத்துவச் சித்தாந்தங்கள் எல்லாம் சாராம்சத்தில் கருத்து முதல்வாதம், பொருள் முதல்வாதம் என்ற இரண்டு பெரும் பிரிவுகளுள் ஏதோ ஒன்றுள் அடங்கும் என்பதும், சாமிநாதன் திட்டவட்டமாகக் கருத்து முதல்வாதச் சிந்தனையாளன் என்பதும் தத்துவ விசாரத்தைப் பொறுத்தவரை 'அலிப்' பிறவிகள் "இதுவும் அல்லாத அதுவும் இல்லாத இரண்டும் கெட்டான்கள் என்பதும் வெளிப்படையான உண்மைகள்". சந்தர்ப்ப சாகசத்துக்காக இரண்டையும் நிராகரிக்கும் சாமிநாதனே விஞ்ஞான ஆதரவு இருப்பதாகக் கூறி கருத்து முதல்வாதத்திடம் தஞ்சம் அடைவது இதை நிரூபிக்கும்.

சாமிநாதனின் முரண்பாடு எவ்வாறு இருப்பினும் வர்க்க, சமுதாய அடிப்படையில் முரண்பட்டு வளர்ந்து வந்த கருத்துமுதல்வாதம், பொருள்முதல்வாதம் ஆகிய இருதத்துவப் போக்குகளுள்ளும் பொருள்முதல்வாதத் தத்துவமே விஞ்ஞானத்துடன் மிக நெருங்கிய உறவைக் கொண்டுள்ளது. விஞ்ஞானக் கண்டுபிடிப்புகளின் அடிப்படையிலேயே அது வளர்ச்சியடைந்து வந்தது. இவ்வகையில் மார்க்சுக்கு முந்திய 18ஆம் நூற்றாண்டிலும் 19ஆம் நூற்றாண்டின் தொடக்ககாலத்திலும் இருந்த பொருள்முதல்வாதத் தத்துவம் அக்கால விஞ்ஞான வளர்ச்சியின் எல்லைப்பாட்டை நோக்கி, விஷயங்களைத் தொகுத்து நோக்கும் தனியாட்களின் எல்லைப்பாட்டை நோக்கி, ஒரு வகையில் மட்டுப்படுத்தப்பட்டதாகவே இருந்தது. சாமிநாதன் கூறுவதைப்போல முழுப் பிரபஞ்சத்தையும் ஒரு யந்திரரீதியான அமைப்பாகப் பார்த்த ஒரு தத்துவப் போக்காகவே அது அமைந்திருந்தது. இதையே இயந்திரவியல் பொருள் முதல்வாதம் (Mechanistic materialism) என்று மார்க்சியவாதிகள் அழைக்கின்றனர்.

மார்க்சுக்கு முந்திய பொருள் முதல்வாதம் பற்றி ஏங்கல்ஸ் பின்வருமாறு கூறுகின்றார். "18ஆம் நூற்றாண்டின் பொருள் முதல்வாதம் பெரும்பாலும் இயந்திர வகைப்பட்டதாய் இருந்தது. ஏனென்றால், அக்காலத்தில் இயற்கை விஞ்ஞானங்களைக் காட்டிலும் இயந்திர இயக்க விஞ்ஞானம் ஒன்றுதான் அதாவது பூமண்டலத்தைச் சேர்ந்த கனபொருட்களின் இயந்திர இயக்க விஞ்ஞானம் (சுருங்கச் சொன்னால் பூமியின் ஆகர்ஷண சக்தியைப் பற்றிய ஒரு இயந்திர இயக்க விஞ்ஞானம் ஒன்றுதான் ஒரு திட்டமான முடிவுக்கு வந்து சேர்ந்திருந்தது. அந்தக் காலத்திய

இரசயான விஞ்ஞானம் குழந்தைப் பருவத்தில்தான் இருந்தது. எரியும் காற்று என்று வர்ணிக்கப்பட்ட 'பிளாஜிஸ்தான்' தத்துவரூபத்தில் அன்று இரசாயனம் இருந்து வந்தது. உயிரியல் விஞ்ஞானமோ கட்டில் குழந்தையாய் கிடந்தது. தாவர மிருகராசிகளை ஏதோ மேலோட்டமாகப் பரிசீலித்து வந்தார்கள்; அவ்வளவுதான். இயந்திர இயக்கத்தின் காரணமாகத்தான் இவை (தாவர மிருகராசிகள்) உயிர்பெற்று ஜீவிக்கின்றன என்று விளக்கினார்கள். தெகார்த்தோவுக்கு மிருகங்கள் எவ்வாறு இயந்திரங்களாகத் தென்பட்டனவோ அதே மாதிரி 18ஆம் நூற்றாண்டின் லோகாயத வாதிகளுக்கு மனிதன் ஒரு இயந்திரமாகத் தென்பட்டான்." (ஏங்கல்ஸ் லுத்விக்போயர்பார்க்கும் மூலச் சிறப்புள்ள ஜேர்மன் தத்துவஞானத்தின் முடிவும், மாஸ்கோ 1977. பக் 36)

மார்க்சுக்கு முந்திய பொருள்முதல்வாதம் பற்றி ஜோர்ஜ் பொலிட்சர் கூறுவதும் இங்கு மனங்கொள்ளத் தக்கது. "இந்தப் பிரபஞ்சம் ஒரு மாபெரும் இயந்திரமே என்று நினைத்ததுதான் 18ஆம் நூற்றாண்டில் செய்த மிகப்பெரிய தவறாகும். இயந்திர இயக்க விஞ்ஞானம் எனப்படும் விஞ்ஞானத்தின் விதிகளின்படி ஒன்று பாக்கி இல்லாமல் எல்லாவற்றையும் விளக்கித் தீர்ப்பளித்து வந்தது ஒரு பெரிய தவறாகும். பரிணாம வளர்ச்சி என்பது ஓரிடத்தில் இருந்து இன்னோரிடத்தில் வந்து சேர்கின்ற ஒரு சர்வசாதாரண இயக்கம் என்று கருதினார்கள். ஆகவே அதன்படி அதே நிகழ்ச்சிகள் திரும்பத் திரும்ப இடையறாது நடைபெற்று வரவேண்டியதுதான் என்று கணக்குப் போட்டார்கள். அவர்கள் பொருட்களின் இயந்திர வகைப்பட்ட அம்சத்தைத்தான் பார்த்தார்களே தவிர அவற்றின் ஜீவிய அம்சத்தைப் பார்க்கவில்லை." (மார்க்சிய மெய்ஞானம், சென்னை 1974 பக். 105)

இவ்வாறு மார்க்சின் காலம்வரை இருந்து வந்த இயந்திரவியல் பொருள்முதல்வாதச் சிந்தனைப் போக்கை மார்க்சியவாதிகள் எல்லோரும் விமர்சித்து நிராகரித்துள்ளனர். அதன் அடிப்படையான குறைபாடுகளை ஏங்கல்ஸ் பின்வருமாறு சுட்டிக்காட்டுகின்றார். "இரசாயன வகைப்பட்டதும் கரிமப்பொருள் வகைப்பட்டதுமான நிகழ்வுப் போக்குகளுக்கு இயந்திரவியலின் அளவுகோலை மட்டுமே பொருத்திச் செயல்படுத்தியதானது – இந்த நிகழ்வுப் போக்குகளுக்கு இயந்திரவியல் விதிகளும் பொருந்துகின்றதென்பது உண்மையேயாயினும் – மேலும் உயர்வான வேறு விதிகள் அவற்றைப் பின்னணிக்குத் தள்ளிவிடுகின்றன – மூலச் சிறப்புள்ள பிரஞ்சுப் பொருள்முதல்வாதத்தின் அக்காலத்தில் தவிர்க்கவியலாத தனிவகையான முதல் குறையாகும். உலகத்தை ஒரு நிகழ்வுப்போக்காக இடையறாத வரலாற்று வளர்ச்சிக்கு

உட்பட்டிருக்கும் பொருளாகப் புரிந்து கொள்ளும் திறனின்மை இப்பொருள்முதல்வாதத்தின் இரண்டாவது குறிப்பான குறையாகும். இது அக்காலத்திய இயற்கை விஞ்ஞானத்தின் தரத்திற்கேற்பவும் அது சம்பந்தமான இயக்க மறுப்பியலான, அதாவது இயக்கவியலுக்கு எதிரான தத்துவஞானச் சிந்தனைக்கேற்பவும் இருந்தது." (லுத்விக்போயர்பார்க், பக். 37) ஆகவே, மார்க்சும் ஏங்கல்சும் பொருள்முதல்வாதத்தை இயந்திரவியல் போக்கிலிருந்து முற்றாக விடுவித்து இயக்கவியல் பொருள்முதல்வாதமாக மாற்றினர். சமூக வாழ்வையும் வரலாற்றையும் விளக்குவதற்குரிய ஒரு புதிய தத்துவமாக அதை வளர்த்தெடுத்தனர். உண்மை இவ்வாறு இருக்கையில் 'அக்கால இயல்பிலேயே இயந்திர இயக்கப்பார்வையில்' மார்க்ஸ் விசயங்களை ஆராய்ந்தார் என்று சாமிநாதன் கூறுவது அறியாமையின் பாற்பட்டதேயாகும். இயந்திரவியல் வகைப்பட்ட உலக நோக்கிற்கும் இயக்கவியல் வகைப்பட்ட உலக நோக்குக்கும் இடையேயுள்ள வேறுபாடு சாமிநாதனுக்குப் புரியவில்லை.

மார்க்ஸ் வாழ்ந்த காலம் முதலாளித்துவம் தனது வாலிப வயதைக் கடந்து கொண்டிருந்த காலம். தொழிலாளி வர்க்கம் எழுச்சியடைந்து கிளர்ச்சிகளும் போராட்டங்களும் நடைபெற்றுக் கொண்டிருந்த காலம். பெருமளவான உற்பத்தி (large scale production) வளர்ச்சியடைந்த காலம். இதே காரணங்களினால் மனித சிந்தனைக்கும் அறிவுவளர்ச்சிக்கும் குறுக்கே நின்ற சகல கதவுகளும் திறக்கப்பட்ட காலம். இக்காலப் பகுதியில் வாழ்ந்த மார்க்சும், ஏங்கல்சும் தங்கள் காலம் வரை வளர்ச்சியடைந்திருந்த மனித வரலாறு பற்றிய செய்திகள் அனைத்தையும் தங்கள் கவனத்தில் எடுத்துக்கொண்டார்கள். அவற்றைப் பகுப்பாய்வு செய்து இதுவரை அறியப்படாதிருந்த, மனித சமுதாய வளர்ச்சி பற்றிய சில அடிப்படை உண்மைகளைக் கண்டுபிடித்தார்கள். இக்கண்டுபிடிப்புகளும் அவை பற்றிய விளக்கவுரைகளுமே மார்க்சியம் எனப்படுகின்றது. இவ்வாறு 1840ஆம் ஆண்டுகளில் தோன்றிய மார்க்சியம் மனித சமுதாயத்தின் நீண்ட வரலாற்றின் கருத்துரீதியான வளர்ச்சியில் முற்போக்கு எனப் பெறப்பட்ட அனைத்தையும் வாரிசாக அடைந்தது. மனித சமுதாயத்தின் அனுபவம் அனைத்தையும் அது பொழிப்புச் செய்கிறது.

ஆனால் சாமிநாதனோ 'மார்க்ஸ் ஒரு நாட்டில், அதனுள்ளும் குறுகி ஒரு சமுதாயத்தில், அதனுள்ளும் குறுகி அதன் ஒரு காலகட்ட நிகழ்வில், அதனுள்ளும் குறுகி அதன் புறவாழ்வின் ஒரு அம்சத்தில்... தனது தத்துவத்தைக் கண்டெடுத்தார், என்று திருப்பித் திருப்பிக் கூறுகிறார். இது முழு உண்மையையும் மூடிமறைக்கும் வரலாற்று மோசடியாகும். மார்க்சைத் தன் சுண்டு

விரலில் தூக்கிக் காட்ட எடுக்கும் அபத்தமான முயற்சியாகும். மார்க்ஸ், ஏங்கல்ஸ் ஆகியோரின் நூல்களை மேலோட்டமாகப் புரட்டிப் பார்ப்பவர்கள்கூட அவர்களின் பார்வை வட்டம் எவ்வளவு விசாலமானது, எதையெல்லாம் ஊடுருவிச் செல்கின்றது என்பதை அறியமுடியும். 'மார்க்ஸ் ஒரு நாட்டில், அதனுள்ளும் குறுகி ஒரு சமுதாயத்தில், அதனுள்ளும் குறுகி அதன் ஒரு காலகட்ட நிகழ்வில் அதனுள்ளும் குறுகி அதன் புறவாழ்வில் ஒரு அம்சத்தில்..., என்று சாமிநாதன் கூறுகின்றாரே அவர் கூறும் அந்நாடு எது? ஜேர்மனியா, பிரான்சா, பிரிட்டனா, ரஷ்யாவா? அமெரிக்காவா? சாமிநாதன் கூறும் அச்சமுதாயம் எது? அந்தக் காலகட்ட நிகழ்வு என்ன? அந்தப் புறவாழ்வின் அம்சம் என்ன? சாமிநாதனிடம் இதற்கெல்லாம் விடையில்லை.

மார்க்சும், ஏங்கல்சும் தங்கள் காலம்வரை வளர்ந்திருந்த முழு ஐரோப்பாவினதும் சமுதாய, அரசியல், பொருளாதார தத்துவ, வரலாறு அனைத்தையும் தங்கள் பரிசீலனைக்கு எடுத்துக்கொண்டார்கள். அமெரிக்க சமுதாய வளர்ச்சியை அவர்கள் கூர்ந்து கவனித்தார்கள். தங்கள் காலத்தில் வளர்ச்சியடைந்திருந்த இயற்கை விஞ்ஞானங்கள் அனைத்தையும் ஆழ்ந்து பயின்றார்கள். இதையெல்லாம் சாமிநாதன் அறிய மாட்டார். 'மார்க்சின் இந்திய வரலாற்றுக் குறிப்புகள்' 'இந்தியாவின் முதல் விடுதலைப் போர்' முதலிய புத்தகங்களைச் சாமிநாதன் படித்திருந்தால் இந்திய சமுதாய வரலாற்றைக்கூட மார்க்ஸ் எவ்வளவு அக்கறையுடன் பரிசீலித்தார் என்பதைக் கண்டிருக்க முடியும். சீனாவைப் பற்றி மார்க்சும் ஏங்கல்சும் எழுதிய கட்டுரைகளின் தொகுப்பை சாமிநாதன் படித்திருந்தால் அவர்களுடைய பார்வை விசாலத்தை அறிந்திருக்க முடியும். மத்திய கிழக்கில் இஸ்லாம் மதத்தின் தோற்றத்திற்கும், வளர்ச்சிக்கும் உரிய காரணங்களை ஆராய்வதில்கூட அவர்கள் அக்கறை காட்டினார் (பார்க்க: மதத்தைப் பற்றி மார்க்சும், ஏங்கல்சும்) என்பது சாமிநாதனுக்குத் தெரியாது.

இவ்வாறு பல்வேறுபட்ட நாடுகளில், அதிலும் விரிந்து பல்வேறுபட்ட சமுதாயங்களில், அதிலும் விரிந்து பல்வேறுபட்ட காலகட்டங்களில், அதிலும் விரிந்து பல்வேறுபட்ட சமுதாய நிகழ்ச்சிகளில் தங்கள் கூர்மையான பார்வையைச் செலுத்தி, அவற்றை அலசி ஆராய்ந்ததன் மூலம் இயற்கை, சமூகம், சிந்தனை இவற்றை ஆளுகை செய்யும் புறநிலையான விதிகளை மார்க்சும் ஏங்கல்சும் வெளிக்கொணர்ந்தனர். அவை சர்வ வியாபக உண்மைகளாகும் (Universal truth). இவ்வாறு அமைந்த மார்க்சின் தத்துவத்தின் தோற்றத்துடன் மனிதகுலம் அதன் வரலாற்றிலேயே முதன்முதலாக ஒரு செம்மையான, விஞ்ஞான பூர்வமான

உலகக் கண்ணோட்டத்தைப் பெற்றது. சாமிநாதன் தனது அறியாமையினாலோ அல்லது நேர்மையீனத்தாலோ மார்க்சின் விசாலமான பரந்துபட்ட ஆழமான பார்வை வட்டத்தைச் சுருட்டி மடக்கி தன் உள்ளங்கையில் வைத்து ஊதிக்காட்ட முனைகின்றார். இது மந்திரவாதியின் செப்படிவித்தை போன்றதே. இதை லெனின் சொல்லுவதுபோல் 'அறியாமையின் துணிச்சல்' என்பதைத் தவிர வேறு எப்படி அழைப்பது? ஒரு பிரமாண்டமான சர்வ வியாபகமான விஞ்ஞான பூர்வமான சித்தாந்தத்தை சித்தாந்தப் பூர்வமாக எதிர்க்கும் சிந்தனை ஆளுமை இல்லாததாலேயே சாமிநாதன் இச்சில்லறை விளையாட்டுக்களில் ஈடுபடுகிறார் என்பது புரிந்துகொள்ளத் தக்கதே.

கார்ல்மார்க்சின் தத்துவம் இயந்திர பிரபஞ்சப் பார்வையில் அமைந்தது என்றும் அவரது பார்வை வட்டம் மிகவும் குறுகியது என்றும் சாமிநாதன் கூறுவது உண்மையின் பாற்பட்டதல்ல என்பதைப் பார்த்தோம். 1840ஆம் ஆண்டுகளின் ஜேர்மனிய சமூக, அரசியல் நிலைமைகள் மார்க்சின் தத்துவத்தின் தோற்றத்திற்கு ஒரு தளமாக அமைந்தது உண்மையே எனினும் மார்க்சின் பார்வை வட்டம் ஜெர்மனியின் எந்த ஒரு பிரதேச எல்லைக்குள்ளும் கட்டுப்பட்டதல்ல என்ற உண்மையை மார்க்சியத்தைக் கற்றோர் அறிவர்.

2. மார்க்சியம் காலாவதியாகிப் போன ஒரு தத்துவம்

மார்க்சியம் காலாவதியாகிப் போன ஒரு தத்துவம் என்பது சாமிநாதனின் இரண்டாவது கண்டுபிடிப்பாகும். "மார்க்சின் சித்தாந்தம் – மனித சமுதாயத்தின் ஒரு துணுக்கில், ஒரு காலகட்டத்தில், ஒரு புறவாழ்வின் அம்சத்தின் ஆராய்வில் பெற்ற சில முடிவுகளை விஸ்தரித்துப் பெற்ற பிரபஞ்ச நிர்ணய அமைப்பு – அதன் பிறப்பிடமான பொருளாதாரத்திலேயே அதன் முடிவுகள் செலாவணி அழிந்துவிட நேர்ந்துவிட்டது, வெகு சீக்கிரத்திலேயே . . . எந்நிகழ்ச்சிகள், அநீதி முறைகள் மார்க்சின் பொருளாதார சமுதாய நோக்குக்குக் காரணமாக இருந்தனவோ, அம்முறைகளும் நிகழ்வுகளும் அழியக் காரணம் மார்க்சின் சித்தாந்தப் பிறப்புத்தான். அவை அழியவே மார்க்சின் சித்தாந்த ஜீவிய நியாயமும் உடன்மறைய இதுவும் அழிந்துவிட்டது. பொருளாதாரத் துறையிலும் சமூகவியல் துறையிலும் இம்மாற்றம் நிகழ்ந்து மார்க்சின் சித்தாந்தம் மறைந்தபின், அப்பார்வையில் விஸ்தரிக்கப்பட்ட மனவியல், பௌதீகம், தத்துவம், இலக்கியம், கலைச்சித்தாந்தம், ஜீவ அணுஇயல், சரித்திரம் ஆகிய இவற்றில் அச்சித்தாந்தப் பார்வைகளும் அழிந்து விட்டன" என்று சாமிநாதன் சொல்கிறார். "ஒரு விசயம் நன்கு புரிந்து கொள்ளப்பட

வேண்டும். அதன் செலாவணி அழிந்தது குறையாகாது. அதுவே அதன் நிறையுமாகும். அதிலேயே அதன் இலட்சியப் பூர்த்தியும் ஆகும் ஒரு நோக்கில்" என்று மேலும் சாமிநாதன் மிகுந்த பெருந்தன்மையோடு கூறுகின்றார் (எ.கு.பக்: 154 – 5).

மார்க்சியம் காலாவதியாகி விட்டது, அழிந்து விட்டது, பொய்ப்பிக்கப்பட்டு விட்டது. 'பொய்யாய்ப் பழங்கதையாய்க் கனவாய் மெல்லப் போய்விட்டது' என்ற பாடலைத் திருவாளர் வெங்கட் சாமிநாதன்தான் புதிதாகப் பாடுகிறாரா? இல்லை. அறுபது எழுபது வருடங்களுக்கு முன்பே, ஐரோப்பா எங்கும் முதலாளித்துவப் பொருளாதார அறிஞர்கள் பாடிய பழைய பாட்டுத்தான் இது. இதுபற்றி லெனின் 1916ஆம் ஆண்டே பின்வருமாறு எழுதினார். "அரை நூற்றாண்டுக்கு முன்னர், மார்க்ஸ் 'மூலதனத்தை' எழுதிக்கொண்டிருந்த பொழுது கட்டுப்பாடற்ற போட்டி இயற்கையான விதி என்று மிகப் பெரும்பாலான பொருளாதாரவாதிகளுக்குத் தோன்றியது. கட்டுப்பாடற்ற போட்டி உற்பத்திக் குவிதலைத் தோற்றுவிக்கிறது என்றும், அது அடுத்தபடியாகத் தனது வளர்ச்சியின் ஒரு குறிப்பிட்ட கட்டத்தில் ஏகபோகத்துக்கு இட்டுச் செல்கிறது என்றும் முதலாளித்துவத்தைப் பற்றித் தத்துவரீதியானதும், சரித்திர பூர்வமானதுமான ஆராய்ச்சியின் வாயிலாக நிரூபித்த மார்க்சின் நூலை, அதைப்பற்றி ஒன்றும் கூறாமல் மௌனமாக இருப்பதன் மூலம் ஒரு சதி செய்து அழித்துவிட அரசாங்கச் சார்புள்ள விஞ்ஞானம் முயற்சி செய்தது. இன்று ஏகபோக நடைமுறை உண்மையாகிவிட்டது. பொருளாதாரவாதிகள் மலை மலையாகப் புத்தகங்கள் எழுதிக் குவிக்கிறார்கள். அவைகளில் அவர்கள் ஏகபோகத்தின் தனித் தோற்றங்களை வர்ணிக்கிறார்கள். 'மார்க்சியம் பொய்ப்பிக்கப்பட்டு விட்டது' என்று கோஷ்டிகானமாகத் தொடர்ந்து பிரகடனம் செய்கிறார்கள். ஆங்கிலப் பழமொழி ஒன்று கூறுவதுபோல, உண்மைகள் பிடிவாதமானவை, நமக்குப் பிடிக்கிறதோ இல்லையோ அவைகளை நாம் கணக்கில் எடுத்துக்கொண்டாக வேண்டும்" (லெனின், ஏகாதிபத்தியம் முதலாளித்துவத்தின் உச்சகட்டம். மாஸ்கோ பக்: 31 – 32)

லெனின் இவ்வாறு கூறி இருப்பினும், "மதச்சார்பில் இருந்தும், தத்துவஞான நிலையில் இருந்தும், பொதுவாகச் சித்தாந்த நிலையில் இருந்தும் கம்யூனிசத்துக்கு எதிராகக் கூறப்படும் குற்றச் சாட்டுக்கள் அக்கறையுடன் பரிசீலிப்பதற்குத் தகுதியற்றவை" என்று 1848ஆம் ஆண்டிலேயே மார்க்ஸ் தனது கம்யூனிஸ்ட் அறிக்கையில் திட்டவட்டமாகக் கூறி இருப்பினும் சாமிநாதனின் இந்த அசட்டுத்தனமான கருத்தைச் சற்று அனுதாபத்துடன்

கருத்தில் எடுத்துக்கொண்டு அதற்கு நாம் பதில் சொல்லுவோம். இன்றையச் சூழலில் மார்க்சியம் காலாவதியாகிவிட்டது என்ற சாமிநாதன் போன்றோரின் கருத்துக்கு இன்றையச்சூழலில் நாமும் பதில்சொல்லியாக வேண்டும் என்பதற்காக.

மார்க்சியம் காலாவதியாகிவிட்டது என்றோ, இல்லை அது இன்னும் ஜீவித்திருக்கின்றது என்றோ மாறிமாறிச் சத்தமிட்டுக்கொண்டிருப்பது உண்மையில் சிறு பிள்ளைத்தனமானதேயாகும். மார்க்சியம் காலாவதியாகி விட்டது என்று நிரூபிக்க வேண்டுமேல், முதலில் மார்க்சீயம் என்றால் என்ன? அதன் அடிப்படை அம்சங்கள் எவை என்று காட்டவேண்டும். அதன்பிறகு இன்ன இன்ன புதிய கண்டுபிடிப்புக்கள் மார்க்சியத்தின் இன்ன இன்ன அம்சங்களை நிராகரித்துவிட்டன என்று நிறுவ வேண்டும். சாமிநாதனும் சரி, (இலங்கையில்) தளையசிங்கமும் சரி இவ்வாறு நிரூபிப்பதற்கு முயன்றதே இல்லை. பதிலாக நவீன விஞ்ஞானம் மார்க்சியத்தை காலாவதியாக்கிவிட்டது என்று கீறல் விழுந்த இசைத்தட்டைப்போல் கூறியதே கூறிக் கொண்டுள்ளனர். ஆனால், மார்க்சியத்தின் அடிப்படை அம்சங்கள் பற்றி அவர்கள் விபரமாக எதுவுமே கூறுவதில்லை. ஆகவே நாம் அதுபற்றிச் சிறிது பார்ப்பது அவசியமாகும்.

மார்க்சியத்துக்கு இரண்டு பகுதிகள் உள்ளன. ஒன்று அதன் தத்துவப் பகுதி; மற்றது அதன் செயல்முறைப் பகுதி. மார்க்சியத்தைப் பொறுத்தவரை இவை இரண்டுமே ஒன்றுடன் ஒன்று இயைபுற்றவை; ஒன்றை ஒன்று சார்ந்து அமைபவை. இயக்கவியல் பொருள்முதல்வாதமும் வரலாற்றுப் பொருள்முதல்வாதமும் மார்க்சியத்தின் தத்துவார்த்த அம்சமாகும். மார்க்சியத்தின் ஆய்வு முறையும் அதன் ஜீவனும் இதுவே. ஆகவே இயக்கவியல், வரலாற்றுப் பொருள்முதல்வாதத்தின் சில அடிப்படைக் கோட்பாடுகளை விளக்குவது சாமிநாதன் போன்றோரின் கருத்துக் குழப்பத்தைத் தெளிவுபடுத்துவதாக அமையும். மார்க்சியத்தின் நான்கு பொது உண்மைகளை மட்டும் இங்கு சுருக்கமாக விளக்க முனைகிறேன்.

வாழ்நிலையும் உணர்வும்

'வாழ்நிலையே மனித உணர்வை நிர்ணயிக்கிறது' என்பது மார்க்சியப் பொருள்முதல்வாதத்தின் ஓர் அடிப்படைக் கோட்பாடு ஆகும். கருத்துமுதல்வாதமும் பொருள்முதல்வாதமும் வேறுபடும் அடிப்படை அம்சமும் இதுவே. இதுபற்றி ஏங்கல்ஸ் பின்வருமாறு கூறுகின்றார். "எல்லாத் தத்துவ ஞானத்துக்கும் – குறிப்பாக நவீன காலத்திய தத்துவ ஞானத்துக்கும் – அடிப்படையான மாபெரும்

பிரச்சினை சிந்தனைக்கும் வாழ்நிலைக்கும் உள்ள (thinking and being) உறவு பற்றிய பிரச்சினையாகும் ... இப்பிரச்சினைக்குத் தத்துவஞானிகள் அளித்த விடைகள், அவர்களை இரண்டு மாபெரும் முகாம்களாகப் பிரித்துவிட்டன. ஒரு சாரார் கருத்து முதல்வாத முகாமைச் சேர்ந்தவர்கள். இவர்கள் இயற்கைக்கு மூல முதலாக இருப்பது ஆன்மா என்று அடித்துப்பேசியவர்கள். எனவே இறுதி நிலையில் உலகம் ஏதோ ஒரு விதத்தில் படைக்கப்பட்டது என்று அனுமானித்துக் கொண்டவர்கள். தத்துவஞானிகளிடையே, எடுத்துக்காட்டாக ஹெகலிடம், இப்படைப்பு கிறித்தவ மதத்தில் இருக்கிறதை விட மேலும் சிக்கலுள்ளதாக, அபத்தமானதாக ஆகிவிடுகிறது. இயற்கைதான் மூல முதல் என்று கருதிய மற்றவர்கள் பொருள்முதல்வாதத்தின் பல்வேறு கருத்துப் பிரிவுகளைச் சேர்ந்தவர்கள்" (லுத்விக் போயர்பார்க்: பக். 28 – 30).

கருத்துமுதல்வாதிகள் எல்லோரும் மனித உணர்வே – மனிதனது கருத்துகளும் சிந்தனைகளுமே – அவனது நடத்தையை நிர்ணயிக்கிறது என்று கருதினார்கள்; மனிதனது கருத்துகளே சமூகத்தை மாற்றியமைக்கின்றன என்று நம்பினார்கள். ஆசையே துன்பங்களுக்கெல்லாம் காரணம்; ஆகவே, ஆசையை ஒழிப்பதன் மூலம் துன்பங்களில் இருந்து நிவாரணம் பெறலாம் என்று புத்தர் போதனை செய்தார். மனதைச் செம்மைப்படுத்துவதன் மூலம் உலகில் உள்ள தீமைகள் அனைத்தையும் அகற்றிவிடலாம் என்று மதஞானிகள் போதனை செய்தனர். 'மனத்துக்கண் மாசிலனாதல் அனைத்தறன்' என்றே வள்ளுவரும் கூறினார். மனதில் ஆசைகளும் தீய எண்ணங்களும் எங்கிருந்து வருகின்றன என்று அவர்கள் கண்டு கொள்ளவில்லை. மனதைப் பக்குவப்படுத்துவதற்கான கிரியைகள் தொடர்ந்தும் சாதனை செய்யப்பட்டன. ஆனால், பல்லாயிரம் வருடங்களாக முயன்றும் மனத்தூய்மையுள்ள, தன்னலமற்ற, சுதந்திரமான மனித சமுதாயத்தை அவற்றால் உருவாக்க முடியாதுபோயிற்று. ஏற்றத்தாழ்வுகளையும் அடக்குமுறைகளையும், மோசடிகளையும், போர்களையும், கொலை, கொள்ளைகளையும் ஒழிக்க முடியாது போயிற்று. இது எதைக் காட்டுகிறது? மனதுக்குச் செய்யும் போதனைகள் எல்லாம் விழலுக்கு இறைத்த நீரே என்பதைக் காட்டுகின்றது. மனித மனம்தான் அவனது வாழ்நிலையை நிர்ணயிக்கின்றது என்பது பொய்; பதிலாகத் தனி உடைமைச் சமூக அமைப்புதான் மனிதனின் ஆத்மீகச் சீரழிவுக்கெல்லாம் அத்திவாரம் என்ற உண்மையைக் கண்டுபிடித்து மார்க்சியப் பொருள்முதல்வாதம் திட்டவட்டமாக நிறுவியது. தனி உடைமைச் சமூக அமைப்பை மாற்றியமைக்காதவரை மனித ஆளுமையை முற்றிலும் புனரமைப்பது என்பது சாத்தியமேயல்ல.

'அரசியல் பொருளாதாரத்தைப் பற்றிய விமர்சனத்துக்கு ஒரு விசயதானம்' என்ற நூலின் முன்னுரையில் மார்க்ஸ் பின்வருமாறு எழுதினார். "மனித வாழ்வில் நடைபெற்றுக் கொண்டிருக்கும் சமுதாயரீதியான உற்பத்தியில், திட்டமான உறவுகளில் மனிதர்கள் ஈடுபடுகிறார்கள். இந்த உறவுகள் அத்தியாவசியமானவை; மனிதர்களின் சித்தத்தின்படி அமையாமல் சுதந்திரமாக அமைபவை. இந்த உற்பத்தி உறவுகள் அவர்களது பௌதீக உற்பத்திச் சக்திகளுடைய வளர்ச்சியின் ஒரு திட்டவட்டமான கட்டத்துக்குப் பொருத்தமாக அமைகின்றன. இந்த உற்பத்தி உறவுகளின் மொத்தத் தொகைதான் சமுதாயத்தின் பொருளாதார அமைப்பாக ஏற்படுகின்றது. உண்மையான அத்திவாரமாக அமைகின்றது. அதன் மீதுதான் சட்டம், அரசியல் வகைப்பட்ட மேல் கட்டுமானம் எழும்புகின்றது. அந்த அத்திவாரத்துக்குப் பொருத்தமாகத்தான் சமுதாய உணர்வின் திட்டவட்டமான வடிவங்கள் ஏற்படுகின்றன. மனித உணர்வு அவர்களின் வாழ் நிலையை வரையறுப்பதில்லை; அதற்கு மாறாக அவர்களுடைய சமுதாய வாழ்நிலைதான் அவர்களுடைய உணர்வை வரையறுக்கின்றது" *(Marx: Preface and Introduction to a Contribution to the Critique of Political Economy, Peking 1976 p.3).*

இங்கு உணர்வு என்பது மனிதனது அறிவு, சிந்தனை, எண்ணப் போக்குகள், ஒழுக்க நெறிகள், தத்துவக் கோட்பாடுகள் முதலிய அனைத்தையும் குறிக்கின்றது. இதை வேறு வார்த்தைகளில் சொன்னால், கருத்துகளும் எண்ணங்களும் மனித மூளையில் இருந்தோ, ஆகாயத்தில் இருந்தோ தானாகத் தோன்றுவதில்லை; பதிலாக புறநிலையான யதார்த்த நிலைமை மனித மூளையில் ஏற்படுத்தும் பிரதிபலிப்பே கருத்துகளும் எண்ணங்களும் ஆகும். இக்கருத்து மார்க்சியப் பொருள்முதல்வாதத்தின் அத்திவாரம் ஆகும். இது பொய் எனச் சரியாக நிரூபிக்கப்பட்டால் மார்க்சிய சித்தாந்தமே அடிபட்டுப் போய்விடும். ஆனால், வரலாறும் நமது அன்றாட வாழ்வின் நடைமுறை அனுபவமும் இக்கருத்தே சரியானது என்று நிரூபிக்கின்றன.

சாமிநாதன் கட்டுரையையே நாம் உதாரணமாக எடுத்துக் கொள்ளலாம். மார்க்சின் 'கல்லறையில் இருந்து ஒரு குரல்' என்ற கட்டுரையை சாமிநாதன் ஏன் எழுதினார்? 'எழுத வேண்டும் என்று தோன்றியது. அதனால் அவர் எழுதினார்' என்று சுருக்கமாகப் பதில் கூறலாம். ஆனால், இதை எழுத வேண்டும் என்று அவரது மனசுக்கு அல்லது மூளைக்கு ஏன் தோன்றியது? என்ற அடுத்த கேள்வியும் உள்ளது. 'தமிழ் நாவல் இலக்கியம்' என்ற கைலாசபதியின் நூல் வெளிவந்திராவிட்டால் சாமிநாதனுக்கு இந்த எண்ணம் உண்டாகி இருக்குமா?

சாமிநாதன் இந்தக் கட்டுரையை எழுதி இருக்க முடியுமா? நிச்சயமாக இல்லை. சாமிநாதனின் மூளைக்கு அல்லது மனதுக்கு வெளியே புறநிலையாக இருக்கின்ற 'தமிழ் நாவல் இலக்கியம்' என்ற நூல்தான், அது சாமிநாதனின் மூளையில் ஏற்படுத்திய பிரதிபலிப்புகள்தான், மார்க்சின் கல்லறையில் இருந்து ஒரு குரல் என்ற கட்டுரை. எனது இக்கட்டுரையும் இத்தகையதுதான். சாமிநாதனின் கட்டுரை என்ற புறநிலை யதார்த்தம் எனது சிந்தனையில் ஏற்படுத்தும் பிரதிபலிப்புகள்தான் இது. இருவரும் இருவேறு வர்க்கங்களைச் சார்ந்து நிற்பதால் பிரதிபலிப்புகள் அதாவது கருத்துகள் வேறுபடுகின்றன. இங்கு வர்க்க வேறுபாடுகளும் புறநிலை யதார்த்தமே. புறநிலை யதார்த்தமே எண்ணத்தை நிர்ணயிக்கிறது என்ற மார்க்சியச் சித்தாந்தத்தின் சுருக்கமான விளக்கம் இதுதான். மனித அறிவை அல்லது எண்ணத்தைச் சார்ந்து நிற்காது மனித அறிவுக்கும் எண்ணப் போக்குகளுக்கும் ஊற்றுக் கண்ணாக இருக்கும் இந்தப் புறநிலை யதார்த்தத்தைத்தான், தனி மனிதனுக்கு வெளியே உள்ள சமுதாயத்தையும் பிரபஞ்சத்தையும்தான் சடப்பொருள் என்று மார்க்சியம் கருதுகின்றது. இதையேதான் "மனதுக்கு வெளியே உள்ள யாவும் புறநிலை யதார்த்தம்" என மாஓசேதுங் சுருக்கமாகக் கூறினார் (தேர்ந்தெடுத்த ராணுவப்படைப்புகள், பக்: 165).

ஆனால், விஞ்ஞானத்தையும் மார்க்சியத்தையும் தவறாகப் புரிந்து கொண்டவர்கள் சடம், சக்தி பற்றிய பௌதீக விஞ்ஞானத்தின் புதிய கண்டுபிடிப்புகள் பொருள்முதல் வாதத்தையே காலாவதியாக்கிவிட்டது என்று புலம்புகின்றார்கள். இது அர்த்தமற்ற புலம்பலாகும். "எமது அறிவின் ஆதாரம் எது? பௌதீக உலகுக்கும் அறிவுக்கும் (பொதுவாக மனதுக்கும்) இடையே உள்ள உறவு என்ன? என்ற வினாக்களுக்குக் கொடுக்கும் விடைகளில் இருந்தே பொருள்முதல்வாதமும் கருத்து முதல்வாதமும் வேறுபடுகின்றன. அதேவேளை சடம், அணுக்கள், எலக்ட்றோன்கள் ஆகியவற்றின் அமைப்புப் பற்றிய பிரச்சனை பௌதீக உலகு சம்பந்தப்பட்ட பிரச்சினை மட்டுமே. பௌதீகவியலாளர் சடப்பொருள் மறைந்துவிடுகிறது என்று கூறும்போது அவர்கள் கருதுவது இதுவரை பௌதீக உலகின் மூன்று இறுதித் தனிமங்களாக விஞ்ஞானம் கருதிய 'மற்றர்' 'எலக்ரிசிற்றி', 'ஈதர்' என்பவற்றுள் இனி கடைசி இரண்டு மட்டுமே எஞ்சியுள்ளன என்பதையேயாகும் ... சடப்பொருள் மறைந்து விடுகிறது என்பதன் பொருள் நாம் இதுவரை அறிந்திருந்த சடப்பொருள் மறைந்து விடுகின்றது என்பதும் நமது அறிவு மேலும் ஆழமாக ஊடுருவிச் செல்கின்றது என்பதுமேயாகும்" என லெனின் வெகு காலத்துக்கு முன்பே எழுதினார் (Lenin: Materialism and Empirio Criticism, Moscow 1970 p.248).

லெனினுடைய காலத்துக்குப் பிறகு பௌதீக உலகு பற்றிய கண்டுபிடிப்புகள் எவ்வளவோ வளர்ந்து விட்டன. சடப்பொருள் பற்றிய பௌதீக விஞ்ஞானத்தின் கருத்துகள் மாற்றம் அடைவது மனித அறிவின் வளர்ச்சியையே காட்டுகின்றது. ஆனால், பொருள் முதல்வாதத்தின் அடிப்படைக் கோட்பாடான புறநிலையாக, மனதுக்கு வெளியே உள்ள யதார்த்தத்தைக் குறிக்கும் 'மற்றர்' என்ற தத்துவார்த்தக் கருத்து அதனால் எவ்வித பாதிப்பும் அடைவதில்லை.

சமூகமாற்றமும் சிந்தனை மாற்றமும்

சமுதாயத்தில் ஏற்படும் மாற்றங்கள் மனித உணர்வில் – கருத்துகளிலும் தத்துவ சித்தாந்தங்களிலும் – மாற்றங்களைத் தோற்றுவிக்கின்றன என்பது மார்க்சியப் பொருள்முதல்வாதத்தின் பிறிதொரு அடிப்படைக் கோட்பாடு ஆகும். எல்லாக் காலத்துக்கும் எல்லாச் சூழ்நிலைக்கும் பொருத்தமான – மாறாத – நிரந்தரமான கருத்துகள், இலட்சியங்கள் என்று எவையும் இல்லை. காலத்துக்குக் காலம் சூழ்நிலை மாற்றத்துக்கு ஏற்ப எல்லாக் கருத்துகளும் இலட்சியங்களும் கொள்கைகளும், நெறிமுறைகளும் இடையறாது மாறிக்கொண்டே உள்ளன என்பதையே வரலாறு நமக்குக் காட்டுகின்றது. மார்க்ஸ் இதனை மிகவும் தெளிவாக கம்யூனிஸ்ட் அறிக்கையில் பின்வருமாறு கூறுகின்றார். "மனிதனுடைய பௌதீக வாழ்வின் சூழ்நிலைகளிலும், சமூக உறவுகளிலும் சமூக வாழ்விலும் ஏற்படும் ஒவ்வொரு மாறுதலோடும் மனிதனின் கருத்துகளும் அபிப்பிராயங்களும் கண்ணோட்டங்களும், சுருங்கக் கூறினால், மனித உணர்வும் மாறுகின்றது என்பதைப் புரிந்து கொள்வதற்கு ஆழ்ந்த உள்ளுணர்வு தேவையா? பௌதீகப் பொருள் உற்பத்தி எந்த அளவுக்கு மாறுகின்றதோ அதே அளவுக்கு அறிவுப் பொருள் உற்பத்தியும் தன்மையில் மாறுதல் அடைகின்றது என்பதைத் தவிர கருத்துகளின் சரித்திரம் வேறு எதை நிரூபிக்கின்றது?" (கம்யூனிஸ்ட் கட்சியின் அறிக்கை, மாஸ்கோ 1969. பக் 76) சமூக மாற்றங்கள் கருத்துகளில் மாற்றத்தைக் கொண்டு வருகின்றன என்ற மார்க்சியத்தின் இந்த அடிப்படைக் கோட்பாடு பொய்யாய்ப் பழங்கதையாய்ப் போய்விட்டது என்று சாமிநாதன் கருதினால் அவர் உண்மையில் வாழ்க்கையை நேர் நின்று பார்க்கும் திறனற்ற கண்மூடிக் கொண்டிருக்கும் பூனையே ஆவார்.

சாமிநாதனையும் சாமிநாதன் முப்பாட்டனாரையும் நடைமுறை உதாரணமாகக் கொண்டே நாம் இதை விளக்கலாம். வாழ்க்கை பற்றியும் சமூகம் பற்றியும் இலக்கியம் பற்றியும் இன்று சாமிநாதன் கொண்டிருக்கும் கருத்துகளைத்தான் சாமிநாதனின் முப்பாட்டனும் கொண்டிருந்திருப்பாரா?

சாமிநாதன் இன்று சிந்திப்பது போல்தான் அவரது முப்பாட்டனும் சிந்தித்திருப்பாரா? சாமிநாதனின் உலகக்கண்ணோட்டமும் அவரது முப்பாட்டனின் உலகக்கண்ணோட்டமும் ஒன்றாகவே இருக்க முடியுமா? நிச்சயமாக இல்லை என்று சொல்லலாம். நாம் ஒவ்வொருவரின் வாழ்க்கையிலும் இந்த அனுபவமே உண்டு. நமக்கும் நமது தகப்பனுக்கும், நமக்கும் நமது பாட்டனுக்கும், நமக்கும் நமது முப்பாட்டனுக்கும் இடையே இந்த சிந்தனை வேறுபாடு உண்டு. இந்த வேறுபாடு ஏன் ஏற்படுகின்றது. ஏனெனில் நாம் வாழும் சூழலும் அவர்கள் வாழ்ந்த சூழலும் வேறுபட்டவை. வெவ்வேறு காலச் சமூகச் சூழலில் மட்டுமன்றி சம காலத்திலும் வெவ்வேறு இடங்களில், வெவ்வேறு வர்க்கங்களில் வாழும் மனிதர்களிடையேயும் இந்த வேறுபாட்டை நாம் காண்கின்றோம். வேறுபட்ட சமூகச் சூழ்நிலையே வேறுபட்ட கருத்துகளைத் தோற்றுவிக்கின்றன. எவ்வாறு சாமிநாதனின் கருத்துகள் சாமிநாதனின் இன்றைய சமூகச் சூழ்நிலையை உருவாக்கவில்லையோ அவ்வாறே சாமிநாதனின் முப்பாட்டனது கருத்துகளும் அவர்காலச் சமூகச் சூழநிலையை உருவாக்கவில்லை. பதிலாக இவர்களது காலச் சமூகச் சூழ்நிலைகளே இவர்களது கருத்துகளை உருவாக்கியுள்ளன. சமூக மாற்றம் தனிமனிதனின் சித்தத்துக்கு அப்பாற்பட்டது என்பதையே இது காட்டுகிறது. இன்று சாதாரண உண்மையாகிவிட்ட இதனை யாரும் மறுத்து உரைப்பதில்லை. இது மார்க்சியத்தின் பிரிக்க முடியாத ஒரு பகுதி என்பதைத் தெரியாமலேயே பலரும் இவ்வுண்மையை எடுத்துக் கூறுகின்றனர். இதற்கு சாமிநாதனும்கூட விலக்கு அல்ல. 'கலைஞனும் சூழலும்' என்ற அவரது மோசமான கட்டுரையில்கூட இதன் கொச்சைப்படுத்தப்பட்ட வடிவத்தைக் காணலாம். அவருக்கு ஓரளவு மரியாதையைத் தேடித்தரக் கூடிய 'அக்கிரகாரத்தில் கழுதை' திரை நாடகத்தில் கூட இதன் ஒரு பொறியைக் காணலாம். உதாரணமாக, பேராசிரியர் கழுதை வளர்ப்பது பற்றி அவரது நண்பர்கள் மத்தியில் நடைபெறும் உரையாடலைக் காட்டலாம்.

> பிரச்சனை என்னன்னா ... பிராமணன், ப்ரொபஸர், கழுதை வளக்கறது, இது மூன்றும் இன்னி வரைக்கும் ஒண்ணாச் சேர்ந்ததில்லே. ப்ரொபஸர் நாராயணசாமி கேஸ் இதில் முதல் கேஸ்.

> தொடர்ந்து நாமும் ஆளுக்கொன்றை வளர்க்க ஆரம்பிச்சிருந்தோம்னா பிரச்சினையே இருந்திருக்காது. வழக்கமா போயிருக்கும்.

> வழக்கம் மாத்திரம் இல்லே ஸ்வாமி. கொஞ்ச நாள் இப்படியே போயிண்டிருந்தா, உச்சிக்குடுமி வச்சுக்காட்டா,

பூணூல் போட்டுக்காட்டா, சொன்ன மாதிரி, என்ன பிராமணனாயா இவன், ஒரு கழுதை வளர்க்க துப்பில்லே அப்படீன்னு கழுதை வளர்க்காட்டா அது பிரச்சினையாய் போயிடும்.

இவ்வுரையாடல் பகுதியிலேயே ஒரு சமூகக் கேலி இருக்கும் அதே வேளை, இயக்கவியலின் ஒரு முக்கிய அம்சத்தை, அளவிலான மாற்றம் தன்மையிலான மாற்றத்தைக் கொண்டு வரும் என்பதையும், இது உணர்த்துகின்றது. சமூகத்தில் ஒரு புதிய மாற்றம் பரவலாகும் போது அதுவே ஒரு புதிய கொள்கையையும் உருவாக்கி விடுகின்றது என்ற பொருள் முதல்வாதக் கருத்தை சாமிநாதன் தன்னை அறியாமலே இங்கு வெளிப்படுத்துகின்றார். 'மார்க்சின் கல்லறையில் இருந்து ஒரு குரல்' என்ற கட்டுரையில் அவர் உதிர்க்கும் சில மணிமொழிகளும் இங்கு கவனிக்கத்தக்கன. "மார்க்சின் சித்தாந்தத் தோற்றத்துக்கு விஞ்ஞான வளர்ச்சியும் சமூக மாற்றங்களும் வழி வகுத்தன" என்று அவர் கூறும்போதும், 'மார்க்சின் சித்தாந்தம் ஒரு சரித்திர நிர்ப்பந்த நிகழ்ச்சி' என்று அவர் கூறும் போதும், 'மார்க்சின் சித்தாந்தம் ஒரு கால கட்ட வளர்ச்சியின் சிறைக்குள் அகப்பட்ட ஒன்று' என்று அவர் கூறும் போதும் (எ.கு. பக் 153 – 4), சமூக மாற்றத்துக்கும் கருத்துகளுக்கும் இடையே உள்ள உறவைத்தான், இயக்கவியல் வரலாற்றுப் பொருள்முதல்வாதத்தின் ஒரு அடிப்படை அம்சத்தைத்தான் அவர் அறியாமலேயே இங்கு சுட்டுகின்றார். ஆனால், எதிர்மறையான அர்த்தத்தில், மார்க்சியம் அழிந்துவிட்டது என்று நிரூபிப்பதற்காகவே அவர் அதைச் சுட்டுகின்றார். ஆனால், இயக்கவியல் வரலாற்றுப் பொருள் முதல்வாதத்தின் ஒரு அடிப்படை அம்சமே 'சமூக மாற்றமே சிந்தனைப் போக்கை நிர்ணயிக்கிறது' என்ற இக்கோட்பாடு என்பதை அவர் மூடிமறைக்கப் பார்க்கிறார். மார்க்சியத்தின் ஒரு அடிப்படைக் கோட்பாட்டைக் கொண்டே மார்க்சியத்தை நிராகரிப்பது வினோதமானதல்லவா? மார்க்சியத்தின் பொதுவான உண்மைகளை – அது பற்றிய பிரக்ஞை இல்லாமலே இவர்கள் கடன் வாங்குகிறார்கள். பிறகு அதையே மார்க்சியத்துக்கு எதிராகத் திருப்புகிறார்கள்.

உற்பத்தி உறவும் சமூக உறவும்

சமுதாயத்தில் ஏற்படும் மாற்றங்கள் கருத்துகளில் மாற்றங்களைக் கொண்டு வருகின்றன என்றால், சமுதாய மாற்றங்களைக் கொண்டுவருபவை எவை? "பௌதீக வாழ்வின் உற்பத்தி முறைதான் பொதுவாகவே சமூக, அரசியல், அறிவுத்துறை வாழ்வின் இயக்கப் போக்கை வரையறுக்கின்றது" என்று மார்க்ஸ்

கூறுகின்றார். இது மார்க்சியத்தின் பிறிதொரு அடிப்படைக் கோட்பாடு ஆகும். உற்பத்தி நடைமுறையில் இருந்தே மனித அறிவு விரிவடைகிறது. உற்பத்தி நடைமுறையும் அதன் மூலம் விரிவடையும் மனித அறிவும் புதிய புதிய உற்பத்திக் கருவிகள் தோன்றுவதற்கு வழிகோலுகின்றன. புதிய உற்பத்திக் கருவிகள் உற்பத்தி முறையிலும் உற்பத்தி உறவிலும் மாற்றங்களைக் கொண்டுவருகின்றன. இவை முழுச் சமூக அமைப்பிலும் அபிவிருத்தியையும் மாற்றங்களையும் கொண்டு வருகின்றன. சமூக மாற்றங்கள் பற்றிய மார்க்சியத்தின் அடிப்படைக் கருத்து இதுவே. பண்டைக் காலத்தில் இருந்து இன்றுவரையுள்ள முழுமனித சமுதாயத்தின் வரலாறும் இதனையே நிரூபிக்கின்றது. அவ்வாறு எனின், சமூக மாற்றங்களில் மனிதனின் கருத்துகளுக்கு எவ்வித பங்கும் இல்லையா என்று கேட்கலாம். நிச்சயம் உண்டு. சமுதாயச் செயல் முறைகளில் இருந்தே மனிதனின் கருத்துகள் தோன்றுகின்றன. இவ்வாறு தோன்றும் கருத்துகள் சமுதாயச் செயல் முறைகளில் தம் பங்குக்குச் செல்வாக்குச் செலுத்துகின்றன. அதாவது, செயலும் அறிவும் ஒன்றில் ஒன்று தங்கியுள்ளன.

“மனித சமூகத்தில் பொருள் உற்பத்தி நடவடிக்கை, தாழ்ந்த மட்டத்தில் இருந்து உயர்ந்த மட்டத்திற்குப் படிப்படியாக வளர்ச்சியடைகிறது. எனவே இயற்கை சம்பந்தமாகவோ சமுதாயம் சம்பந்தமாகவோ மனிதனின் அறிவும் தாழ்ந்த மட்டத்தில் இருந்து உயர்ந்த மட்டத்திற்கு, அதாவது மேலோட்டமாக இருப்பதில் இருந்து ஆழமானதாகவும், ஒரு கோணப் பார்வையாக இருப்பதில் இருந்து பல அம்சங்களைப் புரிந்து கொள்வதாகவும் வளர்கிறது . . . நடைமுறை மூலம் உண்மையைக் கண்டுபிடிப்பது, நடைமுறை மூலம் உண்மையைச் சோதித்து வளர்ப்பது, புலனறிவில் தொடங்கி செயல்படும் முறையில் அதைப் பகுத்தறிவாக வளர்ப்பது; பிறகு பகுத்தறிவில் தொடங்கி அக, புற உலகத்தைப் புதுவார்ப்பில் எடுப்பதற்காகச் செயல்படும் முறையில் புரட்சிகரமான நடைமுறைக்குத் தலைமை தாங்குவது நடைமுறை, அறிவு, மீண்டும் நடைமுறை, மீண்டும் அறிவு இந்த நிகழ்ச்சி எல்லையற்ற முறையில் திரும்பத் திரும்ப நடைபெறுகின்றது” என்ற மாவோவின் கருத்து (பார்க்கவும், நடைமுறை பற்றி) சமூக மாற்றத்தில் மனித அறிவின் செயற்பாட்டை விளக்குகின்றது. அவரே முரண்பாடு பற்றிய கட்டுரையில் இதை மேலும் அழுத்திக் கூறுகிறார். “வரலாற்றின் பொது வளர்ச்சியில் சடப்பொருள் சிந்தனையை நிர்ணயிக்கிறது, சமுதாய வாழ்வு சமுதாய உணர்வை நிர்ணயிக்கிறது என்பதை அங்கீகரிக்கும் அதே வேளையில் சிந்தனை சடப் பொருளிலும் சமுதாய உணர்வு சமுதாய வாழ்விலும் மேலமைப்பு பொருளாதார அடிப்படையிலும் பிரதிபலிப்பதையும் நாம்

அங்கீகரிக்கின்றோம். உண்மையில் அங்கீகரிக்கவும் வேண்டும். இது பொருள்முதல்வாதத்துக்கு எதிரானதல்ல. மாறாக இது இயந்திரீகப் பொருள்முதல்வாதத்தைத் தவிர்த்து இயக்கவியல் பொருள்முதல்வாதத்தை உயர்த்துகிறது."

ஆனால், மார்க்சியத்தைக் கொச்சைப்படுத்த விரும்புபவர்களும், அதைக் கொச்சையாகப் புரிந்து கொண்டிருப்பவர்களுமே மார்க்சியம் சமூக மாற்றத்தில் மனித சித்தத்தின் பங்கை மறுக்கிறது என்று கூறுகின்றனர். மார்க்சியத்தைப் பொறுத்தவரை ஒரு குறிப்பிட்ட காலத்தில் ஒரு குறிப்பிட்ட சமூகத்தில் நடைமுறையில் இருக்கும் பொருளாதார அமைப்பே – உற்பத்தி முறையே – இறுதி ஆய்வில் மனித சித்தத்தை நிர்ணயிக்கின்றது. இது பற்றி 1890இல் புருளாக் என்பவருக்கு ஏங்கல்ஸ் எழுதிய கடிதம் விஷயத்தை மிகத் தெளிவாக விளக்குகின்றது. அவர் பின்வருமாறு எழுதினார். "வரலாறு பற்றிய இயக்கவியல் பொருள்முதல்வாத நோக்கின்படி உற்பத்தி முறையே இறுதியில் நிர்ணயிக்கும் கூறு. இதற்கு மேலாக மார்க்சோ, நானோ ஒன்றும் கூறவில்லை. இதனைத் திரித்துக் கூறி பொருளாதாரக் கூறே நிர்ணயம் செய்யும் ஒரே ஒரு கூறு என யாராவது கூற முனைந்தால் அது அர்த்தமற்றது; முட்டாள் தனமானது. பொருளாதார நிலைமையே அடித்தளம்; ஆனால் மேல் அமைப்பின் பல்வேறு கூறுகளும் – வர்க்கப் போராட்டத்தின் அரசியல் வடிவங்களும் விளைவுகளும், வெற்றியீட்டிய வர்க்கம் உருவாக்கிய அரச அமைப்புகள், சட்ட வடிவங்கள், நிஜப் போராட்டங்கள், போராடுவோர் மனதிலே எழுப்பும் எதிரொலிகள், அரசியல், சட்ட, தத்துவக் கோட்பாடுகள், சமயக் கருத்துகளும் அவை கோட்பாடுகளாகப் பின்பு இறுகுவதும் – வரலாற்றுப் போராட்டங்களின் போக்கைப் பாதிக்கின்றன. பல சமயங்களில் இப்போராட்டங்கள் எடுக்கும் வடிவத்தினை நிர்ணயிப்பதில் அவை முதன்மை பெறுகின்றன. இக்கூறுகள் யாவும் ஒன்றையொன்று பாதிக்கின்றன. இறுதியிலே பொருளாதார இயக்கமே தவிர்க்க முடியாதவாறு தனது பிடியை வலியுறுத்துகின்றது. இவ்வாறு இல்லாவிடின் மார்க்சியக் கோட்பாட்டினை ஏதேனும் வரலாற்றுக் காலத்துக்குப் பொருத்திப் பார்ப்பது இலகுவான சமன்பாட்டினை விடுவிப்பதிலும் பார்க்க எளிதாக இருக்கும்".

ஏங்கல்சின் இக்கூற்றையும் மார்க்சிய ஆய்வு முறையையும் சரியாக அறியாத காரணத்தினால்தான் சாமிநாதன் போன்றவர்கள் இன்றும் மார்க்சியம் ஒரு இயந்திரப் பாங்கான வாய்ப்பாட்டுச் சூத்திரம் என்று கூறிக்கொண்டுள்ளனர். இறுதியாக, இதுபற்றி கம்யூனிஸ்ட் கட்சி அறிக்கையில் மார்க்ஸ் தரும் வரலாற்று ரீதியான தெளிவான ஒரு விளக்கத்தையும் நாம் நோக்கலாம்.

"சமூகத்தை புரட்சிகரமான முறையில் மாற்றியமைக்கும் கருத்துகளைப்பற்றி மனிதர்கள் பேசும் பொழுது அவர்கள் எதை வெளிப்படுத்துகின்றனர். பழைய சமூகத்துக்குள்ளே ஒரு புதிய சமூகத்தின் அம்சங்கள் சிருஷ்டிக்கப்பட்டிருக்கின்றன என்பதையும் பழைய வாழ்க்கை நிலைமைகள் கரைந்தொழியும் வேகத்துக்கு ஏற்றபடி பழைய கருத்துகளும் கரைந்தொழிந்து வருகின்றன என்பதையும்தான் அவர்கள் குறிப்பிடுகின்றனர்... பண்டைய உலகம் மரண வேதனையில் இருந்தபொழுது பண்டைக்கால மதங்கள்மீது கிறிஸ்தவ மதம் வெற்றி கண்டது. பதினெட்டாம் நூற்றாண்டில், கிறிஸ்தவ மதக்கருத்துகள் பகுத்தறிவுக் கருத்துகளுக்கு முன் பணிந்து கீழடங்கியபொழுது, அப்பொழுது புரட்சித் தன்மை பெற்றிருந்த பூர்ஷ்வா வர்க்கத்துடன் நிலப்பிரபுத்துவ சமூகம் தன் மரணப் போராட்டத்தை நடத்தியது. மதச் சுதந்திரம், மனசாட்சிச் சுதந்திரம் ஆகிய கருத்துகள் அறிவுத் துறையில் சுதந்திரப் போட்டி செலுத்திய ஆதிக்கத்தைப் பிரதிபலித்தன" (கம்யூனிஸ்ட் அறிக்கை பக். 76 – 77). சாமிநாதன் இந்த உண்மைகளைப் புரிந்துகொள்ள முயல்வது பயனுடையது.

வர்க்கப்போராட்டமும் சோசலிசமும்

தனி உடைமைச் சமூக அமைப்பின் முழுவரலாறும் வர்க்கப் போராட்டத்தின் வரலாறே என்பதும், முதலாளித்துவச் சமூக அமைப்பு வர்க்கப் போராட்டத்தை மேலும் கூர்மைப்படுத்தி விடுவதால் அது சோசலிச சமூக அமைப்பாக மாற்றம் அடைவது தவிர்க்க முடியாத நியதி என்பதும் மார்க்சியத்தின் பிறிதொரு அடிப்படைக் கோட்பாடு ஆகும். வர்க்கம், வர்க்க முரண்பாடு, வர்க்கப் போராட்டம் போன்ற கருத்துகளை இன்று பொதுவாக முதலாளித்துவச் சிந்தனையாளர்களும் தம் வயப்படுத்திக் கொண்டார்கள். புறநிலையான சமூகவியல் ஆய்வைப் புறக்கணித்து, ஆன்மீக மாயையில் ஆழமாகப் புதையுண்டு போன தளையசிங்கம், சாமிநாதன் போன்ற மிகச்சிலர்தான் வர்க்க முரண்பாடு பற்றிய கருத்தை நிராகரிக்க முடியும். மு. தளையசிங்கத்தின் "வர்க்கவியலும் குணவியலும்" என்ற அபத்தமான கட்டுரை இதற்கு உதாரணமாகும். ஆனால், "வர்க்கங்கள் போரிடுகின்றன; சில வர்க்கங்கள் வெற்றியடைகின்றன; சில வர்க்கங்கள் ஒழிக்கப்படுகின்றன. இத்தகையதுதான் வரலாறு; இத்தகையதுதான் ஆயிரம் ஆயிரம் ஆண்டுகால நாகரீகத்தின் வரலாறு" என்பதை மார்க்சிய சமூக விஞ்ஞானம் திட்டவட்டமாக நிறுவியுள்ளது.

முதலாளித்துவச் சமூகத்தில் வர்க்கப் போராட்டம் ஓர் உயர் மட்டத்தை எட்டியுள்ளது. வர்க்க முரண்பாடும் வர்க்கப்

போராட்டமும் இங்கு மிகவும் கூர்மையடைகின்றன. ஆகவே அது தவிர்க்க முடியாமல் முதலாளித்துவத்தின் அழிவுக்கும் சோசலிசத்தின் தோற்றத்துக்கும் வழி வகுக்கின்றது என்ற கருத்தை மார்க்ஸ், ஏங்கல்ஸ் ஆகியோர் முன்மொழிந்தனர். அத்துடன் நில்லாது முதலாளித்துவம் நன்கு வளர்ச்சியடைந்த மேற்கு ஐரோப்பிய நாடுகளில் சோசலிசப் புரட்சிக்கான போராட்டங்களிலும் ஈடுபட்டனர். ஆனால், மார்க்ஸ் எதிர்பார்த்தது போல் மேற்கு ஐரோப்பாவில் வளர்ச்சியடைந்த எந்த ஒரு முதலாளித்துவ நாட்டிலும் சோசலிசப் புரட்சி இன்னும் வெற்றி பெறவில்லை. அதனால் மார்க்ஸின் இக்கோட்பாடு பொய்யாகி விட்டது என்று பலர் கூறத் தொடங்கியுள்ளனர். இயக்கவியல் பற்றிய சரியான தெளிவின்மையும், மார்க்சின் கருத்துகள் பற்றிய சரியான ஆராய்வின்மையுமே அவர்கள் இவ்வாறு கூறுவதற்கான காரணங்களாகும். சமுதாய இயக்கப் போக்கு ஒரு சூத்திரத்துக்குள் அடங்கிய – ஒரு நேர்கோட்டில் செல்லுகின்ற ஒன்றல்ல என்பதை மார்க்சியவாதிகள் அறிவர். "மார்க்சியவாதிகள் சோதிடர்கள் அல்லர். எதிர்கால வளர்ச்சிகளினதும் மாற்றங்களினதும் பொது மார்க்கத்தைத்தான் அவர்கள் தெரிவிக்க வேண்டும். அதைத்தான் உண்மையில் அவர்கள் தெரிவிக்கவும் முடியும். நாளையும் பொழுதையும் இயந்திர ரீதியில் நிர்ணயிக்கக்கூடாது. அப்படி நிர்ணயிக்கவும் முடியாது" என மாஓசேதுங் கூறுவது இங்கு கவனிக்கத்தக்கது (ராணுவப் படைப்புக்கள், பக்கம், 136).

பிரபல டிராட்ஸ்கிவாதியான ஐசக் டொய்ச்சர் (Issac Deutscher) தனது Marxism In Our Time என்னும் நூலில் இது பற்றிப் பின்வருமாறு கூறுகின்றார். "பல தலைமுறைகளாக முதலாளித்துவத்துக்கு எதிராக நாம் ஒரு போரை நடத்தி வந்திருக்கிறோம். 1848, 1870, 1905, 1917 – 18, 1945 – 46 காலப்பகுதியில் நடந்ததெல்லாம் மிகப்பெரிய யுத்தங்கள். இவையெல்லாம் கிழக்கிலே புரட்சிக்கு வெற்றியாகவும், மேற்கிலே புரட்சிக்குப் பாரிய தோல்வியாகவும் முடிந்தன. புரட்சிகளுக்கான வெற்றிகள் காலண்டரின் எந்த ஒரு திட்டவட்டமான திகதியிலே கிடைக்கும் என்று மார்க்ஸ் ஒருபோதும் கூறவில்லை. அவர் கூறியதெல்லாம் வர்க்கங்களுக்கிடையிலும் மக்களுக்கிடையிலும் ஒரு போராட்டம், ஒரு பாரிய, சிலவேளை மிக மோசமாக இரத்தம் சிந்தும் போராட்டம் நிகழப்போகிறது என்பதைத்தான். அது பல தலைமுறைகளுக்கு நீடிக்கலாம். அது முதலாளித்துவத்தை அகற்றி சோசலிசத்துக்கு இட்டுச் செல்லும் என்பதைத்தான். இதற்குச் சமாந்தரமாக சகல எதிர்ப்புரட்சிகர சக்திகளும் எழுச்சியடைந்தும் வந்துள்ளன. மார்க்சின் நிறைவேற்றப்படாத தீர்க்க தரிசனம்

பற்றிப் பேசவிரும்புபவர்கள் மார்க்சும் அவரது விமர்சகர்கள் போல் மேலோட்டமானவர்தான் என்றும் சோசலித்துக்கான பாதையை எதிர்ப்புரட்சிகரத் தடைகள் இல்லாத பாதையாகத்தான் கருதினார் என்றும் கற்பனை பண்ணுகிறார்களா? உலகமெங்கும் எதிர்ப்புரட்சிகர எழுச்சி அதன் பல்வேறுபட்ட வடிவங்களிலும் நிகழ்ந்துள்ளது. பாஸிசத்தில் இருந்து மிகவும் புதிதாக்கப்பட்ட சமூக ஜனநாயகச் சீர்திருத்தவாதம் வரை நடைமுறையில் உள்ள சமூக அமைப்பைப் பாதுகாக்கும் வகையில் இவ் எதிர்ப்புரட்சி நடைபெற்றுள்ளது. சோசலிசத்தின் ஒவ்வொரு சிக்கலில் இருந்தும் அதன் ஒவ்வொரு காயத்தில் இருந்தும் இச்சக்திகள் நன்மையடைந்துள்ளன.

மார்க்சியமும் சோசலிசமும் மேற்கு ஐரோப்பா தோற்றுவித்தவையே. அவை மேற்கு ஐரோப்பாவை விட்டு உலகத்தை வென்றெடுக்கப் போய் உள்ளன. அவை மேற்கு ஐரோப்பாவில் தளத்தை இழந்துவிட்டன. அவை எப்போது திரும்பி வரும்? மத்திய காலத்தில் இத்தாலியிடம் இருந்தே ஏனைய ஐரோப்பிய நாடுகள் முதலாளித்துவக் கலைகளைக் கற்றுக்கொண்டன. இத்தாலிய நகரங்கள், இத்தாலியப் பொருளியலாளர்கள், இத்தாலிய வங்கியாளர்கள்தான் ஐரோப்பாவிலேயே முதன்மையானவர்கள். எனினும் பத்தொன்பதாம் நூற்றாண்டில், அநேகமாக ஐரோப்பா முழுவதும் முதலாளித்துவமயமாகிவிட்ட போதிலும் இத்தாலி தனக்குரிய முதலாளித்துவ நிலையை இன்னும் எய்தாதிருந்தது. முழு ஐரோப்பாவும் ஏற்றுக்கொண்டதன் பிறகு, காலம் தாழ்த்தியே இத்தாலியில் முதலாளித்துவம் வந்து சேர்ந்தது. மேற்கு ஐரோப்பா சோசலிசத்தின் இத்தாலியாக இருக்கப் போகிறதா? மார்க்சியமும் சோசலிசமும் உலகை வெற்றிகொள்ளும் வரைக்கும் அது நம்மிடம் திரும்பி வருவதை எதிர்பார்த்து கியூவின் கடைசி வரிசையில் காத்துக்கொண்டு இருக்கப் போகிறோமா? அல்லது அதிகரிக்கின்ற அச்சுறுத்துகின்ற நமது சொந்தப் பின்தங்கிய நிலையில் இருந்து நம்மை நாம் பாதுகாத்துக் கொள்ளப் போகிறோமா?" *(Marxism In Our Time, London 1972 pp.24,30).*

முதலாளித்துவம் ஏகாதிபத்தியமாக வளர்ச்சியடைந்த பொழுது புரட்சியின் மையங்கள் இடம்பெயர்ந்து விட்டன. உலகின் மூன்றில் ஒரு பகுதி இன்று வெவ்வேறு அளவிலும் வகையிலும் சோசலிசத்தின் கீழ் வந்துவிட்டது. உலக சனத் தொகையில் எழுபது வீதத்துக்கும் அதிகமான மக்களைக் கொண்டுள்ள, மூன்றாம் உலகத்தைச் சேர்ந்த ஆசிய, ஆப்ரிக்க, லத்தீன் அமெரிக்க நாடுகள் அனைத்தும், அவை வெவ்வேறு வழிமுறைகளைக் கையாண்ட போதிலும் சோசலிசத்தையே

தமது குறிக்கோளாகக் கொண்டு போராடுகின்றன. அமெரிக்க ஏகாதிபத்தியமும் ஐரோப்பிய முதலாளித்துவ நாடுகளும் தலை தூக்க முடியாத சமூகப் பொருளாதார நெருக்கடிக்கு ஆளாகி உள்ளன என்பதையும் அங்கெல்லாம் தொழிலாளர்களும், அடக்கி ஒடுக்கப்பட்ட மக்களும், இளம் சந்ததியினரும் போராட்ட உணர்வுடன் எழுச்சியடைந்து வருகின்றனர் என்பதையும் நாம் காணவில்லையா?

ஆனால், சாமிநாதன் இவற்றுள் எதையும் கண்ணைத் திறந்து காணவே இல்லை. பதிலாக இருட்டறைக்குள் இருந்துகொண்டு தர்க்க ரீதியான சித்து விளையாடுகிறார். "எந்த நிகழ்ச்சிகள், அநீதி முறைகள், மார்க்சின் பொருளாதார சமூக நோக்குக்குக் காரணமாக இருந்தனவோ அம்முறைகளும் நிகழ்வுகளும் அழியக் காரணம் மார்க்சின் சித்தாந்தப் பிறப்புத்தான். அவை அழியவே மார்க்சின் சித்தாந்த ஜீவிய நியாயமும் உடன் மறைய இதுவும் அழிந்துவிட்டது." என்று சாமிநாதன் தர்க்கரீதியாகப் 'புறூப்' பண்ணுகிறாராம். சாமிநாதன் கருத்துப்படி மார்க்சின் சமுதாய நோக்குக்குக் காரணமாக இருந்த முதலாளித்துவ நிகழ்ச்சிகள் அநீதி முறைகள் யாவும் அழிந்து உலகம் சுபீட்சம் அடைந்து விட்டது. ஆகவே இனி மார்க்சியம் சீவித்திருக்க நியாயமே இல்லை. அதனால் அது செத்து ஒழிந்து போய்விட்டது. எத்தகைய அற்புதமான கண்டுபிடிப்பு! சாமிநாதனின் அற்புத மூளையை என்னவென்று போற்றுவது? பூர்ஷ்வா தர்க்கவியலின் சீரழிவின் சிகரமே இது. உண்மையில் இந்த சாமிநாதன் எங்கே இருக்கிறார்? இந்த மண் உலகில் தானா? அல்லது தனது ஆன்மிக சௌந்தரிய லோகத்தில் ஞானப்பால் குடித்துக் கொண்டிருக்கிறாரா?

உலகம் விழித்துக்கொண்டிருக்கும் போதே ஏகாதிபத்தியமும் முதலாளித்துவப் பிற்போக்குச் சக்திகளும் சேர்ந்து வியட்னாமில் இருந்து சிலிவரை இலட்சோப இலட்சம் ஏழை மக்களைக் கொன்று குவித்ததை இந்தச் சாமிநாதன் காணவில்லையா? ஆப்பிரிக்காவிலும், அமெரிக்காவிலும், இங்கிலாந்திலும், மத்திய கிழக்கிலும் இன்று இலங்கையிலும் இன ஒதுக்கலினதும் ஒடுக்கு முறையினதும் மிருகத்தனம் பற்றி இந்தச் சாமிநாதன் கேள்விப்படவில்லையா? தனது சொந்த நாட்டில் கோடிக்கணக்கான மக்கள் பஞ்சத்தாலும் பட்டினியாலும் தவித்துச் சாவதை, ஒரு நேரச் சோற்றுக்காக உடலை விற்கும் பெண்களை, இருக்க இடம் இன்றித் தெருவோரங்களிலும், சாக்கடை மூலைகளிலும் வாழ்க்கை நடாத்தும் இலட்சக்கணக்கான மக்களை, லஞ்சமும், ஊழலும், மோசடியும், கொலையும், கொள்ளைகளும் தலைவிரித்தாடுவதை, மக்கள் மிகமிகக் கொடூரமாகச் சுரண்டப்படுவதை, ஒரு சிறு கும்பல் மட்டும் கேளிக்கை வாழ்வு வாழ்வதை இந்தச் சாமிநாதன்

காணவில்லையா? இவையெல்லாம் முதலாளித்துவத்தின் நிகழ்ச்சிகளும் அநீதி முறைகளும் இல்லையா? ஞானப்பால் குடித்துக் கொண்டிருக்கும் சாமிநாதனின் ஆன்மீக உலகில் இந்தக் காட்சிகள் தென்படுவதில்லை போலும். அவர் சுந்தரக் கனவுகளில் லயித்திருக்கிறார் போலும்! அதனால்தான் ரொம்பப் புத்திசாலித்தனமாக ஒரு தர்க்க சூத்திரத்தால் மார்க்சியத்தின் ஜீவிய நியாயத்தை மறுத்து ஒதுக்கிவிட முடிகிறது போலும்.

மார்க்சியமும் விஞ்ஞானமும்

சாமிநாதன் கம்பனியினரின் இன்னுமொரு சூத்திரம் விஞ்ஞான வளர்ச்சி மார்க்சியத்தைக் காலாவதியாக்கி விட்டது என்பதாகும். நான் இதுவரை சுருக்கமாக விளக்கிய மார்க்சியப் பொருள்முதல்வாதத்தின் – இயக்கவியல் வரலாற்றுப் பொருள்முதல்வாதத்தின் – சில அடிப்படைக் கொள்கைகளை எந்த விஞ்ஞான வளர்ச்சி நிராகரித்து விட்டது என்று சாமிநாதன் கூற முடியுமா? இல்லை. விஞ்ஞானமும் மனித அறிவு வளர்ச்சியும் இவற்றுள் எதையும் நிராகரிக்கவில்லை. பதிலாக உறுதிப்படுத்தியுள்ளன. வரலாற்றால் சரியென நிரூபிக்கப்பட்டுள்ளன என்பதை சாதாரண புத்தியுள்ள எவரும் கண்டு கொள்ள முடியும். "நவீன பொருள்முதல்வாதம் விஞ்ஞானத்துக்கு மேலான எந்தத் தத்துவத்தையும் நிராகரிக்கின்றது" *(Anti-Duhring)* என ஏங்கல்ஸ் தெளிவாகக் கூறுகின்றார். "விஞ்ஞானத்தின் ஒவ்வொரு முன்னேற்றமும் கருத்து முதல்வாதத்துக்கு எதிரான பொருள்முதல்வாதத்தின் முன்னேற்றமே. பொருள்முதல்வாதத்தின் ஒரு வெற்றியே . . . சட உலகின் ஒழுங்கும் அபிவிருத்தியும் சட உலகில் இருந்தே தோன்றுகின்றன என்பதை விஞ்ஞானத்தின் ஒவ்வொரு முன்னேற்றமும் காட்டுகின்றது" என மொறிஸ் கொன்ஃபோத் கூறுவதும் இங்கு மனங்கொள்ளத்தக்கது *(Dialectical Materialism p.121-122)*.

ஆனால் சாமிநாதனோ "கருத்துமுதல்வாதம் இன்றைய விஞ்ஞான அறிவுத்துறை வலியுறுத்துவது" என்று கூறுகிறார். பொருள்முதல்வாதத்தை எதிர்ப்பதற்கு, கருத்துமுதல்வாதத்துக்குச் சார்பாக விஞ்ஞானத்தைத் துணையாகக் கொள்ளும் போக்கு நெடுங்காலமாகவே நிலவி வருகின்றது. இதுபற்றிப் *Philipp Frank* என்பவர் கூறுவது இங்கு மனம் கொள்ளத்தக்கது. இவர் பொருள்முதல்வாதத்தையோ, மார்க்சியத்தையோ ஏற்றுக்கொள்பவர் அல்லர். *Logical Positivism* கொள்கையின் மூலவர்களுள் ஒருவர். 'நவீன விஞ்ஞானமும் அதன் தத்துவமும்' என்ற தனது நூலிலே அவர் பின்வருமாறு கூறுகின்றார். "19ஆம்

நூற்றாண்டை விட இன்று ஆன்மீக வர்ணம் பூசிய கூற்றுக்கள் கூடுதலாகக் கையாளப்படுமாயின் அதற்கும் பௌதீகவியல் நெருக்கடிக்கும் அல்லது இயற்கை பற்றிய புதிய பௌதீக கோட்பாட்டிற்கும் தொடர்பு இல்லை. முற்றிலும் வேறான கிரமங்களால் (Processes) தோன்றிய, மனித சமுதாயத்தில் தோன்றியுள்ள நெருக்கடியுடனேயே இது தொடர்புற்றிருக்கின்றது. பொருள்முதல்வாதச் சமூகக் கோட்பாடுகளுக்கு எதிராக, கருத்துமுதல்வாதக் கோட்பாட்டினை அடித்தளமாகக் கொண்ட இயக்கங்கள் தோன்றியுள்ளன. இயற்கை பற்றிய ஆன்மிக அல்லது கருத்துமுதல்வாதக் கோட்பாட்டில் இவ்வியக்கங்கள் தமக்கு ஆதரவு தேடுகின்றன. எவ்வாறு 19ஆம் நூற்றாண்டின் முடிவிலே இதை ஒத்த இயக்கங்கள் சடம் பற்றிய மின் காந்தவியல் கோட்பாட்டைப் பயன்படுத்தி பொருள்முதல்வாதப் பௌதீகவியலின் அழிவுக்குச் சோதிடம் கூறினார்களோ, அதே போன்றுதான் இன்று சார்பியல் கோட்பாடு, சத்திச் சொட்டுக் கோட்பாடு (Relativity and Quantum theories) போன்றவை பயன்படுத்தப்பட்டு வருகின்றன. பௌதீகவியலின் வளர்ச்சிக்கும் இவற்றுக்கும் உண்மையில், எதுவித தொடர்பும் இல்லை" *(Modern Science and Its Philosophy; New York 1961.p.139).*

இந்த நூற்றாண்டிலே பௌதீகவியல் நெருக்கடி (Crisis in physics) என்று அழைக்கப்படுவது உண்மையில் சமுதாய நெருக்கடியே என்பதை *Philipp Frank* தெளிவுபடுத்துகிறார். இந்தச் சமூகநெருக்கடி மிகவும் அடிப்படையானதாகவும், சகலவற்றையும் தழுவியதாகவும் நிர்ப்பந்திப்பதாகவும் அமைந்ததனால் விஞ்ஞானிகள்கூடத் தங்களின் வர்க்க நலனைப் பாதுகாப்பதற்கு உந்தப்பட்டனர். ஜீன்ஸ் *(Jeans)*, எடிங்டன் *(Eddington)* போன்ற விஞ்ஞானிகள் பிரக்ஞை பூர்வமாக அல்லது பிரக்ஞை பூர்வமற்றுப் புதிய விஞ்ஞான அபிவிருத்திகளுக்குக் கருத்துமுதல்வாத விளக்கம் கொடுப்பதன் மூலம் எழுச்சியடைந்து வரும் சமூக சக்திகளை எதிர்க்க முயன்றனர். இத்தகைய கருத்துமுதல்வாத விளக்கங்கள், பொருள்முதல்வாதத்திற்கு, வரலாறு பற்றிய இயக்கவியல் பொருள்முதல்வாதக் கருத்துக்கு, அதனுடன் தொடர்பு கொண்டுள்ள சமூக வர்க்கங்கள், சமூகச் சக்திகளுக்கு முற்றிலும் பாதகமாக அமையும் என்று அவர்கள் கருதினார்கள்.

இத்தகைய கருத்துமுதல்வாத விளக்கங்களில் ஏதாவது உண்மையுண்டா? இரண்டொரு உதாரணங்களை நாம் பார்க்கலாம். ஹைசன் பேர்க்கின் தேராமைக் கோட்பாட்டின்படி *(Uncertainty Principle)* இலத்திரன்களோ அல்லது அணுத் துணிக்கைகளோ சரியாக நிலை நிறுத்த முடியாதவை. அவற்றைத் திருத்தமாக நிலை நிறுத்த எடுக்கும் எம்முயற்சியும் எக்ஸ் கதிர்

(X - ray) மோதல் விளைவுகளால் பாதிக்கப்படும். சுவாமி சந்தானந்தா போன்றவர்கள் இவ்வுண்மையைப் பயன்படுத்தி நவீன விஞ்ஞானம் நிர்ணய வாதத்தைப் (determinism) பொய்ப்பித்துவிட்டதென்றும் சுயாதீன இச்சையின் (Free will) இருத்தலை நிரூபிக்கின்றது என்றும் சாதிக்கின்றனர். ஆனால், புறநிலை விஞ்ஞானியைப் பொறுத்தவரை ஹைசன் போர்க்கின் கோட்பாட்டுக்கும் கருத்துமுதல்வாதிகளின் சுயாதீன இச்சைக்கும் இடையே எவ்விதத் தொடர்பும் இல்லை.

ஒளி, அலை இயல்பானதா அல்லது துணிக்கை இயல்பானதா என்பதுபற்றி நடந்த சர்ச்சையை பிறிதொரு உதாரணமாகக் கொள்ளலாம். நியூட்டனின் கொள்கைப்படி ஒளியானது துணிக்கைகளின் தொடரான அருவியாகும். 19ம் நூற்றாண்டின் தொடக்கத்தில் தொமஸ் யங் என்னும் ஆங்கில பௌதீகவியலாளரால் மேற்கொள்ளப்பட்ட பரிசோதனைகளின்படி அவர் ஒளியை துணிக்கைகளின் அடிப்படையில் விளக்க முடியாது என்றும் 'அது அலைகளாகக் கருதப்பட வேண்டும் என்றும் காட்டினார். ஸ்குறுடிங்கரின் துணைநிலைக் கொள்கையின்படி (Principle of complementarity) அலைக் கொள்கையையும் துணிக்கைக் கொள்கையையும் ஒன்றாக இணைத்து ஒளியானது போட்டோன்கள் (Photons) என அழைக்கப்படும் மின்காந்த அலைகளாலான (Electromagnatic waves) சிறிய பொதிகளின் அருவி என இப்போது கூறப்படுகின்றது. கருத்துமுதல்வாதிகளும் ஆத்மீகவாதிகளும் இதன் அடிப்படையில் இது, சடம் என்பது ஒரு பொய்மை என நிறுவுவதாகக் கூறுவர். உண்மையில் பிரச்சினை என்னவெனில் ஒளியை துணிக்கை இயல்பானது என்று விபரிப்பதா அல்லது அலையியல்பானது என்று விபரிப்பதா சிறந்தது என்பதேயாகும். இல்லாத ஒன்றை நம்மால் விபரிக்க முடியாது. விஞ்ஞானம் எதையும் உண்மைக்கு இயைந்ததாக விபரிக்க முயல்கின்றது. விஞ்ஞான முன்னேற்றமானது விபரணங்களைப் பூரணப்படுத்துவதாகவே உள்ளது. துணை நிலைக்கொள்கை இத்தகைய ஒரு முயற்சியே. ஐன்ஸ்ரைனின் சார்பியல் கொள்கை சடத்தைச் சக்தியுடன் சமனாக்கியது. ஆன்மீகவாதிகளும் கருத்துமுதல்வாதிகளும் கருத முயல்வதுபோல இது ஆன்மா அல்லது சக்தி மட்டுமே உள்ளது. சடப்பொருள் இல்லை என்று பொருள்தராது. மூளை என்று ஒன்று இல்லாமல் மனம் என்று ஒன்று இல்லாததுபோல சடப்பொருள் இல்லாது சக்தியும் இல்லை. சடம் என்பது சக்தியின் களஞ்சியம் ஆகும். விஞ்ஞானம் நம்மில் இருந்து சுயாதீனமாக நிலைபெற்றுள்ள புறநிலை உலகுடன் சம்பந்தப்பட்டது என்பதில் ஐன்ஸ்ரைன் உறுதியாக இருந்தார். கருத்துமுதல்வாதிகளும் ஆன்மீகவாதிகளும்

நவீன விஞ்ஞானத்தைத் தங்களின் உலக நோக்குக்குத் தகுந்ததாகத் திரிபு படுத்துகின்றனர் என்பதை இவை காட்டுகின்றன. இதுவரை அடக்கி ஒடுக்கப்பட்ட வர்க்கங்களினதும் சக்திகளினதும் சமூக எழுச்சிக்கு எதிரான தத்துவார்த்தப் போராட்டத்தில் இத்தகைய பிழையான விளக்கவுரைகளையே அவர்கள் ஆயுதங்களாகப் பயன்படுத்துகின்றனர்.

மனிதன் அறிய வேண்டியவை இன்னும் எவ்வளவோ உள்ளன. புதிய புதிய கண்டுபிடிப்புகள் தொடர்ந்து நடைபெற்றுக் கொண்டே உள்ளன. சில புதிய கண்டுபிடிப்புகள் பழையவற்றை உறுதிப்படுத்துகின்றன, அல்லது நிராகரிக்கின்றன அல்லது திருத்தியமைக்கின்றன. சில உண்மைகள் ஒருமுறை கண்டுபிடிக்கப்பட்டால் தொடர்ந்தும் அவை உண்மைகளாகவே நிலைத்து வருகின்றன. உதாரணமாக, பூமியின் சுழற்சி பற்றிய கண்டுபிடிப்பைக் காட்டலாம். மனிதன் மிக நெடுங்காலமாகப் பூமி தட்டையானது என்றும் சூரியன்தான் பூமியைச் சுற்றி வருகின்றது என்றும் கருதி வந்தான். ஆனால், பூமி உருண்டை வடிவமானது என்றும் அது தன்னைத்தானே சுற்றுவதுடன் சூரியனையும் சுற்றி வருகின்றது என்றும் பருவகாலங்கள் மாறி மாறி வருவதற்கு அதுவே அடிப்படை என்றும் கண்டுபிடிக்கப்பட்டு இன்று பல நூறு ஆண்டுகள் கழிந்து விட்டன. அதற்குப் பிறகு மனிதனுடைய அறிவு எவ்வளவோ வளர்ந்து விட்டது. ஆனால் கண்டுபிடிக்கப்பட்ட அந்த உண்மை இனி என்றும் உண்மைதான். அது மிகச் சாதாரண உண்மையாக இன்று மாறிவிட்டது.

கார்ல் மார்க்ஸ் சமுதாய வளர்ச்சிபற்றிக் கண்டுபிடித்த சில புறநிலையான விதிகளும் அத்தகையனவே. பின்னால் வந்த எல்லா விஞ்ஞான அறிவு வளர்ச்சியினாலும் அவை நிரூபிக்கப்பட்டனவே தவிர மறுக்கப்படவில்லை. அவை இன்று சாதாரண உண்மைகளாகவும் மாறிவிட்டன. ஆனால், இவைகளை உண்மைகளே என்று ஒப்புக்கொள்வது பூர்ஷ்வா வர்க்கத்தின் நலன்களையும் அதன் ஜீவிய நியாயத்தையும் அழிப்பதாகும். நிலமானிய சமூகத்தின் நம்பிக்கைகளை உலுப்பி, முதலாளித்துவச் சமூக வளர்ச்சிக்கு வழிகோலிய சில கண்டுபிடிப்புகளை பெருநிலப்பிரபுக்களும் அவர்களின் நலன் பேணும் மதவாதிகளும் எதிர்க்கவில்லையா? அத்தகைய கண்டுபிடிப்புகளைச் செய்தவர்களை நெருப்பில் இட்டுக் கொளுத்தவில்லையா? அதுபோல்தான் முதலாளித்துவச் சமூக நலன்களுக்கு ஊறு விளைவிக்கும் மார்க்சின் சமுதாயக் கண்டுபிடிப்புகளை பூர்ஷ்வா வர்க்கம் நிராகரிக்கின்றது. இந்தப் பணியைச் செய்வதற்கு அறிவாளிகளின் ஆன்மாவைப் பூர்ஷ்வா வர்க்கம் விலைகொடுத்து வாங்கி விடுகின்றது. சுரண்டும்

வர்க்கத்துக்குத் தங்கள் ஆன்மாவையும் அறிவையும் அடகு வைத்துவிட்ட நேர்மையற்ற அறிவாளிகள் எல்லாவகையிலும் தோற்ற பிறகு விஞ்ஞானப் பூச்சாண்டி காட்டி அதை மூடிமறைக்கப் பகீரதப் பிரயத்தனம் செய்கின்றனர். ஆனால், உண்மைகள் பிடிவாதமானவை என்பதை அவர்கள் மறந்து போகின்றனர்.

பல்ஸார் *(Pulsar)* எனப்படும் ரிஷப கூட்டத்தில் *(Tauras Constellation)* காணப்படும் நட்சத்திரக் கோளங்களில் இருந்து கிளம்பும் ரேடியோ அலைகள் கண்டுபிடிக்கப்பட்டதைப் பற்றி சாமிநாதன் குறிப்பிடுவதைப் பற்றியும் இங்கு சில வார்த்தைகள் சொல்வது பொருந்தும். "இவற்றின் கண்டுபிடிப்புக்குப் பிறகு பௌதீக விஞ்ஞானிகளிடையே இப்போதைய பிரச்சினை, நமது பழைய பௌதீகமே இப்புதிய கண்டுபிடிப்பையும் தன்னுள் அடக்கிக் கொள்ளுமோ அல்லது முற்றிலும் புதிதாக பௌதீக சாஸ்த்திரத்தையே சிருஷ்டிக்க வேண்டி இருக்குமோ என்பதே" (எ. கு. பக்.156) என்று சாமிநாதன் கூறுகின்றார். இவர் கிளப்பும் பிரச்சினை வினோதமாக உள்ளது. உண்மையில் எந்த ஒரு விஞ்ஞானிக்கும் இத்தகைய ஒரு பிரச்சினை எழ நியாயமே இல்லை. பௌதீக விஞ்ஞானத்தில் அல்லது வான சாஸ்திரத்தில் கண்டுபிடிக்கப்படும் புதிய கண்டுபிடிப்பினால் முழுப் பௌதீக விஞ்ஞானத்தையே அழித்துவிட்டுப் புதிதாக 'அ'னாவில் இருந்து தொடங்க வேண்டும் என்று சொல்பவன் மனித வரலாற்றையோ விஞ்ஞானத்தின் வரலாற்றையோ அறியாத ஒரு முட்டாளாகத்தான் இருக்க வேண்டும். பல்ஸாரில் இருந்து கிளம்பும் ரேடியோ அலைகள் புதிதாகக் கண்டுபிடிக்கப்பட்டதால் இதுவரை இருந்து வந்த பௌதீக விஞ்ஞானக் கண்டுபிடிப்புக்கள் அனைத்தும் பொய்யாக்கப்பட்டு விட்டதா? அவ்வாறு எனின் இதுவரை பௌதீக விஞ்ஞானத்தால் மனிதன் அடைந்த பேறுகள் அனைத்தும் மனித நிர்மாணங்கள் அனைத்தும் பொய்யாக அல்லவா இருக்க வேண்டும்?

சாமிநாதன் சிறுபிள்ளைத்தனமாக இவ்வாறு குழம்பத் தேவை இல்லை. பௌதீக விஞ்ஞானம் புதிதாகக் கண்டு பிடிக்கப்படும் அனைத்தையும் தன்னுள் அடக்கி வளர்ந்தே வந்துள்ளது. இனியும் அவ்வாறுதான் அது வளர்ச்சியடையும். மார்க்சியத்தின் அடிப்படையான இயக்கவியல் வரலாற்றுப் பொருள்முதல்வாதம் அதைத்தான் நமக்குக் கற்பிக்கின்றது. சாமிநாதன் போன்ற இயக்க மறுப்புவாதிகளுக்கு எல்லாமே குழப்பமாகத்தான் தோன்றும்.

3. மார்க்சியம் மூடுண்ட வளர்ச்சி மறுக்கப்பட்ட தத்துவம்

இனி சாமிநாதனின் மூன்றாவது கண்டுபிடிப்புக்கு வருவோம். மார்க்சியம் "ஒரு மூடுண்ட, வளர்ச்சி மறுக்கப்பட்ட

ஒரு அமைப்பு" என்பது அவரின் கண்டுபிடிப்பு. "உண்மையில் எந்த விஞ்ஞானமும் அறிவுத் துறையும் ஒரு மூடுண்ட அமைப்பாக இருக்கமுடியாது. ஆனால், மார்க்சின் சித்தாந்த அமைப்பு, அது பிறந்த நாளில் இருந்து, இதுவரை ஏற்பட்டுள்ள எத்தகைய துறை வளர்ச்சியையும், மாறுதல்களையும் எதிர்கொண்டதும் இல்லை; அவற்றைக் கண்டுகொண்டு பார்த்ததும் இல்லை. அவை ஏதும் இச் சித்தாந்தத்தைப் பொறுத்தவரை நிகழாதவை. ஒரே வரியில் 1848க்குப் பிறகு உலகம் சிலையாகிவிட்டது மார்க்சியவாதிகளின் நோக்கில்" என்று சாமிநாதன் கூறுகிறார் (எ. கு. பக்: 156). இந்தக் கூற்றுகளுக்கு என்ன ஆதாரம்? சாமிநாதனிடம் ஆதாரம் கேட்கக்கூடாது, ஆதாரம் காட்டி கருத்துகளை நிறுவுவது அவருக்குப் பழக்கமான விஷயமல்ல, "இதுதான் என் அபிப்பிராயம் ஏற்றுக்கொள். இல்லையானால் போ" என்று கூறுவதுதான் அவரது விமர்சனச் சித்தாந்தம் (பார்க்க: பாலையும் வாழையும். பக் – 42). இத்தகைய விமர்சன அராஜக வாதியான சாமிநாதனிடம் நாம் ஆதாரங்களை எதிர்பார்க்க முடியாது. ஆகவே நாம்தான் ஆதாரம் காட்டி இது எத்தகைய வெற்றுக் கூப்பாடு என்பதை நிறுவ வேண்டும்.

அதற்கு முன்னர் சாமிநாதனின் ஒரு முரண்பாட்டைச் சுட்டிக்காட்டுவது இங்கு பொருத்தமாக இருக்கும். சாமிநாதன் ஒரு கட்டுரையில் பின்வருமாறு எழுதுகிறார். "மார்க்சும் ஏங்கெல்சும் தந்த கருத்துகளை, சித்தாந்தங்களை அவர்கள் அளித்த ரூபத்தில் லெனினும் ஏற்றுக் கொள்ளவில்லை. ஸ்டாலினும் ஏற்றுக்கொள்ளவில்லை. இன்றைய சோவியத் ரஷ்யாவும் ஏற்றுக்கொள்ளவில்லை. மோ.ஸே. துங்கும் ஏற்றுக்கொள்ளவில்லை. எல்லாம் மாறியுள்ளன" (எ. கு. பக்.291). இதே சாமிநாதன்தான் "1848க்குப் பிறகு உலகம் சிலையாகி நின்றுவிட்டது மார்க்சியவாதிகளின் நோக்கில்" என்றும் கூறுகின்றார். இதற்கு அர்த்தம் என்ன? சாமிநாதனின் எந்தக் கூற்று சரியானது? அது சாமிநாதனுக்கே வெளிச்சம். சாமிநாதனின் சந்தர்ப்ப சாகசங்கள்தான் இவையெல்லாம். மார்க்சியத்தைச் சாடும்போது மார்க்சியம் மூடுண்டது, வளர்ச்சி மறுக்கப்பட்டது, மாறாதது. மார்க்சியவாதிகளைச் சாடும் போது மார்க்சியம் மாறி இருக்கிறது; நீங்கள்தான் மாறவில்லை, மார்க்சியத்தை ஜீரணிக்காமல் அவஸ்தைப்படுகிறீர்கள். சாமிநாதனின் வார்த்தைகளிலேயே சொல்வதானால் இதெல்லாம் சாமிநாதன் "அறிந்து செய்யும் வஞ்சக அரசியல் பிரசாரமே தவிர வேறு இல்லை." மார்க்சியவாதிகள் ஒருவகையில் நேர்மையானவர்கள். அவர்கள் தங்கள் அரசியல் சார்பை மூடி மறைப்பதில்லை. ஆனால் சாமிநாதன் போன்றவர்கள் நேர்மையற்றவர்கள். இலக்கியத்தில்

அரசியல் சார்பை எதிர்த்துக்கொண்டே அப்பட்டமான அரசியல் சார்பாளர்களாகவும் இருக்கின்றனர்.

இது எவ்வாறு இருப்பினும் “மார்க்சியம் வளர்ச்சி மறுக்கப்பட்ட மூடுண்ட ஒரு சித்தாந்த அமைப்பு என்பது சாமிநாதனின் சொந்த மூளையிலேயே உதித்த கண்டுபிடிப்பு அல்ல என்பதையும் சொல்ல வேண்டும். கார்ல் பொப்பர் போன்றவர்களிடம் இருந்து கடன் வாங்கியதுதான் இது. கார்ல் பொப்பர் மார்க்சிய எதிர்ப்பாளர்களில் முக்கியமானவர். *The Open Society And Its Enemies, The Poverty Of Historicism* முதலிய தனது நூல்களிலேயே பொப்பர் மார்க்சியத்துக்கு எதிரான தனது கருத்துகளைக் கூறியுள்ளார். மார்க்சியத்தை ஓர் மூடுண்ட தத்துவம் *(Closed Philosophy)* என அவர் கருதுகிறார். சாமிநாதன் அங்கிருந்துதான் தனது கருத்துகளைக் கடன் வாங்கி இருக்கக்கூடும். கார்ல் பொப்பரின் மார்க்சியம் பற்றிய தவறான கருத்துகளை விமர்சித்து மொறிஸ் கொன்போத் *The Open Philosophy And The Open Society* என்னும் பாரிய நூலை எழுதியுள்ளார். அதன் திருத்திய இரண்டாம் பதிப்பு 1977இல் வெளிவந்துள்ளது. சாமிநாதனுக்கு அந்நூல் பிரயோசனப்படக்கூடும்.

மார்க்சியவாதிகளின் நோக்கில் 1848க்குப் பிறகு உலகம் சிலையாகி நின்றுவிட்டது என்று சாமிநாதன் கூறும்போது, 1848இல் மார்க்சும் ஏங்கெல்சும் கம்யூனிஸ்ட் கட்சியின் அறிக்கையை வெளியிட்ட பிறகு மார்க்சியத்தில் எவ்வித வளர்ச்சியும் இல்லை என்று சாமிநாதன் திட்டவட்டமாகக் கருதுகிறார் என்பது வெளிப்படை. இது அவருடைய குருநாதர்களிடம் கூடக் காணப்படாத அசட்டுத்தனமும் அறியாமையுமாகும். கம்யூனிஸ்ட் அறிக்கை வெளிவந்த பிறகு மார்க்ஸ் 35 வருடங்களும் ஏங்கெல்ஸ் 47 வருடங்களும் வாழந்துள்ளனர். அவர்களுடைய முக்கியமான படைப்புக்கள் எல்லாம் இதன் பிறகே வெளிவந்தன. லெனின், மாஓ போன்றவர்களின் புட்சிகரச் சிந்தனைகளும், நடைமுறைகளும், வெற்றிகளும் இதன்பிறகே நிகழ்ந்துள்ளன. இவற்றையெல்லாம் சாமிநாதன் கருத்தில் கொள்வதில்லை. அந்த அளவு அறிவு நேர்மை அவருக்கு இல்லை. ஆகவே மிகச் சுலபமாக 1848க்குப் பிறகு மார்க்சியவாதிகளின் நோக்கில் உலகம் சிலையாகி நின்றுவிட்டது என்று சொல்ல அவரால் முடிகின்றது. இதில் உண்மை இருக்கிறதா என்று இனிப் பரிசீலிப்போம்.

மார்க்சியத்துக்கு இரண்டு பகுதிகள் உண்டு; ஒன்று அதன் தத்துவப்பகுதி, மற்றது செயல்முறைப் பகுதி என்று நான் ஏற்கனவே குறிப்பிட்டேன். இயக்கவியல் வரலாற்றுப் பொருள்முதல்வாதம் மார்க்சியத்தின் தத்துவப் பகுதியாகும்.

சமூகத்தையும் சமூக மாற்றங்களையும் புரிந்துகொள்வதற்கும் செயல்முறைக் கோட்பாடுகளை வகுப்பதற்கும் இந்தத் தத்துவம் வழிகாட்டுகின்றது. சமூகம் இடையறாது மாறுகின்றது என்றும் இம்மாற்றங்களுக்கு ஏற்ப செயல் முறைகளையும், செயல்முறைக் கோட்பாடுகளையும் வகுத்துக்கொள்ள வேண்டும் என்றும் இயக்கவியல் வரலாற்றுப் பொருள்முதல்வாதம் கற்பிக்கின்றது. இவ்வகையில் வேறுபட்ட சமூகச் சூழ்நிலைகளுக்கேற்ப சமுதாய வளர்ச்சி நிலைகளுக்கேற்ப மார்க்சியக் கோட்பாடுகளும், வேலைத்திட்டங்களும் மாறுதலும் வளர்ச்சியும் அடைகின்றன. மார்க்சியத்தின் வரலாறு இதையே காட்டுகின்றது. மார்க்ஸ் தன் வாழ்நாளிலேயே தனது நடைமுறைக் கோட்பாடுகள் பலவற்றை மாற்றியமைத்தார். மார்க்சுக்குப் பிறகு லெனினும், மாஓவும் தங்கள் காலச் சூழல்களுக்கு ஏற்ப மார்க்சியத்தை மேலும் வளர்த்தனர். 'மார்க்சியம் ஒரு வறட்டுக் கோட்பாடு (dogma) அல்ல. அது செயலுக்கான வழிகாட்டி மட்டுமே' என்றே எல்லா மார்க்சியவாதிகளும் கருதுகின்றனர். எல்லாம் எப்பொழுதும் மாற்றம் அடைகின்றது என்ற கோட்பாட்டைத் தவிர மார்க்சியவாதிகளைப் பொறுத்தவரை மாறாத வளராத எதுவுமே இல்லை.

"இயக்கவியல் வகைத் தத்துவஞானத்துக்கு இறுதியானதோ, பரமமானதோ, புனிதமானதோ எதுவும் கிடையாது. ஒவ்வொரு பொருளினது தற்காலிகத் தன்மையையும் அது வெளிப்படுத்துகின்றது. உருவாகிக் கொண்டும் மறைந்து கொண்டும் இருக்கின்ற, கீழ்நிலையில் இருந்து மேல்நிலைக்கு முடிவில்லாமல் ஏறிச்சென்றபடியே இருக்கின்ற, இயக்கப் போக்கு ஒன்றைத்தவிர வேறு எதுவும் அதன்முன் நிலைத்து நிற்கமுடியாது. மேலும் இயக்கவியல் வகைத் தத்துவஞானம் என்பதே சிந்திக்கும் மூளையில் தோன்றும் இந்த இயக்கப் போக்கின் பிரதிபிம்பமே தவிர வேறு இல்லை" என்ற ஏங்கெல்சின் கூற்றை (பார்க்க: லுத்விக் போயபாக்) இங்கு நினைவுபடுத்துவது பொருத்தமாக இருக்கும். முடிந்த முடிபான, எதற்கும் கட்டுப்படாத, மாற்றத்துக்கு உட்படாத எதுவும் இல்லை என்பதே இதன் அர்த்தமாகும். ஏங்கெல்ஸ் பிறிதொரு இடத்தில் பின்வருமாறு எழுதினார். "விஞ்ஞானம் கண்டுபிடிக்கும் புதிய விஷயங்கள் ஒவ்வொன்றுக்கும் ஒத்ததாக இருக்கும் வண்ணம் பொருள்முதல்வாதம் அவ்வப்போது புதுப்புது அம்சம் உடையதாக ஆகவேண்டும்." இவ்வாறு பொருள்முதல்வாதத்தை புதிய அம்சம் உடையதாக்கும் காரியத்தை "பொருள்முதல்வாதமும் அனுபவஞான விமர்சனமும்" என்ற நூலில் லெனின் சாதித்தார். அதன் பிறகு மாஓவின் 'நடைமுறைபற்றி', 'முரண்பாடுபற்றி' ஆகிய தத்துவார்த்தப்

படைப்புக்கள் அறிவு பற்றிய மார்க்சியக் கோட்பாட்டையும், இயக்கவியலின் முரண்பாடுபற்றிய விதியையும் மேலும் வளப்படுத்தின. ஆனால் சாமிநாதனோ 'மார்க்சியவாதிகளின் நோக்கில் 1848க்குப் பிறகு உலகம் சிலையாகிவிட்டது' என்று கூறுகின்றார். கம்யூனிஸ்ட் கட்சியின் அறிக்கைக்கு மார்க்சும், ஏங்கெல்சும் எழுதிய முன்னுரைகளை ஒருமுறை தட்டிப் பார்த்தாலே சாமிநாதன் எவ்வளவு கேலிக்கிடமான கருத்தைக் கூறுகின்றார் என்பது புலப்படும். 1872ஆம் ஆண்டு ஜேர்மனியப் பதிப்புக்கு எழுதிய முன்னுரையில் அறிக்கையிலுள்ள 10 அம்சத் திட்டம் பற்றி அவர்கள் பின்வருமாறு எழுதினர்.

"கடந்த இருபத்தைந்து ஆண்டுகளில் நவீன தொழில் பிரதானமான முன்னேற்றங்களை அடைந்து வருகிறது. அவற்றுடன் கூடவே தொழிலாளி வர்க்கத்தின் கட்சி ஸ்தாபனம் விரிவடைந்தும் சீர்பட்டும் வருகின்றது. இந்த நிகழ்ச்சிகளையும் இவற்றுடன் கூட முதலில் பிப்ரவரிப் புரட்சியிலும், பிறகு அதற்கும் மேலாக பாட்டாளி வர்க்கம் முதன்முதலாக இரண்டு முழுமாதங்கள் அரசியல் அதிகாரத்தைத் தன்வசப்படுத்திக் கொண்டிருந்த பாரிஸ்கம்யூனில் கிடைத்துள்ள நடைமுறை அனுபவத்தையும் கணக்கில் எடுத்துக்கொண்டு பார்த்தால் சில விபரங்களில் இந்த வேலைத்திட்டம் காலாவதியாகிவிட்டது என்பது விளங்கும் ... பல்வேறு எதிர்க்கட்சிகளுடன் கம்யூனிஸ்டுகளுக்குள்ள உறவுகள் பற்றிய குறிப்புக்கள் (நான்காவது பகுதி) கோட்பாடு ரீதியில் இன்னும் சரியானவையாக இருப்பினும் நடைமுறையில் அவை வழக்கொழிந்தவையாகிவிட்டன என்பது வெளிப்படை. ஏனெனில் அரசியல் நிலைமை முழுமையும் மாறிவிட்டது. சரித்திரத்தின் முன்னேற்றம் அங்கு குறிப்பிட்டுள்ள அரசியல் கட்சிகளில் பெரும்பாலானவற்றை வழித்தெறிந்துவிட்டது" (பக் 8 – 9). கம்யூனிஸ்ட் கட்சி அறிக்கை வெளிவந்து இருபத்தைந்து ஆண்டுகளுக்குள்ளேயே மார்க்ஸ் எவ்வளவோ மாறுதல்களை எதிர்கொள்ள வேண்டி ஏற்பட்டுவிட்டது. ஆனால் சாமிநாதன் சொல்கிறார் மார்க்சியவாதிகளைப் பொறுத்தவரை 1848க்குப் பிறகு உலகம் சிலையாகி நின்றுவிட்டது என்று.

ஆனால், சாமிநாதனைப் பொறுத்தவரை உலகம் சிலையாகி நின்றுவிட்டது என்பதுதான் உண்மை. கருத்து முதல்வாத, மாறாநிலைவாத உலக நோக்கைவிட்டு அவரால் வெளிவர முடியவில்லை; மாறிவரும் உலகை, அவரால் அங்கீகரிக்க முடியவில்லை என்பதுதான் உண்மை. ஆனால் மார்க்சியவாதிகளைப் பொறுத்தவரை உலகம் சதா மாறிக்கொண்டும் வளர்ந்துகொண்டும்தான் உள்ளது. அதனால் மார்க்சுடன் அவர்கள் நின்றுவிடுவதில்லை. மார்க்சின் எதிர்கால

முன் உணர்வு பற்றிய எல்லைப் பாகுபாடுகளை அவர்கள் நன்கு அறிவர். இதை விளக்குவதற்கு நான் இன்னும் சில விபரங்களைச் சுட்டிக்காட்டுவது அவசியமாகும்.

மார்க்ஸ் சமுதாய வளர்ச்சி விதிகளைக் கண்டுபிடித்த மகத்தான பெருமைக்குரியவர் எனினும் தனக்குப் பிறகு வரக்கூடிய சகல நிலைமைகள் பற்றியும் முன்னறிவு பெற்ற அமானுஷ்யர் அல்லர். எந்த ஒரு மனிதனின் அறிவும் அவனது காலச் சூழ்நிலைக்குக் கட்டுப்பட்டது என்ற மார்க்சிய விதிக்கு மார்க்ஸ் மட்டும் விலக்கானவர் அல்லர். முதலாளித்துவத்தின் வாலிபப்பகுதியில் அவர் வாழ்ந்தார். தன் காலத்தைய கட்டுப்பாடற்ற முதலாளித்துவம் ஏகபோகமாக வளரும் என்பதை அவர் ஓரளவு முன் உணர்ந்திருந்தார். ஆனால் மார்க்சுக்குப் பிறகு முதலாளித்துவம் சர்வதேச முதலாளித்துவமாக, ஏகாதிபத்தியமாக வளர்ந்துவிட்டது. ஏகாதிபத்தியத்தின் பொருளாதார, அரசியல் விதிகளை எல்லாம் அவரால் முன்கூட்டியே திட்டமாக விளக்கியிருக்க முடியாது. ஏனெனில் முதலாளித்துவத்தின் உச்சக் கட்டமான ஏகாதிபத்தியம் அப்போது தோன்றி இருக்கவில்லை. அதாவது ஏகாதிபத்திய நடைமுறை அப்போது இருக்கவில்லை. ஒரு குறிப்பிட்ட சூழ்நிலையில் வளர்ந்து நேர்முக அனுபவம் பெறாத எந்த ஒரு மேதையாலும் அந்தச் சூழ்நிலைக்குரிய விதிகளைத் திட்டமாக வகுக்க முடியாது. இறந்த காலத்தைப் பற்றி அல்லது தூர உள்ள ஒன்றைப்பற்றி நாம் இப்போது விளங்கிக் கொள்ளவும், விளக்கவும் முடிகிறதென்றால் அதற்குக் காரணம் அக்காலத்தில் அவ்விடத்தில் வாழ்ந்தவர்களின் நேர்முக அனுபவத்தின் தொகுதிகளை நாம் தரவாகப் பெறக்கூடியதாக இருப்பதே. இவ்வகையில் ஏகாதிபத்திய காலகட்டத்தில் வாழ்ந்த லெனினாலேயே ஏகாதிபத்தியத்தின் விதிமுறைகளைத் திட்டவட்டமாக வகுக்க முடிந்தது. (பார்க்க: 'நடைமுறைபற்றி' – மாஓ) 'ஏகாதிபத்தியம் முதலாளித்துவத்தின் உச்சகட்டம்' என்ற நூலில் லெனின் இதனைச் சாதித்தார். இவ்வகையிலேயே லெனினது கோட்பாடுகள் ஏகாதிபத்திய காலகட்டத்து மார்க்சியமாக வளர்ந்தன. அறிவு பற்றிய மார்க்சியக் கோட்பாடுகளை விளங்கிக் கொள்ளாதவர்களால் இதைப் புரிந்துகொள்வது சாத்தியம் அல்ல. காலவளர்ச்சியை ஒட்டி மார்க்சின் சில கருத்துகளை நிராகரித்து லெனின் எவ்வாறு மார்க்சியத்தை வளர்த்தார் என்பதற்கு இரண்டு உதாரணங்களை மட்டும் இங்கு சுட்டுவது பொருந்தும் என்று நினைக்கிறேன்.

(1) 1870 – 80ஆம் ஆண்டுகளில் இங்கிலாந்து, அமெரிக்கா போன்ற நாடுகளில் பூர்ஷ்வா வர்க்க ஜனநாயகம் சிறிது சிறிதாகப் பரிணமித்து தொழிலாளி வர்க்க ஜனநாயகமாக மாறக்கூடும்

என்று மார்க்ஸ் கருதினார். பிற்காலத்தில் லெனின் இதை நிராகரித்துப் பின்வருமாறு எழுதினார். "அந்த நாடுகளைப் பற்றி மார்க்ஸ் எழுதிய விசேச குறிப்பு, முதலாவது ஏகாதிபத்திய மகாயுத்த காலமாகிய இன்றைக்கு – 1917ஆம் ஆண்டில் காலாவதியாகிவிட்டது. அமெரிக்காவும் இங்கிலாந்தும் ஆங்கிலோ சாக்சன் சுதந்திரத்துக்கு உலக அரங்கில் மிகப்பெரிய கடைசிப் பிரதிநிதிகள் என்பது உண்மையே. அதாவது இராணுவ வெறியும் அதிகாரவர்க்க ஆணவமும் அந்நாடுகளில் இல்லாதிருந்தன. ஆனால் இன்றைக்கு அவற்றை அவ்வாறு கருதுவதற்கில்லை. இன்றைக்கு ஐரோப்பாக் கண்டத்தில் உள்ள இராணுவ வெறியும் அதிகார வர்க்க ஆணவமும் கொண்ட அமைப்புகளை அவையும் உண்டுபண்ணிக் கொண்டன. அந்த அமைப்புகள், சகலதையும் அடக்கித் தமக்கு அடிமையாக்குகின்றன. சகலத்தையும் காலில் போட்டு மிதித்துத் துவைக்கின்றன. ஆகவே இன்றைக்கு இங்கிலாந்திலும் அமெரிக்காவிலும் உண்மையான பொது ஜன வெற்றி பெறுவதற்கு அந்த நாடுகளில் (1914 முதல் 1917க்குள் ஐரோப்பிய ஏகாதிபத்தியத்தின் இராணுவ அதிகாரவர்க்க யந்திரத்தின் சிறப்புக்குச் சரிசமமாக வளர்க்கப்பட்டு) அமைக்கப்பட்டுள்ளதும் தயாராக இருப்பதுமான அரசாங்க யந்திரத்தை உடைத்துத் தூள்தூளாக்க வேண்டியதும் ஒரு பூர்வாங்க நிபந்தனையாகின்றது" (லெனின் – Selected Works Vol: VII p.37).

(2) 1840 – 70ஆம் ஆண்டுகளில் போலந்தின் சுதந்திரக் கோரிக்கையைச் செயல்பூர்வமாக ஆதரிப்பது மேற்கு ஐரோப்பிய ஜனநாயகம் முழுவதின் கடமையும், அதற்கு மேலாக சோஷலிச டெமார்க்கிரசியின் கட்டாயக் கடமையும் ஆகும் என்று மார்க்சும், ஏங்கெல்சும் கருதினார்கள். இதுபற்றி லெனின் பின்வருமாறு கூறுகிறார். "1840ஆம் ஆண்டுகளிலும் 60ஆம் ஆண்டுகளிலுமான காலகட்டங்களுக்கு – இவைகள் ஆஸ்திரியாவிலும் ஜேர்மனியிலும் பூர்ஷ்வா புரட்சிக்காலம், ரஷ்யாவில் விவசாய சீர்திருத்தக்காலம் – இந்த நோக்குநிலை மிகவும் சரியானது. பாட்டாளிவர்க்க ரீதியானது . . . ஆனால் 1840இல் இருந்து 1870 வரை அல்லது பத்தொன்பதாம் நூற்றாண்டின் மூன்றாவது கால்பகுதிக்குப் பொருந்திய மார்க்சின் நோக்குநிலை இருபதாம் நூற்றாண்டு தொடங்கிய பொழுது பொருந்தாது போய்விட்டது. வேறு ஒரு காலகட்டத்தில் மார்க்ஸ் கொண்டிருந்த நோக்குநிலையை எல்லாக் காலகட்டத்துக்கும் பொருந்துவது என நிலைநாட்டுவதற்கு போலிஷ் சோசலிசக்கட்சி 1896இல் முயன்றது. இது மார்க்சியத்தின் பொருளை விட்டு விட்டு வரிவடிவத்தை மட்டும் ஏற்றுக்கொள்வதாகும்." (லெனின்: தேசிய இனங்களில் சுயநிர்ணய உரிமை, மாஸ்கோ 1971 பக்.68 – 69)

காலம் இடம் என்பவற்றைப் பொறுத்தும் கோட்பாடுகள் மாற்றம் அடையும் என்பதை கம்யூனிஸ்ட் கட்சியின் அறிக்கையிலேயே மார்க்ஸ் சுட்டிக் காட்டியுள்ளார். அறிக்கையில் கூறப்பட்ட 10 அம்ச வேலைத்திட்டம் பற்றிக் குறிப்பிடுகையில் "இந்தக் கோட்பாடுகளை நடைமுறையில் கடைப்பிடிக்கும் விசயம், எந்த இடத்திலும் சரி, எந்தக் காலத்திலும் சரி, அந்த அந்தக் காலகட்டத்தின் சரித்திர பூர்வமான நிலைமைகளைப் பொறுத்திருக்கின்றது" என்று 1872இல் எழுதிய முன்னுரையில் அவர் குறிப்பிட்டார். இது மிக முக்கியமான ஒரு கருத்தாகும். இவ்வகையிலேயே இயக்கவியல் தத்துவத்தின் வழிகாட்டலின் கீழ் வெவ்வேறு காலங்களில் வெவ்வேறு நாடுகளில் வாழ்ந்த புகழ்பெற்ற மார்க்சியவாதிகள் மார்க்சியத்தைத் தங்கள் நாட்டுச் சூழ்நிலைக்கு ஏற்ற மாதிரி வளர்த்தனர்.

சீனா இதற்கு ஒரு சிறந்த அண்மைக் கால உதாரணமாகும். சீன மக்கள் மார்க்சியத்தைத் தங்கள் நாட்டுச் சூழ்நிலைக்கு ஏற்ப வளர்த்தெடுப்பதில் வெற்றி கண்டனர். இதுபற்றி 'புதிய ஜனநாயகம் பற்றி' என்ற நூலில் மாஓ சேதுங் பின்வருமாறு எழுதினார். "மார்க்சியத்தைச் சீனாவுக்குப் பிரயோகிப்பதிலும் சீனக் கம்யூனிஸ்ட்டுகள் அதன்சர்வ வியாபக உண்மையை, சீனப்புரட்சியின் பிரத்தியேக நடைமுறையுடன் பூரணமாகவும் சரியாகவும் ஐக்கியப்படுத்த வேண்டும். வேறு விதமாகக் கூறினால் மார்க்சிய உண்மை பயனுடையதாவதற்கு, அது தேசிய குணாம்சங்களுடன் ஒன்றிணைக்கப்படவும் திட்டவட்டமான தேசிய உருவம் தரப்படவும் வேண்டும். அது அகநிலைப்பட்ட ரீதியில் ஒரு வெறும் சூத்திரமாக பிரயோகிக்கப்படக்கூடாது. சூத்திர மார்க்சிஸ்டுக்கள் வெறுமனே மார்க்சியத்தோடும் சீனப்புரட்சியோடும் விளையாடுபவர்கள்" ('புதிய ஜனநாயகம் பற்றி', கொழும்பு – பக்.88).

இவையெல்லாம் எதைக் காட்டுகின்றன? மார்க்சியம் வளர்ச்சி மறுக்கப்பட்ட ஒரு மூடுண்ட தத்துவம் என்பதையா? மார்க்சியவாதிகளைப் பொறுத்தவரை 1848க்குப் பிறகு உலகம் சிலையாகிவிட்டது என்பதையா காட்டுகின்றன? இல்லை, மார்க்சியம் ஒரு வளரும் தத்துவமாக, தொடர்ந்து வளர்ச்சியடைந்து வரும் தத்துவமாக இருக்கின்றது என்பதையே காட்டுகின்றன. "உலகின் புறநிலை யதார்த்தம் மாற்றம் அடைகின்ற இயக்கப்போக்கு ஒருபோதும் முடிவடைவதில்லை. அதனால் நடைமுறை மூலம் மனிதன் உண்மையைப் பெற்றுக் கொள்வதும் முடிவதில்லை. மார்க்சியமும் லெனினிசமும் எவ்வகையிலும் சம்பூர்ணமான முடிவான உண்மைகள் எதையும் கொண்டிருக்கவும் இல்லை. ஆனால், நடைமுறையின் ஊடாக உண்மை பற்றிய அறிவைப் பெறுவதற்கான வழிகளை அவை முடிவற்றுத் திறந்துவிட்டுள்ளன."

என நடைமுறைப்பற்றி என்ற கட்டுரையில் மாஓசேதுங் தெளிவாக இதுபற்றி விபரிக்கின்றார்.

ஆனால், சாமிநாதனோ தான் எல்லாம் தெரிந்தவராக மார்க்சியத்தைத் தின்று செமித்துக்கொண்ட பாங்கிலேயே பேசுகின்றார். எனினும் அவரது பேச்சு அஜீரணத்தின் புளியேப்பமாகவே வெளிவருகின்றது. கைலாசபதிக்கோ, மற்றவர்களுக்கோ மார்க்சியம் தெரியாது என்று அடித்துப் பேசும் சாமிநாதனும், அவரது கட்டுரையை இலங்கையில் மறுபிரசுரம் செய்த பூரணி குழுவினரும் மார்க்சிய மூலநூல்களில் ஒன்றையாவது ஆழ்ந்து படித்துள்ளார்களா என்று இப்போது நமக்கு நியாயமான சந்தேகம் எழுகின்றது. இதுவரை சாமிநாதனின் கூற்றுக்களைப் பரிசீலித்ததிலில் இருந்து இந்த முடிவுக்கே நாம் வரவேண்டியுள்ளது. இதற்கெல்லாம் சிகரம் வைத்தாற்போல மத்தியதர வர்க்கத்தைப்பற்றி சாமிநாதன் கூறும் கருத்து இதை உறுதிப்படுத்துகின்றது. "பழைய நிலமானிய சமூகத்தின் அழிவில் முதலாளித்துவச் சமுதாயம் உருவாகின்றது என்பது மார்க்சிய வாய்ப்பாடு. இவ்வாய்ப்பாடு முழுநிரூபணமாகாது போகவே பின்னர் வந்த மார்க்சியவாதிகள் செய்து கொண்ட சமரசம் 'புதிய மத்திய தரவர்க்கம்.' இது மார்க்சிய வாய்ப்பாட்டில் இல்லாதது" என்று சாமிநாதன் கூறுகின்றார் (எ. கு: பக் – 181). நிலமானிய சமூகத்தின் அழிவில் இருந்து முதலாளித்துவச் சமூகம் உருவாகின்றது என்பது எவ்வாறு முழுநிரூபணம் ஆகவில்லை என்று நமக்குப்புரியவில்லை. நிலமானிய சமூகத்தின் சிதைவில் இருந்து முதலாளித்துவச் சமூகம் தோன்றும் போது அதன் உடன் விளைாக புதிய சமுதாய வர்க்கங்கள் பல தோன்றுகின்றன. "நிலப்பிரபுத்துவ சமுதாயத்தின் அழிவுக் குவியலில் இருந்து முளைத்தெழுந்துள்ள நவீன பூர்ஷ்வா சமுதாயம் வர்க்க விரோதங்களை ஒழித்து விடவில்லை. பழையவற்றுக்குப் பதிலாக புதிய வர்க்கங்களை ஸ்தாபித்துள்ளது என்கிறார் மார்க்ஸ் (கம்யூனிஸ்ட் அறிக்கை பக்43). இந்தப் புதிய வர்க்கங்களுள் ஒன்றுதான் மத்தியதர வர்க்கம். 'மத்தியதர வர்க்கம் மார்க்சின் வாய்ப்பாட்டில் இல்லாதது' என்பது மார்க்சியத்தைப் படிக்காத குறை. சாமிநாதன் கம்பனியினரின் வசதிக்காக *Karl Marx: Selected Writings in Sociology and Social Philosophy (Edited by T.B. Bottomore and Maximilion Rubel)* என்ற மார்க்சியவாதிகள் அல்லாதவர்களால் தொகுக்கப்பட்ட நூலைப் படித்துப் பார்க்கும்படி அவர்களுக்குச் சிபாரிசு செய்ய விரும்புகின்றேன். மத்தியதர வர்க்கம் பற்றிய மார்க்சின் கருத்துகளை அவர்கள் இந்நூலில் இருந்து அறிந்து கொள்ள முடியும். உதாரணத்துக்கு இங்கு மார்க்சின் மூன்று மேற்கோள்களை மட்டும் தருகிறேன்.

"விடை இறுக்கப்பட வேண்டிய முதலாவது கேள்வி ஒரு வர்க்கத்தை ஆக்குகின்ற அம்சங்கள் எவை என்பதுதான். இந்தக் கேள்விக்கான விடையைப் பெறுவதற்கு இன்னுமொரு கேள்விக்கு விடைகாண வேண்டும். கூலி பெறுபவர்களையும், முதலாளிகளையும், நிலப்பிரபுக்களையும் முப்பெரும் வர்க்கங்களாக நிர்ணயம் செய்கின்ற அம்சங்கள் யாவை? என்ன வருமானம் கிடைக்கின்றது என்பதும், எதில் இருந்து அந்த வருமானம் கிடைக்கின்றது என்பதுமே இந்த முப்பெரும் வர்க்கப் பிரிவுகளுக்குக் காரணம் என எடுத்த எடுப்பில் தெரியக்கூடும். வர்க்கங்கள் என்பது மாபெரும் சமூகத் தொகுதிகளாகும். இவர்களின் உறுப்பினர்கள் முறையே கூலி, லாபம், குத்தகை ஆகியவற்றைப் பெற்று வாழ்கிறார்கள். அதாவது இவர்கள் முறையே உழைப்புத்திறனையும், முதலீட்டையும், நிலவுடைமையையும், கொண்டு வாழ்கிறார்கள். இவ்வாறு பார்த்தால் மருத்துவர்களும் உத்தியோகத்தர்களும் இரண்டு தனிவர்க்கங்களாக அமைய வேண்டும். ஏனெனில், அவர்கள் இரண்டு வேறுபட்ட சமூகத் தொகுதிகளைச் சேர்ந்தவர்களாய் இருப்பதுடன் ஒரு பிரிவைச் சேர்ந்த ஒவ்வொரு உறுப்பினரும் ஒரே மூலத்தில் இருந்து தன் வருமானத்தையும் பெறுகின்றனர்" (மேற்காட்டிய நூல் பக். 187). இவ்வாறு வைத்தியர்கள், அலுவலக ஊழியர்கள், ஆசிரியர்கள், வழக்கறிஞர்கள் போன்ற புத்திசீவிகளையே மார்க்சியவாதிகள் பொதுவாக மத்தியதரவர்க்கம் என அழைக்கின்றனர். அவர்களின் வருமானம், சமூகமதிப்பு ஆகியவற்றுக்கேற்ப அவர்கள் மேலும் பாகுபடுத்தப்படுகின்றனர்.

மார்க்ஸ் கூறுகின்றார்:

"ஒரு புறத்தில் தொழிலாளருக்கும், மறுபுறத்தில் முதலாளிகளுக்கும் நிலப்பிரபுக்களுக்குமிடையே அமைந்த மத்தியதரவர்க்கத்தினரின் எண்ணிக்கை அதிகரித்துக்கொண்டே செல்கின்றது என்பதைத்தான் ரிக்காடோ கவனிக்கத் தவறுகிறார். இந்த மத்தியதர வர்க்கத்தினர் தொழிலாளி வர்க்கத்திலேதான் அம்மிக்கல் மாதிரிக் குந்திக் கொண்டிருக்கின்றனர். அதே சமயம் அவர்கள் மேல்தட்டு வர்க்கத்தினரின் பாதுகாப்பையும் பலத்தையும் அதிகரிக்கச் செய்கிறார்கள் (அதே நூல் பக் – 198).

ஜேர்மன் மத்திய தர வர்க்கத்தைப் பற்றிக் குறிப்பிடுகையில் மார்க்ஸ் பின்வருமாறு கூறுகின்றார். "சமூக நிலைமைகளின் அபிவிருத்தியும் அரசியல் கோட்பாட்டின் வளர்ச்சியும் ஏற்பட முன்பு தன்னுடைய சொந்த நோக்கில் இருந்து தனது விமோசனத்தை எண்ணும் துணிவு மத்தியதரவர்க்கத்துக்கு இருப்பதில்லை (அதே நூல்: பக் – 189).

இதற்கு மேலும் எடுத்துக்காட்டுகள் தேவை இல்லை. ஆக நான் சாமிநாதன் கம்பனியினருக்குச் சொல்லக்கூடிய ஆலோசனை நீங்கள் மார்க்சியத்தைப் பற்றிப் பேசவர முன்பு சில குறிப்பிட்ட மூல நூல்களையாவது படித்துப் புரிந்துகொள்ள முயலுங்கள் என்பதுதான். நீங்கள்தான் மூடுண்டு, வளர்ச்சி மறுக்கப்பட்டவர்களாக இருக்கின்றீர்கள். மார்க்சியத்தின் ஒளிபரவாது உங்கள் ஜன்னல் கதவுகளை இறுக்கி மூடிக்கொண்டு இருக்கின்றீர்கள். மார்க்சியம் பற்றிய மூடநம்பிக்கையினாலும் அச்சத்தினாலும் உங்கள் அறிவும் ஆன்மாவும் வக்கரித்துப் போய்விட்டன. மார்க்சியத்தைப் பற்றி நேர்முகமாகத் தெரிந்து கொள்ளாமல், மார்க்சிய விரோத புத்திசீவிகள் எங்கெங்கோ உதிர்ந்த கருத்துகளை அரைகுறையாக கிரகித்துக் கொண்டு அதன் அடிப்படையில் மார்க்சியத்தையோ மார்க்சியக் கண்ணோட்டத்தில் எழுதப்பட்ட நூல்களையோ விமர்சிக்க முன் வருவது உங்களுக்கு நல்லதல்ல என்பதுதான் நான் அவர்களுக்குச் சொல்லக்கூடிய புத்திமதி.

ஆயினும், சுரண்டும் வர்க்கத்துக்குத் தங்கள் அறிவையும் ஆன்மாவையும் அடகு வைத்துவிட்ட புத்திசீவிகள் தங்கள் யோக்கியதாம்சங்களைப் பற்றிக் கவலைப்படாமல் மார்க்சியம் காலாவதியாகிவிட்டதென்றும் அது வளர்ச்சி மறுக்கப்பட்ட மூடுண்ட தத்துவம் என்றும் தொடர்ந்தும் சத்தமிட்டவாறே உள்ளனர். இது முதலாளித்துவ உலகமெங்கும் காணப்படும் ஒரு பொது இயல்பாகும். "மார்க்சியம் இதுவரை ஏற்பட்டுள்ள எத்தகைய துறை வளர்ச்சிகளையும் ஏற்றுக்கொண்டதும் இல்லை, எதிர் கொண்டதும் இல்லை" என்று இவர்கள் கூறும்போது, இவர்கள் கருதுவது புதிது புதிதாக புதிய புதிய வடிவங்களில் தோன்றிக் கொண்டிருக்கும் கருத்துமுதல்வாத பூர்ஷ்வா சித்தாந்தத் தத்துவங்களை மார்க்சியம் ஏற்றுக்கொள்ளவில்லை என்பதைத்தான். அது உண்மையே. மார்க்சியத்தைப் பொறுத்தவரை இவையெல்லாம் சமூகத்தின் அடியாதாரத்தைத் தொடாத வெறும் அலம்பல்களே. அது மட்டுமன்றி, அவை குறிப்பிட்ட முதலாளித்துவச் சமூக நெருக்கடிகளின் விளைவுமாகும். மார்க்சியம் அவற்றின் தோற்றத்துக்கான சமுதாய வேர்களை விளக்கி அவற்றை நிராகரிக்கின்றது. அவை கருத்துமுதல்வாதத்தின் வெவ்வேறு வடிவங்களே.

"கருத்துமுதல்வாதம், நிலையியல் இரண்டும் உலகில் மிக எளிதானவை. காரணம் யதார்த்த உண்மையை அடிப்படையாகக் கொள்ளாமலும், யதார்த்தத்தில் பரீட்சிக்காமலும் யார் எவ்வளவு விழல் அலம்ப விரும்பினாலும் அலம்பலாம். மறுபுறம் பொருள் முதல்வாதம், இயக்கவியல் இரண்டுக்கும் முயற்சி அவசியமாகும்.

அவை யதார்த்தத்தை அடிப்படையாகக் கொண்டு யதார்த்தத்தில் பரீட்சிக்கப்பட வேண்டும். ஒருவர் பெருமுயற்சி செய்தாலொழிய, அவர் கருத்துமுதல்வாதம், நிலையியல் – இவற்றில் சறுக்கி விழுவது சாத்தியம்" என மாஓ கூறுவதை இங்கு நினைவூட்டலாம் (மேற்கோள்கள் – பக்.302). ஆனால், கருத்து முதல்வாதத்தைத் தீண்ட மறுப்பதாக மார்க்சியவாதிகளைச் சிறுபிள்ளைத்தனமாகக் குற்றஞ்சாட்டுகிறார் சாமிநாதன். "நாம் உண்மையைக் கூர்ந்து அவதானிக்கவும் சிந்திக்கவும் செய்துகொண்டிருக்கும் வரை பொருள்முதல்வாதத்தில் இருந்து விலகிச் செல்வது சாத்தியமல்ல" என்று சாமிநாதன் பேன்றவர்கள் ஏற்றுக் கொள்ளக்கூடிய, மார்க்சியவாதியல்லாத தாமஸ் ஹாக்ஸ்லி கூறியதை அவருக்கு நினைவூட்ட விரும்புகின்றேன்.

பகுதி இரண்டு:
தமிழ் நாவல் இலக்கியம் பற்றி . . .

இனி கைலாசபதியின் 'தமிழ் நாவல் இலக்கியம்' பற்றிய சாமிநாதனின் கருத்துகளுக்கு வருவோம்.

கலாநிதி கைலாசபதியின் 'தமிழ் நாவல் இலக்கியம்' என்னும் நூல், மார்க்சிய ஆய்வுமுறையாகிய இயக்கவியல், வரலாற்றுப் பொருள்முதல்வாதக் கண்ணோட்டத்தில் தமிழ் நாவல் இலக்கியத்தின் தோற்றம் அதன் வளர்ச்சிப்போக்கு ஆகியவற்றைப் பற்றி ஆராய்கின்றது. இது தொடர்பான ஆறு கட்டுரைகள் இந்நூலில் இடம் பெற்றுள்ளன. காவியமும் நாவலும், உரை நடையும் நாவலும், நாவல் இலக்கியமும் தனி மனிதக் கொள்கையும், ஆங்கில மூலமும் தமிழ்த் தழுவலும், சிறுகதையின் தேய்வும் நாவலின் வளர்ச்சியும், இயற் பண்பும் யதார்த்தவாதமும், என்னும் தலைப்புகளின் கீழ் நாவல் இலக்கியத்தைப் பற்றிய கருத்துகள் இந்நூலில் அலசப்படுகின்றன.

இந்நூலைப் பற்றி விமர்சிக்க வந்த வெங்கட் சாமிநாதன் "இது புத்தகமும் அல்ல தமிழ் நாவல் பற்றியுமல்ல. தோற்றம் வளர்ச்சி பற்றி ஏதும் கேள்விகள் இவற்றின் பின்னர் எழுவதும் இல்லை" என்று கூறுகின்றார் (எ. கு. பக்.159). சாமிநாதனின் இக்கூற்று அவரது மனப்போக்கையும், நிதானமிழந்த தன்மையையும் தெளிவாகக் காட்டுகின்றது. ஒரு அறிவாளியின் நிதானத்தோடு அவர் இந்நூலை அணுகவில்லை. மார்க்சியத்தின்மீதும், மார்க்சிய ஆய்வுமுறைமீதும் அவருக்குள்ள தீராத ஆத்திரத்தினால் நிதானமிழந்து பாமரத்தனமாக, அவர் இந்நூலை அணுகி இருக்கின்றார் என்பதற்கு அவரது இக்கூற்று போதிய சான்று ஆகும். இது புத்தகம் இல்லாவிட்டால் வேறு என்ன? கத்தரிக்காயா

அல்லது கழுதைக் குட்டியா? இது தமிழ் நாவல்பற்றியல்லாமல் வேறு எதைப் பற்றியது. கத்தரிக்காய் பயிரிடுவது பற்றியதா? அல்லது கழுதை வளர்ப்புப் பற்றியதா? 'ஆத்திரக்காரனுக்கு புத்திமட்டு' என்பது பழமொழி. சாமிநாதனின் விமர்சனம் அதற்கு நல்ல உதாரணமாகும். போதாக்குறைக்குச் சாமிநாதனின் இப்பொன்மொழி தடித்த எழுத்துகளில் வேறு அவரது புத்தகத்தில் அச்சிடப்பட்டுள்ளது.

தனது அறியாமையின் பலத்தில் அதிக நம்பிக்கை கொண்ட சாமிநாதன் மார்க்சியத்தின் ஜீவிய நியாயத்தை மிகவும் சுலபமாக நிராகரித்தார். அது எவ்வளவு தவறானதும் நேர்மையீனமானதும் என்பதை மார்க்சியம் பற்றிய பகுதியில் பார்த்தோம். இனி கைலாசபதியின் தமிழ் நாவல் இலக்கியம் பற்றிய சாமிநாதனின் கருத்துகளை நோக்கலாம்.

கைலாசபதியின் நூலில் இருவகையான கருத்தோட்டங்கள் உள்ளன. ஒன்று அடிப்படைக் கருத்தோட்டம். தமிழ் நாவல் இலக்கியத்தின் தோற்றம், வளர்ச்சிப் போக்கு பண்பு ஆகியவற்றை நிர்ணயிக்கும் சமூகக் காரணிகள் பற்றியது இதில் அடங்கும். மற்றது துணைக் கருத்தோட்டம். சில குறிப்பிட்ட நாவல்கள், நாவலாசிரியர்கள் பற்றியும் வேறுசில இலக்கிய விஷயங்கள் பற்றியும் போகிறபோக்கில் சொல்லப்படும் கருத்துகளும் மதிப்பீடுகளும் இதில் அடங்கும். கைலாசபதியின் அடிப்படைக் கருத்தோட்டத்தில் நான் பெரிதும் உடன்பாடுடையவன். அவரது துணைக் கருத்துகள் சிலவற்றுடன் எனக்கு முரண்பாடு உண்டு. அவசியமான இடத்தில் நான் அவற்றைச் சுட்டிக்காட்டுவேன்.

சாமிநாதன் கைலாசபதியின் அடிப்படைக் கருத்தோட்டத்தை முற்றாக நிராகரிப்பதோடு, அவற்றை நிராகரிப்பதற்குத் தவறான வாதங்களை முன்வைப்பதோடு, நேர்மையீனமான முறையில் கைலாசபதியின் சில கருத்துகளைத் திரிபுபடுத்தியும் சிலதை மூடி மறைத்தும் வெவ்வேறு சந்தர்ப்பங்களில் கூறிய கூற்றுக்களை ஒன்றிணைத்து முரண்பாடுகாட்டியும், அவர் கூறாததைக் கூறியதாகக் காட்டியும் ஒரு பொய்மையை நிலைநாட்ட முயல்கிறார். இச்சந்தர்ப்பத்திலே சாமிநாதன் ஞானக்கூத்தன்பற்றி எழுதிய ஒரு கட்டுரை ஞாபகம் வருகிறது. ஞானக்கூத்தன் சி.மணியின் கவிதைத் தொகுப்பு ஒன்றுக்கு எழுதிய விமர்சனத்தைப் பற்றியது அக்கட்டுரை. 'என்றும் வளைந்த வால்கள் எங்களது' என்பது அதன் தலைப்பு. அதிலே பின்வருமாறு ஒரு பத்தி.

> "இத்தொகுப்பில் இருந்து அங்கொன்று இங்கொன்றாக சில வரிகளைத் தெரிந்தெடுத்துப் பிய்த்தெடுத்து மேற்கோள்காட்டி இவையெல்லாம் கவிதையா அல்லது வேறு ஏதாவதா"

என்று கேட்டு இப்படித்தான் மற்றக் கவிதைகளும் என்று தொகுப்பையே தூரக் கடாசி விடுகிறார். ஞானக்கூத்தன் செய்திருப்பது வெட்டு வேலை. பண்டாரம் இடுப்பில் இருக்கும் வேட்டியை உருவி அதில் தன் இஷ்டப்படி வெட்டு வேலை செய்து" பார் இந்தப் பண்டாரம் மார்புக்கச்சை கட்டி இருக்கும் அவலத்தை, இது மார்புக்கச்சை இல்லாமல் வேறு என்ன? உங்க கண்முன்னாலேதானே பண்டாரம் இடுப்பிலே இருந்து உருவினேன்! பாக்கி துணியிலேயும் இந்த மாதிரி மார்புக்கச்சு நிறைய இருக்கு. போதும் போதாதற்கு இடுப்பிலே வேறே இதைக் கட்டிக்கிறான் மனுஷன்" என்று சொல்லும் போக்கிரித்தனத்தை ஞானக்கூத்தனின் விமர்சனத்தில் காணலாம். இம்மாதிரி யாரைத்தான் குற்றம்சாட்ட முடியாது?" (எ. கு. பக் 77).

மார்க்ஸின் கல்லறையிலிருந்து ஒரு குரலை வாசித்துவிட்டு சாமிநாதனின் இக்கூற்றையும் வாசித்தால், ஆ! சாமிநாதன் எவ்வளவு பொருத்தமாகத் தன்னைப்பற்றி ஒரு விமர்சனம் செய்திருக்கிறார் என்று தோன்றாமல் போகாது. சாமிநாதன் கூறும் போக்கிரித்தனம் சாமிநாதனின் கல்லறைக் குரலுக்கே முற்றிலும் பொருந்தும் என்று தோன்றாமல் போகாது.

கைலாசபதியின் நூலைப்பற்றிக் கூறுகையில் பதிலளிப்பதென்றால் இப்புத்தகத்தின் ஒவ்வொரு வரிக்கும் பதில் அளிக்க வேண்டி இருக்கிறது. அனாவசிய வேலை. சில முக்கியமானவற்றை மாத்திரம் நான் அங்கங்கே தெரிந்தெடுத்துக் கொள்வேன். ஒரு சராசரிப் படிப்போ, சிந்தனைத் திறனோ, விபரஞானமோ கூடக் காட்டாத ஒரு புத்தகத்தில் நான் செய்யக் கூடியது இவ்வளவு தான் (எ.டு. பக்.160), என்று சாமிநாதன் ரொம்பவும் ஆணவத்துடன் கூறுகிறார். உண்மையில் இக்கூற்று சாமிநாதனின் கல்லறைக் குரலுக்கே முற்றிலும் பொருத்தமானது. ஆகவே அவரது கட்டுரையில் சில முக்கியமான கருத்துகள் பற்றி மட்டுமே இங்கு நோக்கப்படும். முதலில் காவியமும் நாவலும் பற்றிய கருத்துகளைப் பார்ப்போம்.

காவியமும் நாவலும்

இவ்வத்தியாயத்தில் மூன்று கருத்துகளை கைலாசபதி விரித்துரைக்கிறார். 1) காவியமும் நாவலும் வேறுபட்ட இலக்கிய வடிவங்கள். 2) இரண்டும் இருவேறு சமுதாய அமைப்புகளின் பிரதிபலிப்பாய் அமைந்தவை. 3) ஐரோப்பாவில் நடந்ததுபோல இந்தியாவில் திட்டவட்டமான முறையில் முதலாளித்துவச் சமூக மாற்றம் ஏற்படாததினால் தமிழ் நாவல் ஆரம்பத்தில் அதற்குரிய தத்துவச் சித்தாந்தப் பலத்தைப் பெற்றிருக்கவில்லை.

கலை இலக்கிய, சமுதாய, வரலாறு பற்றிய தெளிவான பார்வையும் தமிழ் நாவல் இலக்கியத்தில் நல்ல பரிச்சயமும் உடையவர்கள் இக்கருத்துகளை ஒப்புக்கொள்வர் என்பது நிச்சயம்.

காவியமும் நாவலும் இருவேறு இலக்கிய வடிவங்கள் என்பதை அதிக சான்றுகள் காட்டி நிரூபிக்க வேண்டிய அவசியம் இல்லை. ஏனெனில், அவை வெளிப்படையாகவே வேறுபட்டவை. காவியம் நிலமானிய சமுதாய உள்ளடக்கத்தைக் கொண்டது. நாவல் முதலாளித்துவச் சமூக உள்ளடக்கத்தைக் கொண்டது. நாவல் முதலாளித்துவச் சமூக உள்ளடக்கத்தைக் கொண்டு தோன்றி முதலாளித்துவச் சமூக வளர்ச்சிப் போக்கோடு வேறுபட்ட பண்புகளைக் கொண்டு வளர்ந்தது. இவ்வுள்ளடக்க வேறுபாடு இவ்விரு இலக்கிய வடிவங்களின் ஊடகம், உத்திமுறை விபரணத்தன்மை, பாத்திர வார்ப்பு போன்ற பல்வேறு அம்சங்களில் அடிப்படையான வேறுபாடுகளைக் கொண்டுவந்துள்ளது. கைலாசபதி இலக்கிய மாணவர்களுக்கு ஏற்ற வகையில் இதை விஸ்தாரமாக விபரித்துள்ளார்.

சாமிநாதன் இந்த வேறுபாடுகளை ஒத்துக்கொள்வதாகத் தெரியவில்லை. கைலாசபதி காட்டும் வேறுபாடுகளை இவர் மறுக்க முனைகிறார். அதற்காகப் பிழையான வாதங்களையும் தவறான தகவல்களையும் தருகிறார். ஆங்கிலத்திலும் தமிழிலும் ஆரம்பகால நாவலாசிரியர்கள் நாவலை வசனகாவியம் என்றே அழைத்தனர். காவியத்தையும் நாவலையும் வேறுபடுத்துவது "வசனம்" என்ற ஊடகமாற்றமே என்று இவர்கள் நம்பினார்கள். சாமிநாதனும் இதே கருத்தை உடையவர் என்றே தெரிகிறது. "நாவலை வசன காவியம் என்னும்போது காவியத்தின் இடத்தில் இன்று நாவல் அமர்ந்திருப்பதாலும் இரண்டுக்கும் பொதுவாக உள்ள கதை சொல்லும் பண்பாலுமே, உரைநடை தந்த வேற்றுமைக்காகவே 'வசன' என்ற அடைமொழியும் சேர்க்கப்பட்டது" என்கிறார் சாமிநாதன் (எ.கு. பக்.161). கைலாசபதி வசன காவியம் என்ற இக்கருத்தை ஏற்றுக்கொள்பவர் அல்ல. "வசன காவியம் என்ற சொற்றொடர் வசனத்தினாலாய காவியம் என்ற பொருள்பட நிற்றல் நோக்கத் தக்கது. இது புதிய படைப்பான நாவலைக் காவியத்தின் வாரிசாகக் கொண்ட மனப்பான்மையைக் காட்டுகின்றது" என்பது கைலாசபதியின் கருத்து (த.நா.இல பக் 11). ஆனால் சாமிநாதன் போகிற போக்கில் ஒரு பொய்யான தகவலைத் தருகின்றார். முன்னர் காவியம் வகித்த இடத்தை இன்று நாவல் வகிக்கின்றது என்பதையும்... இவ்விரண்டையும் வேறுபடுத்துவது உரைநடை மட்டுமே என்பதையும் கைலாசபதி ஒப்புக்கொள்கிறார் என்று சாமிநாதன் சொல்கிறார் (எ.கு. பக் 161) உண்மையில் கைலாசபதி இவ்வாறு ஒப்புக்கொள்ளவே இல்லை.

பதிலாக மறுத்துரைக்கிறார். "முற்காலத்திலே சமுதாயத்தில் காவியம் வகித்ததானத்தை தற்காலத்திலே நாவல் அடைந்துள்ளது என்று ஒருவாறு கூறலாமாயினும் காவியத்தையும் நாவலையும் வேறுபடுத்துவது உரைநடை ஒன்றுமட்டுமே என்பது எவ்வாற்றானும் ஏற்புடைத்தன்று" என்பது கைலாசபதியின் கூற்று (த.நா, இல. பக் 11). கைலாசபதி திட்டவட்டமாக மறுத்த ஒன்றை அவர் ஒப்புக்கொள்வதாகக் கூறுவது சாமிநாதனின் நேர்மையீனத்தையே காட்டுகின்றது.

"காவியம் நாவலில் நின்றும் வேறுபடுவது பொருளடக்கத்தாலும் ஆகும். பொருள் வேறுபாடே முக்கியமானது என்று கூடக் கூறுதல் ஏற்புடைத்தாகும்" என்ற கைலாசபதியின் கருத்தையும் (த.நா. இல. பக் 17) சாமிநாதன் மறுத்துரைக்கின்றார். பொருள் வேறுபாடு ஒரே வகையைச் சேர்ந்த இருவேறு நூல்களிலும் காணப்படுவது மிகச் சாதாரணம். ஆகவே இது ஒரு வாதமாகாது என்கிறார் சாமிநாதன் (எ.கு. பக் 163). பொருள் வேறுபாடு பற்றிய இக்கருத்தைச் சாமிநாதன் புரிந்து கொள்ளவில்லையென்பது தெளிவு. இரண்டு நாவல்கள் அல்லது இரண்டு நாடகங்கள் அல்லது இரண்டு சிறுகதைகளில் காணப்படும் பொருள் வேறுபாட்டிற்கும், இரு வேறு யுகங்களுக்குரிய நாவலையும் காவியத்தையும் வேறுபடுத்தும் பொருள் வேறுபாட்டிற்குமிடையே சாமிநாதனால் வித்தியாசம் கண்டு கொள்ளமுடியவில்லை. ஆகவேதான் இது ஒருவாதமாகாது என்று சுலபமாக ஒதுக்கிவிட முடிகின்றது. ஆனால் காவியத்திற்கும் நாவலுக்குமிடையேயுள்ள இந்தப் பொருள் வேறுபாடு மாறுபட்ட சமுதாய அமைப்பின் பிரதிபலிப்பாகும். காவியம் தோன்றும் சமுதாயச் சூழமைவு வேறு, நாவல் தோன்றும் சமுதாய அமைப்பு வேறு. இவ்வுண்மையைத் தெரிந்து கொண்டாலன்றி இவ் இலக்கிய வடிவங்களின் தனித்தன்மைகளையும் சரிவர விளங்கிக் கொள்ளுதல் இயலாது என்று கைலாசபதி கூறுகின்றார் (த. நா, இல. பக் 17).

இலக்கிய வடிவங்களின் சமுதாய அடிப்படை பற்றிய பிரச்சினை இது. இதைச் சற்று விளக்குவது அவசியம் என்று நினைக்கிறேன். காவியம் நிலமானியச் சமுதாயத்தின் விளைபொருளாகும். நிலப்பிரபுத்துவ சமூக நோக்குகள், மதிப்புக்கள் ஆகியவற்றின் அடிப்படையில் அரசர்கள், பிரபுக்கள் போன்ற உயர்குடியினரின் ஆசை அபிலாசைகளைப் பேணுவதாயும் பிரதிபலிப்பதாயும் அமைந்தது அது. 'உலகம் என்பது உயர்ந்தோர் மேற்றே' என்ற, பிரபுத்துவக் கோட்பாட்டிற்கு ஏற்ப உயர் குடியினரே காவியங்களின் தலைமக்களாய் அமைந்தனர். நிலப்பிரபுத்துவ சமூகத்தில் பல நூற்றாண்டுகளாக

மாற்ற முடியாத பல ஸ்திரமான நியமங்களுக்கும் ஸ்திரமான தத்துவக் கோட்பாடுகளுக்கும் அமையவே வாழ்க்கைமுறை நிலவியது. வாழ்க்கை பற்றியும் வீடுபேறு பற்றியும், விதி பற்றியும் ஒழுக்கம் பற்றியும், ஒவ்வொருவரது சமூக நடத்தை பற்றியும் வரையறுக்கப்பட்ட ஸ்திரமான கருத்துகள் இருந்தன. இன்னது இவ்வாறு இருக்குமென்ற இந்த நியமங்களே அன்றைய இலக்கியங்களிலும் மரபுகளாக நின்று ஆட்சி செலுத்தின. எதை எவ்வாறு கூற வேண்டுமென்ற பழைய கட்டுப்பாடான இலக்கிய மரபுகளின் அடிப்படை இதுவே. காவியங்களிலும் இம்மரபே கோலோச்சியது. நடைமுறை வாழ்வுக்குப் பதிலாகக் கற்பனை வாழ்வு ஒன்றே காவியங்களில் புனையப்பட்டது. வாழ்க்கைக்கு அப்பாலானதாய் தலைமக்களின் சிறப்புக் கூறுவதாய், அறநெறிகளைக் கருத்து வடிவில் கூறுவதாய் அவை அமைந்தன. ஆனால் நாவல் இவற்றிலிருந்து முற்றிலும் வேறுபட்டது என்பதை அழுத்திக்கூற வேண்டிய அவசியம் இல்லை.

இயந்திர சாதனங்களினாலும் கைத்தொழில் நாகரிகத்தின் வளர்ச்சியினாலும் பழைய நிலப்பிரபுத்துவச் சமூக அமைப்பின் தளங்களை உடைத்துக்கொண்டு வளர்ச்சியடைந்த முதலாளித்துவம் அன்றைய நியதி வழுவா வாழ்க்கை முறையைத் தகர்த்தது. அதனால் ஸ்திரமான நியமங்களும் ஸ்திரமான சமய தத்துவக் கோட்பாடுகளும் தகர்ந்தன. இன்னது இவ்வாறு இருக்கவேண்டுமென்ற கருத்துகள் வலுவிழந்தன. ஆகவே இதை இவ்வாறு கூறவேண்டும் என்ற பழைய இலக்கிய மரபில் இருந்து, எதையும் எவ்வாறும் கூறலாம் என்ற புதிய கட்டுப்பாடற்ற இலக்கிய மரபு உதயமாகிறது. இவ்வகையில் புதிய வாழ்க்கை முறையில் புதிய சமுதாய உள்ளடக்கத்தைப் பிரதிபலிக்கும் பெரிய இலக்கிய வடிவமான நாவல் தோன்றியது. தெய்வாம்சம் பெற்ற காவிய நாயகர்களும், கற்பனை வாழ்வும் மறைந்து அன்றாட நடைமுறைவாழ்வும் அதில் நின்று உழலும் சாதாரண மனிதரும் இலக்கிய அரங்கில் இடம் பெற்றனர். சுருக்கமாகச் சொன்னால் கற்பனை உலகுக்குப் பதிலாக யதார்த்த உலகு இலக்கியத்தில் இடம் பெற்றது. யதார்த்தம் நாவலில் ஓர் அடிப்படை அம்சமாகியது. காவியத்தையும் நாவலையும் வேறுபடுத்தும் பொருள் வேறுபாடு என்பது இதையே. பழைய இலக்கியங்களில் இருந்து நவீன இலக்கியங்களை வேறுபடுத்தும் அடிப்படை அம்சம் இதுவே. இது இரண்டு பெரிய வாழ்க்கை முறையின் வேறுபாட்டைக் குறிக்கிறது. நவீன இலக்கியங்களுள் இவ்வேறுபாட்டை முதன்முதல் உள்ளடக்கமாகக் கொண்டது நாவலே. இவ்வகையில் ஒரே இலக்கியவகையைச் சார்ந்த இருவேறு நூல்களில் காணப்படும் பொருள் வேறுபாடும்

காவியத்தையும் நாவலையும் வேறுபடுத்தும் இருவேறு சமுதாய உள்ளடக்கமும் ஒன்றுதான் என்று சாமிநாதன் நினைத்தால் அவருக்காக நாங்கள் வருத்தப்படலாம். இச்சந்தர்ப்பத்தில் சாமிநாதனின் பிறிதொரு கருத்தையும் கவனிக்க வேண்டும். "காவியத்தின் விபரணக் குணங்களை அடுக்கிச் செல்லும் பொழுது காவிய இலக்கணமாகத் தண்டியலங்காரத்தையும் மேல்நாட்டு இலக்கியக் கருத்துகளையும் அவை தமிழ் இலக்கிய சந்தர்ப்பத்தில் பொருந்துமா என்றுகூடச் சிந்திக்காது மேற்கோள்காட்டி மேற் செல்கிறார். இது மார்க்ஸ் பைபிளை மேற்கோள் காட்டிப் பெற்ற பழக்க நிர்ப்பந்தம் காரணமாக என நினைக்கிறேன். தண்டியலங்காரத் 'தன்னிகரில்லாத தலைவன்' என்ற பிரமாணம் "இதிகாச புருஷர்களும் சிறந்த நாயகருமே காவியத்தின் பாட்டுடைத் தலைவராக அமைந்துள்ளார்" என்ற இன்றைய வானமாமலையின் பிரமாணம் எல்லாம் தமிழிலக்கியத்தின் பரிச்சயமின்மையால் பிறந்தவை. இப்பிராமணங்கள் தமிழ்க் காவியங்களான சிலப்பதிகாரம், மணிமேகலை இவற்றுக்குப் பொருந்துவன அல்ல என்பதையும், தண்டி அலங்காரம் சமஸ்கிருத இலக்கியத்தின் தமிழ் மொழிபெயர்ப்பு என்பதையும், தமிழ்க் காவியங்களைப் பொறுத்தவரை எத்தகைய வரையறுப்பான பிரமாணங்களும் கொள்ளத்தக்கன அல்ல என்பது ஏன் இவர்களுக்குப் புரியவில்லை" (எ.கு. பக்.162) என்று கூறுகிறார் சாமிநாதன்.

கைலாசபதி, வானமாமலை போன்றவர்களைவிட அதிகம் தமிழ் இலக்கியப் பரிச்சயமுடைய சாமிநாதனின் கேள்வியில் நியாயம் இருக்கவேண்டும் என்ற கட்டாயம் எதுவுமில்லை. தண்டியலங்காரப் பிரமாணம் முற்றிலும் தமிழ்க் காவியங்களுக்குப் பொருந்தும் என்று கைலாசபதி கூறவில்லை. "தமிழிலே காவியத்தைப் பற்றிச் சிந்திக்கத் துவங்கும் ஓர் இலக்கிய மாணவனுக்கு உடனடியாகத் தோன்றுவது "தன்னிகரில்லாத்தலைவன் என்னும் தண்டியலங்கார ஆசிரியரது கருத்துப் படிவமேயாகும். தண்டியலங்காரம் விதித்துள்ளவாறு பாடப்பெற்ற தமிழ்க் காவியங்கள் இரண்டொன்றே காணப்படுகின்றனவெனினும் பொதுவாக" நாயகனானவன் அழகு, இளமை, புகழ், ஆண்மை ஆக்கம், ஊக்கம், 'அருள்பிரகாசம்' கொடை, குலம் முதலிய குணங்கள் உடையவனாய் இருத்தல் வேண்டும் என்ற பிரமாணப்படி இதிகாச புருஷரும் சிறந்த நாயகருமே காவியங்களின் பாட்டுடைத் தலைவராக அமைந்துள்ளனர்" என்று கைலாசபதி கூறுகின்றார் (த.நா.இல.பக்.17). கைலாசபதியின் மேற்காட்டிய கூற்றுக்கு அதிகவிளக்கம் தேவையில்லை.

சிலப்பதிகாரக் கோவலன் பழைய காவிய நாயகனுக்குரிய அம்சங்கள் முற்றும் அற்ற ஒரு சராசரிக் குடிமகனென்று சாமிநாதன் கருதுகிறார் போலும். மணிமேகலை காவியங்களுக்குரிய அடிப்படையான பண்பான 'அற்புத கற்பனைப் புனைவு' என்ற அம்சம் அற்ற யதார்த்தப் படைப்பு என்று அவர் நம்புகிறார் போலும். "தமிழ்க் காவியங்களைப் பொறுத்தவரை எத்தகைய வரையறுப்பான பிரமாணங்களும் கொள்ளத்தக்கன அல்ல என்று கூறும் சாமிநாதன் தமிழ்க் காவியங்கள் என்று கருதுபவை எவை? சிலப்பதிகாரமும் மணிமேகலையும் மட்டும்தானா? கம்பராமாயணம், சிந்தாமணி முதலியவை தமிழ்க் காவியங்கள் இல்லையா? சாமிநாதனின் இன்னுமொரு கண்டுபிடிப்பு சிலப்பதிகாரம், மணிமேகலை ஆகியவை இன்றைய நாவல்களின் தனிப்பண்பாகக் காணும் குணங்களைக் கொண்டிருக்கின்றன என்பதாகும் (எ.கு.பக். 164). இத்தனிக் குணங்கள் எவையென்று அவர் கூறவில்லை. தமிழின் முதலாவது நாவல் சிலப்பதிகாரம்தான் என்ற அகிலனின் கண்டுபிடிப்புக்கு (பார்க்க: கதைக்கலை அகிலன்) சாமிநாதனின் கண்டுபிடிப்பு ஒன்றும் சளைத்ததல்ல.

முதலாளித்துவச் சமூக அமைப்பின் தோற்றமே நாவல் இலக்கியத்தின் தோற்றத்திற்கான மூலம் என்பதை மார்க்சியவாதிகள் அல்லாத, மார்க்சிய எதிர்ப்புள்ள இலக்கிய ஆய்வாளர்கள் கூட ஒப்புக் கொள்கின்றனர். ஜோர்ஜ் ஸ்ரைனரின் பின்வரும் கூற்றை உதாரணமாகத் தரலாம். "அதன் தார்மீக உளவியல் முதன்மை, அதன் உற்பத்திப் பரிவர்த்தனை ஆகியவற்றுக்கு வேண்டிய தொழில் நுட்பம், அதன் சுவைகளுக்குத் தேவைப்படுகின்ற ஓய்வு நேரம், தனிமை வாசிப்புப் பழக்கம் ஆகியவை தொழில்வர்க்க யுகத்திற்கே உரியதாகின்றது" *(Language and Silence 1967* ப. 104*)*.

மெடம் டிஸ்ரீல், கைத்தொழில் யுகத்தின் தொடக்க காலத்தில், தான் எழுதிய முக்கியமான இலக்கிய ஆய்வில் *(De La Literatune 1800)* இலக்கியத்தின் உருவம் உள்ளடக்கம் என்பன தேசியத்தன்மை, சூழல் என்பவற்றில் தங்கியிருக்கின்றன என்று வாதிக்கும் அதே வேளையில், நாவல் வடிவத்தின் வளர்ச்சி ஒரு வலிமையான மத்தியதர வர்க்கத்தின் ஆதரவிலேயே தங்கி இருக்கின்றது என்றும் இவ்வர்க்க உறுப்பினர்களே சுதந்திரம் தர்மம் ஆகிய பண்புகளைத் தோற்றுவிக்கவும் தொடர்ந்து பேணவும் வல்லவர்களாய் உள்ளனர் என்றும் இவை இல்லாமல் நாவல் வடிவம் சாத்தியமல்ல வென்றும் கூறுகின்றார் *(The Novel and Revolution: Alan Swingewood* 1975 பக் 6*)*.

ஹெகல் கூட நாவல் வடிவத்தை பூர்ஷ்வா வர்க்கத்துடன் தொடர்புபடுத்துகிறார். கைத்தொழில் யுகத்தின் சமூக வளர்ச்சியின்

அடிப்படைப் பண்புகளின் இலக்கியப் பிரதிபலிப்பாக அவர் நாவலைக் கருதுகிறார். நாவல் மத்தியதர வர்க்க உலகின் காவியம் என அவர் எழுதினார் *(The Novel And Revolution* பக். 6). ஆனால் சாமிநாதனோ நாவல் இலக்கியத்தின் தோற்றத்திற்கான சமுதாய அடிப்படையையே முற்றாக மறுக்கிறார்.

காவியமும் நாவலும் இருவேறு சமூக அமைப்புக்களின் விளைபொருள் என்பதையும் சாமிநாதன் ஏற்றுக்கொள்ளவில்லை. காவியத்தின் பல விபரண குணங்களும் நாவலின் விபரண குணங்களும் மாறுபட்டிருப்பது காலமாற்றத்தில் ஏற்பட்ட மதிப்புகளின் மாற்றத்தால். இரண்டும் வெவ்வேறு சமூகச் சூழ்நிலையில் பிறந்தன என்பது ஒரு வாதமாகாது. ஏனெனில் வெவ்வேறு சமுதாயச் சூழ்நிலையில் பிறந்த கவிதைகள் (உதாரணம் புறநானூற்றுப் பாடல் ஒன்று – பாரதி பாடல் ஒன்று) அதன் காரணமாக கவிதையல்லாது வேறு வேறு இலக்கிய வகையைச் சார்ந்ததாகிவிட மாட்டா" என்று சிறுபிள்ளைத் தனமான ஒரு வாதத்தைத் தருகிறார் சாமிநாதன் (எ. கு. பக். 161 – 2). இங்கு சமூகச் சூழ்நிலை வேறுபாட்டை மறுக்கும் அதே சாமிநாதன் அடுத்த ஒரு பந்தியில் அதை ஒப்புக்கொள்கிறார். "இவ்விரண்டிலும் காணப்படும் பாத்திர சிருஷ்டி வேறுபாடுகளோ அவை கையாண்ட பொருள்வேறுபாடுகளோ இலக்கிய வகை வேறுபாட்டை விளைவிக்காது வெவ்வேறு சமூகச் சூழ்நிலைகளில் காலகட்டங்களில் எழுதுபவனின் நோக்கு வேறுபாட்டில் பிறப்பவை – ஒரே இலக்கிய வகையில் கூட என்கிறார் சாமிநாதன் (எ.கு. பக் 163). இதே சாமிநாதன் பிறிதொரு கட்டுரையில் "நேற்றைய சூழ்நிலைகளின் காரணமாக ஏற்பட்ட மதிப்புகளுக்கு இன்றைய சூழ்நிலைகளிலும் தொடர்ந்து நீடிக்கும் ஜீவிய நியாயம் இருப்பதில்லை" என்றும் (எ. கு. பக் 1) இலக்கியங்கள், கலைகள் ஏதும் சமூகத்தின் ஒட்டுறவின்றிப் பாதிப்பின்றி ஆகாயத்திலிருந்து குதித்து விடுவதில்லை" என்றும் (எ.கு. பக் 7) கூறுகின்றார். சாமிநாதன் தான் என்ன சொல்கிறேன் என்பதைப் புரிந்துகொண்டுதான் சொல்கிறாரா என்று தெரியவில்லை. ஒரு புறத்தில் அதன் முழுமையான அர்த்தத்தைப் புரிந்து கொள்ளாத நிலையிலும் சமூகச் சூழல் முக்கியத்துவத்தை ஒப்புக்கொள்ளும் சாமிநாதன் மறுபுறத்தில் அதை மறுக்கிறார். இதற்குக் காரணம் மார்க்சியவாதிகள் சொல்வதை மறுத்தே ஆகவேண்டும் என்ற நிர்ப்பந்தமே தவிர வேறு இருக்கமுடியாது. சரி, சாமிநாதனின் முரண்பாடுகளை ஒதுக்கிவிட்டு அவர் சொல்வது போலவே காவியமும் நாவலும் பிறந்ததற்கு வெவ்வேறு சமுதாயச் சூழ்நிலை காரணம் இல்லை என்றும் காலமாற்றத்தில் ஏற்பட்ட மதிப்புகளின் மாற்றத்தாலேயே

இது நிகழ்கிறது என்றும் கொள்வோம். எழுதுபவனின் மதிப்பு அல்லது நோக்கு வேறுபாட்டிற்கு வெறும் கால இடைவெளி மட்டும்தானா காரணம் என்ற ஒரு அடிப்படையான கேள்வி அடுத்து எழுகின்றது. முதலாம் நூற்றாண்டில் இருந்து 19ஆம் நூற்றாண்டின் பிற்பகுதி வரையுள்ள சுமார் 1800 வருடங்களில் ஏன் இந்த மதிப்பு மாற்றம் ஏற்படவில்லை. ஏன் இந்த நீண்டகால கட்டத்தில் தமிழில் நாவல் இலக்கியம் தோன்றவில்லை? அல்லது ஏன் ஐரோப்பாவில் 18ஆம் நூற்றாண்டுவரை நாவல் தோன்றவில்லை? குறிப்பாக ஐரோப்பாவில் 18ஆம் நூற்றாண்டில் மட்டும், தமிழகத்திலும் இந்தியாவின் பிற மாநிலங்களிலும் இலங்கையிலும் கூட 19ஆம் நூற்றாண்டின் பிற்பகுதியில் மட்டும் ஏன் ஒரு கலைஞனின் மதிப்பும் நோக்கும் மாறுபடவேண்டும். ஏன் இந்தக்கால கட்டத்தில்தான் நாவல் தோன்ற வேண்டும்? இது ஒரு அடிப்படையான கேள்வி. இதற்குச் சாமிநாதனின் பதில் எதுவாக இருக்குமென்று தெரியவில்லை. ஆனால், சாமிநாதன் தன்னை அறியாது விபரம் புரியாது ஒப்புக்கொண்டதுபோல எழுதுபவனின் மதிப்பு வேறுபாட்டிற்கும் நோக்கு வேறுபாட்டிற்கும் வெவ்வேறு சமூகச் சூழ்நிலைகளே காரணமாகும் – வெவ்வேறு சமூகச் சூழ்நிலைகளே வெவ்வேறு மதிப்புகளையும் வெவ்வேறு நோக்கு நிலைகளையும் அதன் அடியாக வெவ்வேறு இலக்கியக் கலைப் போக்குகளையும் வடிவ வேறுபாடுகளையும் கொண்டு வருகின்றன. இவ்வுண்மையைச் சாமிநாதனால் ஒப்புக்கொள்ள முடியாது. அவ்வாறு ஒப்புக்கொண்டால் அது அவரது கருத்து முதல்வாதத்தை நிராகரிப்பதாக முடியும். சமூகச் சூழ்நிலையின் முக்கியத்துவத்தை அரைகுறையாக உணர்ந்த போதிலும், அதை ஆங்காங்கே கூறிச்செல்லும் போதிலும் அதைச் சித்தாந்த பூர்வமாக அவரால் ஒப்புக்கொள்ள முடியாது. ஆகவேதான் அசட்டுத்தனமான வாதத்தை அவர் முன்வைக்கின்றார். வெவ்வேறு சமூகச் சூழ்நிலையில் பிறந்த புறநானூற்றுப் பாடலொன்றும் பாரதி பாடலொன்றும் அதன் காரணமாக கவிதையல்லாது வேறு இலக்கிய வகையைச் சார்ந்தது ஆகிவிடவில்லை என்று அவர் வாதிடுகின்றார். இது ஒரு புத்திசாலித்தனமான வாதம் என்று அவர் நம்பலாம். ஆனால் அது அவ்வாறு இல்லை.

ஒரு பெரிய சமூக மாற்றம் ஏற்படும் பொழுது இலக்கிய வடிவங்களிலும் மூன்று வகையான மாற்றங்கள் நிகழ்கின்றன. (1) சில இலக்கிய வடிவங்கள் முற்றிலும் வழக்கிறக்கின்றன, அதாவது கைவிடப்படுகின்றன. (2) சில இலக்கிய வடிவங்கள் புதிதாகத் தோன்றுகின்றன. (3) சில இலக்கிய வடிவங்கள் தம் தன்மையில் மாற்றம் அடைகின்றன. உலகின் எல்லா மொழிகளிலும் நாம் இப்பண்பைக் காணலாம். நிலமானியச் சமூக அமைப்பு உடைந்து

அதன் இடத்தில் முதலாளித்துவச் சமூக அமைப்பு உருவாகி வளர்ந்தபோது தமிழில் இருந்த காவியம், புராணம், உலா, பரணி, பிள்ளைத் தமிழ் போன்ற பிரபந்தங்கள் ஆகியன வழக்கிழந்தன. (இன்னும் பழைய யுகத்தில் வாழ்ந்து கொண்டிருப்போரே இத்தகைய முயற்சிகளில் ஈடுபட முடியும். 'கலைஞர் உலா' இதற்கு ஒரு எடுத்துக்காட்டு. கலைஞர். மு. கருணாநிதி வீதி உலாப் போவதும் அவரைக் கண்டு ஏழுபருவத்து மாதரும் மயங்குவதும் பற்றிய இப்பிரபந்தம் இன்றையச் சூழலில் ஒரு வக்கரிப்பும் ஆபாசமுமேயாகும்.) நாவல், சிறுகதை போன்ற வடிவங்கள் புதிதாகத் தோன்றின. கவிதை, நாடகம் போன்ற இலக்கிய வடிவங்கள் உருமாற்றம் பெற்றன. இது யாவரும் அறிந்த ஒரு சாதாரண உண்மை. சாமிநாதன் கூறுவதுபோல புறநானூற்றுப் பாடல் ஒன்றும் பாரதி பாடல் ஒன்றும் கவிதையே. ஆனால் இரண்டும் ஒரு தன்மைத்தான் என்று ஓர் இலக்கியப் பாமரன்கூடச் சொல்ல மாட்டான். சங்கப்பாடலும் இன்றைய புதுக்கவிதையும் ஒன்றே என வாதிடுபவன் இலக்கியம் அறியாதவனாகவே இருக்க வேண்டும். இன்றையப் புதுக்கவிதை இன்றையச் சமுதாய நிலைமையின் விளைபொருளாகும். இதுவும் கவிதையே எனினும் சங்கக் கவிதையில் இருந்து இதன் உருவமும் உள்ளடக்கமும் முற்றிலும் வேறுபட்டது.

கவிதையில் மட்டுமல்ல புதிதாகத் தோன்றிய நாவல் சிறுகதையிலும் கூட நாம் இந்த மாற்றத்தைக் காண்கிறோம். நாடகம், திரைப்படம், ஓவியம் ஆகிவற்றில் கூட நாம் இந்த மாற்றத்தைக் காண்கிறோம். ஒவ்வொரு கலை இலக்கியக் கொள்கையும் ஒவ்வொரு கலை இலக்கியப் பாணியும் ஒவ்வொரு கலை இலக்கிய இயக்கமும் ஒரு சமூக அடித்தளத்தைக் கொண்டுள்ளது. ஒரு சமூக மாற்றத்தின் ஒரு சமூக இயக்கப் போக்கின் விளைவாக பிரதிபலிப்பாக உள்ளது என்பதைக் கண்டு கொள்வதற்குச் சற்றுக் கூடிய சிரத்தை வேண்டும். கடைசியாக இவ்வத்தியாயம் பற்றிச் சாமிநாதன் தரும் குறிப்பு "கைலாசபதி தமிழ் நாவலுக்குத் தரும் தமிழ்ச் சமூக சரித்திரமும் மார்க்ஸ், ஏங்கல்ஸ் சித்தாந்தங்களிடமிருந்து பொருத்தம் அறியாது இடம் பெயர்க்கப்பட்டவை என்பதாகும் (எ.கு.பக் 165). இதுபற்றி நான் குறிப்புச் சொல்ல வேண்டிய அவசியமில்லை. ஏனெனில் இவையெல்லாம் சாமிநாதனுக்குப் புரியாத சங்கதிகள். ஆனால் சாமிநாதன் சொல்கிறார் "இவையெல்லாவற்றையும் அவர் (கைலாசபதி) புரிந்துகொண்டேதான் பயன்படுத்தியுள்ளாரா என்பது எனக்குச் சந்தேகமே. ஏனெனில் டெக்கார்டே *(Descurtes)*, லாக் *(Locke)* முதலியோரையும் (பக் 34) மில் *(Mill)*, டார்வின் *(Darwin)*, காம்டி *(Comte)* முதலியோரையும் ஒப்புதலுடன்

உதாரணித்துள்ளார். இவர்களை நிராகரிப்பது முன்னேற்றத்தையே நிராகரிப்பதற்குச் சமானம் (ப. 56) என்னும் கலாநிதிக்கு இவர்களை ஒப்புக்கொள்வது அவருடைய சார்பான *Dialectical Materialism*–தை நிராகரிப்பதற்குச் சமானம் என்பது புரிவதில்லை. அவருக்குக் கட்சிப் பாடங்கள் இன்னும் சரிவரப் போதிக்கப்படவில்லை போலும். மறுபோதனைக்குப் பிறகு டார்வினையும் மில்லையும் டெகார்டேவையும் மறுத்து விடுவதில் அவருக்குச் சிந்தனைத் தயக்கம் ஏதும் இராது சிந்தனை இன்மையால்" என்கிறார் சாமிநாதன் (எ.கு. பக் 165).

இது சாமிநாதனின் நேர்மையீனத்துக்கும் உண்மையை மூடிமறைத்துப் பிழையான தகவல் தருவதற்கும் பிறிதொரு உதாரணமாகும். 17ஆம் 18ஆம் 19ஆம் நூற்றாண்டுகளைச் சேர்ந்த மேற்காட்டிய ஐரோப்பிய அறிவாளிகளை எந்தச் சந்தர்ப்பத்தில் என்ன காரணத்திற்காகக் கைலாசபதி உதாரணம் காட்டுகிறார் என்பதை சாமிநாதன் இருட்டடிப்புச் செய்து விட்டார். நிலமானிய சமுதாயத்தின் வீழ்ச்சியும் பூர்ஷ்வாக்களின் எழுச்சியும் ஐரோப்பாவில் திட்டவட்டமாக எழுந்தது போல் இந்தியாவில் அத்தனை தெளிவாக ஏற்படாததினால் இக்குறைபாடு ஏனைய துறைகளிலே புலப்படுவது போல நாவல் இலக்கிய வளர்ச்சிக் குறைவிலும் தன்னை எவ்வாறு வெளிப்படுத்தியது (த. நா. இல. பக் 64) என்பதை விளக்க வருகையிலேயே கைலாசபதி மேற்காட்டி அறிவாளிகளை உதாரணம் காட்டுகிறார்.

ஐரோப்பாவிலே முதலாளித்துவச் சமுதாய அமைப்பு தோன்றத் தொடங்கியபோது அதற்குப் பக்கபலமாகப் புதிய தத்துவச்சித்தாந்தங்களும் தோன்றத் தொடங்கின. அவை நிலமானிய சமூக நம்பிக்கைகளையும் மதிப்புகளையும் வேரறுத்தன. முற்றிலும் புரட்சிகரமான நவீன கருத்துகளையும் கண்ணோட்டங்களையும் முன்வைத்தன. ஆனால், இந்தியாவில் அவ்வாறு நிகழவில்லை. இந்தியா முற்றிலும் கைத்தொழில் வளர்ச்சியடைந்த ஒரு முதலாளித்துவ நாடாக மலராத காரணத்தினால் அது இன்னும்கூட ஒரு அரை நிலப்பிரபுத்துவ அரைக்காலனித்துவ நாடாக இருப்பதனால் அங்கு நிலமானிய சிந்தனைகள் முற்றிலும் வேரறுந்து போகவில்லை. ஆகவேதான் இலக்கியம் உட்படச் சகல சிந்தனைத் துறைகளிலும் இந்திய பூர்ஷ்வாக்கள் இன்றுவரை கீதை, குறள் முதலிய நூல்களை வாழ்க்கைச் சாதனங்களாகக் கொள்கின்றனர். இத்தத்துவக் குறைபாடு நமது நாவலாசிரியர்களையும் பாதித்தது. இத்தகைய குறைபாட்டை நாம் இலகுவில் புறக்கணித்துவிட முடியாது. ஏனெனில் நமது நாவலின் வளர்ச்சியையும் தன்மையையும் இது பெருமளவில் பாதித்துள்ளது. ராஜமையரில் இருந்து க.நா.

சுப்பிரமணியம் வரை புத்துலகப் பிரச்சினைகளுக்கு வேதாந்த விளக்கமும் தீர்வும் கூறுகின்றனர் எனில், அதன் மூலகாரணம் இக்குறைபாடே என்பது கைலாசபதியின் கருத்து (த.நா. இல. பக் 38).

இப்பின்னணியிலேயே மேற்காட்டிய ஐரோப்பிய அறிவாளிகள் பிரஸ்தாபிக்கப்படுவதை நோக்க வேண்டும். டெகார்டே, லாக் ஆகியோரை இயன்வாற் என்பவரின் மேற்கோளில் இருந்தே கைலாசபதி பிரஸ்தாபிக்கின்றார். அப்பகுதியைக் கீழே தருகிறேன். "ஆங்கில நாவலின் தோற்றத்தை ஆராய்ந்த பேராசிரியர் இயன்வாற் உன்னித்தற்குரிய கருத்தொன்றைக் கூறியுள்ளார். பதினேழாம் நூற்றாண்டில் மெய்யியல் துறையில் யதார்த்தவாதத்தைக் கட்டி எழுப்பிய டெக்கார்டே, லாக் போன்றோர் கடைப்பிடித்த ஆய்வு முறைகளுக்கும் நாவலிலக்கிய முதன் முயற்சியாளர் கையாண்ட கதை கூறும் உத்திகளுக்கும் இசைவுப் பொருத்தம் இருக்கின்றதென்பது அவர் வாதம். மெய்யியல் யதார்த்தவாதம் பொதுவாக மூன்று பண்புகளைக் கொண்டது. விமர்சன நோக்கு, மரபெதிர்ப்பு, புதுமை நாட்டம் ஆகியன அவை. டெக்கார்டின் சிறப்பியல்பு அவர் கடைப்பிடித்த ஆய்வு முறையிலேயே தங்கியுள்ளது. எதையும் நம்பிக்கை கொள்ளாது தனது சொந்த முயற்சியால் தனிப்பட்ட முறையில் மரபு, ஆன்றோர் வாக்கு ஆகியவற்றின் துணையை நாடாது மெய்ப்பொருளைக் கண்டறிய வேண்டும் என்பதே அவரின் முடிந்த முடிபு. இதுவே ஆரம்பகால நாவலாசிரியரின் மதமாயுமிருந்தது (த. நா. இல. பக் 34 – 35).

மேனாட்டு நாவலாசிரியர்களுக்கு அனுகூலமாக இருந்த மெய்யில் யதார்த்தவாதம் போன்ற அறிவு சார்ந்த துணைக் காரணங்கள் எமது மத்திய தரவர்க்கத்துக்கு இருக்கவில்லை. அது அவ்வர்க்கத்தின் தத்துவ வறட்சியையே வெளிக்காட்டுகிறது. விஞ்ஞான வளர்ச்சிக் குறைவும், அதற்கடிப்படைக் காரணமாக உற்பத்தி உறவுகளின் பொருந்தாமையுமே புதிய வர்க்கத்திற்கேற்ற பூரணமான தத்துவம் வளர்வதைத் தடுக்கின்றன (த. நா. இல. பக். 36 – 37). கைலாசபதியின் மேற்காட்டிய கூற்றுக்களில் டெகார்டே, லாக் ஆகியோரின் சித்தாந்தங்களை அவர் ஏற்றுக் கொண்டார் என்பதற்கு ஏதும் ஆதாரங்கள் உண்டா? ஒரு மார்க்சிய வாதிக்கேயுரிய புறநிலைக் கண்ணோட்டத்தில் ஒரு வரலாற்று நிகழ்வுண்மையையே கைலாசபதி சுட்டிக் காட்டுகிறார்.

தமது தத்துவ வறுமை காரணமாக நமது ஆரம்பகால நாவலாசிரியர்கள் புதுமையான சிந்தனைகளையெல்லாம் எவ்வாறு நிராகரித்தார்கள் என்பதற்கு வேதநாயகம்

பிள்ளையிடமிருந்து உதாரணம் காட்டும்போது மில், டார்வின், காம்டி முதலியோரைப் பற்றிக் கைலாசபதி பிரஸ்தாபிக்கின்றார். தமிழ் நாவல் இலக்கியத்தில் பெருமளவுக்கு நிலைபெற்றிருக்கும் இப்போக்கைத் தெளிவாகக் காட்டுவதன் பொருட்டு வேதநாயகம் பிள்ளையின் பிரதாப முதலியார் சரித்திரத்தில் வரும் ஒரு பாத்திரத்தின் பின்வரும் கூற்றை அவர் காட்டுகின்றார்.

"இங்கிலீசில் சன்மார்க்கமான புத்தகங்கள் எத்தனையோ இருந்தாலும் அவைகளை அனந்தையன் வாங்குகிறதும் இல்லை. படிக்கிறதும் இல்லை. லெக்கி எல் (Lecky L), ஸ்டீபன் (Stephen), பெயின் (Bain), டார்வின் (Darwin), கம்டிஎஸ் (Comtes), மில் (Mill), ஹெர்பட் ஸ்பென்ஸர் (Herbert Spencer), ஹக்ஸ்லி (Huxley), ஹ்யூம் (Hume), காலின்ஸ் (Collins), டின்டால் (Tyndall), வால்டோர் (Voltaire) முதலான வேதவிரோதிகளுடைய கிரந்தங்களை அவன் படித்ததினால் தெய்வம் இல்லை. வேதம் இல்லை பாவ புண்ணியங்கள் இல்லை உலக சுகமே சுகம் என்கிற சித்தாந்தம் உள்ளவனானான்."

இதைத் தொடர்ந்து கைலாசபதி பின்வருமாறு கூறுகின்றார்:

> *"ஐயத்துக்கிடமின்றி மேற்கூறப்படும் எழுத்தாளரும் சிந்தனையாளரும் வேதநாயகம் பிள்ளையால் வெறுக்கப்படுபவர்கள். தமிழிலே முதல் நாவலை எழுதி புதுயுகத்தின் விடிவெள்ளியாக விளங்கும் ஒருவர் ஐரோப்பாவில் மூடநம்பிக்கைகைகளைச் சாடி அறிவு கொளுத்திய அரும்பெரும் சிந்தனையாளரைக் கூடக் குத்தகையாக வேதவிரோதிகள் என்று ஒதுக்கித்தள்ளுவது விசித்திரம்தான். வேதநாயகம்பிள்ளை கத்தோலிக்கர் என்று எண்ணும்பொழுது இம்மனவெம்மையும் சகிப்புத் தன்மை இன்மையும் ஒருவாறு புரிந்து கொள்ளத்தக்கதே. எவ்வாறாயினும் மில், டார்வின், கம்டி முதலியவர்களை நிராகரிப்பது முன்னேற்றத்தையே நிராகரிப்பதற்குச் சமானம். எமது நாவல் முதன் முயற்சியாளரால் வகுக்கப்பட்ட இத்தயை கோட்பாடுகளும் நோக்கும் இன்றுவரை நாவலாசிரியரை வெவ்வேறு விதத்தில் பாதித்து நாவலின் பூரணவளர்ச்சியைத் தாமதிக்கச் செய்து வருகின்றன" (த.நா. இல. பக் 56).*

மில், டார்வின், கம்டி முதலியவர்களைப் பற்றிக் கைலாசபதி பிரஸ்தாபிக்கும் சந்தர்ப்பம் இதுவே. இவர்களை நிராகரிப்பது முன்னேற்றத்தையே நிராகரிப்பதற்குச் சமானம், என்ற கைலாசபதியின் கருத்து இப்பின்னணியில் மிகுந்த பொருள் உடையது. 17ஆம் – 19ஆம் நூற்றாண்டைச் சேர்ந்த

இவ்வறிஞர்கள் உண்மையில் வரலாற்றின் முற்போக்கான பாத்திரத்தை வகித்துள்ளனர் என்பதில் ஐயமில்லை. அழிந்து போகும் நிலமானியச் சமூகச் சிந்தனைகளைக் கட்டிக்காக்க முனையாது புதிய சமூக அமைப்புக்கு ஏற்பப் புதிய தத்துவச் சித்தாந்தங்களை இவர்கள் உருவாக்க முனைந்தவர்கள் என்ற வகையில் இவர்கள் முற்போக்காளர்களே – வேதநாயகம்பிள்ளை இவர்களை நிராகரித்ததின் மூலம் உண்மையில் முன்னேற்றத்தையே நிராகரித்தார். ஆனால் டெகார்டே, லாக், மில், கம்டி முதலியோரை மார்க்சியம் நிராகரித்து விட்டது என்பதை சாமிநாதன் சொல்லித்தான் அறிய வேண்டும் என்பதில்லை. சாமிநாதனைப் போல் ‘அறிவுச் சோகையினால்’ ஆத்திரப்படாது மார்க்சியக் கண்ணோட்டதில் புறநிலையாக நோக்குபவர்கள் இவர்களின் வரலாற்று முக்கியத்துவத்தை ஒருபோதும் மறுத்துரைப்பதில்லை.

ஆனால், சாமிநாதன் டார்வினையும் இவர்களுடன் சேர்த்து விடுவதுதான் இன்னும் வேடிக்கையாக உள்ளது. டார்வினை ஏற்றுக்கொள்வது மார்க்சியத்தை நிராகரிப்பதற்குச் சமானம் என்று சாமிநாதன் சொல்வதன்மூலம் தனக்கு டார்வினையும், மார்க்சையும் பற்றி எதுவுமே தெரியாது என்பதை மீண்டும் ஒருமுறை நிரூபிக்கிறார். உண்மையில், டார்வினை நிராகரிப்பதுதான் மார்க்சியத்தை நிராகரிப்பதற்குச் சமனாகும். டார்வினால், மார்க்சும், ஏங்கல்ஸும் அதிகம் கவரப்பட்டவர்கள். 1859ஆம் ஆண்டு முடிவில் வெளிவந்த டார்வினின் உயிரினங்களின் தோற்றம் என்ற நூல் மார்க்ஸ், ஏங்கல்ஸ் ஆகியோரின் ஆராய்ச்சிக்குக் கூடுதலான தூண்டுதல் அளித்தது. டார்வினின் நூலை அது வெளிவந்த உடனேயே ஏங்கல்ஸ் படித்தார். 1860இன் பிற்பகுதியில் அதைப் படித்த மார்க்ஸ், டார்வினின் மகத்தான கண்டுபிடிப்பின் மார்க்சியத்துக்கான முக்கியத்துவத்தைக் குறித்து ஓர் இலக்கண பூர்வமான சுருக்கவுரை செய்தார். “நமது கருத்தோட்டத்திற்கு இயற்கை வரலாறு ரீதியான அடிப்படையை அளிப்பது இந்நூலே” என்று 1860ஆம் ஆண்டு டிசம்பர் 19இல் அவர் ஏங்கல்சுக்கு எழுதினார் (பார்க்க இயற்கையின் இயக்கவியல், மாஸ்கோ பக் 12).

டார்வினின் பரிணாமத் தத்துவம் பற்றி ஏங்கல்ஸ் பின் வருமாறு எழுதுகிறார்:

> “ஜீவ அணுப்பிரிவினை விதியின் பிரகாரம் பல ஜீவ அணுக்களால் அமைந்த அங்கஜீவிகளும் தாவரங்களும் மனிதன் உட்பட விலங்குகளும் ஒவ்வொரு வழக்கிலும் ஒரே ஒரு ஜீவ அணுவில் இருந்து வெளிப்படுகின்றன, என்றால் இந்த அங்கஜீவிகளுக்கிடையிலே உள்ள வரம்பற்ற வேறுபாடுகளின் தோற்றுவாய்தான் என்ன?

இந்த வினாவிற்கு மூன்றாவது கண்டுபிடிப்பான பரிணாமத் தத்துவம் பதிலளித்தது. இது முதற் தடவையாக விரிவான ரீதியில் டார்வினால் நுணுக்கப்படுத்தப்பட்டு ஊனுடையதாக்கப்பட்டது. விபரங்களைப் பொறுத்தவரை இந்தத் தத்துவம் இன்னும் எவ்வளவு மாறுதல்களை அடைந்த போதிலும், பிரச்சினையைப் போதுமான அளவுக்கு மேலேயும் அது பிரதானமாக ஏற்கனவே தீர்த்துவிட்டது. ஒரு சில சாதாரண வடிவங்களில் இருந்து மேலும் மேலும் பல்வேறு வகைப்பட்ட சிக்கல் மிகுந்த வடிவங்களாக, இன்று நாம் எதிர் நிற்பவைக்கொப்ப மனிதன் வரைக்கும் நீண்டு நிற்கின்ற அங்கஜீவிகளின் பரிணாமத் தொடர் வரிசை பிரதான லட்சணங்களைப் பொறுத்தவரை ஸ்தாபிக்கப்பட்டுவிட்டது. இதன் புண்ணியத்தால் இயற்கையின் இன்று நிலைவாழும் உயிர்ப்புள்ள வஸ்த்துக்களின் தொகுப்புகளை விளக்குவது சாத்தியமாயிற்று என்பது மட்டுமல்ல, மிகக் கீழ்நிலையில் உள்ள அங்கஜீவிகளின் சாதாரண புரோடோபிளாசத் தில் இருந்து உருவ அமைப்பற்ற, ஆனால் தூண்டுகை களுக்குச் சுரணையுள்ள, அதிலிருந்து சிந்திக்கும் மனித மூளைவரைக்குமே மனதின் பல்வேறு வளர்ச்சிப் படிகளை சுவடு காண்பதற்கும் மனிதனுடைய மனத்தின் வரலாற்றிற்கு முந்திய இச்சரித்திரம் இல்லையெனில் சிந்திக்கும் மனித மூளையின் இருத்தல் என்பது ஓர் அற்புதமாகவே இருந்துவிடும்" (இயற்கையின் இயக்கவியல், ஏங்கல்ஸ் பக் – 323).

பரஸ்பரத் தொடர்பின்றியே மார்க்சும், டார்வினும் ஒரே வகையான விஞ்ஞான ஆய்வு முறையைக் கையாண்டனர். மார்க்ஸ் தனது ஆய்வுமுறை மூலம் சமூக வளர்ச்சி விதிகள் பற்றிய கோட்பாட்டை நிறுவினார். டார்வின் அதே ஆய்வு முறையைப் பயன்படுத்தி இயற்கைத் தேர்வு மூலம் உயிரினங்களின் பரிணாமக் கோட்பாட்டை நிறுவினார். கார்ல்மார்க்சின் மரணச் சடங்கின்போது நிகழ்த்திய உரையில் ஏங்கல்ஸ் பின்வருமாறு கூறினார். "டார்வின் உயிரினங்களின் வளர்ச்சி விதியைக் கண்டுபிடித்தது போன்றே மார்க்ஸ் மனித வரலாற்று வளர்ச்சி விதியைக் கண்டுபிடித்தார்."

ஆக சாமிநாதன் கூறுகிறபடி பார்த்தால், டார்வினை ஏற்றுக் கொள்வதென்பது மார்க்ஸியத்தை நிராகரிப்பதாகும் என்ற பாரிய உண்மை, சாமிநாதனுக்குத் தெரிந்தளவுக்குக் கார்ல்மார்க்சுக்கும் ஏங்கல்சுக்கும் தெரியாமற் போய்விட்டது. பாவம் சாமிநாதன். ஆயினும் டார்வினை முற்று முழுதாக மார்க்ஸ்

ஏற்றுக்கொள்ளவில்லை என்பதையும் இங்கு சுட்டிக்காட்ட வேண்டும். இயற்கைத் தேர்வு மூலம் உயிரினங்களின் வளர்ச்சி பற்றிய டார்வினின் அடிப்படைக் கொள்கையை மார்க்ஸ் ஏற்றுக்கொண்டார். ஆனால், இயற்கைத் தேர்வுக் கொள்கைக்குத் துணையாக டார்வின் மால்தூசிடம் இருந்து கடன் வாங்கிச் சேர்த்துக்கொண்ட "இருத்தலுக்கான போராட்டம்; வலியன வாழும்" போன்ற துணைக் கருதுகோள்களை மார்க்ஸ் நிராகரித்தார். டார்வினின் இக்கருதுகோள்கள் தவறானவை என்பது இப்போது பொதுவாக ஏற்றுக்கொள்ளப்படுகின்றது. (பார்க்க: The Open Philosophy and The Open Society by Mavrice Cornforth 1977, பக். 38). ஆனால், டார்வினின் அடிப்படைக் கண்டுபிடிப்பு மார்க்சியத்திற்கு விரோதமானதென்பது ரொம்பவும் அபத்தமானது.

உரைநடையும் நாவலும்

'உரைநடையும் நாவலும்' என்ற இரண்டாவது அத்தியாயத்தில் உரைநடைக்கும் நாவலுக்கும் இடையே உள்ள உறவுகளைக் கைலாசபதி விபரிக்கின்றார். ஐம்பத்திரண்டு பக்கங்கள் நீண்ட இக்கட்டுரைக்குச் சாமிநாதனும் சற்று விஸ்தாரமாகவே மறுப்புரை எழுதியுள்ளார். ஆயினும், தனக்கு இயல்பான முறையில் வார்த்தைகளைப் பிடித்துக்கொண்டே அவர் விளையாடுகிறார்.

இவ்வத்தியாயத்தில் இடம்பெறும் உளவியல் பற்றிய சில குறிப்புகளை வைத்துக்கொண்டு அபிப்பிராயம் கூறும் சாமிநாதன் மார்க்சியம் பற்றிய தனது அறியாமையை மேலும் பகிரங்கப்படுத்துகின்றார். அது பற்றி இங்கு சற்று நோக்கலாம்.

மார்க்சியமும் உளவியலும்

"மனித உண்மைகளுள் உளத்தத்துவ உண்மையும், (Psychological truth) ஒன்றாகும். கம்பன், ஹோமர், ஷேக்ஸ்பியர் போன்ற மகாகவிகள் தமது உள்ளுணர்வினால் சிற்சில உளவியல் நுட்பங்களை ஆங்காங்குப் புலப்படுத்தினர் என்பது உண்மையே ... ஆனால் ஃபிரொய்ட் (Sigmund Freud 1856 - 1939) உளவியலை நுணுகி ஆராய்ந்து அதனை அறிவியலின் ஒரு பகுதியாக்கியதைத் தொடர்ந்தே இலக்கியத்தில் உளவியல் அதிகமதிகம் சிறப்பிடம் பெறலாயிற்று" என்று கைலாசபதி குறிப்பிடுகின்றார் (த. நா. இல. பக். 85 – 86). சாமிநாதன் இப்பகுதிகளைச் சுட்டிகாட்டிப் பின்வருமாறு கூறுகின்றார் ... "என்றெல்லாம் வெகு சரியாகவே கூறும் கைலாசபதி அவர் இலக்கியத்தை அணுகும் அரசியல் விதிகளுக்கும், அவர் சார்ந்திருக்கும் *dialectical materialism*க்கும் இவை எதிர்மாறானவை என்பதை உணரவே

இல்லை. இங்கு இவர் மறதியாக எழுதிவிட்டவைகள் மற்ற மார்க்சியவாதிகள் எவரும் ஒப்புக்கொள்ள மறுப்பவை . . . கலாநிதி இவ்வுண்மைகளை ஆங்காங்கே மறதியில் சொல்லிவிட்டாலும் முரண்பாட்டைப் பற்றிய கவலை ஏதும் இல்லாது இவ்வுண்மைகளின் அடுத்த தருக்கப்படியை மறுத்துச் செல்கிறார் . . . ஏனெனில் உள்ளுணர்வுக்கோ, ஃபிராய்டின் மன இயலுக்கோ, ப்ரௌஸ்ட், ஜாய்ஸ் போன்றவர்களின் நன வோட்டத்திற்கோ கம்யூனிஸ்ட்டுகளின், *dialectical materialism*–இல் இடமில்லை. இடம் ஏற்படுத்திவிட்டாலோ *dialectical materialism*– தன் நியாயத்தை இழந்துவிடுகிறது" (எ.கு. பக் 170 – 71).

மேற்காட்டிய சாமிநாதனின் கூற்றுகளிலிருந்து அவர் மார்க்ஸியத்தையும் உளவியலையும் மிகத் தவறாகப் புரிந்து கொண்டிருக்கிறார் என்பது தெரிகின்றது; ஃபிராய்டிசத்திற்கு அப்பால் உளவியல் கோட்பாடுகள் ஏதும் இல்லையென்று அவர் கருதுவதாகத் தெரிகிறது; கடைசியாக கைலாசபதியின் கூற்றுக்குச் சம்பந்தமில்லாத சுமைகளைச் சுமத்துகின்றார் என்றும் தெரிகின்றது.

சாமிநாதன் சொல்வது போல் கைலாசபதி ஃபிரொய்டின் மன இயல் கோட்பாடுகளை எந்த இடத்தில் ஒப்புக்கொள்கிறார் என்று தெரியவில்லை. கைலாசபதி சொன்னதெல்லாம் 'ஃபிராய்ட் உளவியலை நுணுகி ஆராய்ந்து அதனை அறிவியலின் ஒரு பகுதியாக்கியதைத் தொடர்ந்தே இலக்கியத்தில் உளவியல் அதிகம் சிறப்பிடம் பெறத் தொடங்கியது' என்ற வரலாற்று உண்மையை மட்டும்தான். இந்தக் கூற்றைக் கொண்டு ஃபிராய்டின் தத்துவங்களைக் கைலாசபதி ஏற்றுக்கொள்கிறார், ஆகவே அவருக்கு மார்க்சியம் தெரியாது என்று விளக்கம் கொடுக்க முயல்பவன் ஒரு அசல் பித்தலாட்டக்காரனாகவே இருக்க வேண்டும். புறநிலையான மார்க்சிய ஆய்வு முறையைப் பயன்படுத்தும் ஒருவர் மூடிமறைக்காது கூறக்கூடிய ஒரு வரலாற்று உண்மையே இது. தனக்கு முன் உளவியல் ஆய்வுகள் நடைபெற்றுள்ள போதிலும் உண்மையில் உளவியலைச் சமூக விஞ்ஞானத்தின் ஒரு பகுதியாக்கியவர் – அதை ஒரு தனித்துறையாக வளர்த்தவர் சிக்மண்ட் ஃபிராய்டே என்பதை மறுப்பாரில்லை. ஆனால், இவ்வரலாற்று உண்மையை ஒப்புக்கொள்வது ஃபிராய்டிசத்தையே ஒப்புக்கொள்வதாகாது.

இரண்டு உலக யுத்தங்களுக்கு இடைப்பட்ட காலத்தில் ஏகாதிபத்தியமும் பாசிசமும் உலக மக்கள்மீது ஆக்கிரமிப்பையும் சுரண்டலையும் கட்டவிழ்த்து விட்ட காலத்தில், புரட்சிகர சக்திகள் மேலோங்கிக் கொண்டிருந்த காலத்தில் ஃபிராய்டின் கொள்கைகளைப் பூர்ஷ்வா உலகம் மிகுந்த பிரபலத்தோடு

வரவேற்றது. சமூக அமைப்பு முறையும், சுரண்டலும், ஏற்றத் தாழ்வுகளுமல்ல தனிமனிதப் பிரச்சினைகளுக்குக் காரணம், உடன் பிறந்த இயல்பூக்கங்களும் இளம் பிராயத்து மனப்பதிவுகளுமே பிரச்சினையின் அடிப்படை என்பதே ஃபிராய்டிசத்தின் சாராம்சமாகும். பூர்ஷ்வா உலகம் இக்கோட்பாட்டைப் பிரபல்யப்படுத்தியதற்கு வேறு நியாயங்கள் எதுவும் தேவையில்லை. பூர்ஷ்வா எழுத்தாளர்களும் கலைஞர்களும் ஃபிராய்டின் கொள்கைகளைத் தங்கள் படைப்புகளுக்கு அடிப்படையாகக் கொண்டார்கள். சமீப காலம் வரை ஃபிராய்டின் கொள்கை மேலைத் தேயக் கலை இலக்கியத்தில் அதிக செல்வாக்குச் செலுத்தியது. ஆனால், இப்பொழுது ஃபிராய்டின் கொள்கை பெரும்பாலும் காலாவதியாகிப் போன ஒன்றே. வெகு காலத்துக்கு முன்பே கிறிஸ்தோபர் கோல்ட்வெல் ஃபிராய்டின் கொள்கைகளை விமர்சித்து நிராகரித்தார். *Social Scientist* சஞ்சிகையொன்றில் (மே 1975), சி.வி. வர்மா என்பவர் *Politics of Psycho Analysis* என்று ஒரு கட்டுரை எழுதியிருந்தார். உளப்பகுப்பாய்வின் அரசியல் சாராம்சத்தை அதில் அவர் வெளிக்காட்டினார். மார்க்சியக் கண்ணோட்டத்தில் ஃபிராய்டை விமர்சித்து நிராகரித்தார். ஃபிராய்டின் கொள்கைகளை விமர்சித்தவர்கள் மார்க்சியவாதிகள் மட்டுமல்ல. உளப்பகுப்பாய்வுடன் மார்க்சியத்தை இணைக்க முயன்ற *Erich Fromm* போன்றவர்களும் அதே காரியத்தைச் செய்துள்ளனர். எரிக் ஃப்றோம் தனது *Crisis of Psycho Analysis* என்ற நூலில் *(U.S.A. 1970)* ஃபிராய்டின் குறைபாடுகளை விமர்சிக்கிறார். ஃபிராய்டின், உடன் பிறந்த நிரந்தரமான இயல்பூக்கங்கள் பற்றிய கொள்கை மார்க்சியவாதிகள் அல்லதை உளவியலாளர்களாலும் பார தூரமாக விமர்சிக்கப்பட்டுள்ளது. அவர்களில் சிலர் இயல்பூக்கம் என்ற சொல் மாற்றியமைக்கப் பட வேண்டும். அல்லாவிட்டால் முற்றிலும் கைவிடப்பட வேண்டும் என்று கூறும் அளவிற்குக் கூடச் சென்றுள்ளனர்.

ஆனால், தமிழ் நாவல் இலக்கியத்தில் ஃபிராய்டின் கொள்கைகளை விமர்சிக்க வேண்டிய தேவை எதுவும் கைலாசபதிக்கு இருக்கவில்லை. நிலைமை இவ்வாறிருக்க கைலாசபதி ஃபிராய்டிசத்தையே ஒப்புக்கொண்டதாக சாமிநாதன் கூறுவது அவரது அருவருக்கத்தக்க விமர்சனப் பித்தலாட்டங்களையே மீண்டும் காட்டுகின்றது. ஃபிராய்டின் பெயரைக் குறிப்பிடுவதே அவரை ஒப்புக் கொண்டதாகும் என்று சாமிநாதன் கருதுகிறார் போலும்.

இரண்டாவதாக, "மனித உண்மைகளுள் உளத்தத்துவ உண்மையும் ஒன்றாகும்" என்று கைலாசபதி கூறுவது, அவர் ஒப்புக்கொள்ளும் இயக்கவியல் பொருள்முதல்வாதத்துக்கு

எவ்வகையில் விரோதமானது என்று நமக்குப் புரியவில்லை. மார்க்சியத்தையும் உளவியலையும் சாமிநாதன் மிகத் தவறாகப் புரிந்துகொண்டிருக்கிறார் என்பதையே இது காட்டுகிறது. உளவியல் என்பது தனிமனிதனின் நடத்தைக்கான அகநிலைத் தொழிற்பாடுகளை ஆராயும் ஒரு துறையாகும். மார்க்சியம் தனிமனிதனின் அகநிலை புறநிலையால் நிர்ணயிக்கப்படுகின்றது எனக் கூறுகின்றது. ஃபிராய்ட் கருதுவது போல சமூகத்துக்கு அப்பாற்பட்ட சர்வ வியாபகமான, நிரந்தரமான மனித இயற்கை என்ற ஒன்றை மார்க்சியம் ஏற்றுக்கொள்வதில்லை. 'மார்க்ஸைப் பொறுத்தவரையில் உண்மை என்பது அடிப்படையில் வரலாற்று ரீதியானதும், சமூக ரீதியானதுமாகும். ஃபிராய்டைப் பொறுத்தவரையில், உண்மை என்பது சாராம்சத்தில் காலபேதமற்றதும் தனியாளுக்குரியதுமாகும்.' ஆகவே ஃபிராய்டின் உளவியலையோ அல்லது அது போன்ற சமூகச் சார்பற்ற, வரலாற்றுச் சார்பற்ற வேறு உளவியல் கோட்பாடுகளையோ மார்க்சியம் ஏற்றுக்கொள்வதில்லை. பதிலாக மார்க்சிய அடிப்படையிலான உளவியல் என்பது புறநிலை யதார்த்தம் தனிமனிதனின் மனத்தில் அல்லது மூளையில் எவ்வாறு பிரதிபலிக்கின்றது என்பதை ஆராய்வதாகவும், அது மனித நடத்தைக்கு எவ்வாறு காரணியாகின்றது என்பதை ஆராய்வதாகவுமே இருக்கும். இவ்வாறு மார்க்சியக் கண்ணோட்டத்தில் அமைந்த உளவியல் பிற உளவியல் கோட்பாடுகளில் இருந்து வேறுபட்டதும் தனித்துவமானதுமாகும். அது ஒரு விஞ்ஞான ரீதியான உளவியலாக *(Scientific Psychology)* இருக்கும். ஆகவே உளவியல் மார்க்சியத்துக்கு விரோதமானதல்ல. சில குறிப்பிட்ட உளவியல் கோட்பாடுகளே மார்க்சியத்துக்கு விரோதமானவை. ஆயினும், பூர்ஷ்வா அர்த்தத்தில் மார்க்சியம் உளவியலை ஒரு தனித்துறையாக வளர்க்கவில்லை எனலாம். காரணம், உளச்சார்பு புறநிலை விதிகளுக்கு உட்பட்டே அமைவதும், தனிமனிதனின் நடத்தையை சமூகத்தில் இருந்து தனிமைப்படுத்தி ஆராய முடியாது என்பதும், மேலும், மார்க்சியம் ஒன்றிணைக்கப்பட்ட கோட்பாடாக இருப்பதும் ஆகும். ஆயினும் மார்க்சின் எழுத்துகளிலே உளவியல் பற்றிய கருத்துகள் பரவலாக இருப்பதை நாம் காணமுடியும். எரிக்ஃப்றோம் தனது நூலில் மார்க்சின் உளவியல் கருத்துகளைப் பற்றி ஒரு விவரணத்தைத் தருகிறார். சாமிநாதன் போன்றவர்கள் அதைப் படித்துப் பார்ப்பது பயன் உடையது.

"மார்க்ஸ், தனி மனிதன் பற்றியும் அவனது ஊக்கிகள், குண இயல்புகள் பற்றியும் அதிக கவனம் செலுத்தவில்லை என்றும், சமூக பரிணாம விதிகள் பற்றியே கவனம் செலுத்தினார்

என்றும் கருதப்படுகிறது" எனக் கூறும் ஃப்றோம், அவ்வாறு கருதப்படுவதற்கான காரணங்களையும் கூறுகிறார். "உளவியலில் மார்க்சின் பங்களிப்புப் பற்றிக் கருத்துச் செலுத்தப்படாமைக்குப் பல காரணிகள் உண்டு. ஒன்று, மார்க்ஸ் ஒருபோதும் தனது உளவியல் நோக்குகளை முறைமைப் படுத்தப்பட்ட ஒரு வடிவில் வெளியிடவில்லை. ஆனால், அது அவரது படைப்புகள் முழுவதிலும் பரவலாகக் காணப்படுகின்றது. அது திரட்டி எடுக்கப்பட வேண்டியுள்ளது. இரண்டாவது, மார்க்சியக் கோட்பாடுகளைப் பற்றிய வரலாற்றுப் பொருள்முதல்வாதம் பற்றிய ஒரு பிழையான விளக்கம். மார்க்ஸ் பொருளியல் தோற்றப்பாடுகள் பற்றி மட்டுமே கருத்துச் செலுத்தினார் என்பது. இது மார்க்சின் உளவியல் பங்களிப்பை மறைத்து விட்டது. மூன்றாவது, மார்க்சின் உளவியல் காலத்தால் மிக முந்திப் பிறந்தமை. இதனால் அது போதிய கவனத்தைப் பெறத் தவறிவிட்டது" என்பது எரிக்ஃப்றோமின் கருத்து *(The Crisis of Psycho Analysis* பக் - *62).* "மார்க்சின் உளவியல், உலகுடனும், மனிதனுடனும், இயற்கையுடனும் மனிதனுக்குள்ள உறவை அடிப்படையாகக் கொண்டது என்றும் இது ஃபிராய்டின் தனிமைப்படுத்தப்பட்ட மனிதனை அடிப்படையாகக் கொண்ட உளவியலிலிருந்து வேறுபடுகின்றது என்றும் ஃப்றோம் மேலும் கூறுகிறார் (அதே நூல் பக் 64).

மார்க்சிய உளவியல் கருத்துக்களை *Lucien Seve* தனது *Marxism and the Theory of Human Personality* என்ற நூலில் (லண்டன் 1975) விஸ்தாரமாக விளக்குகிறார். ஆனால் சாமிநாதன் போன்றவர்களுக்கு உளவியல் என்றால் ஃபிராய்டிசமே. அதற்கு அப்பால் வேறு உளவியல் இல்லை. அதனாலேயே உளவியல் மார்க்சியத்துக்கு விரோதமானது என்று கருதும் இந்தப் போக்கு. ஃபிராய்டிசம் மனநோயாளிகளையே அடிப்படையாகக் கொண்ட உளவியல் என்பதையும், கைப்புற்ற மத்திய தர வர்க்கத்தின், மன நெரிசல்களை ஒரு பக்கச் சார்பாக நின்று விளங்கிக் கொள்ளவும் விளக்கவும் முயன்ற உளவியலே அது என்பதையும் சாமிநாதன் போன்றவர்கள் புரிந்துகொள்ள முயல்வதில்லை. காரணம் ஃபிராய்டிசமே அவர்களது பூர்ஷ்வா நலன்களுக்குப் பக்க பலமாக இருப்பதாகும்.

ப்ரெஸ்ட், ஜோய்ஸ் போன்றவர்களைப் பொறுத்தவரையும் கூட சாமிநாதன் சொல்வது போல் இவர்களின் நனவோட்ட உத்தி முறையைக் கைலாசபதி முற்று முழுதாக எங்கும் அங்கீகரித்ததாக இல்லை. இவர்களைப் பற்றிக் கைலாசபதி கூறுவது இவ்வளவு தான். "நாவல் வளர்ச்சிப் போக்கில் தனிமனிதனது மனோதத்துவ இயல்புகளை விதந்து சித்திரிப்பது

விரும்பத்தகாத அளவுக்கெல்லாம் சென்றுவிடுகிறது, ஐரோப்பிய நாவல் இலக்கிய வரலாற்றில் இப்போக்கு புரூஸ் காலம் முதல் காணப்படுகின்றது. தீராத நோய்வாய்ப்பட்ட புரூஸ் படுக்கையிலேயே பல்லாண்டுகளைக் கழித்தவர். செயலுலகில் இருந்து விடுபட்ட நிலையில் மானசிக உலகில் முற்று முழுதாகச் சஞ்சரித்தவர். உணர்வையும் கற்பனையையும் அவரைப்போல் அதிநுணுக்கமாகத் துருவி ஆராய்ந்தவர்கள் இரண்டொருவர் என்றே கூறவேண்டும். ஜேம்ஸ் ஜோய்ஸ் ஒரு விதத்தில் புரூஸ் வழிவந்தவரே. நேரடியாக ஒப்புமை கூறா விட்டாலும் மௌனி, லா.ச. ராமாமிருதம் ஆகியோர் மேற்காட்டிய இலக்கியப் போக்கையே தமது எழுத்துக்களில் பிரதிபலிக்கிறார்கள் என்று கூறலாம்" (த.நா. இல. பக். 87). கைலாசபதியின் இக்கூற்று அவர் இவர்களின் நனவோட்டத்தை ஏற்றுக்கொண்டதைக் காட்டுகின்றதா? நனவோட்டத்தின் மூல கர்த்தாக்களைப் பற்றிய ஒரு சிறு விபரணமே இங்கு காணப்படுகிறது. உண்மையில் நனவோட்டத்தின் தோற்றம் அதன் தன்மைப்பாடுகள் பற்றி ஒரு புறநிலையான விமர்சனத்தையே தனது நூலில் கைலாசபதி செய்துள்ளார். "நனவோட்ட பரிசோதனைகளின் விளைவாகச் சில பேறுகள் கிடைத்துள்ளன என்பதில் ஐயமில்லை" என்று கூறும் கைலாசபதி (பக் 109), சமூகத்தின் விளைபொருளாகவும் தனிமனிதருக்கும் சமூகத்துக்கும் இடைவிடாது நடைபெறும் இயக்கத் தொடர்பின் சிந்தனை வடிவமாகவும் இருக்க வேண்டிய நாவல், தடம் புரண்டு சுழி கெட்டுத் தடுமாறியமையையே நனவோட்டயுகம் ஐயத்துக்கிடமின்றிக் காட்டுகின்றது" என அழுத்தமாகக் குறிப்பிடுகின்றார். ஆனால், சாமிநாதனோ கைலாசபதி *dialectical materialism* – மைப் புரிந்துகொள்ளாது ப்ரௌஸ்ட், ஜோய்ஸ் போன்றவர்களின் நனவோட்டத்தை ஏற்றுக்கொண்டது போல் கூறுவது சாமிநாதனின் விமர்சனப் பொய்மையையே மீண்டும் நிரூபிக்கின்றது.

இரண்டாவதாக, *Dialectical Materialism* த்துக்கும் நனவோட்டத்துக்கும் என்ன முரண்பாடு என்று நமக்குப் புரியவில்லை. நனவோட்டம் ஒரு இலக்கிய உத்தி, *Dialectical Materialism* ஒரு தத்துவக் கோட்பாடு. நனவோட்டத்தை ஏற்றுக் கொள்வது அல்லது நிராகரிப்பது இத்தத்துவக் கோட்பாட்டை எவ்வகையில் பாதிக்கும்? இது சாமிநாதனுக்கே வெளிச்சம். மார்க்சியவாதிகள் நனவோட்டத்தை – அதன் முழுவடிவில் எதிர்க்கிறார்கள் என்றால் அதற்குக் காரணம், அது அக உலகையே பிரதானமாகக் கொள்வதும் அதனால் மொழியில் ஏற்படும் இருண்மையும் *(Obscurity)*, சிக்கலுமேயாகும். அது தவிர *Dialectical Materialism* – மை நனவோட்டம் ஒன்றும் செய்வதில்லை.

கைலாசபதி சொல்வதுபோல் 'பாத்திரங்களின் மன உலகத்தை நுணுக்கமாகவும் கலையழகுடனும் சித்திரிக்கப் பல வழிகளைத் திறந்து காட்டியுள்ள நனவோட்ட உத்தி தேவையான அளவு இலக்கியத்தில் பயன்படுத்தப்படுவதை யாரும் எதிர்ப்பாரில்லை. 'நனவோட்டம் ஆடி ஓய்ந்தது' என்று கைலாசபதி கூறும்போது அது ஒரு தீவிர இலக்கிய நெறியாகப் பயிலப்படுவது ஓய்ந்து விட்டது என்பதே பொருள். சாமிநாதன் சொல்வது போல் அது இன்று தேவைக்கேற்ற சந்தர்ப்பங்களில் பயன்படுத்தப்படுவது வேறு விசயம். *Imagism, Symbolism* போல் நனவோட்டமும் ஓர் இலக்கிய இயக்கமாக இல்லாமல் ஓய்ந்துவிட்டதென்பது வெளிப்படை.

நனவோட்ட உத்தி பற்றிய கைலாசபதியின் விமர்சனத்தை சாமிநாதனால் தாங்க முடியவில்லை என்பது அவருடைய எழுத்துகளில் இருந்து தெரிகின்றது. அவருடைய எல்லாத் திரிபுகளுக்கும் பிறகு கம்யூனிச உலகில் இருந்து தனக்கு ஆதரவு தேடுகிறார் சாமிநாதன். செக்கோஸ்லாவேக்கிய திரைப்படம் பற்றி, காஃப்காவை கம்யூனிச உலகம் ஏற்றுக்கொண்டது பற்றியெல்லாம் பேசுகிறார். கிழக்கு ஐரோப்பிய கம்யூனிசம் பற்றி நமக்கு வேறு கருத்துகளுண்டு. ஆயினும் காஃப்காவைப் பற்றிய சரியான விமர்சனம் இன்னும் செக்கோஸ்லாவேக்கியாவில் உண்டு என்பதையும் சாமிநாதன் அறிந்துகொள்ளவேண்டும். தி. ஜானகிராமன் தனது 'கருங்கடலும் கலைக்கடலும்' என்ற நூலிலே காஃப்கா பற்றிய செக் எழுத்தாளர் ஒருவரின் கருத்தைத் தருகிறார். இது ஜானகிராமன் கூறுவது:

"செக் எழுத்தாளர்களில் நாங்கள் சந்தித்த முக்கியமானவர் ஹெர்மா யானோவா என்ற நாவலாசிரியை. 'ஹைடென்ஷன்' என்ற இவருடைய நாவல் ஆங்கில மொழிபெயர்ப்பில் இங்கிலாந்தில் வெளிவர இருந்ததாம். மனம்விட்டுப் பேசுபவர். ஃபிரான்ஸ் காஃப்காவைப் பற்றி இவர் சொன்ன கருத்து ஸ்வாரஸ்யமாயிருந்தது. "காஃப்காவை உண்மையான செக் எழுத்தாளர் என்று நான் கருதுவதில்லை. அவருக்குக் காசநோயைத்தவிர மனநோயும் அதிகம். தம்மையே தனித்துக் கொண்டு, வலுவிழந்த மனத்தைச் சுமந்து துயரப்பட்டவர். அவர் உலகைப் பார்த்த பார்வையும் மனப்பாங்கும் ஒருவித அச்சத்தின் மன அசௌக்யத்தின் அடிப்படையில் உருவானவை. ஆனால் செக் மக்கள் உல்லாசமானவர்கள். ஆரோக்ய உள்ளம் படைத்தவர்கள். வாழ்வில் பிடிப்பும் நம்பிக்கையும் கொண்டவர்கள். நன்கு உருவான ஆளுமை படைத்தவர்கள். அதனால்தான் உண்மையான செக் எழுத்தாளன் என்று காஃப்காவைக் கருத விருப்பமில்லை எனக்கு. மேலும் யூதராகப்

பிறந்தது காஃப்காவின் துயரத்தை மிகுதிப்படுத்திற்று. நாட்ஸிகள் யூதர்களைப் படுத்தியபாடும், கொடுமையும் காஃப்காவை அளவுக்கும் மீறி உயர்த்த மறைமுகமாக உதவின. தவிரவும் ஒரு 'ஸ்நாப்' மதிப்பும் அவருக்கு ஏற்பட்டுவிட்டது" என்றார் ஹெர்மா (*கருங்கடலும் கலைக்கடலும், பக் 158 – 59*). ஆக, மற்றவர்களை இருட்டறையை விட்டு வெளியே வரச் சொல்லும் சாமிநாதன் (*எ.கு. பக் 177*). உண்மையில் தானேதான் இருட்டறையில் இருக்கிறார் என்பதை உணரவில்லை.

தமிழில் லா.ச.ராவின் நனவோட்ட நடை பற்றிய கைலாசபதியின் கூற்றுக்களிலும் முரண்பாடு காட்டுகிறார் சாமிநாதன். அவருடைய இயல்புக்கு ஏற்ப தொடர்பறுந்த துண்டுகளாக அங்கங்கு இருந்த வார்த்தைகளைப் பிடித்துப்போட்டு இங்கும் முரண்பாடு காட்டுகிறார் (*எ.கு. பக் 173 – 74*). முழுமையான கூற்றுகளையும் அவை வரும் சந்தர்ப்பங்களையும் அவர் தருவதில்லை. லா.ச.ரா.வின் சில சிறுகதைகளிலே அவரின் திறமை பளிச்சிட்ட போதிலும் பொதுவாக அவரது மொழிநடை பாஷையையே ஒரு பரிபாஷையாக்கி மொழியின் நோக்கத்தையே இல்லாதாக்கி விடுகின்றது என்பது மறுக்கமுடியாத உண்மை. லா.ச.ரா.வின் 'புத்ர', 'அபிதா' முதலிய படைப்புக்களில் பல இடங்களில் மொழி ஒரு செய்திப் பரிமாற்றச் சாதனமாகவே செயற்படவில்லை. அங்கு என்ன சொல்லப்படுகின்றது என்பதே பெரும்பாலும் புரியாது போகின்றது. அபிதாவில் வரும் பின்வரும் பகுதியை உதாரணத்துக்குக் காட்டலாம்.

" . . . இதென்ன, பிரக்ஞையுடன் புதுப்பிறவியின் பயங்கரம், ஆச்சர்யம், தோலுரிப்பு, அழல் நடுவில் ஸ்புடம், தபோக்கினியின் கனல் நடுக்கம், கண்ணிருட்டு; விடியிருள், பிறந்த மனதொடு பிறந்த மேனியின் விடுதலை, காலமாய் உடலின் சருமத்துவாரங்களை, நெஞ்சின் சல்லடைக் கண்களை அடைத்துக் கொண்டிருந்த அழுக்குகளின் எரிப்பில் பழைய வேகத்தை மீண்டும் பெற்ற புத்துணர்வில், ஜீவநதியின் மறு ஓட்டம், ஆதாரஸ்ருதியின் தைரியமான, கம்பீரமான, மீட்டலின் சுடர் தெறிக்கும் சொட சொடப்பு, காண்டீபத்தின் டங்காரத்தில் உடல்பூரா, உணர்வு பூரா, மனம் பூரா ஜல் ஜல் ஜல் சிலம்பொலி.

கண்ணைக் கசக்கி இமை சிமிழ் திறந்ததும்
கண்கரிப்புடன் திரையும் கழன்று விழுந்தது
சித்திரத்துக்குக் கண் திறந்த
விழிப்பு.
என்னைச் சூழ்ந்துகக்கும் வென்னீரின் ஆவி
யினின்று

என் புதுத் துல்லியத்தில் புறப்படுகிறேன்.
உலையிலிருந்து விக்ரகம்.

வெள்ளீரின் ஆவி கலைகையில் புலனுக்குப் பிதுங்குவது பளிங்கிலடித்தாற் போன்று, நெருக்கமாய் நின்ற இருபாதங்கள் அங்கிருந்து முழங்காலை நோக்கி விழியேறுகையில், பிடிப்பான கண்ட சதையின் வெண்சந்தனப் பளிங்கில் பச்சை நரம்பின் ஓட்டம் சோடி பிரிகிறது.

அம்பா உன் பாத கமலங்கள் எனக்கு மட்டும்
தரிசனமா?
அப்பிடியானால் நீ உண்டா?
உன் பாதங்கள் தந்த தைரியத்தில்
உன்முகம் நோக்கி என் பார்வை எழுகிறது.
ஓ, உன் முகம் அபிதாவா?
உடல் பூரா, மனம் பூரா நிறைந்த சிலம்பொலி உலகத்தின் ஆதிமகளின் சிரிப்பா?
அபிதா, இப்போது என் பார்வையில் நீ உலகத்தின் ஆதிமகளாயின்
நீ நீராடுவித்த ஞானஸ்நானத்தில் நான் ஆதிமகன்."

(அபிதா – பக். 125–26) இவ்வுரைநடைப் பகுதியில் இருண்மையே கோலோச்சுகிறது என்பது வெளிப்படை.

இவர்களது மொழிநடை ஏன் புரியாது போகின்றது என்பது மொழியியல் அடிப்படையில் தனியாக ஆராயத்தக்கது. சாமிநாதன் கருதுவதுபோல இவர்களது மொழிநடை விளங்காமல் இருப்பதற்குக் காரணம் 'வாசிப்பவரின் சிந்தனைக் கூர்மை, படிப்பு, பக்குவம், கிரகிக்கும் சக்தி, ஆகியவற்றில் உள்ள குறைபாடு அல்ல (எ.கு. பக் 178). பதிலாக இவர்கள் கையாளும் மொழியின் உள்ளியல்பான குறைபாடுகளே இதற்குக் காரணமாகும். செய்யுளில் சில புலவர்கள் ஓசை வித்தை காட்டியதுபோல (உம்: சந்தத் திருப்புகழ்) இவர்கள் அதீத தனிமனித நிலையில் அக ஆழத்தைத் துருவிச் செல்வதாக நினைத்து சொல்வித்தை காட்டுகிறார்கள். சாமிநாதன் லா.ச.ராவுக்கு வக்காலத்து வாங்குவது சமூகத்தில் இருந்து தனிமைப்படுத்தப்பட்ட அவரது இலக்கிய நோக்குக்கு ஏற்றதாக இருக்கலாம். ஆனால், சமூகத்தின் இலக்கியத் தேவையை அது ஈடுசெய்யாது என்பது மட்டும் நிச்சயம்.

நாவலும் தனிமனிதக் கொள்கையும்

"நாவல் இலக்கியமும் தனிமனிதக் கொள்கையும்" என்ற அத்தியாயத்தில் நாவல் இலக்கியத்தின் தோற்றத்துக்கும் தனிமனிதக் கொள்கைக்கும் இடையே உள்ள உறவையும் தமிழ் நாவல் இலக்கியத்தில் இத் தனிமனிதக் கொள்கை. எவ்வாறு பிரதிபலிக்கப்பட்டிருக்கின்றது என்பதையும் ஆராய்கின்றார்

கைலாசபதி. "பல்வேறு காரணங்களினாலே ஒருமைப்பாட்டை இழந்த சமூகத்தில் குடும்பம், சாமி, வாழிடம், குலத்தொழில் முதலியவற்றில் இருந்து தனிமைப்பட்டும் விலகியும் வாழநேரும் மக்களே தனிமனிதராவர். வழிவழி வந்த நம்பிக்கைகள், நியதிகள், சமூக உணர்வுகள் ஆகியவற்றுக்கும் தனிமனிதருடைய வாழ்க்கை நிலைக்கும் பொருந்தாமை ஏற்படும்பொழுது முரண்பாடு தோன்றுகிறது. அந்த முரண்பாட்டின் அதாவது மனிதருக்குள்ளும், மனிதனுக்கும் சமுதாயத்துக்கும் இடையேயும் தோன்றும் மோதலை அடிநிலையாகக் கொண்டதே நாவல் இலக்கியம்" என்பது கைலாசபதியின் கருத்து (த.நா. இல. பக். 116). இக்கருத்தை அடிப்படையாகக் கொண்டு மாதவையா முதல் ஜெயகாந்தன் வரை எழுதப்பட்ட சில நாவல்களை கைலாசபதி ஆராய்கின்றார்.

இவ்வத்தியாயத்தில் கூறப்பட்ட கருத்துகளைத் தனக்கே உரிய குழப்பமான அளவுகோல் கொண்டு விமர்சிக்கின்றார் சாமிநாதன். "மிகச் சுவாரஸ்யமான பகுதி இந்த அத்தியாயம்" என்று ஏளனத்தொனியுடன் தொடங்கும் சாமிநாதன், "தனிமனிதர்களாவதற்கு முன்னர் அவர்கள் என்னவாக இருந்தார்களோ தெரியாது" என்று நையாண்டி செய்யும் சாமிநாதன், "மார்க்சின் ஏற்பாட்டில் தனிமனிதனுக்கு இடமில்லை. ஏனெனில் கம்யூனிஸ்டுகளின் கற்பனைச் சுவர்க்கத்தில் தனிமனிதன் முரண்பட்டவன் ஆகவே அவனது தனிமனிதத் தத்துவம் மறுக்கப்படுகின்றது" என்றும் "நமக்குத் தெரிந்தவரை தனிமனிதக் கோட்பாடு, வேதகாலம் தொட்டு வருவது மற்ற இடங்களிலும் அப்படித்தான். தனிமனித வாதத்துக்குரிய ஆதாரங்களை, மேல்நாடுகளில் ஆதிக்கிரேக்க தத்துவவாதிகளிலிருந்து தொடங்கலாம். இது மறுக்கப்பட வேண்டும் என்ற நிலை எழுந்தது ஒரு அரசியல் காரணம் பற்றித்தான். இதன் சந்தர்ப்பத்தில் நிலமானியம், அழிவு, மத்தியதர வர்க்கம் என்றெல்லாம் பேசுவது அறியாமை; அல்லது அறிந்து செய்யும் வஞ்சக அரசியல் பிரச்சாரம். இவர்கள் கருத்து முதல் வாதத்தைத் தீண்ட மறுப்பதே இதன் அடிப்படையில்தான். தனிமனிதக் கொள்கை தனி மனுதனுடன் பிறந்தது, கருத்து முதல்வாதம் இன்றைய அறிவுத்துறைகள் வலியுறுத்துவது. தனிமனிதன் ஏதோ சமீபத்தில்தான் கண்டுபிடிக்கப்பட்டவன், சமுதாய மாற்றத்தின் பிறப்பு என்பதெல்லாம் ஒரு நோய்க்கூறான மனத்தின் பீதியுற்ற நிலை" என்றும் ஆணித்தரமாகக் கூறுகின்றார் (எ.கு. பக்.179 – 182).

சாமிநாதனின் மேற்காட்டிய கூற்றுகள் அவருக்குச் சமூக வரலாறு பற்றி எதுவும் தெரியாது என்பதைத் தெளிவாகக் காட்டுவதுடன் மனிதர்கள் தனித்தனி உருப்படிகளாக இருப்பதற்கும், தனிமனித வாதத்துக்கு இடையேயும் கூட

அவருக்குப் பேதம் தெரியவில்லை என்பதையும் காட்டுகின்றன. இதே சாமிநாதன்தான் வேறொரு கட்டுரையில் இவ்வாறு எழுதுகிறார். "நம்மை நாம் தனி மனிதர்களாய் பாவிக்கவே இல்லை, தனிமனிதச் சிந்தனை என்பதே நமக்கு, பொதுவாக, அநேகமாக இந்திய மரபிலும் சரி, குறிப்பாக முழுக்க முழுக்க தமிழ் மரபிலும் சரி இருந்ததில்லை" (பாலையும் வாழையும் – பக். 195) சாமிநாதனுக்குத் தன் முரண்பாடுபற்றிக் கவலையே இல்லை.

சாமிநாதனின் கருத்து முதல்வாதச் சார்பினையும் அதற்கு அவர் காட்டும் விஞ்ஞான ஆதாரம் என்ற போலிப் போர்வையையும் நாம் ஏற்கனவே பார்த்தோம். இங்கு நாவல் இலக்கியமும் தனிமனிதக் கொள்கையும் பற்றி மட்டுமே கவனிக்கலாம். நாவல் இலக்கியமும் சரி, தனிமனிதக் கொள்கையும் சரி, முதலாளித்துவச் சமூக அமைப்பின் விளைபொருட்களேயாகும். தனிமனித வாதத்துக்குரிய ஆதாரங்களை வேதங்களில் இருந்தும் ஆதிக் கிரேக்கத் தத்துவத்தில் இருந்தும் தேட முயல்வது வீண்முயற்சியாகும். "உன்னைத் திருத்தினால் உலகம் திருந்தும்" என்பது கருத்து முதல்வாதச் சித்தாந்தத்தின் நோக்கு நிலையாகும். மனித நடத்தைக்குத் தனியாட்களின் மனத் தொழிற்பாடே காரணம் என்ற கருதுகோளின் அடிப்படையில் இது பிறந்தது. அதனால் பண்டைக்காலம் முதல் அற நூல்களும் தத்துவ போதனைகளும் சமய நெறிகளும் தனியாட்களை நோக்கியதாகவே இருந்து வந்துள்ளன. இது கருத்துமுதல்வாதச் சிந்தனை முறையையே குறிக்கின்றது தனிமனித வாதத்துக்கும் இதற்கும் எவ்வித உறவும் இல்லை.

தனிமனிதக் கொள்கை என்பது ஒரு வரையறுக்கப்பட்ட தத்துவமோ சித்தாந்தமோ அல்ல. முதலாளித்துவச் சமூக அமைப்பு மனிதர்களிடையே தோற்றுவித்த ஒரு குறிப்பிட்ட மனப்போக்கின் குண இயல்புகளையே அது சுட்டுகின்றது. தனி உடைமைச் சமுதாயம் நிலவி வந்த எல்லாக் காலங்களிலும் மனிதர்களிடையே தனிமனித முரண்பாடும், தான் என்ற அகங்காரமும், தன்னலமும், போட்டி பொறாமைகளும் நிலவி வந்தன எனினும், அவர்கள் சமூகத்தில் இருந்து கட்டறுந்தவர்களாக மாறவில்லை. பரம்பரை பரம்பரையாக வரும் மரபுகளுக்கும் ஒழுங்கு விதிகளுக்கும் கட்டுண்டவர்களாகவே இருந்து வந்தார்கள். ஒவ்வொருவருக்கும் ஏதோ ஒரு வகையில் ஒரு குலத் தொழில் இருந்தது. உழைப்பவர்கள் நிலத்துடன் பிணைக்கப்பட்டவர்களாக இருந்தார்கள். வறுமை இருந்தது எனினும் சுரண்டல் இருந்தது எனினும் வாழ்க்கைக்கு ஒரு ஸ்திரமும் உத்தரவாதமும் இருந்தது.

ஆனால், முதலாளித்துவத்தின் உதயம் இவற்றையெல்லாம் தகர்த்து மனிதர்களை வேரறுந்தவர்களாக மாற்றிவிட்டது. மனிதர்களைத் தங்கள் வாழிடங்களில் இருந்தும் குடும்பத்தில் இருந்தும் குலத்தொழிலில் இருந்தும் பிரித்துவிட்டது. அவர்கள் தங்கள் குலத்தொழில்களை இழந்தார்கள். வாழ்க்கை ஸ்திரமற்றதாக மாறியது. உழைப்புச் சக்தியை, அல்லது அறிவாற்றலை விற்றே பிழைப்பு நடத்த வேண்டி ஏற்பட்டது. ஒவ்வொருவரும் தனக்கும் தனது குடும்பத்தின் வாழ்க்கைக்கும் எதிர்காலத்துக்கும் தானே உத்தரவாதம் தரவேண்டி நேர்ந்தது. மனிதன் தனித்தவனானான். கூட்டுவாழ்க்கை, கூட்டு உழைப்பு, கூட்டுக் குடும்பம் ஆகியன உடைந்து சிதறின. தன்னலமும் தனித்தனியாக மேல்நோக்கிச் செல்லும் உந்துதலும் முன் என்றும் இல்லாத அளவு அதிகரித்தது. திரிசங்கு மனித உடலுடன் சொர்க்கத்துக்குச் செல்ல முயன்றது போல ஒவ்வொரு மனிதனும் தனித்தனியாக, சமூக அந்தஸ்துக்காகவும் உயர் வாழ்வுக்காகவும் போராடத் தொடங்கினான். புகழாசை, லாபநோக்கு, போட்டி, பொறாமை, தன்னலம் என்பன முன்னென்றும் இல்லாத அளவு மனிதனை ஆளத் தொடங்கின. தனியாட்களே சமூகம் என்ற நிலை தோன்றியது. இதுவே தனிமனிதக் கொள்கையின் சாராம்சமாகும்.

இத்தகைய தனிமனிதனுக்குச் சாமிநாதன் வக்காலத்து வாங்குகின்றார். “மார்க்ஸின் ஏற்பாட்டில் தனிமனிதனுக்கு இடமில்லை. ஏனெனில் கம்யூனிஸ்டுகளின் கற்பனைச் சுவர்க்கத்தில் தனிமனிதன் முரண்பட்டவன் ஆகவே அவனது தனிமனிதத்துவம் மறுக்கப்படுகின்றது” என்ற சாமிநாதனின் கூற்றுக்கு இப்பின்னணியில் என்னபொருள் என்பது வெளிப்படை. சீரழிந்த தனிமனிதனே சாமிநாதனின் இலட்சியப் புருஷன். அவரது ‘இலக்கிய ஊழல்’ என்ற புத்தகத்திலும் இத்தனிமனிதச் சீரழிவுகளைத்தான் நாம் பார்க்கின்றோம். தங்கள் சொந்த ஆளுமைச் சீரழிவுக்கே காரணம் கண்டுபிடிக்க முடியாதவர்கள் சமூகத்தைப் புரிந்துகொள்வது எவ்வாறு? இந்த இலட்சணத்தில் தனிமனிதர்களாவதற்கு முன், அவர்கள் என்னவாக இருந்தார்களோ தெரியாது என்கிறார் சாமிநாதன். மனிதர்கள் கையும் காலும் கொண்ட தனித்தனி உருப்படிகளாக இருப்பது வேறு. தனிமனிதக் கொள்கை என்பது வேறு என்பதைக் கூட நாம் சாமிநாதனுக்கு விளக்க வேண்டிய பரிதாபம்.

மார்க்சியம் சீரழிந்த தனிமனிதவாதத்தை முற்றாக நிராகரிக்கின்றது. ஒவ்வொரு மனிதனதும் ஆளுமையை பூரணமாக விருத்தி செய்யக்கூடிய பொதுவுடைமைச் சமுதாயத்தை

உருவாக்குவதே அதன் குறிக்கோள். வேறு வார்த்தைகளில் சொல்வதானால் ஒரு சிறந்த சமுதாய அமைப்பைக் க்ட்டி எழுப்புவதன்மூலம் சமூகத்தோடு இணைந்த, உயர்ந்த முழுமையான தனிமனித ஆளுமையை உருவாக்குவதே அதன் இலட்சியம் எனலாம். இவ்வகையில் மார்க்சியம் தனிமனிதனுக்கு விரோதமானதல்ல. கம்யூனிஸ்டுகளின் கற்பனைச் சுவர்க்கத்தில் தனிமனிதன் முரண்பட்டவன்" அல்ல. பதிலாக தனியுடமைச் சமூக அமைப்பால் சிதைக்கப்பட்ட கூறுபடுத்தப்பட்ட மனித முழுமையை உருவாக்குவதுதான் கம்யூனிசம். கம்யூனிசப்புரட்சியின் பயனே உண்மையான தனிமனித விமோசனந்தான். தனிமனிதச் சீரழிவுக்குத் தங்கள் ஆன்மாவை இழந்துவிட்ட சாமிநாதன் போன்றவர்கள் இதன் நியாயத்தை மறுத்துரைப்பது ஆச்சரியம் அல்ல. இச்சந்தர்ப்பத்தில் தனிமனித வாதம் பற்றிய கார்க்கியின் கருத்தை இங்கு நினைவு கூருவது பொருத்தமாக இருக்கும்.

"தனிமையில் நிற்கும், தனிமையை நோக்கிச் செல்ல முயற்சிக்கும் இன்றைய மனிதன் மார்மெலாடவ் என்ற (தஸ்தயேவ்ஸ்கியின் 'குற்றமும் தண்டனையும்' நாவலில் வரும் ஒரு பாத்திரம்) பாத்திரத்தைவிட எவ்வளவோ மோசமான பிராணியாகும். ஏனெனில் அவனுக்குப் புகலிடம் ஏதும் இல்லை. யாரும் அவனுக்குத் தேவைப்பட்டவனாய் இல்லை. தனது பலவீனத்தை உணர்ந்திருக்கிறதிலே அவன் மயக்கமடைந்திருக்கிறான். நெருங்கி வரும் அழிவைக் கண்டு பீதியடைந்திருக்கிறான். வாழ்க்கையில் அவனுக்கு என்ன மதிப்பு இருக்கிறது? அவனது அழகு எதில் உள்ளது? நரம்புகள் நலிந்து ஒடுங்கிப்போய் மூளை பேடியாகிப் போய், ஆன்மாவையும் சித்தத்தையும் பீடித்திருக்கும் நோய்களின் இருப்பிடமாய், இருக்கிற அந்த அரைப்பிணத்தில் மானுட அம்சம் என்ன இருக்கிறது? நோயைத் தவிர ஒன்றும் இல்லை.

தற்காலத்தில் மற்றவர்களைவிட நுண்ணிய ஆன்மாவும் தீட்சண்யமான அறிவும் படைத்திருப்பவர்கள் ஆபத்தை உணரத் தலைப்பட்டிருக்கிறார்கள். மனிதனின் சக்தி உடைந்து, நொறுங்கி வருவதைக்கண்டு இவர்கள் 'நான்' என்கிற பொருளுக்குப் புதிய உயிர் ஊட்டுவதும் புதுமையைத் தருவதும் தேவை என்று ஒரே குரலில் சொல்கிறார்கள். வடிந்து ஒடுங்கி வரும் தனது ஆற்றல்களைப் புத்துயிருட்டி பலப்படுத்துவதற்குரிய உயிர்ப்புள்ள சக்தியின் ஊற்றுக் கண்ணுக்குக் கொண்டு செல்கின்ற ஒரேவழியை எல்லோரும் ஒருமனதாகச் சுட்டிக்காட்டுகின்றார்கள்.

இப்படித்தான் விட்மன், ஹொரேஸ், டிரோபெல், ரிச்சர்ட்தெமல், வெர்ஹாரென், எச். ஜி. வெல்ஸ், அனதோல் பிரான்ஸ், மாரிஸ் மாதெர்லிஸ் எல்லோரும் தனிநபர் வாதத்தில்

இருந்து செயலொழி நிலையில் இருந்து, சோஷலிசத்திற்கு மாறிவந்திருக்கிறார்கள். செயலாற்றுவதைப்பற்றி, பிரச்சாரம் செய்யத் திரும்பி இருக்கின்றார்கள். மேலும் மேலும் குரலுயர்த்தி, மனிதனை, மனிதகுலத்துடன் ஒன்றிவிடுமாறு அறைகூவி அழைக்கின்றனர் ... என்ற போதிலும் இப்படி விவேகமிகுந்த மனிதர்களிடமிருந்து வரும் நல்ல அறிவுரைகள் செவிடர் காதில் ஏறுவது சிரமம்தான். அப்படி ஓர்வேளை அவர்கள் கேட்டாலும் அதனால் என்ன பயன்? வாழ்க்கையின் இன்ப கீதத்தைக் கேட்டு ஒரு படுமோசமான நோயாளி எப்படி எதிரொலிப்பான்? வாய்விட்டு அரற்றுவதன் மூலம்தான்" (மாக்சிம் கார்க்கி, இலக்கியம் பக் 168 – 69).

1909இல் கார்க்கி எழுதிய இக்காரமான வார்த்தைகள் இன்று சாமிநாதன் போன்றவர்களைப் பார்த்துக் கூறியன போன்றே இருக்கின்றன.

தனிமனித வாதத்துக்கு வக்காலத்து வாங்கும் சாமிநாதன் நாவல் இலக்கியம் தனிமனிதக் கொள்கையை அடிநிலையாகக் கொண்டு தோன்றியது என்ற கருத்தை மறுக்கிறார். "வழிவழி வந்த நம்பிக்கைகள், நியதிகள், சமூக உணர்வுகள் ஆகியவற்றுக்கும் மனிதருடைய வாழ்க்கை நிலைக்கும் பொருந்தாமை ஏற்படும் போது முரண்பாடு தோன்றுகின்றது. அந்த முரண்பாட்டின், அதாவது மனிதருக்குள்ளும், மனிதருக்கும் சமூகத்துக்கும் இடையேயும் தோன்றும் மோதலை அடிநிலையாகக் கொண்டதே நாவல் இலக்கியம்" என்ற கைலாசபதியின் கருத்தை முரஸாக்கியின் கெஞ்சிகதை, ஸேர்வாண்டிசின் டான்விக் ஜோட், ஸ்காட்டின் வரலாற்று நவீனங்கள், ஏன் ஆங்கில இலக்கியத்தின் ஆரம்ப நாவல்கள், ஏன் எமிலி ப்ராண்டேயின் Wuthering Heights போன்றவற்றை வைத்து நிரூபணம் காணவேண்டும், முடியுமா?" என்று கேட்கிறார் சாமிநாதன் (எ. கு. பக் 183). அடிக்கருத்தைத் திசைதிருப்ப முனையும் ஒரு பலவீனமான வினாவே இது. தனிமனித மோதல்களையும் முரண்பாடுகளையும் அடிநிலையாகக் கொண்டதே நாவல் இலக்கியம் என்பதை உலக இலக்கியத்தின் ஆரம்ப, தற்கால நாவல்களில் மிகப் பெரும்பாலானவை நிரூபிக்கின்றன. பல்வேறுபட்ட சமூக தனிமனித முரண்பாடுகளின் சித்திரங்களாகவே பெரும்பாலான நாவல்கள் அமைகின்றன. சாமிநாதன் குறிப்பிட்ட நாவல்களில் பெரும்பாலானவற்றில் நாம் இதைக் காணலாம். தனிமனித உணர்வுகளுக்கும் வர்க்க ஏற்றத்தாழ்வுகளால் உருவாக்கப்படும் வேலிகளுக்கும் இடையே உருவாகும் மோதலையே Wuthering Heights சித்திரிக்கின்றது. நிலப்பிரபுத்துவ விழுமியங்களுக்கும் உருவாகி வரும் புதிய மனிதனுக்கும் இடையில் உள்ள முரண்பாட்டையே டான்க்விக்

ஜோட் அங்கத பாணியில் சித்திரிக்கின்றது. "நிலப்பிரபுத்துவ வாழ்க்கை முறைக்கும் நிலப்பிரபுத்துவ விழுமியங்களுக்கும் வஞ்சப்புகழ்ச்சிப் பாங்கான பிரியாவிடை கூறியவர் சேவான்டிஸ்" என *The Age of Don Quixote* என்னும் கட்டுரையில் கூறப்படுவது இங்கு மனம் கொள்ளத்தக்கது. *(New Left Review No. 68 July, August 1971)* ஸ்காட்டின் வரலாற்று நாவல்கள் கைத்தொழில் புரட்சியின் விளைவுகளில் இருந்து – அர்னால்ட் கெற்றில் சொல்வது போல் – அசிங்கமான நிகழ்காலத்தில் இருந்து இலட்சியமயமான இறந்த காலத்துக்குத் தப்பிச் செல்லும் தன்மையை வெளிப்படுத்துகின்றன. சமூக சக்திகளுக்கும் தனிமனிதர்களுக்கும் இடையே தோன்றும் முரண்பாடுகளையே நாம் அங்கும் காண்கிறோம்.

இவ்வாறு ஆரம்பகால நாவல்கள் மனிதனைச் சமூகப் பின்னணிக்கு, எதிராக வைத்தே நோக்குகின்றன. சமூகத்தோடு முரணுகின்ற, அபிலாசைகள், முயற்சி, விழுமியங்கள் உடைய பிரச்சினைக்குரிய கதாநாயகனையே அவை பெரிதும் கையாளுகின்றன. ஆயினும், ஒவ்வொரு நாவலும் இவ்வாறே அமைந்து இருக்க வேண்டும் என்று நாம் எதிர்பார்க்க முடியாது. நிலப்பிரபுத்துவ யுகத்துக்குரிய மனோரதியக் கற்பனைக் கதைகள் *(Romances)* பல தொடர்ந்து எழுதப்படுதலும் சாத்தியமே என்பதை சாமிநாதன் புரிந்துகொள்ள வேண்டும். அவ்வாறான கதைகள் தமிழில் இன்றும்கூடத் தோன்றுகின்றன. புதிய சமூகத்துள் பழமையின் எச்சங்கள் தொடர்ந்து நிலவுவதே இதன் காரணம் எனலாம். மறைமலையடிகளின் நாகநாட்டரசி குமுதவல்லியில் தனிமனித வாதத்துக்கு நிரூபணம் தேடுவது சாத்தியமல்ல. முரஸாக்கியின் கெஞ்சி கதையும் ஓரளவுக்கு இதுபோன்றதே. கெஞ்சி கதை யதார்த்தப் பண்புகள் உள்ள ஒரு *Romance* எனத்தக்கதே. அதன் யதார்த்தப் பண்புகளை அதன் சமூக உள்ளடக்கத்தில் காண வேண்டும். அரசவை சார்ந்த பிரபுக்களுக்கும், புதிய நிலவுடைமை ராணுவக் குடும்பங்களுக்கும், இடையே வளர்ச்சியுறும் முரண்பாடுகள் அதில் ஓரளவு பிரதிபலிக்கப்படுகின்றன. புதிய முரண்பாடுகளினால் ஜப்பானிய அரச குடும்பத்தில் ஏற்படும் சிதைவுகளை நாம் அதில் காணலாம்.

தனிமனிதக் கொள்கையின் அடியாகத்தான் நாவல் இலக்கியம் தோன்றியது என்பதை மறுப்பதற்காக சாமிநாதன் பிறிதொரு வாதத்தையும் முன்வைக்கின்றார். "ஒரு சமுதாய மாற்றத்தில் ஏற்படும் சமூக, தனிமனித முரண்பாட்டினால் விளைவது நாவல் இலக்கியம் என்பது உண்மையானால், தனிமனித வாதம் அழிந்து, சமூக முரண்பாடுகள் அழிந்து, வர்க்க பேதமற்ற, சோஷலிச சமுதாயத்தில் 'நாவல் இலக்கியத்துக்கே இடமில்லை என்பது தர்க்கரீதியான விளைவு' ஆகவேண்டும். இப்போதுள்ள எந்த

சோஷலிசச் சமுதாயத்தில் நாவல் இலக்கியம் மறைந்துள்ளது என்பதை யாராவது மார்க்சியவாதி சொன்னால் நல்லது" என்பது அவரது வாதம் (எ. கு. பக் 183). சோஷலிசச் சமுதாயம் பற்றிய சாமிநாதனின் பிரமாணம் எவ்வாறிருப்பினும் இங்கு அவர் சொல்ல வருவது, நாவல் இலக்கியத்தின் தோற்றத்துக்கு– முதலாளித்துவச் சமூக அமைப்பும் தனிமனிதக் கொள்கையும் காரணமல்ல என்பதே. ஆனால், ஒரு வெற்றுத் தர்க்கத்தை முன்வைப்பதைத் தவிர, தனது கருத்தை அவரால் நிரூபிக்க முடியவில்லை. அல்லது, நாவல் இலக்கியத்தின் தோற்றத்துக்கு அவர் காட்டும் காரணம் என்ன என்றேனும் விளக்கவில்லை. பதிலாக "சோஷலிசச் சமூகத்தில் நாவல் அழியவில்லை என்றால் இதன் பொருள் சோஷலிசச் சமுதாயத்திலும் முரண்பாடுகள் இயைபின்மைகள் நீடிக்கின்றன, அங்கும் அடக்குமுறைகளை மீறி தனிமனித வாழ்வு நீடிக்கின்றது என்பது பொருள்" என்றே அவரால் கூறமுடிகின்றது (எ. கு. பக் 183). மேற்காட்டிய கூற்றின் மூலம் நாவல் இலக்கியத்தின் தோற்றத்திற்குத் தனிமனிதக் கொள்கையே அடிநிலை என்ற கருத்தை சாமிநாதனும் ஏற்றுக் கொள்கின்றார் என்றே ஆகின்றது. "நிலமானிய அழிவு–தனிமனிதன்–முரண்பாடு– நாவல் என்பதை நான் ஒப்புக்கொள்ளாவிட்டாலும்" என்று கூறும் சாமிநாதன்' (பக் 183), வேறு காரணம் கண்டுபிடிக்க முடியாத நிலையில் சோஷலிசச் சமுதாயத்திலும் தனிமனித முரண்பாடும் இயைபின்மையும் இருக்கவே செய்கின்றது என்று கூறுவதோடு பரிதாபமாக அமைதியடைந்து விடுகின்றார். சோஷலிசச் சமுதாயம் பற்றியும், அதன் இலக்கிய வடிவங்கள் பற்றியும் தன் கட்டுரையின் இறுதியில் சாமிநாதன் எழுப்பும் கேள்விக்கு விடை இறுக்கும் போது நாம் இதுபற்றிச் சற்று விபரிக்கலாம்.

ஆனால், இங்கு ஒரு முக்கிய அம்சத்தை விளக்க வேண்டும். நாவல் இலக்கியத்தின் தோற்றத்துக்கு, முதலாளித்துவ வளர்ச்சியும் தனிமனிதக் கொள்கையும் அடிநிலையாக அமைந்தன என்பது மறுக்க முடியாத உண்மை. ஆனால், அதேவேளை நாவல் இலக்கியம் தன்னுடைய வளர்ச்சிப் போக்கில் தனது தோற்றத்துக்குக் காரணமாக இருந்த அதே சமூக சக்திகளுக்கு எதிராகவும் திரும்பியிருக்கின்றது என்பதையும் கவனிக்கவேண்டும். பூர்ஷ்வா வர்க்கத்தின் தோற்றத்துடன் தொடங்கிய நாவல் தொழிலாளி வர்க்கத்தின் சாதனமாகவும் மாறியுள்ளது. இது நாவல் வளர்ச்சியில் காணப்படும் ஓர் இயக்கவியல் வெளிப்பாடு ஆகும். சமூக மாற்றத்தில் சமூக வளர்ச்சிப் போக்கில் தொழிற்படும் இயக்கவியல் விதிகளே, இதையும் நிர்ணயித்துள்ளன. எவ்வாறு முதலாளித்துவ உற்பத்திச் சாதனங்களை, முதலாளித்துவத்தின் சிருஷ்டியான தொழிலாளி

வர்க்கம் கைப்பற்றி முழுச் சமூகத்தினதும் ஓர் உயர்மட்ட வளர்ச்சிக்கு, அவற்றைப் பயன்படுத்துகின்றதோ, அதேபோல் முதலாளித்துவத்தின் விளைபொருளான நாவல் இலக்கியத்தையும் முதலாளித்துவத்துக்கு எதிரான சக்திகளும் பயன்படுத்துகின்றன. அந்த அளவுக்கு நாவலின் குணாம்சமும், மாற்றம் அடைகின்றது. சமுதாய வளர்ச்சியை இயக்கிச் செல்லும் உள்முரண்பாடுகள் நாவல் இலக்கியத்திலும் வெளிப்பாடு பெறுகின்றன என்பதே இதன் பொருள். நாவல் வளர்ச்சியின் ஆரம்பகாலத்தில் இருந்து இன்று வரை நாம் இதை அவதானிக்கலாம். இன்று அதீத தனிமனித வாதத்துக்கும், முதலாளித்துவ வர்த்தக மனப்பான்மைக்கும் நாவல் ஒரு சாதனமாக இருக்கும் அதே வேளை இவற்றுக்கு எதிராகவும் அந்நியமாதலுக்கு எதிராகவும் மட்டுமின்றி புரட்சிக்கும் அது ஒரு சாதனமாக மாறிவிட்டது. உலகின் எல்லா மொழிகளிலும் நாம் இதற்கு உதாரணம் காணலாம். தமிழும் இதற்கு விதிவிலக்கல்ல. இந்த அம்சத்தை 'தமிழ் நாவல் இலக்கிய'த்தில் கைலாசபதி விரித்து விளக்கவில்லை. இயற்பண்பும் யதார்த்தவாதமும் என்ற கடைசி அத்தியாயத்திலே, இதுபற்றிய கருத்துகள் இழையோடுகின்றன. எனினும், திட்டவட்டமாக முன்வைக்கப்படவில்லை. அது இந்நூலின் ஒரு முக்கியக் குறைபாடு எனலாம். நாவல் இலக்கியத்தின் இந்த இயக்கவியல் உண்மையைச் சாமிநாதன் புரிந்துகொள்ளாமையினால்தான் சோஷலிசச் சமூகத்தில் நாவல் இருக்கக்கூடாது என்று அசட்டுத்தனமாகத் தர்க்கம் புரிய நேர்ந்துள்ளது.

தனிமனித சமூக முரண்பாடு தமிழ் நாவல் சிலவற்றில் எவ்வாறு சித்திரிக்கப்படுகிறது என்பதை இவ்வத்தியாயத்தில் கைலாசபதி விபரிக்கின்றார். மாதவையாவின் 'பத்மாவதி சரித்திரம்', அகிலனின் 'பாவைவிளக்கு', சிதம்பர சுப்பிரமணியத்தின் 'இதயநாதம்', ஜெயகாந்தனின் 'சமூகம் என்பது நாலுபேர்', 'கோகிலா என்ன செய்துவிட்டாள்' முதலிய நாவல்கள் இவ்வாறு ஆராயப்படுகின்றன. கைலாசபதியின் முடிவுகளில் சிலவற்றை வரவேற்பதாகக் கூறும் சாமிநாதன் அவரது கூற்றுகளில் முரண்பாடு அதிகம் என்கிறார். ஆனால், இவ்வத்தியாயத்தை முழுமையாகப் படிக்கும் நமக்கு அவ்வாறு தோன்றுவதில்லை. குறிப்பாக பாவைவிளக்கையும் இதயநாதத்தையும் ஒப்பிட்டு ஆராய்கையில் பாவை விளக்கின் போலிக் கற்பனையையும் யதார்த்தமாகச் சித்திரிக்கப்பட்டிருக்கும் இதயநாதத்தின் கலையம்சத்தையும் கைலாசபதி சுட்டிக்காட்டுவதை சாமிநாதனால் புரிந்துகொள்ள முடியவில்லையாம். அதேபோல் லா.ச.ரா.,மௌனி போன்றோரை விமர்சிக்க முனைவதே அபச்சாரம் என்று நம்பும் சில எழுத்தாளர்களும் நம்மிடையே உள்ளனர். "மௌனியின் கதைகளை விமர்சனம் செய்வதுகூட அதன் பவித்திரத்தைக்

கறைப்படுத்துவது" என்று 'குருக்ஷேத்திரம்' தொகுப்புக்கு அறிமுகம் எழுதிய நகுலன் குறிப்பிடுகின்றார் (குருஷேத்திரம் பக். 13). இத்தகைய இலக்கிய வழிபாட்டு மூடநம்பிக்கைகளுக்கு ஆட்பட்ட தூய கலைவாதிகளுள் ஒருவரே சாமிநாதன் என்பது வெளிப்படை. ஆகவே தனிப்பட்ட படைப்புக்கள் பற்றிய அவரது கருத்துகளை நாம் பொருட்படுத்த வேண்டியதில்லை. பொதுக்கோட்பாடுகள் பற்றி மட்டும் நோக்குவது போதுமானது.

சிறுகதையின் தேய்வும் நாவலின் வளர்ச்சியும்

'சிறுகதையின் தேய்வும் நாவலின் வளர்ச்சியும்' என்ற அத்தியாயத்தில் சிறுகதைக்கும் நாவலுக்கும் இடையேயுள்ள சமூக உறவு பற்றி கைலாசபதி ஆராய முனைகின்றார். "இப்பொழுது சிறுகதையின் மங்குதசை எனலாம். மின்னாமல் முழங்காமல் சிறுகதை செல்வாக்கு இழந்துவிட்டது. இதற்கு மாறாக நாவல் மலர்ச்சியடைந்து வருகிறது. ஒரு வகையில் இதனை நாவலின் மீட்டெழுச்சி அல்லது மறுமலர்ச்சி என்றே கூறுதல் வேண்டும்" என்கிறார் கைலாசபதி (த. நா. இ. பக் 194).

உண்மையில் இன்று பத்திரிகைகளிலும் சஞ்சிகைகளிலும் நூற்றுக்கணக்கில் அல்லது ஆயிரக்கணக்கில் சிறுகதைகள் பிரசுரிக்கப்படுகின்றன எனினும், அவை தமது இலக்கிய – சமூக மதிப்பை பெருமளவுக்கு இழந்துவிட்டன என்பதில் ஐயமில்லை. குறைந்தபட்சம் ஒரு நாவலேனும் எழுத வேண்டும் என்று கனவு காணாத ஒரு சிறுகதையாசிரியன் கூட இன்று இல்லை எனலாம். நவீன புனைகதை இலக்கியத்தின் வரலாற்றை நோக்கினால் தொடக்கத்தில் நாவல், இடைக்காலத்தில் சிறுகதை, திரும்பவும் நாவல் என்ற ஆதிக்க அலைகளை நாம் காணலாம். சிறுதைத் தொகுப்புக்களை விட நாவல்களே அதிக அளவு விற்பனையாகின்றன. பெரிய பிரசுர நிறுவனங்கள் எல்லாம் நாவல்களையே அதிகம் அதிகம் வெளியிடுகின்றன. நாவல் என்ற பெயரில் ஒரு ரூபாய்ப் பிரசுரங்கள் சந்தையில் புற்றீசல் போல் வந்து குவிகின்றன. சிறுகதை, இலக்கியப் பிரக்ஞையுடைய சிறுபான்மையினரிடமே இன்னும் மதிப்புடன் பயிலப்படுகின்றது.

இது ஒரு தற்செயலான நிலைமையா? இதற்கும் சமுதாய வளர்ச்சிப்போக்குக்கும் எவ்வித தொடர்பும் இல்லையா? மார்க்சியக் கண்ணோட்டமுடைய சமூகவியலாளர்களும் இலக்கிய வரலாற்று ஆசியர்களும் இவ்வினாக்களில் கருத்துச் செலுத்துகின்றனர். "சிறுகதையில் நாட்டக் குறைவும் நாவலில் நாட்ட மிகுதியும் ஏற்பட்டுள்ளமை கேவலம் தற்செயலாக நடைபெறும் நிகழ்ச்சி ஒன்றன்று. காரணகாரியத் தொடர்புடன்தான் நிகழ்கின்றது. அதனைக் கண்டறிவது இலக்கியத்துக்கும் சமுதாயத்துக்கும்

உள்ள பிணைப்பைத் தெரிந்து கொள்வதாகும்" என்று கூறுகிறார் கைலாசபதி (த. நா. இ. பக் 197). இக்காரண காரியத் தொடர்பே இவ்வத்தியாயத்தில் விரித்துரைக்கப்படுகின்றது. அவற்றை நாம் பின்வருமாறு சுருக்கிக் கூறலாம்.

1) நிலப்பிரபுத்துவச் சமூக அமைப்பின் உடைவில் இருந்து முதலாளித்துவச் சமூகம் தோன்றும்போது – அத்தகைய பாரிய சமூக மாற்றத்தின் விளைவாக – புதிய நிலைமைகளைப் பிரதிபலிக்கும் இலக்கிய வடிவமாக நாவல் தோன்றுகின்றது.

2) முதலாளித்துவச் சமூக அமைப்பு வேரூன்றி, மத்தியதரவர்க்கம் நிலைபேறு அடையும்போது புதிய சமூக அமைப்பின் அமுக்கம் தனிமனிதர்களின் வாழ்க்கையில் தோற்றுவிக்கும் நெரிசலும், மனமுறிவும், சலனங்களும் இறுக்கமாகப் வெளிப்படுத்தப்படக்கூடிய இலக்கிய வடிவமான சிறுகதை செல்வாக்குப் பெறுகிறது.

3) முதலாளித்துவச் சமூக அமைப்பின் அமுக்கம் அதிகரிக்க அதிகரிக்க, சமூக முரண்பாடுகளும் மோதல்களும் அதிகரிக்க அதிகரிக்க அவைபற்றிய எழுத்தாளனின் பிரக்ஞையும் விரிவடைந்து, அவனது மனஉலகம் அகல நோக்குப் பெறுகிறது. சமூகமாற்றங்கள் இயக்கங்கள் கருத்தோட்டங்கள், வாழ்க்கைமுறை மாற்றங்கள் போன்றவற்றையெல்லாம் முழுமையாகவும் காரணகாரியத் தொடர்ச்சியுடனும் தெளிவாக்க வேண்டிய தேவை அழுத்தம் பெறுகின்றது. இதற்கு நாவலே தகுந்த சாதனமாதலால் அது இலக்கிய முதன்மை பெறுவது தவிர்க்க முடியாததாகின்றது.

இது பொதுவாக ஏற்றுக்கொள்ளத்தக்க ஒரு விளக்கமே. இவ்வாறு கூறும்போது இன்றைய நாவல்கள் எல்லாம் வாழ்க்கையை முழுமையாகக் காரணகாரியத் தொடர்ச்சியுடன் தெளிவாகச் சித்திரிப்பவை என்று கூறுவதாகப் பொருள்கொள்ளத் தேவையில்லை. இலக்கியம் வர்த்தகமயமானதால் நாவல் இலக்கியத்தில் ஏற்படுத்திய பாதிப்பையும் கருத்தில்கொள்ள வேண்டும். அதுபோல், நாவலின் முதன்மைபற்றிக் கூறும்போது சிறுகதையின் தேவையை அது நீக்கிவிட்டது என்று கூறுவதாகவும் பொருள்கொள்ளத் தேவையில்லை. நவீன இலக்கிய உலகில் சிறுகதைக்கு உரிய இடம் என்றும் இருக்கும். அதீத தனிமனிதவாதம், சுத்த கலைநோக்கு, புறஉலக மறுப்பு, அளவுக்கு மீறிய அன்னியச் செல்வாக்கு, வர்த்தகச் சஞ்சிகைகள் ஆகியன சிறுகதையின் சீரழிவுக்கும் தேய்வுக்கும் காரணிகளாக அமைந்தன என கைலாசபதி சுட்டிக் காட்டுகின்றார். 'தமிழ் நாவல் இலக்கியத்தை'

அவர் எழுதிய காலத்தில் (1968) இது பெரும்பாலும் உண்மையே. ஆயினும் கடந்த பத்து ஆண்டுகளுள், தமிழ்ச் சிறுகதை சிறுபான்மை முயற்சியாகவேனும் ஓரளவுக்குப் புத்துயிர் பெற்றிருக்கின்றது என்பதையும் இங்கு சுட்டிக்காட்டவேண்டும். "சிறுகதையின் உள்ளியல்பே தனிமனிதனின் சோகத்தை இசைப்பதுதான்" என்று கைலாசபதி கூறியிருப்பினும் (த. நா. இ. பக் 213), எல்லாச் சிறுகதைகளுக்கும் இதை ஒரு பொதுவிதியாகக் கொள்ள முடியாது. சிறுகதை போராட்ட உணர்வின் வெளிப்பாட்டுச் சாதனமாகவும் மாறியுள்ளது என்பதையும் நாம் காண்கின்றோம். இது எவ்வாறு இருப்பினும் எதையும் மேலெழுந்த வாரியாகவும் வக்கிர புத்தியுடனும் நோக்கும் சாமிநாதன், நாவல் இலக்கியம் பிரதான இலக்கிய வடிவமாக மாறியமைக்கான காரணகாரியத் தொடர்பு பற்றிக் கைலாசபதி கூறும் அடிப்படைக் கருத்துகள் அனைத்தையும் தன் புத்திக்கேற்ப நிராகரிக்கின்றார்.

"தமிழ்நாட்டில் நாவல் தோன்றிய காலம் (19ஆம் நூற்றாண்டின் கடைசிக் கட்டம்) ஏதும் பெரும் சமுதாய மாற்றங்கள் நிகழாத காலம். பெருமாற்றம் ஒரு நூற்றாண்டுக்கும் அதிகம் முன்னரே நிகழ்ந்து, சமுதாயத்தில் ஊடுருவி, சாதாரண மக்கள் அம்மாற்றத்தைப் பற்றி உணர்வு இல்லாமலே 'ஓரளவு ஸ்திரமான வாழ்க்கை அடைந்த' காலம். 'மத்தியதர வர்க்கத்தினரின் வாழ்க்கை சுமாராக ஓடும் வாய்ப்பிருந்த' காலம். இத்தகைய சூழ்நிலையில்தான் கைலாசபதியின் வாய்ப்பாட்டின்படி சிறுகதை தோன்றுவதற்குப் பதிலாக நாவல் இலக்கியம் தமிழ்நாட்டில் தோன்றியது" என்பது சாமிநாதனின் கருத்து (எ. கு. பக் 193). ஒரு பெரிய சமுதாய மாற்றம் பற்றியோ, தனது சொந்த நாட்டின் சமுதாய வரலாறு பற்றியோ சாமிநாதனின் அறிவு பூஜ்ஜியம் என்பதை இவ்வார்த்தைகள் காட்டுகின்றன. ஒரு பெரிய சமுதாய மாற்றம் ரொட்டி தயாரித்து இறக்குவது போல் ஒரு சில நிமிடங்களில் நடந்து விடுவதில்லை என்பது சாமிநாதனுக்குத் தெரியவில்லை. நாவல் தோன்றுவதற்கு ஒரு நூற்றாண்டுக்கும் அதிகம் முந்தியே இந்தியாவில் பெரிய சமூக மாற்றம் நிகழ்ந்து விட்டதாம். அதாவது பிரிட்டிஷ்காரன் இந்தியாவில் காலடி எடுத்து வைத்த அன்றே இந்திய சமூக அமைப்பு முற்றும் மாறிவிட்டது. இந்தியாவில் நிலப்பிரபுத்துவத்தை அழித்துவிட்டு முதலாளித்துவம் தோன்றிவிட்டது. எல்லாம் 'சூ மந்திரகாளி' விவகாரமாக ஒரே கணத்தில் நிகழ்ந்து விட்டது என்பதுதான் சாமிநாதனின் கூற்றின் பொருள். 18ஆம் நூற்றாண்டின் நடுப்பகுதியில் இருந்துதான் இந்தியாவில் பிரிட்டிஷ் ஆட்சி வேரூன்றத் தொடங்கியது என்பது சாமிநாதனுக்குத் தெரிந்திருக்க வேண்டும். இந்தியாவின் ஆன்மாவும் அதன் முகத்தோற்றமும் படிப்படியாக மாறி அமைவதற்கு ஒரு நூற்றாண்டுக்கும்

அதிக காலம் சென்றது என்பதையும் அவர் தெரிந்துகொள்ள வேண்டும். சுமார் ஒன்றரை நூற்றாண்டுகளாக ஏற்பட்டு வந்த மாற்றங்களின் பெறுபேறுகள்தான் 19ஆம் நூற்றாண்டின் இறுதிப் பகுதியில் நாவல் தோன்றுவதற்கு அடித்தளமாக அமைந்தன என்பதையும் அவர் புரிந்துகொள்ள முயல வேண்டும். ஆங்கில நாவல் வரலாற்றிலும் நாம் இத்தன்மையைக் காணலாம். 17ஆம் நூற்றாண்டில் இங்கிலாந்தின் பூர்ஷ்வாப் புரட்சி நிகழ்ந்தது. எனினும் 18ஆம் நூற்றாண்டிலேயே அங்கு நாவல் தோன்றியது. சாமிநாதனுக்கு இதுபற்றியெல்லாம் அக்கறையில்லை. அவர் தொடர்ந்தும் கூறுகிறார்.

"பின்னும் அவ்வாய்ப்பாட்டைப் பொய்ப்பிக்கும் ரீதியில் பெருமாற்றங்களும் புரட்சிகளும் நிகழ்ந்து கொண்டிருந்த 1930 – 40க்களில் வாய்ப்பாட்டின் நியதிப்படி நாவல் தோன்றுவதற்குப் பதிலாக சிறுகதை தலையெடுத்து வளம் பெற்றது" (எ. கு. பக் 193–94). 1930 – 40க்களில் எத்தகைய புரட்சிகளும் பெருமாற்றங்களும் நிகழ்ந்தன? அதன் உண்மையான அர்த்தத்தில் ஒன்றுமேயில்லை. சுமார் ஒன்றரை நூற்றாண்டாக பிரிட்டிஷார் ஏற்படுத்திய மாற்றங்களின் பெறுபேறாக முதிர்ச்சியடைந்து ஸ்திரப்பட்ட இந்திய தேசிய முதலாளி வர்க்கம், தனது அரசியல் ஆதிக்கத்துக்காக, வெகுஜன ஆதரவுடன் தலைமைதாங்கி நடத்திய இந்திய தேசிய விடுதலைப் போராட்டம்தான் இக்கால கட்டத்தில் நடந்தது. உண்மையில் சமுதாயத்தின் உள்ளமைப்பில் நடந்து முடிந்துவிட்ட ஒரு பாரிய அகமாற்றத்தின் புற வெளிப்பாடாக – அதாவது அரசியல் வெளிப்பாடாகவே அது அமைந்தது. இக்கால கட்டத்தில் இந்திய சமுதாயம் சாராம்சத்தில் முதலாளித்துவச் குணாம்சத்தைப் பெற்றுக் கொண்டது என்பது சாமிநாதனின் புத்திக்குப் புலப்படுவதில்லை.

சாமிநாதன் மேலும் கூறுகிறார்; "இவ்வாய்ப்பாடு பொய்யாவதை இன்னும் ஒரு முறையிலும் பார்க்கலாம். ஸ்திரமான அதிக மாற்றங்கள் நிகழாத சமூகச் சூழ்நிலையை நமது நாவல்களில்தான் பார்க்கிறோம். பெரிய சமுதாய மாற்றங்களின் நிர்ப்பந்தங்களினால் பெரிய நாவல் பிறந்தது உண்மையாயின் அதற்கு ஆதாரத்தை, சான்றை, அம்மாற்றத்தின் பிரதிபலிப்பை நாவலில் காணவேண்டும். அன்றையத் தமிழ் நாவல்களிலும் சரி, இன்றைய நாவல்களிலும் சரி இப்பிரதிபலிப்பு இல்லை. மாறாக ஸ்திரத் தன்மையின் பிறப்பாக வாய்ப்பாடு சொல்லும் சிறுகதைகள் 30 – 40க்களில் ஏற்பட்ட பெரும் புரட்சிச் சூழலில் பிறந்து அவற்றின் பிரதிபலிப்புத் துகள்களைத் தம்முடன் கொண்டிருக்கின்றன (உ – ம்) பி. எஸ். ராமையா, புதுமைப்பித்தன் கதைகள்" என்பது அவர் கூற்று (பக். 194).

சாமிநாதனின் இலக்கிய அறிவைப்பற்றி நாம் என்ன சொல்வது? தமிழ் இலக்கிய வரலாற்றில் முதன்முதலாக ஒரு புதிய சமூகச் சித்திரத்தை நமது ஆரம்பகால நாவல்களிலேதான் நாம் காண்கிறோம். இன்றைய நாவல்களின் நோக்கும் போக்கும் வேறுபட்டிருப்பினும் இன்றையச் சமூக மாற்றங்களும், நிலைமைகளும், வளர்ச்சிப் போக்குகளும் வெவ்வேறு அளவிலும் முறையிலும் அவற்றில் பிரதிபலிக்கப்படவில்லையா? அப்படியானால் இன்றைய நாவல்களிலும் சரி, அன்றைய நாவல்களிலும் சரி சித்திரிக்கப்படும் அம்சங்கள்தான் என்ன? கடந்த பத்தாண்டுகளில் வெளிவந்த தமிழ் நாவல்களை மேலோட்டமாகப் பார்த்தாலும் கூட நகரமயமாதலுக்கு *(Urbanization)* ஆளாகி வரும் தமிழ் சமூகத்தின் பல்வேறு தோற்றப்பாடுகளை அவற்றில் காணலாம். இதைக் கண்டறிவதற்குச் சாமிநாதன் முயற்சிக்க வேண்டும். மேலும் 30 – 40க்களின் 'பெரும் புரட்சிச் சூழ்நிலை' அன்றையச் சிறுகதைகளில் பிரதிபலிக்கப்பட்டிருக்கின்றனவாம். பி. எஸ். ராமையா, புதுமைப்பித்தன் கதைகளில் அத்தகையன எத்தனை? கு.ப.ரா., பிச்சமூர்த்தி, மௌனி, லா.ச.ரா போன்றவர்களின் அத்தகைய கதைகள் எத்தனை? இவையெல்லாம் சாமிநாதனின் புத்திக்கு மட்டுமே வெளிச்சம். பதிலாக நமது சிறுகதை முன்னோடிகள் பொதுவாக – இந்த அரசியல் போராட்டங்களால் பாதிக்கப்படாமல் – அவற்றைத் தங்கள் கதைகளில் பிரதிபலிக்காமல் கதவை மூடிக்கொண்டு தங்கள் அக உலகில் வாசம் செய்தார்கள் என்பதே வெளிப்படையான உண்மை. அவர்கள் போராட்டத்தையல்ல – மனித நெரிசலையே சித்திரித்துள்ளார்கள். உண்மையில் அண்மைக் காலத்தில்தான் சுதந்திரப்போராட்டத்தைப் பிரதிபலிக்கும் நாவல்கள் தமிழில் தோன்றின என்பதையும் நாம் அறிவோம்.

சாமிநாதனிடம் ஒன்று கேட்கவேண்டும். சமகாலத்தில் தமிழ் இலக்கிய உலகில் சிறுகதையிலும் நாட்டக்குறைவும் நாவலில் அதிக நாட்டமும் காணப்படுகிறது என்பதை சாமிநாதன் ஒப்புக்கொள்கின்றாரா? ஆம் எனில், அதற்கு அவர் கொடுக்கும் விளக்கம் யாது? சாமிநாதனின் கட்டுரையில் அதற்குப் பதில் இல்லை. இவ்வத்தியாயம் பற்றி சாமிநாதன் இன்னும் அதிகம் உளறி இருக்கின்றார். அவை நாம் கருத்துச் செலுத்த வேண்டிய அளவு முக்கியத்துவம் உடையனவல்ல. ஆனால், ஒன்றைப்பற்றி மட்டும் இங்கு சொல்ல வேண்டும். எழுத்தாளர்களின் அரசியல் சார்பு பற்றிய கருத்து அது. ஒரு எழுத்தாளன் ஒரு அரசியல் கட்சியில் அல்லது அரசியல் ஸ்தாபனத்தில் அங்கத்துவம் வகிக்கிறானா இல்லையா என்பதைக்கொண்டே அவனது அரசியல் சார்பைத் தீர்மானிக்க முடியும் என்று சாமிநாதன் கருதுகிறார்போல் தெரிகின்றது. சாமிநாதன் அரசியல் என்று

கருதுவது கட்சி அரசியலைத்தான். இதுகூட உண்மையில் ஒரு போலி முகமூடிதான். கம்யூனிஸ்ட் கருத்தோட்டம் உடையவனே அரசியல் சார்பு உடையவன் – இலக்கிய விரோதி – என்பது இவர்களின் உறுதியான நம்பிக்கை. “அரசியலைச் சார்ந்தது இலக்கியத்தைப் பாதிக்காது விட்டால், ஒரு இலக்கியவாதி அரசியலைச் சார்வதும் மளிகைக் கடை வைப்பதும் ஒரு இலக்கிய விமர்சகன் பார்வையில் வர வேண்டிய அவசியம் இல்லை” என்று, அரசியல் வேறு, இலக்கியம் வேறு எனச் சாதிக்கும் சாமிநாதன் (பக்: 200), “இதே தொடர்பில் ஒரு கம்யூனிஸ்ட் சார்புபெற்ற எழுத்தாளனின் இலக்கிய ஆளுமை மடிவதும் கட்சிச் சார்பு நீங்கியதும் இலக்கிய ஆளுமை உயிர்ப்பதும் நான் நிரூபிக்க முடிவது, ரகுநாதனின் முந்திய எழுத்துகளும், கட்சியாளராகச் சேர்ந்தபின் அவர் இலக்கிய ஆசிரியராக வீழ்ந்ததை நான் எடுத்துக்காட்டாகக் கூறமுடியும், புதுமைப்பித்தனில், ஜெயகாந்தன், சுந்தர ராமசாமியில் நான் இப்பாதிப்புக்களை நிரூபிக்க முடியும். ரஷ்ய இலக்கிய வரலாற்றில் நான் நிரூபிக்க முடியும்” என்று கூறுகிறார் (பக் 201).

கம்யூனிஸ்ட் கட்சியைச் சார்ந்து நிற்கும்போது இலக்கிய ஆளுமை மடிகிறது. அதைவிட்டு நீங்கியதும், பின் அவர் எந்த அரசியல் கட்சியில் சேர்ந்தாலும் (உதாரணம் ஜெயகாந்தன் காங்கிரஸ் தொண்டனாகியது) அவரது இலக்கிய ஆளுமை உயிர்க்கின்றது. ரஷ்யாவில் கம்யூனிஸ்ட் கட்சியில் உழைத்த கார்க்கியின் இலக்கிய ஆளுமை மடிந்தது; பதிலாக அதைவிட்டு வெளியேறிய பாஸ்டர்நாக், சொல்சிநிற்சின் போன்றோரின் இலக்கிய ஆளுமை உயிர்த்தது. இதுதானே சாமிநாதன் கூறுவதன் பொருள். இப்போது சாமிநாதனின் அரசியல் சார்பு முகமூடி கிழியவில்லையா? இவர்கள் ஏன் இலக்கியம் வேறு அரசியல் வேறு என்று கோஷம் போட வேண்டும்? கம்யூனிச எதிர்ப்பே இவர்களது அரசியல். அந்த எதிர்ப்பு நிலைப்பாட்டில் நின்றே இவர்கள் இலக்கியத்தை அணுகுகின்றார்கள். மார்க்சியக் கண்ணோட்டத்தில் அமைவதெல்லாம் விளல், குப்பை, வெறும் அரசியல் பிரசாரம் என்று ஒதுக்குகிறார்கள். ஆனால், அரசியல் சார்பு இலக்கியத்தில் வரக்கூடாது என வாய் ஓயாமல் கத்துகிறார்கள்.

மார்க்சியவாதிகள் அரசியல், அரசியல் சார்பு என்று சொற்களை மிகப் பரந்த பொருளில் பயன்படுத்துகிறார்கள். ஒவ்வொரு சமூக நடவடிக்கையும் அரசியல் சார்பு உடையதே. சாமிநாதன் அப்பட்டமாக படு பிற்போக்கான அரசியல் சார்பு உடையவர் என்பதில் என்ன சந்தேகம்? ஆனால் அவர்கள் தங்கள் அரசியல் சார்பை வெளிப்படையாக ஒப்புக்கொள்வதற்கு ஏன் தயங்க வேண்டும்?

கடைசியாக சாமிநாதன் ஒரு கேள்வி கேட்கிறார். "வர்க்க பேதமற்ற, முதலாளித்துவம் நிலமானித்துவம், தனிமனிதவாதம் இவையெல்லாம் அழிந்து சமூக உணர்வு மிஞ்சிய சோஷலிசச் சமுதாயத்தில் தோன்றும் இலக்கிய வகை என்ன என்பதைக் கூறுவீர்களா?" என்பதே அக்கேள்வி (பக். 203), அவ்விலக்கிய வகை நாவலாகவோ, சிறுகதையாகவோ, காப்பியமாகவோ இருக்கக் கூடாதாம். இருந்தால் அதை வர்க்க பேதமற்ற சமுதாயமாக அவர் ஒப்புக்கொள்ள மாட்டாராம். ஆனால், சோஷலிசச் சமுதாயத்தில் புதிய இலக்கியவகை ஒன்றும் உருவாகவில்லையாம். காரணம் அங்கும் புதிய முரண்பாடுகளும் வர்க்கப் பிளவுகளும் ஏற்பட்டிருக்கின்றனவாம். அதனால்தான் புதிய இலக்கிய வகை அங்கு பிறக்கவில்லை; சரிதானா என்று கேட்கிறார் அவர் (எ. கு. பக்.203). சாமிநாதனுக்கு ரொம்பச் சந்தோஷம், ஒரு நிம்மதிப் பெருமூச்சு. சோஷலிசத்தின் நியாயத்தையே அடித்து நொறுக்கியாகிவிட்டது, மார்க்சியவாதிகள் இனி வாயைப் பொத்திக்கொண்டு பேனையைக் குப்பையிலே வீசிவிட்டு உட்கார்ந்து விடுவார்கள்... அப்பாடா... ஆனால் சாமிநாதனின் கேள்வி நமக்கு நகைப்பைத்தான் தருகிறது என்றாலும் அவருக்குப் பதில் சொல்வோம்.

முதலாவதாக, சோஷலிசச் சமுதாயம் வர்க்க முரண்பாடுகள் அற்ற, ஏற்றத் தாழ்வுகள் அற்ற, முழுநிறைவான ஒரு தூய சமுதாயம் என்று சாமிநாதனுக்குக் கூறியது யார்? இது சாமிநாதனின் கற்பனையே. மார்க்சியத்தின் மூலவர்கள் யாரும் அவ்வாறு கூறியதில்லை. "முதலாளித்துவச் சமுதாயத்துக்கும் கம்யூனிச சமுதாயத்துக்கும் இடையில் ஒன்று மற்றொன்றாய்ப் புரட்சிகர மாற்றம் அடையும் கட்டம் உள்ளது. இதற்கு இணையாய் அரசியல் இடைக்கால கட்டமும் ஒன்று உளது" என்று மார்க்ஸ் கூறுகின்றார். மார்க்சியவாதிகள் எதையும் யதார்த்தமாகவும் விஞ்ஞானப் பூர்வமாகவும் நோக்குபவர்கள். சோஷலிசம் கம்யூனிசத்துக்கு மாறிச் செல்லும் ஒரு இடைக்கட்டம் என்றே அவர்கள் கூறியுள்ளனர். இது மிக நீண்ட ஒரு வரலாற்றுக் காலகட்டத்தைக் கொண்டிருக்கும் என்றும், இக்காலகட்டத்தில் வர்க்கங்களும் வர்க்க முரண்பாடுகளும் வர்க்கப் போராட்டங்களும் முதலாளித்துவத்துக்கு மீள்வதற்கான அபாயமும் தொடர்ந்தும் இருக்கும் என்று இவர்கள் கூறுகின்றனர். சீனாவின் அரசியல் சாசனத்திலேயே இக்கருத்துகள் பின் இணைப்பாகச் சேர்க்கப்பட்டுள்ளன என்பது குறிப்பிடத்தக்கது. ஆகவே சாமிநாதன் புதிதாக ஒரு உண்மையைக் கண்டுபிடித்தவர் போல, தன்னை அதிகம் அலட்டிக் கொள்ளத் தேவையில்லை. ஆனால், முதலாளித்துவச் சமூகத்தில் உள்ள முரண்பாடுகளையும் சோஷலிசச் சமூகத்தில் உள்ள முரண்பாடுகளையும்

வேறுபடுத்திக்காணும் திறன் அவரிடம் இல்லை என்பதையும் இங்கு குறிப்பிட வேண்டும்.

இரண்டாவதாக, நாவலும் சிறுகதையும் ஏன் சோஷலிசச் சமூகத்தில் இருக்கக் கூடாது? நிலப் பிரபுத்துவ சமுதாயத்தில் தோன்றிய சில இலக்கிய வடிவங்கள் சில மாற்றங்களுடன் தொடர்ந்தும் இருக்க முடியும் எனில், முதலாளித்துவச் சமூகத்தின் இலக்கிய வடிவங்கள் சோஷலிசச் சமூகத்தில் தொடர்ந்து இருப்பது ஏன் சாத்தியம் இல்லை; ஒரு சமூக அமைப்பு மாறும்போது பழைய இலக்கிய வடிவங்கள் சில வழக்கிறக்கின்றன, சில புதிதாகத் தோன்றுகின்றன, சில தம் இயல்பில் மாறுகின்றன என நான் ஏற்கனவே கூறியுள்ளேன். முதலாளித்துவச் சமூகத்தின் வரப்பிரசாதங்கள் அனைத்தும் மேலும் முன்னேற்றமான முறையில் சோஷலிச சமுதாயத்தில் பயன்படுத்தப்படுகின்றன. அவ்வகையில் நாவலும் சிறுகதையும் அங்கு நிலை பெற்றிருக்கின்றன. ஆனால், அவை தம் இயல்பில் பெரிதும் மாறி வருகின்றன. இதுவும் ஓர் இயக்கவியல் நியதியே.

மூன்றாவதாக, வரப்போகின்ற, வர்க்க பேதமற்ற முழு நிறைவான சோஷலிசச் சமுதாயத்தில் அதாவது கம்யூனிச சமூகத்தில் தோன்றும் புதிய இலக்கியவகை என்ன என்பது? எந்தச் சமூகத்திலும் தோன்றும் புதிய இலக்கிய வகைகள் முன்னையவற்றில் இருந்து முற்றிலும் தொடர்பறுந்த – முற்றிலும் புதியனவாக இருப்பதில்லை. சில ஒட்டுறவுகளும் ஒற்றுமையும் இருக்கவே செய்யும். காவியத்துக்கும் நாவலுக்கும் இடையே இருப்பதுபோல. சீனா போன்ற நாடுகளில் கலைத்துறையில் இப்போதே புதுமையாக்கங்கள் தோன்றத் தொடங்கிவிட்டன. எதிர்காலத்தில் கம்யூனிச சமூகத்தில் புதிய இலக்கியவகை ஏதும் தோன்றக் கூடும். அது எது என்று இப்போதே சொல்வதற்கு மார்க்சியவாதிகள் சோதிடர்கள் அல்லர்.

கைலாசபதியின் 'தமிழ் நாவல் இலக்கியம்' குறைபாடுகள் இல்லாத, அபிப்பிராய பேதத்துக்கு இடமில்லாத முழுநிறைவான ஒரு நூல் அல்ல; அத்தகைய ஒரு நூல் எழுதப்படுவது சாத்தியமும் அல்ல. எனக்கு உடன்பாடு இல்லாத கருத்துகள் சில இந்நூலில் உண்டு. உதாரணமாக ரகுநாதனின் 'பஞ்சும் பசியும்', இளங்கீரனின் 'நீதியே நீ கேள்', கணேசலிங்கனின் 'செவ்வானம்' முதலிய நாவல்களை கைலாசபதி யதார்த்தவாதத்துக்கு உதாரணமாக தருவதைக் குறிப்பிடலாம். இந்நாவல்கள் யதார்த்தவாதத்துக்குத் தகுந்த உதாரணங்கள் அல்ல என்பது என் கருத்து. பஞ்சும் பசியும் தமிழ் சினிமாக் கதைப்பின்னல் அமைப்பில் அமைந்த ஒன்றே. கைத்தறித் தொழிலாளர்களின் வாழ்க்கையை அது நன்கு சித்திரிக்கவில்லை. இளங்கீரனின் நாவல் மிகை உணர்வும்

கற்பனைப் பண்பும் மிக்கது. கணேசலிங்கனின் செவ்வானம் வர்க்கப் போராட்டம் பற்றிய ஆய்வை அடிப்படையாகக் கொண்டு அதை விளக்கும் முறையில் பாத்திரங்களை உருவாக்கி உலவ விட்டுள்ள ஒரு செயற்கைப் புனைவாகவே எனக்குத் தோன்றுகிறது. அகிலன், மு.வ., பார்த்தசாரதி போன்றோருக்கும் இவர்களுக்கும் உள்ளடக்கத்திலும் தொனிப் பொருளிலுமே வேறுபாடு காணமுடியும். கதைப் புனைவிலும், விபரணத்திலும், பாத்திர உருவாக்கத்திலும் இவர்களிடையே அதிக வேறுபாடு இல்லை என்பது என் அபிப்பிராயம். நமது நாவலாசிரியர்கள் சமுதாய இயக்க விதிகளை மட்டும் அறிந்திருந்தால் போதாது. அவற்றை நாவலில் மெய்மை குன்றாது இயல்பாகச் சித்திரிக்கும் திறனும் பெற்றிருக்க வேண்டும். அது அவர்களின் படைப்புக்கு வலுவைக் கொடுக்கும். அழகியல் உணர்வே இத்திறனின் அடிப்படையாகும். கலை பற்றிய மார்க்சிய அழகியலில் நமது படைப்பாளிகள் தேர்ச்சி பெறுவதன் மூலம் மட்டுமே சமூகப் பெறுமானம் கலைத்தரம் இரண்டும் ஒருங்கியைந்த உன்னதமான நாவல்களைத் தரமுடியும் என்று நான் நினைக்கின்றேன். அதற்குக் கடின உழைப்பும் அனுபவ வளமும் தேவை.

இது எவ்வாறெனினும் இலக்கியத்துக்கும் சமுதாயத்துக்கும் இடையே உள்ள உறவு பற்றிய மிக முக்கியமான தத்துவார்த்த நூல் என்ற வகையில் கைலாசபதியின் தமிழ் நாவல் இலக்கியம் தமிழில் வெளிவந்த இலக்கியம் பற்றிய நூல்களுள் சிறப்பிடம் பெறுகின்றது என்பதில் ஐயமில்லை. அதன் அடிப்படைக் கோட்பாடுகளுக்கு எதிரான கருத்துகள் – அவை எவ்வளவுதான் இலக்கிய ரீதியானவை என்று கூறப்பட்டாலும் அரசியல் சார்பானவையே என்பது தெளிவு. இந்நூல் பற்றிய சாமிநாதனின் விமர்சனம் கல்லறையை நோக்கிச் சென்று கொண்டிருக்கும் ஒரு பிற்போக்கு அரசியல் சித்தாந்தத்தின் அவலக்குரலே தவிர வேறில்லை.

முதல் பிரதி 1974

திருத்திய பிரதி 1977

[இக்கட்டுரையை திருத்தி எழுதுகையில் பல ஆலோசனைகளும் தகவல்களும் வழங்கி உதவிய நண்பர் ஏ.ஜெ. கனகரத்தினா அவர்களுக்கு எனது நன்றி.]